புயலிலே ஒரு தோணி

D1679884

ப.சிங்காரம்

டிஸ்கவரி பப்ளிகேஷன்ஸ்
எண்: 9, பிளாட் எண்: 1080A, ரோஹிணி பிளாட்ஸ்,
முனுசாமி சாலை, கே.கே.நகர் மேற்கு,
சென்னை-600 078. பேச: 99404 46650

வெளியீட்டு எண்: 0004

புயலிலே ஒரு தோணி (நாவல்)
ஆசிரியர்: ப.சிங்காரம்©
PUYALILE ORU THONI (Novel)
Author: Pa.Singaram©

Cover Design: Jeevanantham
1st Edition: Jan - 2016
2nd Edition: June - 2021
Pages: 320
ISBN: 978-93-84301-56-9
Rs. 300

Publisher • *Sales Rights*

Discovery Publications	**Discovery Book Palace (P) Ltd**
No. 9, Plot,1080A, Rohini Flats, Munusamy Salai, K.K.Nagar West, Chennai - 78. Tamilnadu, India. Mobile: +91 99404 46650	No. 1055-B, Munusamy Salai, K.K.Nagar West, Chennai-600 078. Ph: (044) 4855 7525 Mobile: +91 87545 07070

discoverybookpalace@gmail.com / www.discoverybookpalace.com

இந்த நூலில் பிரசுரமாகியுள்ள எந்த ஒரு பகுதியையும் எழுத்துபூர்வமான முன்அனுமதி பெறாமல் எடுத்தாள்வதோ, மறுபிரசுரம் செய்வதோ, மொழியாக்கம் செய்வதோ, ஊடகங்களில் மறுபதிப்புச் செய்வதோ, காப்புரிமைச் சட்டப்படி தடை செய்யப்பட்டுள்ளது. இந்த நூலிலிருந்து சில பகுதிகளை மேற்கோள்காட்டி நூல்அறிமுகம் செய்யலாம்.

உங்கள் மொபைல் போனிலிருந்து ஸ்கேன் செய்து 'டிஸ்கவரி புக் பேலஸ்' மொபைல் ஆப்பை டவுன்லோடு செய்து, புத்தகங்களை வாங்குங்கள்.

'எல்லாம் யோசிக்கும் வேளையில்...'

பெரிய கட்டடத்தின் மாடிப் படிகளில் ஏறும்போது இயந்திரங்களின் பேரிரைச்சல் காதைத் துளைத்தது. பெரிய அறையினுள் நுழைந்தேன். தூய வெள்ளாடை உடுத்திய கருத்து வாட்டசாட்டமான பெரியவர் எழுதிக்கொண்டிருந்தார். வழுக்கைத் தலை பளபளத்தது. சுவரையொட்டியிருந்த டெலிபிரிண்டர்கள் கடகடத்தன. அடுத்திருந்த பெரிய ஹாலில் ராட்சத அச்சு இயந்திரங்கள் இடைவிடாமல் இயங்கிக்கொண்டிருந்தன. கரடுமுரடான ஓசை. எங்கும் மிஷின் எண்ணெய் நெடியும் புழுக்க நாற்றமும் கசகசப்பான மனநிலை. 'திரும்பிப் போயிடலாம்... அவரை இன்னொருக்க பார்க்கலாம்.' மனதின் ஊசலாட்டத்தையும் மீறி வெள்ளாடைப் பெரியவரிடம் கேட்டேன். "ஐயா... வணக்கம்... இங்க ப.சிங்காரங்கறது யாருங்க?"

"நான்தான். உட்காருங்க" மூக்கைத் தடவிக்கொண்டார். இறுக்கமான முகம். ஆழமான இடுங்கிய கண்கள். என்ன விஷயம் என்பதுபோல முகத்தை முன்னுக்குத் தள்ளி என்னை உற்றுப் பார்த்தார்.

"நான்... உங்களோட புயலிலே ஒரு தோணி, கடலுக்கு அப்பால்... ரெண்டு நாவல்களையும் படிச்சிருக்கேன்."

"அப்படியா?" வறட்சியுடன் மெல்லச் சிரித்தார். இப்ப அதுக்கென்ன? அது ஏதோ சம்பந்தமில்லாத விஷயம் என்பது போன்ற முகபாவனை.

அவரது நாவல்களைப் பற்றிய எனது அபிப்ராயங்களைக் கூறினேன். தமிழில் மிகவும் முக்கியமான நாவல், முதல் புலம்பெயர்ந்த நாவல்... இப்படிப் பாராட்டினேன்.

"நீங்க இப்படிச் சொல்றீங்க. அஞ்சாறு மாசத்துக்கு முந்தி கோணங்கின்னு ஒருத்தர் வந்து நாவலைப் பற்றிப் பேசிவிட்டுப் போனார். பத்து வருஷங்களுக்கு முந்தி பிரகாஷ்ங்றவர் திடீர்னு வந்து ரொம்பவும் பாராட்டிச் சென்னார். இன்னும் சில பேர் தேடிவந்து பாராட்டினாங்க. சுமார் ஐந்து வருஷங்களுக்கு முந்தி கி.ராஜநாராயணன்னு ஒருத்தர் புயலிலே ஒரு தோணி நாவலைப் பாராட்டிக் கடிதம் எழுதியிருந்தார்... இவங்களைப் பத்தி உங்களுக்குத் தெரியுமா? எதுவும் பெரிசா எழுதியிருக்காங்களா?"

“நீங்க சொன்னவங்க எல்லாரும் எனக்கு நண்பர்கள். தமிழ் இலக்கிய, சிறுபத்திரிகைச் சூழலில் முக்கியமானவங்க” என்றேன்.

கொஞ்ச நேரம் விசித்திரமாக எனது முகத்தைப் பார்த்தார்... “அப்படிங்களா... கி.ராஜநாராயணன் மூலம் எனது நாவலைப் பற்றிக் கேள்விப்பட்ட சிட்டி, சிவபாதசுந்தரம்னு ரெண்டு பேர் வந்து நாவலைப் பற்றி ரொம்ப உயர்வாகப் பேசினார்கள். சென்னையில கொண்டுபோய் Original version–க்கு நல்ல பதிப்பு கொண்டு வாரோம்னு என்னிடமிருந்த ஒரே பிரதியையும் வாங்கிட்டுப் போனாங்க. பல வருஷமாச்சு. இன்னம் ஒரு பதிலயும் காணாம்” எவ்வித ஈடுபாடும் இல்லாமல் தகவல்களைச் சொன்னார். “புயலிலே ஒரு தோணி நாவலைப் போட்டால் இன்னக்கி யாரு காசு கொடுத்து வாங்கிப் படிப்பாங்க... இங்க சீரியசாப் படிக்கிற வழக்கமே இல்லாம போச்சு. சீரியசா எழுதத்தான் எவ்வளவோ விஷயமிருக்கு. இன்னக்கி நம்ம ஆளுக இல்லாத இடம் உலகத்தில் எங்க இருக்கு? ஆனால் போன இடத்துல என்ன இருக்குன்னு கூர்மையாகப் பார்க்க மாட்டாங்க... அப்படிப் பார்த்திருந்தாங்கன்னா இன்னக்கித் தமிழில் ஏகப்பட்ட புத்தகம் வந்திருக்கும்... பாருங்க, புயலிலே ஒரு தோணி நாவல்ல தோணில போறதப் பத்தி ஒரு இடம் வருது. அது நாங்க யுத்த நேரத்ல இந்தோனேஷியாவிலிருந்து மலேயாவுக்கு சரக்குகளோட போனதுதான். புயலடிச்சதால சரக்குகளைக் கடலில் வீசினோம். நாவல் எழுதறப்ப தோணுன சில சந்தேகங்களைக் கூட வந்தவங்க கிட்ட கேட்டேன். ஆமா போனோம் வந்தோம். கூட யாரு வந்தா, என்ன நடந்ததுங்கிறதெல்லாம் ஞாபகமில்லேனுட்டாங்க. அது எதுக்கு... வெள்ளைக்காரன் மூணு வருஷம் நம்ம நாட்ல வந்து தங்கினாப்போதும். நம்ம வாழ்க்கையை வச்சு நாவல் எழுதிப்பிடுவான். மதுரை டவுன்ஹால் ரோட்ல சாயங்காலம் நடக்கிறதப் பார்த்திங்களா? மூணுசீட்டு போடுறவன், திரி குத்துறவன், முடிச்சவிழ்க்கிறவன், கூவி ஏலம் போடுறவன், பிராத்தலுக, மாமாகாரனுக... நிறைய எழுதலாம். அதுமாதிரி கீழமாசிவீதிப் பலசரக்குக் கடைகள்... அது ஒரு தனி உலகம். அங்க நடக்கிறத வச்சு எவ்வளவு எழுதலாம் தெரியுமா? உண்மையாச் சொன்னா நம்ம வாழ்க்கையிலதான் எழுத எவ்வளவு விஷயமிருக்கு தெரியுமா? ஆனால் கூர்மையாகப் பார்த்து எழுதுற வழக்கம் நம்ம ஆளுகளுக்குக் கிடையாது...”

“நீங்க எப்ப மலேசியா போனீங்க?”

“எனக்கு இன்னக்கி அறுபத்து நாலு வயசாகுது. பதினெட்டு வயசுல கப்பலேறினேன். வட்டிக் கடையில வேலை பார்த்தேன்.

அப்ப ரெண்டாம் உலக யுத்தம் தொடங்கினதால இந்தியாவுக்குக் கப்பல் போக்குவரத்து இல்ல. இந்தியாவிலிருந்து எந்த தமிழ்ப் பத்திரிகையும் அங்க வராது. வேற வழியில்லாம பினாங்கு லைப்ரேரியில ஹெமிங்வே, தல்ஸ்தோய், ஃபாக்னர், செகாவ், தாஸ்தாயேவ்ஸ்கி... இப்படிப் பலரையும் படிக்க ஆரம்பிச்சேன். ஹெமிங்வேயோட 'ஏ ஃபேர்வெல் டூ ஆர்ம்ஸ்' நாவல்தான் எனக்கு ரொம்பப் பிடிச்ச நாவல். அது அமெரிக்க இலக்கியத்ல திருப்புமுனைன்னு நினைக்கிறேன். தல்ஸ்தோயோட அன்னா கரேனினா நம்பர் ஒன். ஆனால் மேல்நாட்டு க்ரிட்டிக்ஸ் 'வார் அண்ட் பீஸ்' தான் சிறந்ததுன்னு சொல்றாங்க."

"தமிழ்ல யாரெல்லாம் படிச்சிருக்கீங்கா?"

"என்னோட பதினெட்டு வயசுக்கு முந்தி இந்தியாவுல இருக்கிறப்ப 'மணிக்கொடி' பத்திரிகை வாசிச்சிருக்கேன். புதுமைப்பித்தன், மௌனி கதைகள் படிச்சிருக்கேன். அப்புறம்தான் அங்கே போயிட்டேனே! இன்னக்கி வரைக்கும் தமிழ்ல நாவல்கள் வாசித்தது இல்லை. பூரா ஆங்கிலம்தான். இப்பத்தான் சுஜாதா, சிவசங்கரி கதைகளை எடுத்து வாசித்துப் பார்த்தேன். விஷயமே இல்லாம இருக்கு. ரெண்டு பக்கம்கூட வாசிக்க முடியல."

தமிழில் இதுவரை நல்ல நாவல்கள் எழுதிய நாவலாசிரியர்களின் பெயர்களைச் சொன்னேன். "அவங்க எழுதியதைப் படிக்கவில்லை" என்றார்.

"யுத்த காலத்தை மையமாக வச்சுத் தமிழில் விரிவாக நாவல் எழுதுனது நீங்கள்தான். நீங்க ஐ.என்.ஏ.யில் இருந்தீங்களா?"

"இல்லை. என்னோட நண்பர்கள் பலர் ஐ.என்.ஏ.வுல இருந்தாங்க. ஆர்மியில பெரிய பதவியில சிலர் இருந்தாங்க. அங்க பினாங்கில காபி, டீ கடைகள் ஐரோப்பிய மாதிரியில இருக்கும். அதை கிளப்னு சொல்வாங்க. சாயங்கால நேரம் ஒரு கோப்பை காபியைக் குடிச்சிட்டு ஐந்தாறு மணிநேரம் பேசிக்கிட்டிருப்போம். அப்பத்தான் யுத்தம் பத்தின பல சமாசாரங்களைக் கேள்விப்பட்டேன். அப்புறம் நண்பர்களுடன் சேர்ந்து நானே பல ராணுவ முகாம்களுக்கு நேரடியாகப் போயிருக்கேன். நாவல்னா என்னா? கற்பனையில எழுதுறதுதானே! அப்படியேவா எழுதணும்? நாம கேள்விப்பட்ட விஷயங்கள், அனுபவங்களைத் தொகுத்துக் கற்பனையோடு எழுதலாம். ஒரு கதாபாத்திரம்னா அவன் ரெண்டு மூணு பேரோட சேர்க்கையா இருக்கலாம். நாவல்ல வர்ற சின்னமங்கலம் கிராமம்கூட ரெண்டு கிராமங்களை ஒன்றாக்கியதுதான்."

“நீங்க படிச்சது முழுக்க ஆங்கிலத்துல... தமிழ்ல எழுதணும்னு உங்களுக்கெப்படி தோணுச்சு.”

“தமிழ்ல – தாய்மொழியில – எழுதினாத்தான் உணர்ச்சிபூர்வமா நாம நினைக்கிறத சொல்ல முடியும்னு எழுதினேன்.”

“திரும்ப இந்தியாவுக்கு எப்ப வந்தீங்க?”

“சுதந்திரங் கிடைச்ச பின்னாடி வந்தேன். உடனே ‘தினத்தந்தி’யில வேலைக்குச் சேர்ந்தேன். அப்பயிருந்து மதுரையிலதான் இருக்கேன்.”

“முதல் நாவலை எப்ப எழுதினீங்க?”

“1950ல் ‘கடலுக்கு அப்பால்’ நாவலை எழுதினேன். அதைப் பிரசுரம் செய்ய பல பிரசுரகர்த்தர்களைக் கேட்டேன். அதுக்காகவே மதுரைக்கும் சென்னைக்கும் பல தடவைகள் அலைஞ்சேன். யாரும் வெளியிட முன்வரலை. ஆனந்தவிகடன் நாவல் போட்டிக்கு அனுப்பினேன். திரும்பி வந்தது. ஆனால் தேர்வுக்குழுவில் இருந்த ஒருத்தர் தனிப்பட எனக்குக் கடிதமெழுதி நாவலைப் பாராட்டியிருந்தார். அவர் அந்த நாவலை என்னிடமிருந்து வாங்கி ரெண்டு மூணு வருஷமா பிரசுரிக்க முயன்று தோற்றுப் போனார். கடைசீல ‘கலைமகள்’ பரிசுப் போட்டிக்கு அவரே அனுப்பினார். அதுக்கு முதல் பரிசு கிடைச்சுது. நாவலும் 1959ல் பிரசுரமாச்சு.”

“புயலிலே ஒரு தோணி?”

“அது மட்டுமென்ன? அது பிரசுரம் ஆனதும் பெரிய கதை. அதை 1962 வாக்கில எழுதினேன். பல பிரசுரகர்த்தர்களிடம் கிடந்தது. ஒண்ணும் ஆகலை. கடைசீல சென்னை நண்பர் ஒருத்தரின் விடாத முயற்சியினால் கலைஞன் பதிப்பகம் 1972ல் வெளியிட்டது. அதுவும் வெட்டிச் சுருக்கி வெளியாச்சு.”

“நாவலைப் பற்றி விமர்சனம் வந்ததுங்களா?”

“ம்... ஒரு பாத்திரம் தன் மனதுக்குள் யோசிப்பதை எழுதும் போது ஒற்றைக் குறிக்குள் போடலைங்கிறதுக்காக ‘கண்ணதாசன்’ பத்திரிகையில ஒருத்தர், யார் யாரிடம் பேசறாங்க என்பதுகூடப் புரியலை... குழப்பமாயிருக்குன்னு எழுதியிருந்தார். நம்ம ஆளுகளுக்கு எல்லாத்தியும் வெளிப்படையாப் பெருவெட்டாகச் சொல்லணும். தமிழ்ல dash – க்கும் hyphen – க்கும் வித்தியாசமே பலருக்குப் புரியல.”

காபியை ரெண்டு கிளாஸ்ல ஊத்துங்க என்று அலுவலக உதவியாளரிடம் சொல்லிவிட்டு சற்று நேரம் கண்ணைமூடி யோசித்தவர் மீண்டும் பேசத் தொடங்கினார்.

"அப்புறம் எந்த நாவலாக இருந்தாலும், எழுத்தாளன் சொல்லக்கூடிய உலகம் ரொம்பப் புதிதாக இருந்தாலும், அவன் சரியாக ஒழுங்குடன் சொல்லியிருந்தால் அந்த உலகம் வாசிக்கிற யாருக்கும் தெளிவாப் புரியும். அப்படித்தான் நான் சொல்லியுள்ளவை. போர், வெளிநாட்டுச்சூழல் சம்பந்தப்பட்ட விஷயங்கள் – தமிழ் ஆளுகளுக்குப் புதிசு என்றாலும் – நிச்சயம் விளங்கும். ஆனா அந்த நாவல் கவனிக்கப்படலை." அவரது குரலில் நம்பிக்கை தொனித்தாலும் முடிவில் வருத்தம் வெளிப்பட்டது.

"குடிங்க." காபி கிளாஸை என்னை நோக்கி நகர்த்தினார். பணியாளிடமிருந்து சிகரெட்டை வாங்கி மேசை டிராயருக்குள் வைத்தார்.

கிளாஸை எடுத்து ஒரு மடக்குக் குடித்தேன். அவர் ஒரே மூச்சில் கிளாஸைக் காலி செய்தார்.

"நீங்க தொடர்ந்து எழுதலியே..."

"அதெல்லாம் ஒரு காலத்து ஆர்வம். அப்ப உற்சாகப்படுத்தி முடுக்கிவிட ஆளுக யாருமில்லை. இப்ப அந்த மனநிலை இல்ல... எழுதவும் முடியாது."

"புயலிலே ஒரு தோணி நாவலில் பழந்தமிழ் இலக்கிய மேற்கோள்கள் வருதே... உங்களுக்கு அதிலே ரொம்ப ஈடுபாடா?"

"அப்படியெல்லாம் பெரிசா ஒண்ணுமில்லே. 1947லிருந்து மதுரை Y.M.C.A யில தங்கியிருக்கேன். முந்தி பக்கத்து அறையில தியாகராசர் கல்லூரி தமிழ் லெக்சரர் இருந்தார். அவரிடமிருந்து புத்தகங்களை வாங்கி அகராதியை வைச்சு நானே படிச்சேன். அவ்வளவுதான். ஈடுபாட்டோட படிச்சா எதையும் படிச்சிடலாம். இங்கிலீஷ்ல பார்த்தீங்களா? எதைப் பத்தியெல்லாம் புத்தகம் வருது தெரியுமா? South Indian Trees ன்னு ஆயிரம் பக்கத்துல பெரிய புத்தகம் போடுறான். அதையும் வாங்கிப் படிக்க ஆளுக இருக்குது. இங்க அதுமாதிரியில்ல. அதனால பப்ளிஷர்ஸ் நல்ல புத்தகம் போடறதில்ல. என்னோட முதல் நாவல் கடலுக்கு அப்பால்... ரொம்ப சொல்ல முடியாது. ஆனால் புயலிலே ஒரு தோணி நல்ல நாவல். ஆனால் என்ன ஆச்சு? எந்த response ம் இல்ல." மூக்கைத் தடவிக்கொண்டு சிரித்தார். "அந்த நாவலில் செட்டிமார்பற்றி வருது. பல பப்ளிஷர்ஸ் செட்டிமார். அதனால அதை பப்ளிஷ் பண்ணமாட்டாங்க. ஏதாவது மாட்டு வாகடம், கந்தர் அலங்காரம்... இப்படி போட்டுக் காசு பண்ணுவாங்க..."

"உங்க குடும்பம்..."

"நான் ஒரு widower."

சற்று நேரம் என்ன பேசுவது எனத் தோன்றவில்லை. சூழல் இறுகியது. அவரே தொண்டையைக் கனைத்துக்கொண்டு பேசினார்.

"மலேயாவில் மனைவியோட முதல் பிரசவத்தில மனைவியும் ஆண் குழந்தையும் இறந்திட்டாங்க. பிறகு இந்தியாவுக்கு வந்தேன். அப்புறம் மறுபடி கல்யாணம் பண்ணிக்க முயற்சி பண்ணவேயில்லை. திரும்ப மலேயாவுக்குப் போயிடலாம்னு ரொம்ப நாளா நினைச்சுக்கிட்டிருந்தேன்... ஆனால் போகலை."

"அப்ப 37 வருஷமா தனிமையிலேவா இருக்கீங்க?"

"என்ன தனிமை!" கண்களை மூடி வறட்சியாகச் சிரித்தார். "உண்மையாப் பார்த்தால் எல்லாரும் தனிமையிலதான் இருக்கோம்."

"உங்களுக்குக் கடவுள் நம்பிக்கை உண்டா?"

"அதெல்லாமில்ல. கோயிலுக்கு போவதுமில்லை. சாமி கும்பிடுறதும் இல்லை."

இடையில் பத்திரிகைக்குச் செய்தி கொடுக்க வந்தவரிடம் News Editor ஐப் பாருங்க என்று கூறி, பத்திரிகை தொடர்பாக ஏதோ பேசிக்கொண்டிருந்தார். நான் அவரையே பார்த்துக்கொண்டிருந்தேன்.

"உங்க சொந்த ஊரு?"

"எங்க சொந்த ஊரு அருப்புக்கோட்டைக்குப் பக்கத்தில் உள்ள பாலையம்பட்டி கிராமம். எங்க அப்பா காலத்திலேயே சிங்கம்புணரிக்குப் போயிட்டோம்."

"உங்க சொந்தக்காரங்க..."

"சிங்கம்புணரியில இருக்காங்க... ரொம்ப போறதும் வர்றதும் கடையாது..."

அவரது கலை, இலக்கியம் பற்றிய புரிதல்கள், வாழ்க்கையனுபவம் பற்றி விரிவான நேர்காணலுக்கு அனுமதி கேட்டேன். "அதெல்லாம் எதுக்கு..? வேணாம்" கைகளை ஆட்டி உறுதியான குரலில் மறுத்தார். நான் இலக்கிய உலகில் அவரது இடம் மிகவும் முக்கியமானது... எனவே நேர்காணல் முக்கியமான பதிவாகும் என்று வலியுறுத்தினேன். "தயவுசெய்து வேண்டாம்" என்று அழுத்தமாக மறுத்துவிட்டார். சற்றுநேரம் இருவருக்குமிடையில் கனமான மௌனம். அடுத்து என்ன பேசுவது? திணறல். அவரது முகம் இறுகியது. சகிக்க முடியாத அமைதி சுவரானது.

"சரி அப்ப வர்றேன்."

எழுந்து நின்று கைகூப்பினேன். அவரும் எழுந்து நின்று கைகூப்பி "வாங்க" என்றார் தளர்ச்சியான குரலில்.

மாடிப்படிகளில் இறங்கினேன். அப்பொழுதுதான் ராட்சத இயந்திரங்களின் பலமான ஓசை உறைத்தது. வெயில் கண்களைக் கூசச் செய்தது.

குழு அல்லது அமைப்புடன் எவ்விதமான தொடர்புமற்றுத் தனித்து ஒதுங்கி நிற்பதால் ப.சிங்காரம் தமிழ்ச் சூழலில் போதிய கவனத்தைப் பெறவில்லை என்றும் உலகின் சிறந்த நாவல்களுடன் ஒப்பிடும்வகையில் அவரது நாவல் உள்ளது என்றும் நான் கூறியபோது, ஒருவிதமான கூச்சத்துடன் "அதெல்லாம் இல்லீங்க. நான் என்னமோ எழுதினேன்" என்று சாதாரணமாகக் கூறினார். சாதனையாளரான ப.சிங்காரத்தினுடைய இலக்கியத்தின்மீதான புறக்கணிப்பு, தமிழ்ச் சூழலின் மோசமான வெளிப்பாடாகும். ஏக்கமும் கசப்பும் கலந்த மனநிலையுடன் கட்டட வளாகத்தைவிட்டு வெளியே வந்தேன். வெளியே வெப்பக் காற்று புழுதியுடன் வலுவாக வீசிக்கொண்டிருந்தது.

ந.முருகேசபாண்டியன்

மதுரை
10-09-1984

ப. சிங்காரம்:
தமிழின் முதல் புலம்பெயர் நாவலாசிரியர்

ந.முருகேசபாண்டியன்

புலம்பெயர்தல் என்பது மனிதன், நாகரிக வளச்சியடையத் தொடங்கியது முதலாக இடைவிடாமல் தொடர்ந்து நடைபெறுகின்றது. வேட்டைச் சமூகமாக வளர்ந்தபோது, இனக்குழுவினர் உணவுதேடலுக்காக இடம் விட்டு இடம் பெயர்தல் இயல்பாக நடந்தேறியது. சமூக வளர்ச்சி என்பது புலம்பெயர்தல் மூலமாகவே தொடங்கியுள்ளது. 'வட வேங்கடம் தென் குமரி ஆயிடைத் தமிழ்கூறு நல்லுலகு' எனப் பனம்பாரனார் தொல்காப்பியத்தின் பாயிரத்தில் தமிழ் மொழியை முன்வைத்து தமிழக நிலப்பரப்பை அடையாளப்படுத்தினாலும், அதற்கப்பால் தமிழர்கள் பயணித்துக்கொண்டிருந்தனர். கி.பி.14ம் நூற்றாண்டு முதலாகத் தமிழக நிலப்பரப்பு முகமதியர், நாயக்கர், மராட்டியர், ஆங்கிலேயர், பிரெஞ்சுக்காரர் போன்ற பிற மொழியினரின் அரசியல் ஆதிக்கத்திற்குள்ளாகியிருந்தது. அன்றையக் காலகட்டத்தில் வைதிக சமயம் ஆட்சியாளர்களுடன் சமரசம் செய்துகொண்டு, சநாதன நெறியைத் தக்க வைத்துக்கொண்டது. இத்தகைய அரசியல் சூழலில் உழவுத்தொழில் நசிவுற்றது; தீண்டாமை வலுவடைந்தது. வறுமையால் வாடிய விளிம்புநிலையினர் தங்களைக் கோவில்களுக்கும் மடங்களுக்கும் அடிமைகளாக விற்றுக்கொள்ளும் அவலநிலை நிலவியது. குறிப்பாக ஐரோப்பியரின் காலனியாதிக்கம் வலுவடைந்த நிலையில், பொருளாதாரச் சுரண்டலையும் அரசியல் அதிகாரத்தையும் ஒருங்கே அனுபவிப்பதற்காக, மனிதவளம் மலிவாகக் கிடைக்கும் இந்தியா போன்ற நாடுகளில் இருந்து, பிறநாடுகளுக்கு மனிதர்களை ஏற்றுமதி செய்வது நடைபெற்றது. வறுமை, தீண்டாமை காரணமாகத் தமிழகத்தில் வாழ்வதைவிட வேறு நாடுகளுக்குச் சென்று வளமாக வாழலாம் என்று நம்பிய உடலுழைப்பாளர்கள் கூட்டமாகக் கப்பலேறினர். தமிழர்கள் மலேசியா, இலங்கை, மொரிஷியஸ், ஃபிஜி, தென்னாப்பிரிக்கா, டச்சுக்கயானா, நியூகினி போன்ற நாடுகளுக்குப் புலம் பெயர்ந்தனர். கடலில் பயணம்

செய்து கப்பலேறிய தமிழர்களின் வாழ்க்கை அங்கும் கடினமாக இருந்தது. காடுகளை அழித்தல், சாலைகள் போடுதல், விவசாயம் செய்தல் எனத் தமிழர்களின் வாழ்க்கை துயரம் நிரம்பியதாக இருந்தது. இவ்வாறு கொத்தடிமைகளாகப் புலம்பெயர்ந்த தமிழர்களில் பெரும்பாலானோர், மீண்டும் தமிழகத்திற்குத் திரும்பவே இல்லை. அவர்களின் வாரிசுகள் தமிழைப் பேச அறியாமல், அரைகுறையான தமிழ் அடையாளங்களுடன் இன்றும் அங்கே வாழ்ந்து வருகின்றனர்.

புலம்பெயர்தல் என்பது தாயகத்தை மறுவிளக்கம் செய்ய அடிப்படையாக விளங்குகிறது. ஒவ்வொருவருக்குள்ளும் இயல்பாகப் பொதிந்துள்ள தாயகம் குறித்த ஏக்கம், புலம்பெயர்ந்த மண்ணில் ஒப்பீட்டு நிலையை உருவாக்குகின்றது. பூர்விக நாடு, புகலிட நாடு என்ற முரணில். பண்பாட்டு வேறுபாடுகளைக் கண்டறிதல் தொடர்ந்து நடைபெறுகின்றது. இந்நிலையில் புலம்பெயர்ந்தோர் தமது நினைவுகளில் பதிவாக்கியுள்ளவை, படைப்புகளாக வடிவெடுக்கின்றன. புலம்பெயர்ந்த தமிழர்களின் கதையாடல்கள் தொடக்கத்தில் நாட்டுப்புறப் பாடல்களாகப் பதிவாகியுள்ளன. பின்னர் கதைகளாக உருவெடுத்தன. தென் கிழக்காசிய நாடுகளுக்குக் கணிசமான அளவில், தமிழர்கள் புலம்பெயர்ந்திருந்தாலும் நாவல்கள் எழுதப்படாத நிலையே நிலவியது. இத்தகைய சூழலில் நாவலாசிரியர் ப.சிங்காரம் எழுதிய கடலுக்கு அப்பால் (1959), புயலிலே ஒரு தோணி (1972), ஆகிய இரு நாவல்களும் வெளியாகின என்பதைக் கவனத்தில் கொள்ள வேண்டும்.

ப.சிங்காரத்தின் நாவல்கள் வெளியானபோது பெரிய அளவில் வரவேற்பு இல்லை. தெற்காசிய நாடுகளில் நடைபெற்ற உலகப் போரின் பின்புலத்தில் சொல்லப்பட்ட கதைகளின் புதிய வகைப்பட்ட மொழி, பலரையும் ஈர்க்கவில்லை. எண்பதுகளுக்குப் பின்னர், புயலிலே ஒரு தோணி நாவல் பற்றி உருவான பேச்சுகள் பரவலாகின. தமிழில் பொதுவாக ஒற்றைத்தன்மையில் வெளியாகிக்கொண்டிருந்த புனைவுப் பிரதிகளுக்கு மாற்றாகப் 'புயலிலே ஒரு தோணி' என நாவலை அணுகும் போக்கு, தொண்ணூறுகளில் வலுவடைந்தது. இன்று ப.சிங்காரம் என்ற நாவலாசிரியரின் பெயர் தமிழ் நாவல் வரலாற்றில் நிரந்தரமாக இடம் பெறத்தக்க அளவில், வாசிப்பினில் மாற்றங்கள் ஏற்பட்டுள்ளன. தமிழின் முதல் புலம்பெயர் நாவல் எனக் கடலுக்கு அப்பால் நாவல் கருதப்படுகிறது.

சோழப் பேரரசின் கடல் ஆதிக்கம் காரணமாக மலேயா உள்ளிட்ட தெற்காசிய நாடுகளில் தமிழரின் அதிகாரம் நிலவியது.

அன்றைய தமிழர்களின் வரலாற்று எச்சங்கள் இன்றளவும் மலேசியா உள்ளிட்ட நாடுகளில் காணப்படுகின்றன. அதற்குப் பின்னர் 19ம் நூற்றாண்டு காலகட்டத்தில், தமிழகத்தில் நிலவிய வறுமை, தீண்டாமை காரணமாக மலேசியா, இந்தோனேசியா, சுமத்ரா, பாங்காங் போன்ற பல்வேறு நாடுகளுக்குப் புலம்பெயர்ந்த தமிழர்கள் அனுபவித்த அவலங்கள் ஏராளம். சிறிய அளவில் வணிகம், வட்டித் தொழில் செய்வதற்காகக் கப்பலேறியவர்கள் அந்த நாடுகளில் செழிப்புடன் வாழ்ந்தனர். இவ்வாறு பயணப்பட்ட பல்லாயிரக்கணக்கான தமிழர்களின் வாழ்க்கை அனுபவங்கள் காற்றில் மிதக்கின்றன. இத்தகைய சூழலில், இரண்டாம் உலகப் போருக்கு முன்னர் தமிழகத்தில் இருந்து வட்டிக் கடையில் வேலை செய்வதற்காகச் சென்றிருந்த நாவலாசிரியர் ப.சிங்காரம் தனித்து விளங்குகிறார். தமிழகம், தென் கிழக்காசிய நாடுகள் என்ற இரு வேறு நிலங்களில் மனிதர்களின் தேடல்கள் எப்படியெல்லாம் விரிந்துள்ளன என்ற புனைவின் வழியே ப.சிங்காரம் விவரித்துள்ள காட்சிகள், வாசிப்பின் வழியே முடிவற்ற உலகினுக்கு இட்டுச் செல்கின்றன. ஒருபோதும் முடிவற்ற மனித இருப்பின் அபத்தம், எல்லாவற்றையும் முடிவற்ற விவாதத்திற்குள்ளாக்குகிறது. ப.சிங்காரம் எழுதியுள்ள கடலுக்கு அப்பால், புயலிலே ஒரு தோணி ஆகிய இரு நாவல்களும் சர்வதேச நிலையில் புலம்பெயர்ந்த தமிழர் வாழ்க்கையைப் பதிவாக்கியதுடன், நுட்பமான கேள்விகளையும் எழுப்பியுள்ளன. அவை புலம்பெயர் தமிழர்களின் வாழ்க்கை குறித்த நுண்ணிய விசாரணைகளாகவும் விளங்குகின்றன.

தமிழகத்தின் வறண்ட நிலப்பகுதியான புதுக்கோட்டை, இராமநாதபுரம் மாட்டங்களில் இருந்து தெற்காசிய நாடுகளுக்குப் பொருள் ஈட்டுவதற்குப் புலம்பெயர்ந்த தமிழர்களின் குடும்பம், ஊர் என விரிந்திடும் நாவல் பரப்பில் நல்லதும் கெட்டதுமான மனிதர்களின் இருப்புப் பதிவாகியுள்ளது. போன நூற்றாண்டின் முற்பகுதியில் மதுரை, திருப்பத்தூர், செட்டிநாடு பகுதிகளில் வாழ்ந்தவர்களின் மேன்மைகளும் கசடுகளும் புனைவாக வெளியாகியுள்ளன. சக மனிதர்களுக்கிடையிலான உறவு பற்றிய விவரிப்பு, சூழல் குறித்த நுண் அவதானிப்பாகியுள்ளது. மனித இயல்பை நுட்பமாக விவரித்துள்ள ப.சிங்காரம், வெறுமனே காட்சிப்படுத்துதலை நோக்கமாகக் கொண்டவர் அல்லர். உச்சம், வீழ்ச்சி, உன்னதம், கசடு என இருவேறு எதிரெதிர் முனைகளில் வாழ்கின்ற மனிதர்கள், எப்பொழுதும் மேன்மையை நோக்கிப் பயணிக்கின்றனர் என்பது புனைவின் வழியே ப.சிங்காரம் உணர்த்தும் தகவலாகும்.

மலேசியா உள்ளிட்ட தென் கிழக்காசிய நாடுகளுக்கு இந்தியாவிலிருந்து புலம்பெயர்ந்த தமிழர்கள் சாதிய

ஏற்றத்தாழ்வுகள், பால் சமத்துவமின்மை, மூடநம்பிக்கைகள் போன்றவற்றைக் கண்மூடித்தனமாகப் பின்பற்றினர். அவை தமிழரின் பெருமை என உயர் சாதியினர் நம்பியவேளையில், இரண்டாம் உலகப்போர் எல்லாவற்றையும் புரட்டிப்போட்டது. அடிமைத்தனமும் விசுவாசமும்தான் வாழ்வின் லட்சியங்கள் என நம்பிக்கொண்டிருந்த புலம்பெயர்ந்த தமிழரிடையே மாற்றங்கள் நிகழ்ந்தன. வட்டி வசூலிக்கப்போன இடத்தில் யாராவது அடித்துவிட்டால், அதை வட்டிக் கடையில் வந்து சொல்லக்கூடாது என்பதை எழுதாத விதியாகப் பின்பற்றிய தமிழ் இளைஞர்கள், இந்திய தேசிய இராணுவத்தில் துணிச்சலுடன் சேர்ந்து, கையில் துப்பாக்கியை ஏந்தியது குறிப்பிடத்தக்கது. இராணுவத்தில் பயிற்சி பெற்று ஆயுதத் தாக்குதல்களில் ஈடுபட்டது, புலம்பெயர்ந்த தமிழர்களின் வாழ்க்கையையே மாற்றி அமைத்தது.

கடலுக்கு அப்பால் நாவலில் வட்டிக் கடையில் வேலை செய்வதற்காகத் தமிழகத்திலிருந்து கிளம்பி மலேசியா போன செல்லையா, அரசியல் சூழல் காரணமாக தென்கிழக்காசியாவில் செயல்பட்ட இந்திய தேசிய இராணுவத்தில் லெப்டினன்டாகச் சேர்கிறான். போர் முடிந்தவுடன் மீண்டும் வட்டிக்கடை வேலைக்குத் திரும்புகிறான். இளம் வயதிலிருந்தே செல்லையாவும் கடை முதலாளி வயிரமுத்துப் பிள்ளையின் ஒரே மகள் மரகதமும் ஒருவரையொருவர் விரும்புகின்றனர். அவர்களின் காதலை, முதலில் ஆச்சி காமாட்சியம்மாளும் பிறகு பிள்ளையும் ஏற்கின்றனர். தற்சமயம் பிள்ளையின் மனதில் மாற்றம். போருக்குச் சென்று மீசையும் கால் சராயுமாகத் திரும்பியுள்ள செல்லையா, வட்டித் தொழிலுக்கு உதவ மாட்டான் என்பது அவரது எண்ணம். எனவே மரகதத்தை வேறொருவனுக்கு மணம் முடிக்கத் திட்டமிடுகிறார். இருவரும் பதிவுத் திருமணம் செய்து கொள்ளலாமெனச் செல்லையா ஆலோசனை கூற, மரகதமோ தன் பெற்றோர் சம்மதம் வேண்டும் என்கிறாள். இதற்கிடையே உலகப் போரின் இருண்ட கரும்புகை பர்மா முதலிய பகுதிகளையும் சூழ்கிறது. புகை மண்டலத்தில் மூச்சுவிடத் திணறி ஆச்சியும் மரகதமும் இறுதியில் தமிழ்நாட்டிற்குக் கிளம்பிச் செல்ல, கலங்கிய மனத்துடன் செல்லையா தனித்து நிற்கிறான்.

ஆண்-பெண் மனங்களுக்கிடையில் தோன்றும் காதல், சாதி, சமயம், பொருளியல் ஏற்றத்தாழ்வு காரணமாக அடையும் முரண்களே நாவல்களாக எழுதப்பட்டுள்ள தமிழ் நாவல் சூழலில், காதலர் பிரிவினுக்குப் போர் காரணமாக்கப்பட்டிருப்பது மாறுபட்டுள்ளது. இரண்டாம் உலகப் போரால் பாதிக்கப்பட்ட

தமிழர்களின் நிலையைப் பற்றி விவரிக்கும் சம்பவங்கள் அழுத்தமான பதிவுகளாக வெளிப்பட்டுள்ளன.

எப்படியாவது மரகதத்தை மணக்கத் துடிக்கும் செல்லையா, மகளின் காதலை அங்கீகரித்தாலும் கணவனுடன் ஒத்துப்போகும் காமாட்சியம்மாள், தனக்குப் பின்னால் வட்டித் தொழிலை முன்னாள் இராணுவத்தினனான செல்லையாவால் நடத்த முடியாதெனத் திருமணத்திற்கு அனுமதி மறுக்கும் வயிரமுத்துப் பிள்ளை, தந்தையின் சம்மதத்துடன் செல்லையாவை மணக்க விரும்பும் மரகதம் என நான்கு கோணங்களில் கதை விரிந்துள்ளது. ஒருவரின் முடிவு இன்னொருவருக்கு ஏற்புடையதாக இல்லையெனினும், அம்முடிவிற்கான காரணத்தைத் தருக்கரீதியில் அவர்கள் விளங்கிக் கொள்கின்றனர்.

நாவலின் இறுதியில் பிள்ளைக்கும் செல்லையாவுக்குமிடையில் நடைபெறும் சொல்லாடல், மனிதமனத்தின் அடுக்குகளைச் சுட்டிக் காட்டுகிறது. ஒவ்வொரு மனிதனும் தனது சுயமுயற்சியினால் தனக்கான உண்மையைக் கண்டறிந்துள்ளான். வாழ்க்கையனுபவத்தின் விளைவுகள், சகமனிதனுக்கு எதிரானதாயினும் அவனது சுயஅனுபவச் செறிவினை மறுதலிக்க முடியாது. வயிரமுத்துப்பிள்ளை, தனது ஒரே மகன் வடிவேலு குண்டுவீச்சில் கொல்லப்பட்டதைக்கூடச் செரித்துக்கொண்டு மீண்டும் வட்டித் தொழிலுக்குத் தயாராகிவிட்டதுதான் நடப்பியல் நிலைமை. தான் சிரமப்பட்டு வளர்த்த வட்டித் தொழிலைத் தனக்கு மருமகனாக இருந்து செல்லையாவால் நடத்த முடியாது எனக் கருதும் பிள்ளை, அவனுக்கு வேறு வசதிமிக்க அழகான பெண்ணை மணம் முடித்துத் தனது சொந்தச் செலவில் சூலியாக் கடைத் தெருவில் ஜவுளிக்கடை வைத்துத் தர முன்வருவது, அவரது இன்னொரு முகம். சராசரி மனிதன், தான் வாழும் வாழ்க்கையிலிருந்து தன்னைப் பிரித்துக் காண்பதில்லை. அவன் எதிர்கொள்ளும் பிரச்சினைகளைத் தனக்கானதாக மட்டும் சுருக்குவதன்மூலம், புறத்தில் வேறு பிரச்சினைகள் தோன்றுவதற்குக் காரணமாகிறான். சுயஅனுபவங்களின்மூலம், பொருளியல் வாழ்க்கையில் பெற்றுள்ள வெற்றியைச் சக மனிதர்கள்மீது அத்துமீறலாகக் கருத்தினைத் திணிப்பதற்காக அடிப்படையாக்கிக் கொள்கிறான்.

தமிழகத்தில் வாழ வழியற்று, தென் கிழக்காசிய நாடுகளுக்குப் புலம்பெயர்ந்தவர்களின் நம்பிக்கையைப் புரட்டிப்போட்ட உலகப் போர் பின்புலத்தில் ப.சிங்காரம் சொல்லியுள்ள கதையான கடலுக்கு அப்பால் நாவல், புதிய பிரதேசங்களை அறிமுகப்படுத்தியுள்ளது. 'மனிதனால் தாங்கமுடியாத துயரம்

என்று சொல்வதற்கு எதுவுமே இல்லை. மனதை இழக்காதவரையில் நாம் எதையும் இழப்பதில்லை' என்ற தேறுதலுடன் முடியும் நாவலின் இறுதி வரிகள்தான் ப.சிங்காரம் சொல்ல விழைவதா? யோசிக்க வேண்டியுள்ளது.

'புயலிலே ஒரு தோணி' நாவல் ஒப்பீட்டளவில் பரந்துபட்ட கதைப் பின்னல்களுடன் விரிந்துள்ளது. புலம்பெயர்ந்து வாழ்தலின் வலிகளை உள்ளடக்கிய இந்நாவல், தமிழ் நாவல் பரப்பில், புதிய போக்குகளை அறிமுகப்படுத்தியுள்ளது. கடலுக்கு அப்பால் நாவலின் தொடர்ச்சியென விரிந்துள்ள புயலிலே ஒரு தோணி நாவல், தென் கிழக்காசிய நாடுகளின் பின்புலத்தில் விரிந்துள்ளது. தமிழகத்திலிருந்து மலேயாவிற்குப் புலம்பெயர்ந்து போன தமிழர்கள் ஐ.என்.ஏ.வில் சேர்ந்ததும், கெரில்லாப் போரில் பங்கேற்றுப் போராடியதும் முக்கியமான வரலாற்று நிகழ்வுகள். மலேசியாவிலுள்ள தோட்டத் தொழிலாளர்கள் பற்றிய தகவல்கள் நாவலில் இடம் பெற்றிருந்தாலும், அவர்கள் பட்ட அவலங்கள் பதிவாகவில்லை. இரண்டாம் உலகப்போர்ச் சூழலும் ஏகாதிபத்திய நாடுகளின் காலனியாதிக்க அரசியலும் பின்புலமாக அமைந்திட தமிழ் அடையாளம் நாவலில் மதிப்பிடப் பெற்றுள்ளது. தமிழகத்து வாழ்க்கைச் சூழலுடன் புலம்பெயர்ந்தோரின் இருப்பினை ஒப்பிட்டுப் பார்த்தலானது, நாவலின் கதைப்போக்கினில் தொடர்ந்து இடம் பெற்றுள்ளது.

கடலுக்கு அப்பால் நாவலின் இறுதியில் செல்லையா நினைத்துப் பார்க்கும் காட்சி முக்கியமானது. பன்முகக் குணாதிசயங்கள் நிரம்பிய மாவீரனான பாண்டியன் பற்றிய செல்லையாவின் நினைவினில் இடம் பெற்ற சம்பவங்கள், வளர்ச்சி பெற்றுப் புயலிலே ஒரு தோணி நாவலாக வடிவெடுத்துள்ளன. அந்த விவரணை:

"செல்லையாவின் நினைவுப் பாதையில் பளிச்சென்று ஒரு வீரன் தென்பட்டான். பாண்டியன்! ஆஅஅ! மாவீரன். தமிழறிஞன். அவனும் மாணிக்கமும் கிண்டலும் தர்க்கமுமாய்த் தமிழ் ஆராய்ச்சி நடத்துவதை நாளெல்லாம் கேட்டுக் கொண்டிருக்கலாமே. இந்தோனேசியாவுக்குத் திரும்பியிருக்கிறானே. மீண்டும் அவனைப் பார்க்க முடியுமா? அங்கு வாளா இருப்பானா? மாட்டான். புரட்சிப் படையில் சேருவது திண்ணம். அவன் ரத்தத்திலேயே புரட்சி கலந்து போயிருக்கிறது. நாற்பத்திரண்டில் மெடானிலிருந்து படகில் சரக்குப் போட்டு வந்து சீனி முகமது ராவுத்தர் கடையில் இறங்கியிருந்தான். அவனும் அப்துல் காதரும் பினாங்கு ஸ்ட்ரீட்டில் நடந்துவந்தபொழுது கடைக்கு முன்பாக முதல் முதலில் பார்த்தேன். எல்லோருமாகப் படையில்

சேர்ந்து சிங்கப்பூர் இராணுவ அதிகாரிகள் பள்ளியில் பயிற்சி பெற்றோம். பிறகு மெடான் செல்வதற்காக பேங்காக்கிலிருந்து திரும்பியவனைப் பார்த்தேன். அதற்கிடையே... கோத்தாபாலில் ரகசியப் பள்ளியில் சிறப்புப் பயிற்சி பெற்றான். ஜாராங்கில் படைப் புரட்சிக்குத் தலைமை தாங்கி முகாமைக் கைப்பற்றி, சில பெரிய அதிகாரிகளுக்கு மரண தண்டனை விதித்து நிறைவேற்றினான். பெயரைக் கேட்டதுமே எதிரிகள் கிடுகலங்கும் கெம்பித்தாய் மேஜர் சடாவோ யாமசாக்கியை விரட்டிச் சென்று தீர்த்துக் கட்டினான். சுந்தரத்துக்கு மாரடைப்பு. அவனையெல்லாம் இனிமேல் பார்க்கப் போகிறேனா? எந்த ஊரான்? சின்ன மங்கலம் சின்ன மங்கலம். எல்லோரும் எங்கெங்கோ தத்தம் மனத்துக்கு ஒட்டிய வேலைகளுக்குச் சென்றுவிட்டனர். நான் ஒருவன்தான்..."
(கடலுக்கு அப்பால்)

கடலுக்கு அப்பால் நாவலாக்கத்தில் ப.சிங்காரத்தின் மனதில் படிந்திருந்த பாண்டியன் பற்றிய பிம்பம் வளர்ச்சியடைந்து, புயலிலே ஒரு தோணி நாவல் முழுக்கப் பரவியிருப்பது வியப்பளிக்கிறது. படைப்பாக்கத்தால் ப.சிங்காரத்தின் கற்பனை வளம் அளவற்றது என்பதற்கு எடுத்துக்காட்டாக நாவலின் உரையாடல்கள் புனையப்பட்டுள்ளன.

நுனை-அரும்பு-முகை-மலர் ஆகிய நான்கு பெரும் பகுதிகளின் மூலம் பாண்டியனின் வாழ்க்கையனுபவங்கள் விவரிக்கப்பட்டுள்ளன. பாண்டியனின் நடப்பியல் வாழ்க்கை மலேயாவில் இருப்பினும் அவனது மனம், தமிழகத்தில் சின்னமங்கலம் கிராமம், திருப்பத்தூர், மதுரை என நனவோட்ட நிலையில் பின்னோக்கிச் செல்கிறது. புலம்பெயர் வாழ்க்கையின் ஊசலாட்டமும் மனத்துயரங்களும் வலுவான தளத்தில் பிணைந்திருக்கின்றன. பிழைக்கப்போன அயல் மண்ணிலே நின்றுகொண்டு தமிழகத்து நினைவுகளை அசைபோடும் அவலம் இயல்பானதுதான். சின்னமங்கலம் கிராமத்துச் சிறுவர்கள், பள்ளிக்கூடம், சந்தை, கடைத்தெரு, பெண்கள் என விரியும் கிராமத்து வாழ்க்கை முறை, திருப்பத்தூர் பஸ் ஸ்டாண்டில் நடைபெறும் சம்பவங்கள், மதுரைக் கடைவீதிகள், தெருக்கள், தாசிகள் என அன்றைய தமிழ்நாட்டு யதார்த்தச் சூழலை அந்தக் காலகட்டத்திய பேச்சு வழக்கில் அழுத்தமாகச் சொல்லியுள்ள நாவலாசிரியரின் மொழியாளுமை, சொல்வளம், நடை ஒப்பீடு அற்றவை.

கதையின் மையப்புள்ளி பாண்டியன். காப்பியம்போல கணக்கற்ற பாத்திரங்கள் தலைகாட்டுகின்றன. சந்தை வியாபாரிகள், வட்டிக் கடைச் செட்டியார்கள், மேலாட்கள், அடுத்தாட்கள்,

சமையலாள்கள், பெட்டியடிப் பையன்கள். ஆச்சிகள், பள்ளிச் சிறுவர்கள், ஆசிரியர்கள், கிராமத்தினர், இராணுவத்தினர், டாபர் மாமாக்கள், தாசிகள், மைனர்கள், கார் ஏஜெண்ட்கள், நேதாஜி, டில்ட்டன் லாயர், யொஹான்கைசர், கலிக்குஸுமான், யாமசாக்கி, முத்து, ஆயிஷா, சுந்தரம், நடராஜன், தங்கையா, ரேஷன், விலாசினி, நாவான்னா, ஆடிட்டர். பாண்டியனின் நடப்பியல் வாழ்க்கையில் எதிர்ப்படும் மனிதர்களின் தொகுப்பாகப் பாத்திரங்கள் உருவாக்கப்பட்டுள்ளன. பாத்திர வளர்ப்பும் செயற்பாடுகளும் மிகவும் சுவாரசியமாக உள்ளன. ஆண்டியப்பிள்ளை, விலாசினி, கலிக்குஸுமான், ஆயிஷா, முத்து போன்ற சிறு பாத்திரங்கள்கூட தம்மளவில் முழுமையாக வாசகர் மனதில் பாதிப்பை ஏற்படுத்துகின்றன.

'புயலிலே ஒரு தோணி' நாவலின் நாயகன் போர் அல்லது பாண்டியன். நாவலாசிரியரின் பாண்டியன் பற்றிய புனைவு, கெட்டிதட்டிப்போன தமிழர் வாழ்க்கையின்மீது வீசப்பட்ட பெரிய பாறாங்கல். பொதுப்புத்தி, மதிப்பீடுகளைச் சிதைத்து எழும் பாண்டியன் சாகசக்காரன், புரட்சிக்காரன், கலகக்காரன், அராஜகவாதி. பூகோளத்தின்மீதான பிரமாண்டமான அனுபவங்கள் குறித்து உற்சாகத்துடன் கிளர்ந்தெழும் பாண்டியனுக்கோ எதுவும் பொருட்டல்ல. பாண்டியன், ஒழுங்கற்ற விதிகளின் அடிப்படையில் எல்லாவற்றையும் நொறுக்கிவிட்டுத் தன் மூப்பாகச் செயலாற்றுகிறான். பாண்டியன் பற்றிய புனைவானது செறிவான கோட்பாடுகளை மூலமாகக் கொண்டுள்ளது. தேர்ந்த சாகசக்காரன், கலகக்காரன் எவ்வாறு செயல்படுவான் என்பதற்கு இலக்கணமாகப் பாண்டியன் விளங்குகிறான். எதுகுறித்தும் தீர்க்கமான நோக்கு அவனுக்கு உண்டு. விதிகளற்ற வாழ்தலைத் தேடியலையும் பாண்டியன். பொதுப்புத்திக்கு எதிரான போக்கு, சாகசச் செயலில் ஆர்வம், தொடர்ந்து மது அருந்துதல், அளவற்ற பெண்களுடன் தொடர்பு, மரணம் குறித்து அக்கறையின்மை, வாழ்தலில் மிகவும் ஆர்வம், செயல்திறன், தனித்துவம், சுய ஒழுங்கு, இடம்பெயர்ந்துகொண்டேயிருத்தல், பரபரப்பான மனநிலை போன்ற போக்குகளின் குவிமையமாக இயங்குகிறான்.

வட்டிக்கடைத் தொழில் நடத்தும் செட்டிமார் வாழ்க்கைப் பின்புலத்திலிருந்து பாண்டியன் வெளிப்படுவது, எரிமலையின் வெடிப்பு என்றுதான் கூற வேண்டும். கடனை வசூலிக்கப் போன இடத்தில் அடிவாங்கி அவமானப்பட நேர்ந்தால்கூட வெளியே சொல்லாமல் வாழ்தலே வாழ்வின் நெறி என்று கட்டமைக்கப்பட்ட ஒழுங்குக்குப் பாண்டியன் முற்றிலும் அந்நியமானவன். தமிழ் அறநூல்கள் போதிக்கும் வாழ்நெறிக்கு

முரணான வாழ்வு, பாண்டியனுக்கு உவப்பானதாக இருக்கிறது. இடைவிடாமல் பெட்டியிலிருந்து உருவியெடுத்து சிகரெட்டைப் புகைப்பவன்; குடிப்பதில் ஆர்வம் மிக்கவன்; கணக்கற்ற வேசைகள், பெண்களுடன் உறவு கொள்பவன். மரபு வழிப்பட்ட பிம்பத்தினைச் சிதைக்கும் பாண்டியனுக்குப் 'போர்' மிகவும் விருப்பமானதாகிறது. இந்திய தேசிய இராணுவத்தில் (ஐ.என்.ஏ) சேர்ந்து செயலாற்றும்போது, பேசுவதைவிட செயலில் விருப்பமுடையவனாக உள்ளான். அவனுடைய செயலின் விளைவாக 'மரணம்' காத்திருப்பது அறியாத விஷயமல்ல. மரணம் பற்றிய கருத்தியலின்மீது தீவிரமான அக்கறைகூட உண்டு. 'யோசித்துப் பார்க்கும் வேளையில் எல்லாம் உண்பதும் உறங்குவதுமாய் பொழுது கழியு'மென்ற தாயுமானவரை அடிக்கடி துணைக்கு அழைத்துக் கொள்கிறான். இருப்பின் நிச்சயமின்மை குறித்து அக்கறையுடையவன், எதிர்நிலையில் மரணத்தை ஒன்றுமற்ற நிகழ்வாகக் கருதுகிறான். புவியில் வாழ்ந்திடும் வாழ்க்கை தொடர வேண்டுமென்ற விருப்பம் அவனுக்குண்டு. மரணத்தை மறந்துவிட்டு சாகசச் செயலில் ஈடுபடுவது பாண்டியனின் அடிப்படைக் குணாம்சம். பாண்டியனின் அகமானது அமைதியற்றுத் தத்தளிக்கிறது. எனினும் அவனுடைய திட்டங்களும் செயற்பாடுகளும் வெற்றியடைகின்றன. போர்ப்பயிற்சியின்போது முகாமில் நடைபெற்ற கலவரத்தின் காரணமாக ரக்பீர்லாவைக் கொன்றது, ஜப்பான் கம்பித்தாய் மேஜர் யாமசாக்கியைக் கொன்றது, துரோகியான சுந்தரத்தைக் கொன்றது எனப் பாண்டியனின் துணிச்சலான செயல்கள் தொடர்கின்றன. இந்தோனேஷியா விடுதலைப் போரில் கலந்துகொண்டு தாக்குதல்களில் ஈடுபடுகிறான். பாண்டியன் பிறரைக் கொல்லும்போது என்ன வகையான மனநிலையிலிருந்தான் என்பதற்கு நாவலில் பதிவு இல்லை. சுந்தரம் உயிருக்காகக் கெஞ்சும்போது 'மரணத்தைக் கௌரவமாக ஏற்றுக் கொள்' என்று அறிவுரை சொல்கிறான். மரணத்தின் விளிம்பைத் தொட்டுவிட்டு மீளும் கட்டங்களில்கூட பாண்டியன் பெரிய அளவில் அலட்டிக் கொள்ளவில்லை. அது ஒருவகையான இயல்பான அம்சம் என்ற கண்ணோட்டம் அவனுக்குண்டு. மரணத்தைத் துணிந்து சவாலாக எதிர்கொண்ட போதும், அவனது முரட்டுத்தனத்தில் வீரம், ஒழுங்கு, பரிவு, கனிவு எல்லாம் உண்டு.

பாண்டியன் தன்னுடைய பால்யகால அனுபவங்கள், அண்மைகாலச் சம்பவங்களை யாரிடமும் விவாதிக்கவில்லை. பாய்மரக் கப்பலில் தனித்திருக்கும்போதும், மதுவருந்திவிட்டு

ரிக்ஷாவில் செல்லும்போதும் அவனது நினைவுகள் பின்னகர்ந்து கடந்த காலத்தைப் பரிசீலனை பண்ணுகின்றன. கடந்த கால வாழ்க்கை குறித்து அக்கறைகொள்ளும் பாண்டியன், எதிர்காலம் குறித்து ஆழமாகச் சிந்திக்கிறான்.

நாவலின் அறிமுகக் காட்சியிலிருந்து பாண்டியன் இடைவிடாமல் பயணித்துக் கொண்டேயிருக்கிறான். நாடு விட்டு நாடு, ஊர் விட்டு ஊர் எனத் தொடர்ந்து சுற்றுகிறான். எந்த இடத்திலும் நிலைத்து நிற்க முடியாத நிலையில், அவனுடைய மனம் அமைதியற்றுக் கொந்தளிக்கிறது. புறநிலையில் பரபரப்பும் ஏதாவது செய்ய வேண்டுமென்ற முனைப்பும், இருத்தலின்மீது ஆர்வமின்மையும் பாதிப்பை ஏற்படுத்துகின்றன. ஓடிய கால்களுக்கு ஓய்வேது? முடிவற்ற ஓட்டமாகப் பாண்டியன் இடம் விட்டு இடம் பெயர்கிறான். இறுதியில் இந்தோனேஷியாவிற்குப் பயணமாகிறான், டச்சுக்காரர்களுக்கு எதிரான தாக்குதலில் பங்கேற்று 'ராஜா உத்தாங்குவாகிறான். அவன் செயல்ரீதியில் போட்ட திட்டங்கள் பெரும் வெற்றி அடைகின்றன. எனினும் அவனுடைய மனம் திருப்தியற்று அலைபாய்கிறது. வெற்றியின் காரணமாகக் குதூகலிக்கும் மனநிலையற்ற பாண்டியன், தான் செய்த சாகசச் செயலையும் சாதாரணமாகக் கருதி, அடுத்து என்ன செய்வதென்று யோசிக்கிறான். இதனால்தான் காட்டு வாழ்க்கை அவனுக்கு அலுக்கிறது. சின்னமங்கலம் கிராமத்திற்கு உடனே போக வேண்டுமென முடிவெடுக்கிறான். 'அபாயங்கள் காத்திருக்கின்றன' என்பது அறிந்தும் வழமையான சாகச மனநிலையுடன் வெளிப்படும்போது சுட்டுக் கொல்லப்படுகிறான். ஒருக்கால் டச்சுப் படையினரிடமிருந்து தப்பி, சின்னமங்கலம் கிராமத்திற்குப் போனால், அங்கு அவனால் ஒருவாரம் கூட தங்கியிருக்க முடியாது என்பதுதான் உண்மை.

பாண்டியன் பினாங்கு, நான்யாங் ஹோட்டலில் நண்பர்களுடன் சேர்ந்து இரவு முழுக்க மருவருந்திவிட்டு விவாதங்களில் ஈடுபடுகிறான். உலகத்துச் சாதனைகளையும் பிரமாண்டமான செயற்பாடுகளையும் தமிழரின் பழம்பெருமையுடன் ஒப்பிட்டுத் தமிழ் பற்றிய புனைவுகளையும் கற்பிதங்களையும் நொறுக்குகிறான். சங்கத் தமிழர் மாட்டுக்கறி, யானைக்கறி சாப்பிட்டனர் என்றும், இரு கிராமத்துத் தலைவர்களிடையே நடைபெற்ற மோதுதல்களைப் புலவர்கள் 'போர்கள்' என்று வருணித்துவிட்டனர் என்றும் தமிழ் மரபில் கட்டியமைத்துள்ள மாண்புகளைச் சிதைக்கிறான். அவனது சொல்லாடல் திறன்மிக்கது. கர்னல் குலிக்ஸ்மானிடம் நகைச்சுவையாக உரையாடும்போதும், விசாலினியுடன் காதல்வயப்பட்ட மொழிகளைக் கூறிடும்போதும்

பாண்டியனின் பேச்சுத்திறன் வெளிப்படுகிறது. இக்கட்டான நிலையில் என்ன செய்யவேண்டுமென்று உடன் முடிவெடுக்கும் திறன் பாண்டியனுக்கு உண்டு. அம்முடிவின் விளைவாகத் தோன்றவிருக்கும் சிக்கலையும் எதிர்கொள்ள வேண்டியதுதான் என்று நம்புகிறான். சில வேளைகளில் அதுகுறித்து அவனுக்கு அக்கறையுமில்லை. இத்தகையப் போக்கு ஒருவகையில் அராஜகத்தன்மையுடையது. ஒரு குறிப்பிட்ட பிரச்சினையில் தான் விரும்பியவற்றை அல்லது அவனிடம் ஒப்படைக்கப்பட்ட செயலை எவ்வாறாயினும் முடித்துவிடத் திட்டமிட்டு நிறைவேற்றுகிறான். ஒருவகையில் ஆராய்ந்தால் பாண்டியனுக்கு விசுவாசம், நேர்மை, புகழ், துணிச்சல், வீரம் போன்றவற்றில் மரியாதை இல்லை. அவை, அவனைப் பொறுத்தவரையில் இருண்மையானவை. அவைதரும் மதிப்பீடுகள் குறித்துப் பெரிதும் அக்கறையில்லை. வரலாற்றில் பிரமாண்டமான செயல்களையும் அவற்றைச் செய்தவர்களில் இன்றைய நிலையையும் பற்றிய வரலாற்று அறிவானது, பாண்டியனைச் சுயவிமர்சனம் செய்யத் தூண்டுகிறது. இந்நிலையில் மக்கள் சிலாகிக்கும் மேன்மையான மதிப்பீடுகள், குணங்களைப் பாண்டியன் கவனத்தில் கொள்வதில்லை. ஏனெனில் அவன் சுயகட்டுப்பாடுடைய செயல்வீரன், சிந்தனையாளன்.

    பாண்டியன் சாகச நாயகனுக்கே உரிய மனநிலையுடன் சிக்கலான பிரச்சினைகளிலும் உற்சாகமாக ஈடுபடுகிறான். அளவுக்கதிகமான குடிபோதையிலும் பாண்டியன் தெருவில் கிடப்பதில்லை. புலன்கள் கலங்குமளவு மதுக்குப்பிகளைக் காலி செய்தாலும், சூழலைக் கட்டுப்படுத்தும் வலிய திறமையுடையவன். எவ்வளவு போதையிலும் அடுத்து என்ன செய்யப் போகிறோம் என்பது குறித்துத் தெளிவான முடிவெடுக்கும் வல்லமை அவனுக்குண்டு. பாங்காங் நகரிலிருந்தபோது போதையுடன் 'மூன்லிங்' ரெஸ்டாரண்டிற்கு நண்பர்களுடன் சென்று செய்த கலகச் செயல், மது அருந்தியதன் பின்விளைவு அல்ல. முரட்டுத் துணிச்சலுடன் கையில் பிஸ்டலை உருவிக்கொண்டு எதிரெதிராகப் பலர் பொருதுமாறு சூழல் உருவாகிறது. பிஸ்டல் கைகள் குறிபார்த்து இருந்தன. ஒரு விநாடி, ஒரு தோட்டா. பலரின் உயிர் ஒரு விநாடி ஒரு தோட்டாவில் அடங்கி நின்று வேடிக்கை பார்த்தது. ஒரே ஒரு தோட்டா வெடித்தால் போதும். இந்நிலையிலும் பாண்டியன் ஆழ்ந்த அமைதிக்குரலில், 'துப்பாக்கி விளையாட்டு வேண்டாம், தயை கூர்க' என்கிறான் வலக்கையில் பிஸ்டலுடன். இத்தகைய துணிச்சல் சாகசக்காரனுக்கே உரித்தானது. பாண்டியனைப் பொறுத்தவரையில் வாழ்க்கைதான் முதன்மையானது. மரணம் என்பது ஒன்றுமில்லை. பாண்டியனின்

மரணம் 'அவலம்' என்பதைவிட 'சாதனை' என மாறுவது கதையாடலில் முக்கியமானது.

தமிழகத்திலுள்ள சிவகங்கை மாவட்டத்தில் இருக்கின்ற சின்னக் கிராமமான சின்னமங்கலத்தில் தன்னிச்சையாகத் திரிந்த பாண்டியனை எது இந்தோனேஷியா மலேசியா, சுமத்ரா, பினாங்கு நோக்கித் தள்ளியது? பொருள் தேடிப் போனவன் இராணுவ வீரனான சூட்சுமம் என்ன? மனித உறவுகள் என்ற அடிப்படையில் இருந்து விலகி, அரசியல் என்ற மையப் புள்ளியில் சுழன்ற பாண்டியனின் மனதில் வெறுமை அளவற்றுப் பொங்குவது ஏன்? பூமியில் சகலமும் நாடகத்தின் காட்சிகள் என ப.சிங்காரம் விவரிக்கும் காட்சிகள் கொண்டாட்டம், சாகசம், அவலம் எனத் ததும்பினாலும் இறுதியில் துன்பியலாக மாறியுள்ளன.

ப.சிங்காரம் புனைந்துள்ள மொழியின் அதிகபட்ச சாத்தியங்கள், நாவல் ஆக்கத்தினுக்குப் புதிய பரிமாணங்களைத் தந்துள்ளன. நீட்டி முழக்கிப் பகடிசெய்யும் போக்கு, நாவலில் பல இடங்களில் இடம் பெற்றுள்ளது. இதுவரை உருவாக்கப்பட்டுள்ள இறுக்கமான மதிப்பீடுகளைப் பகடிக்குள்ளாக்குவதில், பாண்டியனுக்கு எப்பவும் உற்சாகம்தான். எந்தவொரு காத்திரமான விஷயத்தைப் பற்றியும், புதிய பேச்சுகளை உருவாக்கிட விழையும் பகடியானது, நாவல் முழுக்கப் பதிவாகியுள்ளது.தமிழில் இதுவரை எந்த நாவலாசிரியரும் தொட்டிராத சிகரத்தினைத் தனக்கான புதிய மொழியின் வழியே ப.சிங்காரம் கண்டறிந்துள்ள சாதனை, தனித்துவமானது. புயலிலே ஒரு தோணி நாவல், தலைப்பினுக்கேற்ப கதையாடலில் அங்குமிங்கும் இடைவிடாமல் அலைபாய்ந்து கொண்டிருக்கிறது. சிம்பனி இசைக்கோர்வை போல நாவலின் கதைப்போக்கில் பல்வேறு கதைக்கருக்கள், தோன்றி, வளர்ந்து மறைந்து, மீண்டும் தோன்றிக்கொண்டே இருக்கின்றன. அவை வாசகனை வெவ்வேறு தளங்களுக்கு முடிவற்று இழுத்துச் செல்கின்றன.

முதற் பதிப்பின் முன்னுரை

'புயலிலே ஒரு தோணி' கதை இரண்டாவது உலகப் போர்க் காலத்தையொட்டி மலேயா-இந்தொனேசியா பிரதேசத்தில் நிகழ்வதாக உள்ள கற்பனைப் படைப்பு. இந்தக் கதையில் வரும் வரலாற்று நிகழ்ச்சிகள், ஆட்களைத் தவிர மற்றபடியான சம்பவங்களும் மாந்தரும் எதையும், யாரையும் குறிக்கவில்லை. சம்பவங்கள் கதைக்காக உருவாக்கப்பட்டவை. அவற்றை இயக்குவதற்காக உண்டாக்கப்பட்டவர்களே கதைமாந்தர்.

யுத்த காலத்தை எல்லாம் மலேயா-இந்தொனேசியா பிரதேசத்தில் கழித்த நான், அப்போது அங்கே பலவகையான ஆடவரையும் பெண்டிரையும் செயல்களையும் நிகழ்ச்சிகளையும் காண நேர்ந்தது. அதன் கற்பனை வடிவான சாரமே இந்தக் கதை. கதாநாயகன் யார்...? பாண்டியன்? யுத்தம்...? கதாநாயகி யார்...? அயிஷா? சமுதாயம்? அவரவர் விரும்புகிறபடி வைத்துக் கொள்ளலாம். என்னைப் பொறுத்தவரையில் இந்தக் கதைக்கு கதாநாயகனோ, கதாநாயகியோ இல்லை.

மெடான் நகரத்தின் தெரு, இடப் பெயர்களெல்லாம் சுதந்திர இந்தொனேசியா சர்க்காரால் மாற்றப்பட்டுவிட்டனவாம். தமிழர்களுக்கு மிகவும் பழமையான மொஸ்கி ஸ்ட்ராட், ஹிந்து ஸ்ட்ராட் இரண்டும் இப்பொழுது (பொருள் மாறாத) மலாய் பெயர்களுடன் விளங்குவதாகவும் நாகப்பட்டினம், கல்கத்தா, ஹட்டன்பாக், கெர்க் ஸ்ட்ராட்டுகளின் பெயர்கள் அடியோடு மாற்றப்பட்டுவிட்டதாகவும் அறிகிறேன்.

கதை நாயகன் பாண்டியன் தமிழ்நாட்டில் கண்டிருந்த 'கார் ஸ்டாண்டு' காட்சிகளை இப்பொழுது காண்பதற்கில்லை. ஒரு கையில் பீடிக்கட்டு-நெருப்புப் பெட்டியும், மறு கையில் ட்ரிப்ஷீட்-நாடக நோட்டீஸும், காதில் பென்சிலும் வாயில் அகடவிகட அடாவடிப் பேச்சுமாய் நடமாடும் 'கார் ஏசண்டுகள்' மறைந்து வெகுகாலமாகிவிட்டது. பஸ்கள் 'கார்' என்றும், கார்கள் 'பிளாசர்' என்றும், கண்டக்டர்கள் 'கிளீனர்' என்றும் அறியப்பட்ட காலம் அது.

மதுரை ஒண்ணாம் நம்பர் சந்து, பள்ளத்தெரு வர்ணனைகள் யுத்தத்துக்கு முந்திய கால நிலவரத்தைக் குறிப்பவை; இன்றைய நிலவரம் முற்றிலும் வேறுபட்டதாகும்.

கதையோட்டத்தில், இடையிடையே பண்டைச் சான்றோரின் சொற்றொடர்கள் குறியிட்டுக்காட்டியும் காட்டாமலும்-கையாளப் பட்டிருப்பதைக் காணலாம். எல்லாம் குறிமயமாகி, வாசகரின் கண்ணை உறுத்தலாகாதென்பதே இரவல் குறிச் சிக்கனத்திற்குக் காரணம்.

5, ஒய்.எம்.சி.ஏ., கட்டடம்   **ப.சிங்காரம்**
மதுரை-1
21.10.1972

நுனை

1. கெர்க் ஸ்ட்ராட்

காலைக் கருக்கிருட்டு நேரம்; தெருவிளக்குகள் எரியவில்லை. இப்பொழுதுதான் மழை தூறி ஓய்ந்திருக்கிறது.

ஜப்பானியத் துருப்புகளின் வரவை எதிர்நோக்கி மெடான் நகரினர் தெருவின் இருமருங்கிலும் கூடி நிற்கிறார்கள். கூட்டத்திலிருந்து பலவகை ராகங்களில் கிளம்பும் மலாய் பஹாசாவின் மெல்லோசையைப் பரபரப்பான சீனமொழி ஊடறுக்கிறது.

ஊர் நடுவே கிழக்கு மேற்காகக் கடக்கும் தெரு இது-கெர்க் ஸ்ட்ராட். இந்தத் தெரு சேறும் சகதியுமாய் இருபுறமும் நீப்பா புதர்கள் மண்டிக் கிடந்த காலத்தில்-டச்சுக்காரர்கள் வேரூன்றுவதற்குமுன்-இதில் போர்ச்சுகல் சிப்பாய்களும் ஆங்கிலத் துருப்புகளும் மேற்கிலிருந்து கிழக்கே நடந்திருக்கிறார்கள். அதற்கு முன்னர், இஸ்லாமியக் கோட்பாடுகளையும் அரும் பொருள்களையும் கப்பல்களில் ஏற்றி வந்த அரபியரும், அவர்களுக்கு முன்பே அறுசமய நீதிகளையும் அருங்கலைகளையும் நாவாய்களில் கொணர்ந்த தமிழர்களும் இந்த வழியாய்க் கிழக்கே சென்றதுண்டு. இப்பொழுது; [1]டாய்நிப்பன் படைவீரர்கள் கிழக்கேயிருந்து வரவிருக்கிறார்கள். அவர்களைக் காணத் திரண்டு நிற்கின்றனர் குடிமக்கள்.

[2]அன்னெமர் காதர் மொய்தீன் ராவுத்தரின் பெரிய [3]கிராணி பாண்டியன், வடக்கேயிருந்து கெசாவன் நடைபாதையில் வருகிறான். நிறம் தெரியாத சராயும் வெள்ளைச் சட்டையும் அணிந்த, வளர்ந்து நிமிர்ந்த உருவம். காலடி ஒரே சீராய் விழுந்து ஒலி கிளப்புகிறது. வாயில் தீயொளி வீசும் சிகரெட்.

"தொலுங் லாலு சிக்கட்." சிறிது விலகி இடம் விடுமாறு அடுத்தடுத்து வேண்டிக்கொண்டே நாற்சந்தி முக்கிலிருக்கும் புத்தகக் கடையைத் தாண்டி, இடதுபுறம் கெர்க் தெருவில் திரும்பியவன், டெர்மூலன் ரெஸ்டாரன்ட் முன்பு போய் நிற்கிறான்.

---

1. மகாஜப்பான்
2. மராமத்து காண்ட்ராக்டர்
3. குமாஸ்தா

ப.சிங்காரம்

கிழக்கு வெளுத்து இருள் கலைகிறது. உருவங்கள் தெளிவடைகின்றன.

சிகரெட் புகையை இழுத்து ஊதியவாறு வாரகாம்ப் புத்தகக் கடை மூலையை நோக்கித் திரும்பி நடந்தடைந்து, எதிரோடிய பாலீஸ்வேயில் பார்வையைச் செலுத்தினான். சுல்தான் அரண்மனைக்குச் செல்லும் அந்த அகன்ற சாலை நடுவில், இடையிடையே வெளிவிட்ட மேடை. அதில் நின்ற விசிறி மரங்கள் காலைக் காற்றில் சரசரத்தன. ஒரு முக்கில் டாவ்ரோஸ் மாளிகை, மறுமுக்கில் மாதா கோயில், அப்பால், சாலையின் இருபுறமும் பெரும்பெரும் கடைகள் – தொக்கோவன் டெப்போல், கூர்னியர், ஒயிட்டவே, ஆல்ட்டன்பர்க், பாயர்ஸ்...

கதிரவனின் ஒளிக்கதிர்கள் தோன்றிப் பரவின. மரங்களில் பல்லினப் பறவைகளின் சிலம்பலோசை. கூட்டத்தில் தள்ளுமுள்ளும் பேச்சரவமும் அதிகரித்தது.

எல்லாரும் தலையை நீட்டிக் கிழக்கே பார்த்தவாறு நின்றார்கள் – மெடான் நகரைக் கைக்கொள்ள வரும் ஜப்பானியப் படையை வரவேற்க.

சூரிய வெளிச்சத்தில் டாவ்ரோஸ் மாளிகைப் பச்சைப் பளிங்கு அரையுருண்டை வழுக்குக் கோபுரம் பசுமஞ்சளாய் மின்னுகிறது. மரக்கொண்டைகளில் தங்க வண்ணக் கோல வரிகள். பறவைகளின் கரைச்சல் பெருகி ஒலிக்கின்றது. திடுமெனக் கிழக்கிலிருந்து ஆரவார ஓசை கிளம்பித் திரண்டு வருகிறது.

“ஜப்பான் சூடா டாத்தங்! ஜப்பான் சூடா டாத்தங்!”

ஆரவாரம். கைதட்டல். கூக்குரல். ஒற்றை வரிசையாய் மூன்று சைக்கிள்கள் உருண்டு வந்தன. அழுக்குத் துணியும் பளபளக்கும் டாமி துப்பாக்கியுமாக ஜப்பானிய சிப்பாய்கள். முதுகில் பெரிய மூட்டை. உடலிலும் வண்டியிலும் செடிகொடிகள் சேர்த்துப் பிணைக்கப்பட்டிருந்தன.

“பன்ஸாய்! பன்ஸாய்! பன்ஸாய்!”

இப்பொழுது நான்கு நான்காக அடுத்தடுத்து சைக்கிள்கள் வருகின்றன.

குளிப்பாட்டிப் பல நாளான அழுக்குடல்கள். இரும்புத் தொப்பி, தண்ணீர்க் குடுக்கை, என்னென்னவோ போட்டடைத்த சட்டைப் பைகள். பின்தட்டில் தளவாடச் சிப்பங்கள்.

நேர்ப்பார்வையாய் சைக்கிளை ஓட்டிச் சென்றனர்– பொலோனியாவில் உள்ள விமானத்திடலையும் டச்சு மாளிகைகளையும் நோக்கி.

பாண்டியன் மலைத்துப்போய் நின்றான். இவர்களா, இவர்கள்தாமா சிங்கப்பூரை வென்று வாகை சூடிய வீரர்கள்! ஒரே நேரத்தில் பல திசைகளில்–ஆயிரக்கணக்கான மைல் இடைவெளி உள்ள இடங்களில் போர் தொடுத்து வெற்றிகண்ட ஜப்பானிய ராணுவத்தினர் இவர்கள்தாமா!

ஏறக்குறைய நூறு சிப்பாய்கள் சென்றிருப்பர். பிறகு சிறிது நேரம், வழுவழுவென்றிருந்த கரும்பாதையில் சைக்கிள்கள் உருளவில்லை.

கிழக்கே மீண்டும் ஆரவாரம் பரிந்தது.

"பன்ஸாய்! பன்ஸாய்! பன்ஸாய்!" சைக்கிள்கள் வரிசை வரிசையாய் உருண்டோடி வந்தன. இப்போது சிப்பாய்கள் பல் தெரியாத புன்னகையோடு தலையசைக்கிறார்கள். இடையிடையே பேரிரைச்சலுடன் மோட்டார்–பைக்குகள் வரலாயின. அவற்றின்மீது ஆலிவ் நிறக் கம்பளி ஆடை தரித்த ராணுவ அதிகாரிகள் கடுகடுத்த முகத்துடன் தோன்றி மறைந்தனர்.

கூட்டம் கலையலாயிற்று. பத்துப் பதினைந்து பேர் சுக்கமூலியா தெரு வழியாய் ஜப்பானியப் படை செல்லும் திசையை நோக்கிக் கிளம்பினர். அவர்களைப் பின்பற்றி மேலும் சிலர் புறப்பட்டார்கள். பிறகு, பலர் கூட்டம் கூட்டமாய்ச் சேர்ந்து ஓட்டமும் நடையுமாய் மேற்கே விரைந்தனர்.

பாண்டியன் வடக்கேயும் தெற்கேயும் திரும்பிப் பார்த்தான். *கம்பொங் வாசிகள் கூட்டம் கூட்டமாய் நாற்சந்தியை நோக்கி வந்துகொண்டிருந்தனர். அவர்கள் முகத்தில் புதிய கம்பீரம் மிளிர்ந்தது. நடையில் மிடுக்கு. கண்களில் எதையோ எதிர்பார்ப்பது போன்ற நோக்கு.

வடமுகமாய்த் திரும்பி கெசாவனில் நடந்தான்.

கடைகள் மூடிக் கிடந்தன. புதிதாய் முளைத்த டிப்டாப் ரெஸ்டாரன்ட் அருகே இரண்டு சீனர்கள் கிசுகிசுத்து நின்றனர். வலதுபுறம் லிம் பின் சியாக் மாளிகை வெளிமுற்றத்துச் சம்பகா மரத்தடியில் யாரோ ஒரு சீனக் கிழவி புலம்பிக் கொண்டிருந்தாள்.

எதிரே–சீனச் சிறுவர்கள்–பாவம், விவரமறியாப் பாலகர்–குதூகலக் கூச்சலுடன் ஓடி வந்தார்கள்; "பன்ஸாய்! ஜிப்புன் மாய்!"

இடதுபுறம் எப்பாலெய்ன் ரொட்டிக்கடை, பிளாங்க் கென்ஸ் சார்ட்டர்ட் பாங்க், பன் ஹின் லீ; வலதுபக்கம் வரிசையாய்ச் சிந்தியர் ஜவுளிக் கடைகள்; அசோமுல், மத்தானி, கிமத்ராய், தவ்லத்ராம்.

---

* கிராமம்

"பான்தியான்! பான்தியான்!" பின்னாலிருந்து அழைப்புக் குரல் வந்தது. தலையைத் திருப்பிப் பார்த்தான். கால்வாசி திறந்திருந்த கியாங் லிம் சைக்கிள் கடைக் கதவோரம் இளையவன் லிம்தெங் நின்றான்.

"இதோ வருகிறேன்."

"ஒரு நிமிஷம்."

உள்ளே நுழைந்தான்,

"கம்பொங் ஆசாமிகள் கொள்ளைக்குத் திட்டமிட்டு வந்திருக்கிறார்களாம்" குரலில் அச்சம் தொனித்தது. சிகரெட் பெட்டியை நீட்டினான், "வேலைக்காரப் பையன் – பார்த்தாக்காரன் – சொல்லிவிட்டுப் போகிறான்."

"அப்படித்தான் தெரிகிறது" சிகரெட் ஒன்றை உருவி எடுத்துப் பற்ற வைத்தான், "சைக்கிள்கடைமீது ஒரு கண் வைத்திருப்பார்கள். எச்சரிக்கையாக இரு."

"அன்னெமர் எங்கே?"

"கம்பொங் *பெத்தும்பா"

"செட்டிகள்?"

"அங்கேதான். பெங்கூலு ஆதரவில் இருக்கிறார்கள்."

"நீ ஏன் போகவில்லை?"

"வேடிக்கை பார்க்க வேண்டாமா?"

"சோறு?"

"எங்காவது."

"நீ தமிழன். நான் சீனன்; பெண்டு பிள்ளைக்காரன்."

"இந்தத் தெருவில் அப்படியொன்றும் நடக்காது. பெண்களை வெளியே தலைகாட்ட விடாதே. இன்று ஒரு நாள்தான் ஆபத்து. நாளை எல்லாம் சரியாகிவிடும்."

"நன்னம்பிக்கையே நலம்."

"ஆம், வருகிறேன், தபே."

"தபே. எந்நேரமானாலும் உண்டிக்கு வரலாம். அல்லது ஆள் அனுப்பு."

"நன்றி."

---

* கிராம மணியக்காரன்

நடந்தான். லிம் தெங், கதவை இழுத்து மூடும் ஓசை கேட்டது.

"மெர்டேக்கா! மெர்டேக்கா! [1]மெர்டேக்கா!"

தானா லாப்பாங் வடபுறத்திலிருந்து சைக்கிள் கூட்டம் கத்திக் கொண்டு வந்தது. ஆசிரியர்கள், மாணவர்கள், கிராணிகள், உதிரிகள் அடங்கிய கும்பல். அவசர அவசரமாய்த் தைத்த–பலதிற அளவும் கோலமும் கொண்ட 'சுதந்திர இந்தொனேசியா' கொடிகளை ஏந்தியிருந்தனர்.

"இந்தொனேசியா ஹிடூப்! பிலாந்தா மத்தி!" இந்தொனேசியாவுக்கு வாழ்வையும் ஹாலந்து நாட்டுக்கு அழிவையும் வாரி இறைத்தவாறு சைக்கிள்காரர்கள் கெசாவனில் புகுந்தனர்.

"மெர்டேக்கா! இந்தொனேசியா ஹிடூப்!" பாண்டியனைப் பார்த்த [2]கெமந்தே கிராணி யாசின் கையிலிருந்த கொடியை ஆட்டி முழங்கினான்.

"மெர்டேக்கா! இந்தொனேசியா ஹிடூப் !"

பாண்டியன் வலது கையை உயர்த்தி அலைத்தவாறு கத்தினான்:

"மெர்டேக்கா" இந்தொனேசியா ஹிடூப்!

கிராண்ட் ஹோட்டல் திசையிலிருந்து ஒரு சாடோ வண்டி வந்தது.

"பிலாந்தா மத்தி! சீனா மத்தி ! செட்டி மத்தி!"

சாடோ வண்டிக்காரன் தொண்டை கிழியக் கத்தினான்.

பாண்டியன் திரும்பிப் பார்த்தான்.

"ஆ ! தபே துவான். தபே."

மொஸ்கி ஸ்ட்ராட் வட்டிக் கடைகளில் நாள் தவறாமல் ஏறி இறங்கும் சாடோ வண்டிக்கார சைனுடீன் தலைதாழ்த்தி வணக்கம் தெரிவித்தான்.

"தபே. சைனுடீன்."

வெறிபிடித்துத் திரிகிறார்கள். போக்கிரிகள். "ஹிஹிஹ் ஹிஹி."

சாடோ வண்டிக்காரன் கிராஸ்ஃபீல்ட் மெர்டேக்கா வீரர்களின் திக்கில் சாட்டையை நீட்டிச் சுட்டிக் கெக்கலித்தான். பாண்டியன் முகத்தில் முறுவல் பூத்தது. சாடோவில் ஏறும்படி சைனுடீன்

1. விடுதலை

2. நகராட்சி மன்றம்

அழைத்தான். பாண்டியன் நன்றி கூறிவிட்டு. ஹட்டன்பாக் தெருவில் நுழைந்தான்.

"தபே. துவான். புசார்,"

ஹாரிசன் கிராஸ்ஃபீல்ட் கட்டிடத் தாழ்வாரக் கயிற்றுக் கட்டிலின்மீது கால்களைச் சேர்த்து உட்கார்ந்து ஹுக்கா புகைத்துக் கொண்டிருந்த '*உப்பாஸ்' சிராஜுத்தவ்லா கான் வந்தனை தெரிவித்தார்.

"தபே நவாப் ஷாஹி."

'வங்காள நவாப்' வழக்கம்போல் சிரித்தார், சுற்றிலும் காணப்பட்ட பரபரப்பில் கொஞ்சமும் அக்கறை கொள்ளாமல் ஹுக்கா புகையில் லயித்திருந்தது காவல்காரனின் மனம்.

இடது புறம் மொஸ்கி ஸ்ட்ராட்–செட்டி தெரு–அநாதையாய்க் கிடந்தது. கீழ்ப்பாக்கம், கித்தாடா பல் வைத்தியசாலை, மட்சு வோக்கா டென்னிஸ் ராக்கெட் கடை. இரண்டும் ஜப்பானியருடையவை; மூடி முத்திரை வைக்கப்பட்டுள்ளன. டான்லிம் தச்சுப் பட்டறை; சமைந்த புதல்விகள் இருவருடன் குடித்தனம் நடத்தும் மனையவள் இல்லாக் கிழவன். கதவு உட்புறம் தாழிடப்பட்டிருக்கிறது. அப்பால் வட்டிக்கடைக் கிட்டங்கிகள். வெங்கடாசலத்தின் 'சிங்கப்பூர் சலூன்'. மாஜி சமையலாள் வெள்ளைச்சாமி நடத்தும் வெற்றிலைபாக்குக் கடை. அதன்மேல் கிழக்கு மேற்காகக் குறுக்கிடுகிறது அவுடு மார்க்கெட் ஸ்ட்ராட். மேல்புறம், நொத்தாரிஸ் கந்தோரை அடுத்துச் சிமிந்தி பாவிய சந்து. பிறகு, வரிசையாய் வட்டிக்கடைக் கிட்டங்கிகள். இடையில் அன்னெமர் காதர் மொய்தீன் ராவுத்தரின் கந்தோர். கடைசியாக, அவுடு மார்க்கெட் தெருவுக்கு இப்பாலாக, சின்லாம் கோப்பிக் கடையும் மாமுண்டி ஆசாரி பட்டறையும்.

நடைபாதையிலிருந்து ஏறி, அடைப்பில்லாத, மூடின முன் தளத்தில் சென்றான். காலடி ஓசை தெருவின் அமைதியைக் குலைத்தது. மஞ்சள், நீலக் கட்டிடக் கதவுகள் தூசுபடிந்து இறுக்கி மூடிக்கிடந்தன. அன்னெமர் கந்தோர் தாண்டிச் சென்று காப்பிக் கடைக் கதவைத் தட்டினான்.

"யாரது?" உள்ளேயிருந்து அரண்ட குரல் வந்தது.

"பான்தியான்"

கட்டைமிதியடிகள் கதவை நோக்கி வந்தன. மொஸ்கி ஸ்ட்ராட் அடுத்தாட்களால் 'பொதுக்கை' என்று

---

* காவல்காரன்

அன்புடன் அழைக்கப்படும் சின்லாம் கதவைத் திறந்தான். பாண்டியன் உள்ளே நுழைந்தான். கதவு சாத்தப்பட்டது.

“கோப்பி, துவான்?”

“கோப்பி டன் ரொக்கோ.”

காபி ‘மங்’கையும் மூராட் சிகரெட் பெட்டியையும் கொண்டுவந்து மேசையில் வைத்த பொதுக்கை, நிலவரம் எப்படியிருக்கிறதென்று கேட்டான்.

“அஞ்சாதே, ஒரு ஆபத்தும் இல்லை” ஒரே மூச்சில் காபியைக் குடித்தவன், சிகரெட் பெட்டியை எடுத்துக்கொண்டு வாசலை நோக்கி நடந்தான்.

பின்கட்டிலிருந்து பொதுக்கையின் மனைவி குழந்தையைத் தாலாட்டும் கீச்சுக் குரல் வந்தது.

“லய் – லய் – லய் லாஅஅய்...! லய் லய் லய் லாஅஅய்.”

பாண்டியன் அலுவலகத்தை அடைந்து கதவைத் திறந்து உள்ளே போய் உள்புறம் தாழிட்டான். அடுத்த வினாடியே கதவை இடிக்கும் ஓசை கேட்டது. திறந்தான். சார்ட்டர்ட் பாங்க் கிராணி தங்கையாவும், மெத்தடிஸ்ட் பள்ளி ஆசிரியர் தில்லைமுத்துவும் சைக்கிளை அணைத்துக்கொண்டு நின்றனர்.

“அமளி ஆரம்பமாகிவிட்டது. சுற்றிப் பார்க்கலாம் வா.” தங்கையா அழைத்தான்.

“ஐந்தே ஐந்து நிமிஷம், உள்ளே வந்து உட்காருங்கள்.”

சைக்கிளைச் சுவரோரம் சாய்த்துவிட்டு இருவரும் உள்ளே போய் உட்கார்ந்தனர்.

பாண்டியன் வேகவேகமாக மாடிப் படிக்கட்டில் ஏறினான்.

2. கொள்ளை

தானா லாப்பாங் பூங்காவைச் சுற்றிலும் தென்பட்ட காட்சி மனதை மருட்டிற்று. கனவா, நனவுதானா... எல்லாரும் ஓட்டமும் நடையுமாய் விரைந்துகொண்டிருந்தனர். தலையிலும் கையிலும் துணிச்சுருள், சிகரெட் பொதி, சைக்கிள் உறுப்புகள், ரேடியோ பெட்டிகள்... எங்கிலும் புத்தகம், புதிய பேனாக்கள், பொத்தான் அட்டைகள், சொக்கொலெட் பெட்டிகள் இறைந்து கிடந்தன. களத்துக்குப் புதிதாக வந்தவர்கள் கீழே கிடந்த சாமான்களை வாரி அள்ளினர்; ஓடின உடல்களிலிருந்து சிதறியவற்றை எட்டிப் பற்றினர். பூங்காவின் வடக்கிலும் கிழக்கிலும் மானிட மந்தை இரைச்சல் நகங்கலாய்க் கலங்கலாய் ஒலித்துக் கொண்டிருந்தது.

டிபூர் ஹோட்டலிலிருந்து வெள்ளிக்கலங்களும் கண்ணாடிப் பாண்டங்களும், மேசைகளும் இருக்கைகளும், லினன் விரிப்புகளும் வெல்வெட் திரைகளும் வெளியேறுகின்றன. சந்தியில் நிற்கும் கிரேமரின் கரும்பச்சை வெண்கலச் சிலையின் கழுத்தில் புதிதாகக் கட்டியிருக்கும் மெர்டேக்கா கொடி காற்றில் சரசரக்கிறது.

பிலவான் சாலையில் வடமுகமாய் சைக்கிளில் சென்ற மூவரும் வலப்புறம் திரும்பினர், வித்தே சொசீத்தாத்–வெள்ளையர் சங்க மாளிகை எல்லாவற்றையும் இழந்து மூளியாய் நிற்கிறது. முந்தை நாள் தீ மூட்டப்பட்ட – வடக்கேயுள்ள பேப்பேயெம் பெட்ரோல் கிடங்கு சீறி எரியும் தீக்குரல் இப்பொழுது தெளிவாகக் கேட்கிறது. இடையிடையே பீப்பாய்கள் வெடிக்கும் ஓசை: ட்ராஅம்... ட்ராஅம்... அச்சின் மாட்ஸ்கப்பை கிடங்குகள் உடைந்து கிடக்கின்றன. அவற்றினுள் ஈசல் போல் மொய்த்திருக்கும் மனிதக் கும்பலின் களவு – வெறி இரைச்சல். வெளியே ஓவல்டின், டயர், பூட்ஸ், டார்ச் லைட்டுகளுடன் விரையும்–இடறி விழும்–ஆட்கள்.

மனிதக் கூட்டம் அகப்பட்டதை அள்ளிச் சேர்த்துச் சுமக்க முடியாமல் சுமந்து செல்கிறது. கண்களில் ஒரே நோக்கான வெறி – கொள்ளை! கொள்ளை! கொள்ளை! ஏனென்று கேட்பாரில்லை; எதிர்த்து நின்று தடுப்பாரில்லை. முடிந்தால் எடுத்துக் கொள்ளலாம், இயன்றால் வைத்துக் கொள்ளலாம். கொள்ளை! கொள்ளை! கொள்ளை!

ரெயிலடிப் பக்கத்திலிருந்து சைக்கிள் கும்பல் வருகிறது. தோல் உறைகளில் இட்ட கிரிஸ் கத்தி துலக்கமாய்த் தெரிகிறது. சைக்கிள் பவனி வந்தவர்களும், அகப்பட்டதைச் சுருட்டிக் கொண்டிருப்போருமாகச் சேர்ந்து முழங்குகிறார்கள். மெர்டேக்கா! மெர்டேக்கா! மெர்டேக்கா!"

"போகலாம்" பாண்டியன், தரையில் ஊன்றி மிதித்திருந்த காலைத் தூக்கிப் பெடலை அழுத்தினான்.

பின்ஜெய் வேயில் திரும்பினார்கள். ஆற்றுப்பாலம், புல்லும் நாணலும் அடர்ந்த பசுங்கரைகளுக்கிடையே முத்துநீர் கடலை நோக்கி வடக்கே சென்று கொண்டிருக்கிறது. மைனா உருவச் செந்நிறப் பறவைகள் தாவிக் குதிக்கின்றன.

*பெந்தெங் பகுதியிலிருந்து ஆரவாரமும் ஓலமும் கலந்த இரைச்சல் வந்தது.

சைக்கிள்கள் இடப்புறம் திரும்பின.

மந்தைக்கூட்டம் பிளந்த வாயும் வெறித்த கண்ணுமாய்ச் சுழிந்து வளைந்து கத்திக் கூத்தாடுகிறது.

"யா அலி! யா அலி!"

பானை, சட்டி, தட்டுமுட்டுச் சாமான்கள் சிதறிக் கிடந்தன. மேசை நாற்காலிகளும் மெத்தை தலையணைகளும் எரிந்தன. மெடானில் சிக்கிக்கொண்ட அம்பொனிய சிப்பாய்கள் – உடல் நலிவு காரணமாய் வெளியேற முடியாத நிலையிலிருந்தவர்கள் – அடி மிதி தாங்க முடியாமல் அலறினர். மண்டைகள் உடைந்து ரத்தம் கொட்டுகிறது.

"யா அலி! யா அலி!"

பெந்தெங் மறைவிடங்களிலிருந்து பெண்களை இழுத்து வந்தனர். ஆடையை இழந்து அம்மணமாயிருந்த அபலைகள் கையால் முகத்தை மூடிக்கொண்டு அலறினார்கள்.

"ஆயயயோவ்! ஓ மரியா! ஆயயயோவ்."

கொண்டைப் பிடியாய்க் கைப்பிடியாய்க் கால்பிடியாய் இழுத்துச் சென்றனர், முன்னாலிருந்த புல்விரிப்புக்கு.

"ஆயயயோவ்! ஓ மரியா! ஆயயயோவ்!"

புல்லாந்தரையில் பிறந்தமேனிக் கோலத்தில், மல்லாந்த உருவங்கள், சுற்றிலும் வேற்று மானிடர். சூரியனின் பட்டப் பகலில் ஊரறிய உலகறியக் காதறியக் கண்ணறியக் கட்டாய உடலாட்டு...

---

* கோட்டை – மெடனா நகரில் துருப்புகளின் இருப்பிடம்

"ஆயயயோவ்! ஓ மரியா! ஆயயயோவ்!"

பகலவன் பார்த்திருந்தான். நிலநங்கை சுமந்திருந்தாள்; ஊரார் உற்று நோக்கிக் களித்து நின்றனர்.

பாண்டியன் முகத்தைத் திருப்பினான். ஆ... "மாதவர் நோன்பும் மடவார் கற்பும் காவலன் காவல் இன்றெனில் இன்றால்..."

"பாண்டி!" தங்கையா இடக்கையால் முதுகைத் தொட்டான். இப்படிக் காட்சியை இங்கு பார்ப்போம் என்று கனவிலாவது நினைத்திருக்க முடியுமா?"

"எல்லாம் இடங்கால வாய்ப்புகளின் விளைவு. கிளம்பலாம்."

"உடனே. அம்மண வீரர்களுக்கு மூடி மறைப்பவர்களைக் கண்டால் பிடிக்காது."

சைக்கிள்கள் ஆற்றுப் பாலத்தில் ஏறி இறங்கின.

பூங்காவைச் சுற்றிலும் பழைய காட்சி அப்படியே இருந்தது. வடக்கே பில்வான் சாலையிலும் தெற்கே கெசாவனிலும் ஆட்கள் ஓடுகின்றனர்; மோதி விழுகின்றனர்.

"பண்டைய இலக்கியங்களின் பெருமை இப்படிச் சமயத்தில்தான் தெற்றென விளங்குகிறது." பாண்டியன் கை பின்னே–பெந்தேங் பக்கம் சுட்டியது. "கட்டுப்பாடில்லாத மனிதன் எவ்வளவு கொடிய விலங்கு!"

"இம்மாதிரிக் காட்சியைப் பார்த்தே கூலவாணிகன் சாத்தன் எழுதியிருக்கிறான். 'மாதவர் நோன்பும் மடவார் கற்பும் காவலன் காவல் இன்றெனில் இன்றால்' என்று தங்கையா குறிப்பிட்டான். "எங்கள் ஆங்கில ஆசிரியர் அம்பலவாணர் இந்த வரிகளை அடிக்கடி கூறுவார்."

"நானும் இதே வரிகள் பற்றி நினைத்தேன்."

எதிரே, டாவ்ரோஸ் நாற்சந்தியில் கூட்டம் தெரிந்தது. பொலோனியா திக்கில் செல்லும் ராணுவ லாரி–மேற்கூடுகள் மனிதத் தலைமட்டத்துக்குமேல் தென்பட்டன.

அவுடு மார்க்கெட் தெருவில் திரும்பினார்கள்.

தைசீன் கடை அருகே சீக்கிய உப்பாஸ்கள் கூட்டம் கண்ணுருட்டிக் கையாட்டி உரையாடிக் கொண்டிருந்தது.

மாமரத் தெரு வழியாகத் தெற்கு நோக்கிச் சென்றனர்.

டச்சுக்காரரின் பங்களாக்கள் அடைத்துக் கிடந்தன. பச்சைக் கம்பளப் புல் விரிப்புகள். சுவரை மறைத்துப் படர்ந்து குலுங்கும்

பூங்கொடிகள். சிவப்பு மலர்கள் மண்டிய அசீலியா பாத்திகள். போதை மணம்கமழ் வெண்மலர்கள் மிதக்கும் மெக்னோலியா மரங்கள்... இந்தத் தெருவில் இதுவரை எவ்விதக் கலவரமும் இல்லை.

ஜூலியானா வேயில் கடுமையான சூறைக்கொள்ளை. ஜன்னல் சட்டம், சாம்பல் கிண்ணம், துணிமணி மற்றும் கிடைத்ததை எல்லாம் சைக்கிளிலும் சாடோவிலும் ஏற்றிச் செல்கிறார்கள். சிலர் தெருவில் கைலிகளை விரித்துச் சிப்பம் போடுகின்றனர். ரேடியோ, பிரிஜிடேர், மேசை நாற்காலிகளை எல்லாம் முந்தியவர்கள் வாரிச் சென்றுவிட்டனர் போலும்.

பியட்ரிஸ் லான் ஒரே மனிதக்கடலாய்த் தோன்றியது. இங்குதான் ராணுவக் கிடங்குகள் இருக்கின்றன.

போர்க்களத்தில் பாய்ந்து செல்வதற்கென்று பெட்ரோல் அடைத்துச் சித்தமாய் நிறுத்தி வைக்கப்பட்டிருந்த லாரி, கார்,–மோட்டார்–பைக்குகள் ஒவ்வொன்றாய் வெளியேறி வந்து காற்று வேகமாய் விரைந்து மறைந்தன. கிடங்கு வாசல்களில் எனக்கு உனக்கென்று கூச்சல் குழப்பமாயிருந்தது. துணிச்சல்காரர்கள் மற்றவர்களை மடக்கிவிட்டு வண்டிகளை ஓட்டிச் செல்கின்றனர்... திடுமெனத் தோட்டாக்கள் முழங்கின.

"டும்... டுடும்... டுடுடும்..."

எதிரே, இன்ஸ்பெக்டியூர் விக்கெல்மான் தலைமையில் போலீஸ்காரர்கள் தலைமட்டத்துக்குமேல் சுட்டுக்கொண்டே ஓடி வந்தனர்.

"அவாஸ்! அவாஸ்!" போலீஸ் எச்சரிக்கைக் குரல் குண்டோசையைத் தொடர்ந்து வந்தது.

பாண்டியன் மின்னல் வேகத்தில் சைக்கிளைத் திருப்பி முடுக்கினான். போலீசார் எங்கோ கிடந்து கிளம்பி வந்திருக்கிறார்கள்... கொள்ளையை ஒடுக்கும்படி ஜப்பானியர் உத்தரவிட்டிருக்கலாம்...

முன்னே கண்ணுக்குத் தெரியும் தொலைவரையில் உடலைக் குனித்துச் சைக்கிள் ஓட்டும் உருவங்கள். இருபுறமும் ஓடிவந்தோரின் காலொலி தாளம் போடுகிறது... தில்லைமுத்து பின்னாலிருந்து வந்து முந்தினான்.

"டட்டட் டர்ர்ர்ர்... டட்டடர்ர்ர்ர்" டாமி துப்பாக்கி. ஜப்பானியர் சைக்கிள்கள் பறக்கின்றன. காலோட்டக்காரர்களின் மிதியோசை வீடுகளில் எதிரோலிக்கிறது.

ப.சிங்காரம் | 37

“டடடட்டர்ர்ர்... டட்டட்டர்ர்ர்” தோட்டா முழக்கம் தொடர்கின்றது. மேலே இரண்டு விமானங்கள் தாழப்பறந்து எதிரும் புதிருமாய்ச் சுற்றுகின்றன.

பாண்டியனும் தில்லைமுத்துவும் ஒருமித்து மொஸ்கி ஸ்ட்ராட்டில் நுழைந்தார்கள். சில நிமிஷங்கள் கழித்துத் தங்கையா வந்து சேர்ந்தான்.

பொதுக்கை கடையில் போய்ப் பசியாறிவிட்டு, அவரவர் இருப்பிடத்திற்குக் கிளம்பினார்கள்.

3. ஐந்து தலைகள்

சுங்கை ரெங்காஸ் வே டெப்போவைப் பார்த்து வரக்கருதி, பாண்டியன் சைக்கிளில் கிளம்பினான். அவுடு மார்க்கெட் தெரு. மூன்று ஜப்பானியச் சிப்பாய்களும், மெர்டேக்கா சின்னம் அணிந்த மலாய்க்காரன் ஒருவனும் எதிர் வரிசைச் சீன வீடுகளைக் கவனித்தவாறு இடப்புற நடைமேடையில் மவுனமாய் நின்றனர்... கெசாவன் கடைகள் மூடிக்கிடந்தன. உயிர்ப் பிராணிகளோ, வாகனங்களோ தென்படவில்லை. ஆளரவமில்லாப் பகல் நேரக் கெசாவன்... நகரின் பிரதான வர்த்தகப் பிரதேசம் அச்சுறுத்தியது.

எதிரே, பாலீஸ் வேயில் ஜப்பானியர் நிறைந்த லாரி சென்றது. டாவ்ரோஸ் மாளிகை முன் கதவைச் சில சிப்பாய்கள் திறக்க–இல்லை, உடைக்க–முயன்று கொண்டிருந்தனர். கெர்க் ஸ்ட்ராட்டில் திரும்பினான். டெர்மூலன் ரெஸ்டாரன்ட். ஜப்பானிய அதிகாரிகள் உரத்த குரலில் உரையாடி நின்றனர். குறுக்கிட்ட தண்டவாளப் பாதையைக் கடந்தான். லாரி ஓசை கேட்டது. இடப்புறம் ஒண்டினான்.

“உரேஎஎ!” ஜப்பானியக் குரல் அதட்டிற்று.

தலையை வலப்புறம் திருப்பினான்.

“இந்தோ! இந்தோ!” லாரி சிப்பாய்கள் கத்தினர்.

“பன்ஸாய்!” முறுவலுடன் கூவினான்.

“இந்தோ–நிப்பன்னோ காவனு காவனு”

கைகளைக் கோத்துக் காட்டி, இந்தியர்–ஜப்பானியர் நட்புறவைத் தெரிவித்தார்கள்.

லாரி தாண்டிச் சென்றது. வலப்புறம் ரொக்ஸி பயாஸ்கோப் மேடை; ஹொங்கொங், ஷங்ஹாய், சுவாத்தோ தெருக்கள். டும்... துப்பாக்கி வெடி. சீனச் சிறுவர்கள் முண்டியோடி மறைகின்றனர்.

என்ன இழவோ தெரியவில்லையே, திரும்பிவிடலாமா...? முன்னே ராணுவ வண்டிகள் பாய்ந்து வந்தன. ஒதுங்கினான்.

“தம்பீ! தம்பீ!”

படக்கடை நகுதா மரக்காயரின் குரல்.

சைக்கிளை நடைபாதை ஓரத்தில் நிறுத்திவிட்டுக் கடைக்குள் நுழைந்தான். முழுக்கைப் பனியனும், சிவப்புக் கொட்டடிக் கைலியும், கட்டை மிதியடியும், புகை வீசும் சுருட்டுமாய் மரக்காயர் நின்றார்.

“என்ன நானா, சேதி எல்லாம் எப்படி?”

“உட்காருங்க தம்பி. அந்தப் பக்கம் போக வாணாம். தலையை வெட்டிச் சடக்குல வச்சிருக்கானாம். முருதாருப் பயல்.”

“என்ன! தலையை வெட்டி வைத்திருக்கிறானா! எங்கே நானா?”

“வில்லிமினா ஸ்திராட் முக்குல, தம்பி. அதைப்பத்தி நமக்கென்ன. உட்காருங்க.”

“டிப்போவுக்குப் போகிறேன், நானா. அவசர வேலை.”

“இப்ப வேணாந் தம்பி. பெறகு போவலாம்.”

“அவசர வேலை. நானா.”

“தம்பி சொல்றதைக் கேளுங்க...”

சைக்கிளில் ஏறியவன் காதில் மரக்காயரின் குரல் அதற்குமேல் விழவில்லை.

ஹக்கா–வில்ஹெல்மினா முக்கு வெற்றிடத்தில் பிறை வட்டமாய் இடம் விட்டுப் பார்வையாளர்கள் குழுமி நின்றனர்; கண் இமைக்காமல் ஊன்றிய சிலைகளாய் மெய் மறந்திருந்தார்கள்.

இடப்புற நடைபாதையோரம் ஒதுங்கி, வண்டியிலிருந்து இறங்காமல் ஒரு காலைத் தரையில் ஊன்றி நின்று பார்த்தான்.

இடுப்புயர மேசைமீது ரத்தம் சொட்டும் ஐந்து மனிதத் தலைகள் அடுக்கப்பட்டிருந்தன. மேசைக்குப் பின்னால் நின்ற சிப்பாய், ஒவ்வோர் உருப்படியாய், மெதுவாய், அக்கறையுடன் தலைகளின் கிராப் முடியைச் சீப்பினால் வாரிவிட்டுக் கொண்டிருந்தான். சுற்றி நின்ற ஜப்பானியர் சிரித்து விளையாடினர். மேசைக்கு அருகில் மலாய், தமிழ், சீன மொழிகளில் எழுதப்பட்ட எச்சரிக்கைப் பலகைகள்

> கொள்ளை அடிப்பவர்களுக்கும் குழப்பக்காரர்களுக்கும் டாய் நிப்பன் ராணுவம் அளிக்கும் தண்டனை இது. கொள்ளையடித்த பொருள்களை இன்றிரவு 8 மணிக்குள் அந்தந்த இடத்துக்குக் கொண்டுபோய் ஒப்படைக்காதவர் களுக்கும் இதே கதி கிடைக்கும்.

பாண்டியன் இதற்கு முன்பும் வெட்டுண்ட தலைகள் பலவற்றைப் பார்த்திருக்கிறான். 'கெண்டைத் துப்பட்டா' வெள்ளி முத்து, அவன் தம்பி மாயழகு, கையாள் புலிக்குத்தி ஆகியோர் தலைகளையும் இப்படித்தான் வயிற்றிலுப்பை சுமைதாங்கிக் கல்லில் வைத்திருந்தார்கள். ஆனால், அது தனிப்பட்ட பகை காரணமாய், ஒளிவுமறைவாய்...

சுற்றும் முற்றும் பார்த்தான். பார்வையாளர்களில் யாரும் கண் இமைக்கவில்லை. பேயறைந்தவர்கள்போல் நின்றனர்.

சிப்பாய்கள் நின்றும் குந்தியும் சிரித்து விளையாடினர். சீப்புக் காரன் மாறி மாறித் தலைகளை வாரிவிட்டுக் கொண்டிருந்தான். குந்தியிருந்த ஒருவர் திடுமென எழுந்து தாவிக் கூட்டத்தைப் பார்த்து உறுமினான்; "உரேஎஎ." வலக்கை விரல்களைத் தகடுபோல் சேர்த்துக் கழுத்தில் வைத்துக் கத்திவெட்டுப்போல் அழுத்திக்காட்டி நடித்து மிரட்டினான்.

"அல்லாஹ்!" மாநிற மலாய்க்காரன் அலறிக்கொண்டு மேற்கே பாய்ந்தோடினான். மிரட்சி மலைப்பு நொடிப்பொழுதில் கலைந்தது. கூட்டம் கதறியோடிச் சிதறியது. காலடியோசை கடகடத்தது.

கூட்டத்தைப் பிடித்துத் தள்ளி விரட்டிய பீதி பாண்டியனையும் மோதியுலுப்பிவிட்டு அகன்றது. இருபுறமும் திரும்பிப் பார்த்தான். யாரையும் காணோம்... காட்சித் தலைகளையும் சிப்பாய்களையும் தவிர.

ஹக்கா... வில்ஹெல்மினா முக்கு வெற்றிடத்தில் பிளந்த வாயும் மங்கிய கண்களுமாய் ஐந்து தலைகள் மேசைமீது கிடந்தன, இல்லை–நின்றன. சூழ்ந்திருந்த ஜப்பானியர் சிரித்து விளையாடினர். சீப்புக்காரன் ஓய்வு ஒழிச்சலின்றித் தலைகளை ஒன்றன்பின் ஒன்றாய் மாறிமாறி, மெதுவாய், அக்கறையுடன் வாரிவிட்டுக்கொண்டிருந்தான்.

தரையிலிருந்த காலைத் தூக்கிச் சைக்கிளைச் செலுத்தினான். தலைகள் யாருடையவோ... கொள்ளை அடித்தவர்களோ, கைக்கு அகப்பட்டவர்களோ? யாராயிருந்தால் என்ன, கொள்ளை நின்று விட்டது... வயிற்றைக் கிள்ளுகிறது. காதர் கடைக்குப் போய்ப் பார்க்கலாம்.

வில்ஹெல்மினா தெருவில் தெற்கே திரும்பினான். மெத்த டிஸ்ட் பள்ளி முழுவதும் ஜப்பானியர். தெருவோரத்தில் ராணுவ லாரிகள். பள்ளியிலிருந்து மேசை நாற்காலிகள் ஏற்றப்பட்டன. வண்டிகளிலிருந்து மரப்பெட்டிகள் இறக்கப்பட்டன. விறகுக்காக ஜன்னல் கதவுகளும் கரும்பலகைகளும் நொறுங்கிக்

கொண்டிருந்தன. பெருங்கூச்சல். "தக்கனாரா!... இதாகுச்சி!... யொமியுரா!... ஷிகாமித்சு!" ஒருவரை ஒருவர் அழைக்கிறார்கள். திடுமெனத் தொண்டை கிழியும் அலறல்:

"கெய்ரேஎஎய்!"

வாசலருகே வந்து நின்ற காரிலிருந்து குட்டையாய்த் திரண்டுருண்ட காப்டன் இறங்கினான். சிப்பாய்கள் விறைத்து நின்று வந்தனை செய்தனர்.

தண்டவாளப் பாதையைக் கடக்கும்போது 'ஓயிட்டவே' செல்லமுத்து எதிரே வந்தான். ஆங்கிலக் கேள்வி பிறந்தது.

"பாண்டி! உங்கள் நாட்டுக்கு எப்போது விடுதலை?"

"அடுத்த தைப்பூசம்."

"தைப் பூசத்தன்று பரம்பரை வழக்கப்படி காவடியாட்டம்தான்."

காதர் கடை மூடிக் கிடந்தது. கதவைத் தட்டினான். பையன் திறந்தான்.

"சலாம் வருதண்ணே" தூக்க முகத்துடன் உள்ளிருந்து வந்த காதர் வரவேற்றான்.

"என்ன, ஏதாவது அகப்படுமா?"

"உட்காருங்க, இரிக்குது. சொந்தத்துக்குக் கொஞ்சம் ஆக்கினேன். மரக்கறிதான்." கதவை அடைத்தான்.

"என்னத்தையாவது போடு."

அவசரஅவசரமாய் உண்டியை முடித்துக்கொண்டு கிளம்பினான். சுமத்ரா வேயில் ஆள் அரவமேயில்லை. வீடுகள் மூடிக் கிடந்தன – எல்லாம் சீனருடையவை.

இடப்புறம் திரும்பிச் சென்று நின்றது சைக்கிள்.

வளைவு அடைப்பின் கொக்கியை நீக்கி உள்ளே சென்று கதவைத் திறந்தான்.

சாமான்கள் இருந்தது இருந்தபடியே இருந்தன. பின்புறத்துக் கொட்டகையில் லாரிகள் மூன்றும் நின்றன. கிடங்கு அறையில் கடப்பாறை, மண்வெட்டிகளும் கொத்துக் கரண்டி, மூங்கில் கூடைகளும் அடுக்கிக் கிடந்தன.

வடப்புற அறையின் ஜன்னலோர சோபாவில் சாய்ந்தான். கண்ணைச் சொக்கியது. இமைகள் பொருந்தின...

"உரே, இந்தோ!" ஜப்பானியக் குரல் உலுக்கிற்று.

லெப்டினன்ட் ஒருவனும் நான்கு சிப்பாய்களும் நின்றனர். தெருவில் ஒரு கார்-மெர்ஸிடெஸ் தென்பட்டது.

"தபே, துவான்"

"தபே" லெப்டினன்ட் தலையை அசைத்தான்.

பிறகு தெளிவான ஆங்கில உறுமல்: "இங்கு எத்தனை லாரிகள் இருக்கின்றன?"

"மூன்று லாரிகள், பின்கொட்டகையில்."

"லாரிகளை மாட்சிமிகு தென்னோ ஹெய்க்காவின் ராணுவ உபயோகத்துக்காக எடுத்துக் கொள்கிறோம், ரசீது உண்டு. இப்பொழுது பின் கொட்டகைக்குப் போவோமாக."

லாரிகளை ஓட்டிச் சென்றனர். ஏதோ கிறுக்கின சிறு காகிதத்துண்டு கிடைத்தது.

பாண்டியன் தெருவில் நின்று, லெப்டினன்ட் ஏறிச் சென்ற காரின் பின்புறத்தைப் பார்த்துக் கொண்டிருந்தான். எங்கோ பார்த்ததுபோல் இருக்கிறதே. லிம்பின் சியாக்கின் கார்...முறையா, தவறா என்பதெல்லாம் வல்லமையைப் பொறுத்து முடிவு செய்ய வேண்டிய விஷயம். கையில் துப்பாக்கி இருந்தால் காசில்லாமலே தோசை. இல்லாவிடின், காசு இருந்தாலும் சில சமயங்களில் தோசை மறைந்துவிடும்.

ப.சிங்காரம் | 43

4. நீதகா யாமா நோபுரே

ஜெனரல் தொமயூக்கி யாமஷித்தாவின் படைகள் தென்சுமத்ராவில் கரையிறங்கி, வடக்கு முகமாய் முன்னேறி, மெடான் நகரை அடைந்தன. அதற்கு முன் *நீதகா யாமா நோபுரே. அதற்கும் முன்பு...

ஜப்பான் என்ன செய்யவேண்டும்? மஞ்சூரிய எல்லையைத் தாண்டி ரஷியாமீது பாய்வதா? அல்லது மேலை நாடுகளுடன் பொருதுவதா? தொல்லைக் குறைவான–பயன் மிகுந்த நடவடிக்கை எது? டாய் நிப்பன் உன்னதப் போரவைத் தலைவர்கள் துருவித் துருவி ஆராய்ந்தனர்.

ஜெர்மன் படைகள் தொடர்ந்து ரஷியாவுக்குள் முன்னேறிக் கொண்டிருக்கின்றன. தென் அரங்கில் ஃபீல்ட் மார்ஷல் 'ருண்ட்ஸ் டெட்'டின் சம்மட்டி அடிகளைத் தாங்கி நிற்க முடியாமல் செஞ்சேனை அணிகள் நொறுங்கிச் சின்னாபின்னமாகிவிட்டன. வட அரங்கிலோ, மார்ஷல் ஒராஷிலாவ்வின் எஞ்சிய படைகள் லெனின்கிராட் வட்டகைக்குள் அடைபட்டுத் தொடர்பிழந்து தத்தளிக்கின்றன. நடு அரங்கில்–மாஸ்கோ முகப்பில்–மார்ஷல் திமாஷெங்க்கோவின் சேனைகள் அளவிறந்த சேதத்துடன் பின்னேறிக் கொண்டிருக்கின்றன... இந்த அரங்கில் மட்டுமே 11 லட்சம் ரஷியத் துருப்புகள் சிறைபிடிக்கப்பட்டிருக்கின்றனர். இவ்வளவு பெரிய சேதத்தை ஈடுசெய்ய முடியுமா? புதிய சேனைகளை அமைப்பதாயிருந்தாலும், தகுதியுள்ள சேனாபதிகள்!? துக்காஷெவ்ஸ்கிகளும், புளுக்கர்களும் உருண்டு போனார்கள். ரஷ்யாவின் இப்போதைய நிலையை மிகமிகமோசம் என்று கருதலாம்.

ரஷியாவுடன் மோதி இழுபறிப் போரில் ஈடுபடுவதைவிட, தெற்கு ஆசியாவில் பாய்ந்து ரப்பர், ஈயம், பெட்ரோல் முதலிய அடித்தேவைப் பொருள்களை எளிதாய்ப் பெறுவதே நலம். இப்போதைக்கு இதுவே–தெற்கு ஆசியப் பாய்ச்சலே...ஜப்பானின் குறிக்கோள்–ரஷியாவின் சைபீரிய சேனைகள் உருக்குலையாமல்

---

* நீதகா யாமா நோபுரே – நீதகா மலைமீது ஏறலாம், (போர்த் திட்டத்தை நிறைவேற்றத் தயாராகவும்) இது ஜப்பானியக் கடற்படையின் கூடகமொழி (Code Language)

மஞ்சூரிய எல்லையில் நிற்கும் வரை முதுகுக் குத்து அபாயம் உண்டு. ஒருவேளை, மாஸ்கோஅரங்கில் பேராபத்து நிலை ஏற்பட்டுக் கீழ்த்திசைப் படைகள் அங்கு அழைக்கப்படுவதாயிருந்தால்...

ஃபீல்ட் மார்ஷல் 'பெடோர் வான் போக்'கின் சேனைகள் தொடர்ந்து மாஸ்கோவை நோக்கி முன்னேறிக் கொண்டிருந்தன.

மாஸ்கோ உள்ளிட்ட ரஷியா வடபோர் மண்டலத்தின் தலைமைச் சேனாதிபதியாக [1]ஜுக்காவ் நியமிக்கப்பட்டார்.

உரிய காலத்துக்கு முன்னதாகவே ரஷியாவில் பனிமாரி பெய்யத் தொடங்கியது.

டாய்நிப்பன் போரவையின் தெற்காசியப் பாய்ச்சல் திட்டம் பற்றி 'டோக்கியோ சிவப்பு வளையம்' செஞ்சேனை உளவுத் துறைத் தலைவருக்குத் தகவல் அனுப்பியது. அதன் விளைவாக சைபீரியப் படைகள் மாஸ்கோ அரங்குக்கு மாறலாயின; ஜப்பானின் இறுதி முடிவும் பிறந்தது.

ஜப்பானியக் கடற்படைகளின் தலைவர் இசரோக்கு யாமமோத்தோ, ஏற்கெனவே கடலில் லாந்திக் கொண்டிருந்த அட்மிரல் சியுச்சி நகுமோவின் அதிரடி அணிக்குக் கூகமொழிக் கட்டளை ஒன்றை விடுத்தார்.

'நீதகா யாமா [2]நோபுரே.'

நகுமோ தனது போர்க் கப்பல்களை ஹவாய்த் தீவை நோக்கிச் செலுத்தலானார்.

யாமமோத்தோவின் இரண்டாவது கட்டளை பிறந்தது. "போருக்குச் சித்தமாகுங்கள்."

அன்று டோக்கியோ ரேடியோவின் நள்ளிரவு வானிலை அறிக்கை "கீழ்க்காற்று... மழை, கீழ்க்காற்று... மழை"–அதுவே டாய் நிப்பன் உன்னதப் போரவையின் இறுதியறுதியான மாற்றத் தவிர்க்கக்கூடாத போர்க் கட்டளை.

விமானந்தாங்கிக் கப்பல்களில் எல்லாம் அட்மிரல் நகுமோவின் பாய்ச்சல் உத்தரவு முழங்கிற்று. விமானங்கள் புறப்பட்டன, அமெரிக்கக் கடற்படையின் பெர்ள்ஹார்பர் தளத்தை நோக்கி.

---

1. மாஷல் ஜியார்ஜி ஜுக்காவ்... ரஷிய சேனாபதிகளில் தலைசிறந்தவர். 5 முறை சோவியத் சூரன் (ஹீரோ ஆஃப் த சோவியத் யூனியன்) பட்டம்பெற்ற ஒரே ஆள்.

2. நீதகா மலைமீது ஏறலாம்.

ஜப்பானிய விமானங்களின் மின்னல் அடியில் பெர்ள்ஹார்பர் தளம் கிடுகலங்கியது. துறைமுகத்தில் நின்ற கப்பல்கள் எல்லாம் மூழ்கியும் கவிழ்ந்தும் போயின. திடல்களில் நின்ற விமானங்கள் நின்ற நிலையிலேயே அழிந்துவிட்டன.

அதே சமயத்தில் யாமமோத்தோவின் வேறு விமான அணிகள் குவாம், மிட்வே, வேக் முதலான அமெரிக்கத் தளங்களை நையப் புடைத்துக் கொண்டிருந்தன.

துருப்புக் கப்பல்கள் மலேயாவின் கிழக்குக் கரையில் படையிறக்கம் செய்தன.

டாய் நிப்பன் படைகள் அணை போட முடியாத வெள்ளமெனத் தெற்கே விரைந்தன–சிங்கப்பூரைக் கைக்கொள்ள. மலைகளைத் தாவியும் காடுகளை ஊடுருவியும் ஆறுகளை நீந்தியும் சென்றது ஜெனரல் யாமஷித்தாவின் சேனை. அலோர் ஸ்டார், பினாங் கோலாலம்பூர், ஜப்பானியப் படைகள் ஓய்வு ஒழிச்சலின்றித் தொடர்ந்து தென்முகமாகச் சென்று கொண்டிருந்தன.

“சிங்கப்புரா! சிங்கப்புரா! சிங்கப்புரா!”

சிங்கப்பூர் தளத்துக்கான கடும் போர் தொடங்கியது. 8ஆம் நாள் நள்ளிரவில், ஆஸ்திரேலியத் துருப்புகளால் சூளுரை ஆரவாரத்துடன் காக்கப்பட்டு வந்த மேற்குக்கரையில், படகுகளில் வந்த ஜப்பானியச் சூறாவளித் துருப்புகள் தாவிக் குதித்தன.

டாய் நிப்பன் ராணுவத் தேர் கடுவிரைவாய் முன்னேறுகிறது. பிரிட்டிஷ் காப்பரண்கள் தகர்ந்து போரணிகள் கண்ட கண்ட திசைகளில் கால்கிளப்பி மிரண்டோடும் மந்தைக் கூட்டங்களாகிவிட்டன.

பிரிட்டிஷ் சேனாபதி பெர்சிவல், வெள்ளைக் கொடியுடன் எதிரியின் படை வரிசையை நோக்கிச் சென்றார். ஜப்பானிய அதிகாரிகள் அவரை யாமஷித்தாவின் சமூகத்திற்கு அழைத்துப் போனார்கள்.

புக்கித்தீமா ஃபோர்டு மோட்டார் தொழிற்சாலையில் தென்பட்ட காட்சி நாடகம் போலிருந்தது. வாகை சூடிய யாமஷித்தா, டாய் நிப்பன் ராணுவ லெப்டினன்ட் ஜெனரல் கோலத்தில், மடித்த கைகளை மேசைமீது ஊன்றி அமர்ந்திருந்தார். ஆலிவ் நிறக் கம்பளிச் சட்டையில் வரிசைவரிசையாய் வீரப் பதக்கங்கள் தொங்கின; பம்மிப் புடைத்த மஞ்சள் முகத்தில் சின்னஞ்சிறு கீற்றுக் கண்கள் மின்னின. எதிரே குச்சுடலும் சோர்ந்த முகமுமாய், முழங்கைச் சட்டை–அரைச் சராய் பிரிட்டிஷ் தளபதி உட்கார்ந்திருந்தார்.

ஜப்பானிய சேனாபதி உறுமினார்; பிரிட்டிஷ் தளபதி முனகினார்; கிருதாமீசைக் கர்னல் சுகாத்தா மொழிபெயர்த்தார்.

யாமா: பதில்கள் சுருக்கமாக இருக்க வேண்டும். நிபந்தனையற்ற அடிபணிவை மட்டுமே ஏற்பேன்.

பெர்: சரி.

யாமா: ஜப்பானியச் சிப்பாய்கள் யாராவது பிடிபட்டனரா?

பெர்: இல்லை.

யாமா: ஜப்பானியப் பிரஜைகள்?

பெர்: காவலில் வைக்கப்பட்ட ஜப்பானியர் அனைவரும் இந்தியாவுக்கு அனுப்பப்பட்டனர்.

யாமா: நிபந்தனையின்றி அடிபணிய விருப்பமா என்பதைக் கேட்க விரும்புகிறேன்.

பெர்: நாளைவரை தவணை தர முடியுமா?

யாமா: அப்படியானால் அதுவரை தாக்குதல் நீடிக்கும்

பெர்: ....

யாமா: திட்டமான பதிலைக் கேட்க விரும்புகிறேன். நிபந்தனையற்ற அடிபணிவை மட்டுமே ஏற்பேன். என்ன சொல்கிறீர்கள்?

பெர்: சரி.

யாமா: நல்லது! இன்றிரவு 10 மணிக்குப் போர் ஓய்வுக்கட்டளை பிறப்பிக்கப்படும்.

5. மொஸ்கி ஸ்ட்ராட்

மைடான் என்று தமிழர்களுக்கு அறிமுகமான *மெடான் நகர மொஸ்கி ஸ்ட்ராட்டில் வட்டிக் கடைத் தமிழர்கள் மீண்டும் குடிபுகுந்தனர்.

பெட்டியடிகளில் வழக்கம்போல் மேலாள், அடுத்தாள், பெட்டியடிப் பையன்கள் உட்கார்ந்து கணக்குப் புத்தகங்களையும் கடன் சீட்டுகளையும் புரட்டிக்கொண்டிருந்தனர். ஆனால், கிஸ்தி, தவணைப் பணம்–கட்டுவார் யாரும் தென்படவில்லை.

செட்டித் தெரு–மொஸ்கி ஸ்ட்ராட்–படிப்படியாகக் களையிழந்துகொண்டிருந்தது. உடல்களில் துவைத்துப் பழுப்பேறிய ஆடை. அன்றாடச் சலவை ஏற்பாடு நின்றுபோயிற்று. பெட்டியடிகளில் எல்லாம் எப்போதும் எல்லாரிடையேயும் ஒரே கேள்வி–மூன்று கிளைகளையுடைய பதில் தெரியாத கேள்வி–யுத்தம் எப்போது முடியும். அதுவரை எப்படி வயிறு வளர்ப்பது, இருப்பதை வைத்துத் தின்றால் எத்தனை நாளைக்கு வண்டி ஓடும்?

ஆ ! எப்படி மகிமையோடிருந்த தெரு இப்படி ஆகிவிட்டது! அந்தக் காலத்தில் –

காலை நேரத்தில் கிட்டங்கி முழுவதும் நன்மணம் கமழும் – மல்லிகை, சாம்பிராணி, அரகஜா, அன்றாடச் சலவை ஆடையும் பரக்கப் பூசிய திருநீறுமாய்க் கை மேசைகளுக்குப் பின்னே, கடன் சீட்டுகளையும் குறிப்புப் பேரேடுகளையும் புரட்டியவாறு அடுத்தாட்கள் அமர்ந்திருப்பர். பெட்டியடிப் பையன் கால்களைச் சம்மணமாய் இறுக்கிப்பூட்டிப் பெட்டகத்தோடு பெட்டகமாய் நேர்முதுகுடன் உட்கார்ந்து, பாங்கியில் சமால் போடுவதற்காகப் பணம் எண்ணிக் கண்ணாடிக் காகிதங்களில் சுருட்டிக் கட்டிக் கொண்டிருப்பான்.

---

* இந்தியாவிலிருந்து வந்த டெல்லி சுல்தான் வம்சத்தினரால் நிறுவப்பட்டது. மெடான் நகர். அதன் முழுப் பெயர் மெடான் – டெலி. டெல்லி சுல்தானின் தலைநகர் அது. மைடான் என்ற உருதுமொழிச் சொல்லின் திரிபே மெடான்.

வேலையோடு வேலையாய் பெட்டியடிப் பையன்கள் அடுத்தாளாகி 'வசூலுக்குப் போகும்' நாளையும், அடுத்தாட்கள் மேலாளாகி 'ஆட்டி வைக்கும்' காலத்தையும் எண்ணிக் கனவு காண்பார்கள்.

மேலாட்கள் திண்டுகளை அணைத்தவாறு குறட்டைவிடும் அல்லது 'ஆணஸ்ட், சூனாப்பானா கிட்டங்கி மாடியில் ரங்கு விளையாடும் பிற்பகல் வேளையில் அடுத்தாட்கள் கால்களை நீட்டிச் சாய்ந்து உட்காருவார்கள். பெட்டியடிப் பையன்களின் தகட்டு முதுகும் சிறிது தொய்யும். திருப்பத்தூரில் 'கார் ஏசண்டு'கள் சின்ன இபுராகிமும் சாமிக்கண்ணுவும் 'வந்தே மாதரம்' ஐயர் கிளப்புக் கடைக்குமுன்னே, நானாச்சு நீயாச்சென்று கட்டிப்புரண்டு மல்லுக்கட்டியது; வலம்புரிக் கொட்டகை சுந்தராம்பாள் நாடகத்தில் புதுப்பட்டி ஆட்களுக்கும் திருப்பத்தூர்க்காரர்களுக்கும் இடையே 'பொம்பளைச் சங்கதி'யாய் நடந்த கலகம்; சிராவயல் மஞ்சு விரட்டில் மாரியூர் காரிக்காளையை வல்லாளப்பட்டி ஐயன் பந்தயம் போட்டுப் பிடித்தது போன்ற பழம் நிகழ்ச்சிகளைச் சலிப்பின்றி மீண்டும்மீண்டும் பேசி மகிழ்வார்கள்.

ஊர்த் தபால் வரும் நாளில் திருவிழா உற்சாகம் தாண்டவ மாடும். ஒருவருக்கொருவர் கடிதங்களைப் படித்துக் காட்டியும் தெரிவித்தும் ஆனந்தம் அடைவார்கள்– 'அண்ணே, மட்டிக் கண்மாய் நிறைஞ்சிருச்சாம். இந்த வருசம் சோத்துக்குப் பஞ் சமில்லை... மாப்பிள்ளை, சியாந்தார் சீனாவானக்கூனா கடையில் பெட்டியடிக்கி இருந்தானே ஒரு ஒத்தை நாடிப் பயல் நல்லமுத்தன், அவன் பெண்டாட்டியைக் குத்திக் கொன்னுப்பிட்டு நாண்டுக்கினு செத்துப் போனானாம்... மூனாரூனா, உங்க கடைக்கிப் பெரியையா பிள்ளை மேலாளுக்கு வருகிறார்; சம்பளச் சீட்டு எழுதியாச்சு; ரகசிய நியூஸ்...

மேல் மாடியிலோ, கீழே ஒதுக்குப்புறமாகவோ அடுத்தாட்கள் கைமேசைகளுக்குப் பின் அமர்ந்து, குறிப்புப் பேரேடுகளை வைத்துக்கொண்டு கணக்கு ஒத்துக்கொள்வார்கள்.

"எம்பத்தெட்டாம் நம்பர் மாங்காலானில் டாவ்ரோஸ் பெரிய துவான் வீட்டில் சமையல் வேலை பார்க்கும் யாவாக்கார கசான்பாவிரோ பற்று மேற்படியான் பெஞ்சாதி பத்மாவதி ஒண்ணு, லாயர் கோட்கென்ஸ் கந்தோர் கிராணிபூரின் சுக்குமூடா ரெண்டு ஆக ரெண்டு பேர் கூடக் கையெழுத்து பத்து மாதம் தவணைக் கிஸ்தி சேகல் சீட்டு ஒண்ணுக்கு வட்டிகூட *ருப்பியா இருநூத்தி நாப்பது."

* டச்சு கில்டர் நாணயம்

"ம்ஹ்ற."

"ஆதாய வரவு மேற்படி வசம் வட்டி ரூபாய் நாப்பது."

"தொண்ணூத்தி நாலாம் நம்பர் தெப்பக்கொங் ஸ்திராட் கெடேரம்பா சீனன் தல்பூசிம் பற்று தங்கக் கழுத்துச்சங்கிலி ஈட்டின் பேரிலும் மேற்படியான் தம்பி மார்க்கெட் ஸ்திராட் புடவைக் கடை தவ் லீ பூன் கையெழுத்துக் கூடவும் இருபது மாதம் தவணை கிஸ்தி, சேகல் சீட்டு ஒண்ணுக்கு வட்டி கூட ரூபாய் ஆயிரத்தி இருநூத்தி அம்பது."

"ம்ஹ்ற."

"ஆதார வரவு மேற்படி வசம் வட்டி ரூபாய் இருநூத்தி அம்பது."

"ம்ஹ்ற."

"ஏண்ணே, ஏழா நம்பர் கிட்டங்கி வழுக்கு மண்டை ஒரு மாதிரியாக் காலை அகட்டிக்கிணு திரியிறாரே என்ன சங்கதி, பஞ்சர் கிஞ்சர் ஆகிப் போச்சோ?"

"அவுகளுக்கு ஆம்பிளை சீக்கு. மேற்படி சங்கதியில் பணத்தை இறுக்கிப் பிடிச்சால் இப்படித்தான். அச்சின் ஓட்டல்ல பிராண்டான்காரி ஒருத்தி சிலுப்பிக்கிணு திரியிராள்ள, ஒரு டரியல் அவகிட்டெக் கொள்முதல். ம்ஹ்ற."

"நூத்திப் பத்தொம்பதாம் நம்பர் பாஞ்சார்க்கார அப்துல் சுபேர் வரவு கணக்குத் தீர ரெண்டு மாதம் கிஸ்தி ரூபாய் இருபத்தி அஞ்சு."

"ம்ஹ்ற."

"செலவு மேற்படி வசம் தள்ளிக் கொடுத்தது ரூபாய் ரெண்டு."

"ம்ஹ்ற."

"சாட்டர் வங்கி பற்று சமால் ரொக்கம் ரூபாய் மூவாயிரம்."

"ம்ஹ்ற."

"இதுவும் பற்று முன் தேதியில் புதிய விடுதல் சமால் செக் ஒண்ணுக்கு ரூபாய் எண்ணூத்திப் பதினெட்டு காசு தொண்ணூத்தி ஆறு."

"ம்ஹ்ற."

"டிபூர் தோட்டம் மருதமுத்துத் தண்டல் நடப்புக் கணக்கு வரவு முன் தேதியில் பதிய விடுதல் சாட்டர் வங்கி செக் ஒண்ணுக்கு ரூபாய் எண்ணூத்திப் பதினெட்டு காசு தொண்ணூத்தி ஆறு."

"ம்ஹ்ற."

"இந்தியா நோட்டுக் கொள்முதல் பற்று *உலாந்தா வங்கி வசம் அஞ்சு ரூபாய் நோட்டு நூறும் பத்து ரூபாய் நோட்டு நூத்திஅம்பதும் ஆக இந்திய ரூபாய் ரெண்டாயிரத்துக்கு அறுபத்தி மூணேமுக்கால் விலையாக ரூபாய் ஆயிரத்தி இருநூத்தி எழுபத்தஞ்சு."

"ம்ஹ்ற."

"உடன் வித்து வரவு இந்திய ரூபாய் அறுநூத்தி அம்பதுக்கு எழுபது விலையாக ரூபாய் நானூத்தி அம்பத்தஞ்சு."

"ம்ஹ்ற"

உலாந்தா வங்கி வரவு செக் மாறலாய் இந்திய நோட்டுக் கொள்முதல் கணக்கு வகைக்கு சூபாய் ஆயிரத்தி இருநூத்தி எழுபத்தஞ்சு."

"ம்ஹ்ற... இரு. பொதுக்கை கடையில போயி ஒரு காப்பி குடிச்சிட்டு வருகிறேன். அப்புறம் நீ போகலாம்."

சில கடைகளில் பலசரக்கு வியாபாரம் தொடங்கி நடத்தினார்கள். காப்பிக் கொட்டை, ஜாதிப்பத்திரி, கருவாப்பட்டை, புளி, மிளகு, சாம்பிராணி முதலியவற்றை வாங்கி விற்றனர்.

ராணுவ சர்க்காரிடம் அனுமதிச்சீட்டு பெற்று, குறிப்பிட்ட பண்டங்களைப் பாய்மரக் கப்பலில் பினாங்குக்கு ஏற்றுமதி செய்யலாமென்றும், மலேயாஅதிகாரிகள் அனுமதிக்கும் சாமான்களைச் சுமத்ராவுக்குக்கொண்டு வரலாமென்றும் பிரகடனமாகி இருந்தது. சில சீனர்கள் ஏற்கெனவே பினாங் வியாபாரத்தில் ஈடுபட்டிருப்பதாகவும் வதந்தி உலவியது.

மொஸ்கி ஸ்ட்ராட்டிலும் 'பினாங்கு வியாபார' நாட்டம் தோன்றிப் பேச்சு நடக்கலாயிற்று.

அன்னெமர் கந்தோரில் மீண்டும் வேலை ஆரம்பமாகியது.

விமானத்திடலைப் பெரிதாக்கிச் சுற்றிலும் கொத்தளங்கள் அமைப்பதில் முழுமூச்சாய் ஈடுபட்டிருந்த ஜப்பானியருக்கு நாள்தோறும் வேலையாட்களும் மாட்டு வண்டிகளும் கொடுப்பனை செய்ய வேண்டும். பிரஸ்தாகி சாலையை ஒட்டிக் காட்டுக்குள் நடந்த ரகசியக் கட்டுமான வேலைக்கு அர்னேமியா ஆற்றிலிருந்து மணல் அள்ளி அனுப்பும் வேலையும் ஏற்கப்பட்டிருந்தது.

கந்தோரிலிருந்து வெளியேறிய பாண்டியன் மூடுபாதையில் வடக்கே நடந்தான்.

"பாவன்னா! வாங்க, பார்க்காமல் போறியகளே" 13ஆம் நம்பர் கிட்டங்கிக்குள்ளிருந்து முதல் பெட்டியடிப் பெரிய அடுத்தாள் காளிமுத்து அழைத்தார்.

* ஹாலந்து பாங்க்

"வந்தேன், வந்தேன்." உள்ளே போய் வாங்குப் பலகையில் உட்கார்ந்தான்.

"வாங்க, இருங்க."

"வாங்கண்ணே, இருங்க."

பையன் காப்பி வாங்க ஓடினான்.

"ஏப்பு, சப்பான்காரன் இந்தியா டாப்புக்குள்ள நுழைஞ்சிட்டானாமே, உங்களுக்கு என்னமாச்சும் தெரியுமா?" கடைசிப் பெட்டியடி மூனா–பெட்டியடிகளில் பல்லாண்டு காலமாய்க் குனிந்து கணக்கெழுதிக் கூன் விழுந்து குறுகிப்போன முத்துச்சாமி பிள்ளை கேட்டார்.

"அப்படியொன்றும் தெரியவில்லையே."

"நுழைஞ்சிட்டானாம், கல்கத்தா டவுனை அப்படியே பஸ்பமாக்கிப் பிட்டானுங்கிறாக. டவுனுக்குப் பத்துப் பதினஞ்சு மைல்ல இப்பச் சண்டை நடக்குதாம்."

பையன் காபி 'மங்'கை முன்னால் வைத்தான்.

"ஏண்ணே, சிகரெட்டு?"

"வேண்டாம். தொண்டைக் கமறல்,"

காபி 'மங்'கை எடுத்துப் பருகினான்.

முத்துச்சாமி பிள்ளை கைப்பெட்டியை நகர்த்திக் காலைப் பரப்பிக் கொண்டு காபிக் கடை சீனர்களிடம் கேள்விப்பட்ட யுத்த வதந்திகளைக் கூறலானார். "பிரிட்டிஷ் படை, வடக்கு மலேயாவில் கரையிறங்கி அலோர்ஸ்டார் நகரைப் பிடித்துவிட்டது. ஒரு சீனன் ஜப்பானியச் சிப்பாய் வேஷத்தில் போய், ஜெனரல் யாமஷித்தாவைச் சுட்டுக் கொன்றுவிட்டான்.'

மற்ற பெட்டியடிக்காரர்கள் பிளந்த வாயுடன் மூனாவின் சேதிகளைக் கேட்டுக் கொண்டிருந்தனர். காளிமுத்துவின் வாய் பாண்டியனின் காதோரம் நெருங்கியது.

"இப்பக் கொஞ்சம் குணமாயிருக்குதண்ணே. எரிச்சல் குறைஞ் சிருக்கு. அந்த மருந்துதான் கிடைக்கலை. பணமும் தடவல்."

"யாஹ்யாவிடம் சொல்கிறேன். எப்படியாவது வாங்கி வந்துவிடுவான். பணம் பிறகு பார்த்துக் கொள்ளலாம்."

"சரி, நாளைக்கி நேர்ல போயிப் பேசி முடிச்சிக்கிடுவம். நமக்கு அசல் தேறினால் போதும்." குரலை உயர்த்திக் கூறினார் காளிமுத்து.

"ஆகட்டும்... நேரமாகிறது." பாண்டியன் எழுந்தான்.

“சரி, போய்த்து வாங்கண்ணே.”

“என்ன புறப்பட்டாச்சாக்கும். சரி, போய்த்து வாங்க.” இது வரை ரகசிய உரையாடலின் சாரத்தை இயன்ற அளவுக்கு அறிவதில் கவனமாயிருந்த இலங்காமணிப் பிள்ளை – இரண்டாம் பெட்டியடி முதலாளி, மேலாள், அடுத்தாள், பையன் எல்லாருமே அவர்தான் – பேரேட்டின் மீதிருந்த பார்வையை உயர்த்தித் திருப்பினார்.

“ஆமப்பு, எல்லாரும் இருங்க. வருறேன்.”

கிளம்பி வடக்கு முகமாய் நடந்தான். நெடுகிலும் அழைப்புக் குரல்கள் பரிந்தன. பதில் சொல்லிக்கொண்டே போய் ஐந்தாம் நம்பரில் நுழைந்தான்.

பெட்டியடிப் பையன் வாங்குப் பலகையிலிருந்து குதித்து நாற்காலியை இழுத்துப் போட்டான். அடுத்தாள் நாகலிங்கம் சமையலாளைக் கூப்பிட்டுத் ‘தண்ணி’ கொண்டுவரச் சொன்னான்.

“ஏய் வேண்டாம்ப்பா. இப்பத்தான் குடிச்சேன்.”

“சும்மா, ஊத்தி வைங்கண்ணே.”

உள்ளேயிருந்து ஓட்டமும் நடையுமாய் வந்த சமையலாள் காபி தம்ளரை நீட்டினார்.

“ஏன் சின்னையாண்ணே, கோப்பி கெடுதல்னு சொல்வாகளே, தெரியுமா? இதோட ஆறு.” காபியை வாங்கிக் குடித்தான்.

“என்னண்ணே கெடுதல், ஓடுற பாம்பை விரட்டி மிதிக்கிற வயசிலே.” தம்ளரை வாங்கிக்கொண்டு திரும்பினார். “பேசிக்கினு இருங்கண்ணே, வருறேன்.”

அன்னமெர் கந்தோரில் சேர்வதற்குமுன், இங்கே அடுத்தாளாகக் கொண்டுவிற்ற உரிமையால், பாண்டியனுக்கு இந்தக் கிட்டங்கியில் விசேஷ சலுகைகள் உண்டு.

“என்னடாப்பா பாண்டியா, இந்தச் சண்டை சாடிக்கையெல்லாம் எப்படாப்பா ஒழியும்?”

பானாழானாக் கானாரூனா மார்க்கா ஆதரவில் அந்தக் கிட்டங்கியில் ஒரே பெட்டியடி என்ற விதிக்கு விலக்காய் இடம் பெற்றுத் தொழில் நடத்தியவரான ‘வாவன்னாக் கேனாவானா’– வாழ்ந்துகெட்ட வள்ளியப்ப செட்டியார் – அந்தத் தெருவில் பாண்டியனிடம் ஏகபோகமாய் அடாபுடா உரிமை கொண்டவர். உள்ளேயிருந்து வந்து வாங்குப் பலகைக் கடைசியில் சுவரோரம் இருந்த கைப்பெட்டிக்குப் பின்னே உட்கார்ந்தவாறு கேட்டார்.

“கொஞ்ச நாளில் எல்லாம் சரியாகிவிடும்.”

"பெரியவுக சொன்னதெல்லாம் அப்படி அப்படியே நடக்குது. பார்த்துக்கிணுதானே இருக்காய்... குப்பை உயருது; கோபுரம் தாழுது. பிளசர்ல போனவன் நடந்து திரியிறான்; நடந்து திரிஞ்சவன் ஏரப்ளான்ல பறக்கிறான்... உங்க தகப்பனாரெல்லாம் எப்பேர்ப்பட்ட மனுசன்! சொன்ன சொல் தவறாத சத்தியவந்தன். அவரெல்லாம்... ஹ்ம்... திருவிழாவிலே வேசம் போட்டு ஆடினவன்லாம் இன்றைக்கி உங்க ஊர்க் கடைவீதியில மனுசன்னி உட்கார்ந்திருக்கான்டா... அக்கரைச் சீமைச் சங்கதியும் அப்படித்தான் போச்சு... எல்லாம் காலக் கோலமுடாப்பா..."

வாழ்ந்து கெட்டவர் பேசிக்கொண்டே கைப்பெட்டியைத் திறந்து, சிட்டையை எடுத்துக் கீழே வைத்தார். பிறகு, மடியிலிருந்த மஞ்சள் வெல்வெட் பையை வெளியேற்றி அவிழ்த்துத் திருநீற்றை அள்ளி நெற்றியிலும் கழுத்திலும் பூசினார். "முருகா! பழனியப்பா!"

"நாச்சியப்பண்ணனிடமிருந்து கடிதம் வந்ததா? படகு மாறலில் இரண்டு மூன்று பேருக்குக் கடிதம் வந்திருப்பதாகச் சொன்னார்களே?"

"ஒண்ணையும் காணோம். என்னமோ தெரியலை. எல்லாத்துக்கும் தண்டாயுதபாணி இருக்கான்டா... முருகா! பழனியப்பா!"

கந்தோர் பையன் வந்து ஐயாவுக் *கப்பலா காத்துக்கொண்டிருப்பதாகச் சொல்லிவிட்டுப் போனான்.

விடை பெற்றுக்கொண்டு கிளம்பினான். நாளை புதன் கிழமை, தொடர்ந்து அர்னேமியா ஆற்றுக்குப் போக வேண்டியிருக்கும். ஜப்பான்காரப் பயல்களோடு மாரடிப்பது பெருந்தொல்லை. டச்சுக் கைதிகளும் வேலைக்கு வருகிறார்களாம். அது வேறு கண்ராவி...

---

* மேஸ்திரி

6. அர்னேமியா ஆறு

அர்னேமியா ஆற்றில் மணல் அள்ளும் வேலை மும்முரமாய் நிகழ்ந்தது.

மலையகத்திலிருந்து வடமுகமாய் ஓடிய நதியின்மேல் பாதியில் குத்துப் பாறைகளினிடையே நீர் சலசலத்தது. கீழ்ப் பாதியில் வெண்மணல் மெத்தை. இரு கரையிலும் ஓங்கி வளர்ந்த மரங்களினூடே செடிகொடிகள் மண்டிப் பின்னிக் கிடந்தன. தெற்கே, அடுக்கடுக்காய் உயர்ந்த பச்சை நீலப் பவள மலைத்தொடர். தத்தித் தாவிச் சுற்றி மலையேறிய பிரஸ்தாகி சாலை இங்குமங்கும் சாம்பல் நிறக் கோடாய்த் தெரிந்தது. வெகு தொலைவில் கத்தரிப்பூ நிறமாய் மின்னிய கபான்ஜாஹே கொடுமுடி மஞ்சுத் திரைக்குப்பின் மறைவதும் தோன்றி முறுவலிப்பதுமாய் விளையாடுகிறது.

குளுகூர் சிறை முகாமிலிருந்து கொண்டுவரப்பட்ட டச்சுக் கைதிகள், மணல்அள்ளிக் கூடையில் சுமந்து சென்று கரையில் நின்ற மாட்டுவண்டிகளில் கொட்டினார்கள். மணல், அளவு மட்டத்தை அடைந்ததும், புதிதாக உண்டாக்கிய பாதை வழியாக முக்கியூர்ந்து நெடுஞ்சாலையில் ஏறி மறைந்தது மாட்டு வண்டிப் பட்டாளம்.வடக்கே சற்றுத் தொலைவில் தமிழ் ஜாவானிய கூலிப்படை, பெரியசாமிக் கப்பலா தலைமையில் தனிக் கூட்டமாய் மணல் அள்ளி வண்டியிலேற்றும் பணியில் ஈடுபட்டிருந்தது.

வடகரையில் செழித்து நிழல் நிரப்பி நின்ற ஜூமாரா மரத்தடியில் மடக்கு நாற்காலிகளில் அமர்ந்து பாண்டியனும் லெப்டினன்ட் கிமியோரி நோமுராவும் ஆங்கிலத்தில் உரையாடிக் கொண்டிருந்தனர்.

தலைக்குமேல் ஐந்தைந்தாக 3 விமான அணிகள் பறந்தன. ம்ங்ம்ங் ம்ங்ம்ங்... ஒரே கதியான தாள ஓசைபோல் இரைச்சல் அலைகள் ஒலித்தன.

"ஜிரோ! புதுவகை!" கைகளைக் கண்ணுக்குமேல் குவித்துப் பார்வையை வானில் செலுத்திய நோமுரா தெரிவித்தான். கூர்ந்து மேலே நோக்கியபடி ஜிரோ விமானத்தின் பெருமைகளைக்

கூறலானான். பிறகு, செருமிக்கொண்டு பாண்டியன் பக்கம் திரும்பினான்.

"இந்தியர்கள் வெகுவிரைவில் தாயகம் திரும்பலாம். இந்தியாவின் வடகிழக்குப் பிரதேசம் பிரிட்டிஷ் ராணுவத்தின் கல்லறையாக மாறப் போகிறது. பர்மா சேனாபதி காவாபே மிகச் சிறந்த போர் நிபுணன்."

பாண்டியன் சிகரெட் பெட்டியை நீட்டினான்.

"அரி காதோ."

இருவரும் சிகரெட் பற்றவைத்துப் புகைத்தனர்.

"ஆசிய நாடுகள்அனைத்துக்கும் விடுதலை. அவற்றுக்கிடையே ஒத்துழைப்பு, கூட்டுறவு, ஆள் அரவமில்லாது கிடக்கும் வடக்கு ஆஸ்திரேலியாவில் ஆசியர் குடியேறி, வேளாண்மை செய்ய வசதி. இதுவே டாய் நிப்பனின் போர் நோக்கம்."

நோமுரா புகையை இழுத்து ஊதினான்.

பாண்டியன் கைக்குட்டையை எடுத்து முகத்தையும் கழுத்தையும் துடைத்தான்.

பாண்டியனோ வாயிலிருந்த சிகரெட்டைக் கையில் எடுத்தான். "ஒரு காலத்தில் இந்தொனேசியா முழுவதையும் கட்டியாண்ட இந்த டச்சுக்காரர்களைப் பார். கோழைகள், கோழைகள்... அன்று வீரர்கள், நிபுணர்கள். இன்றோ ஒரு சிகரெட் துண்டுக்காக நாய்கள் போல் சண்டை போடுகின்றனர்."

"நடத்திய ஆர்ப்பாட்டத்திற்கு தக்கபடி செயல் திறனைக் காட்டவில்லை இவர்கள்."

"வெறும் ஆர்ப்பாட்டம். வெறும் ஆர்ப்பாட்டம். ஜப்பானியராயிருந்தால் மெடான் வட்டகையில் விடாப்பிடியாகப் போராடி வருஷக்கணக்கில் இழுத்தடித்திருப்பார்கள்."

"ஆமாம்."

"இவர்களின் உண்மை சொரூபத்தைக் குளுகூர் சிறை முகாமில் பார்க்க வேண்டும். கூடுதலாய் ஒரு கவளம் சோறு அல்லது ஒரு சிகரெட் பெறுவதற்காக ஒருவர்மேல் ஒருவர் அபாண்டமாய்ப் பழி சுமத்துகிறார்கள்... இவர்களுக்குள்ளே நடக்கும் அடிபிடிச் சண்டைகள்!... 'என் செருப்பை ஒளித்து வைத்திருக்கிறான்... என் கருவாட்டுத் துண்டைத் திருடிக்கொண்டான்...' எந்த நெருக்கடி நிலையிலும் ஜப்பானியரிடம் அப்படிக் கண்ராவிக் கூத்துகளைக் காண முடியாது."

கதிரவன் வான உச்சிக்கு ஏறிக்கொண்டிருந்தான். காங்கை கூடியது. சாலையில் ராணுவ லாரிகள் கிளப்பிய அலறல் அமுங்கலாய் வந்து காதில் விழுந்தது. முன்னால், ஆற்றுக்குள் எலும்பும் தோலுமான வெள்ளையர் அழுக்குக் கூந்தல் உடையுடன் மண் அள்ளிச் சுமந்து நடந்தனர்; முக்கி முனகிக் குனிந்து மண்வெட்டியால் சிராய்ந்து அள்ளுவதும், அள்ளி போட்டுக் கூடைகளை நிரப்புவதும், நிரப்பிய கூடைகளை முக்கி முனகித் தூக்கிக் கொண்டு நடப்பதுமாய்க் காணப்பட்டனர்.

பாண்டியனின் பார்வை ஆற்றுப் பக்கம் சென்றது. திரும்பி, சிகரெட் புகையில் லயித்திருந்த தோமுராவின் முகத்தைப் பார்த்து விட்டு, மர உச்சிகளை நோட்டமிடலாயிற்று. பார்வை மீண்டும் ஆற்றுப் பக்கம் சென்றது... ஆ, எவ்வளவு சுலபமான மாற்றம். வெற்றி – தோல்வி, வாழ்வு – தாழ்வு, பெருமை – சிறுமை...

மணி ஆகிவிட்டது. லெப்டினன்ட் எழுந்து உடல் விறைக்க நின்று பையிலிருந்த விசிலை எடுத்து ஊதினான். பாண்டியனும் எழுந்து விலகிப் போய் நின்றான்.

வண்டிக்காரர்களும் கூலிச்சுமையாட்களும்–தமிழரும் ஜாவானியரும் அக்கரையை நோக்கி நடந்தார்கள்.

வெள்ளையர்கள் காவலர் சூழ இக்கரைக்கு வந்தனர்.

“கெய்ரேஎய்!” கார்ப்பொரல் அலறினான்.

சிப்பாய்கள் வந்தனை செய்தனர். கைதிகள் இடுப்பளவுக்குக் குனிந்து வணங்கினார்கள். உருப்படிகளை மனக்கணக்காய் எண்ணினான் லெப்டினன்ட். பிறகு கார்ப்பொரலிடம் ஏதோ கேட்டான். அவன் பதில் சொன்னான்–உரத்த குரலில் கத்தினான்.

இரண்டாவது விசில் ஊதப்பட்டது – சோற்றுக்கு.

ஜுமாரா மரத்துக்குக் கிழக்கே இருந்த சமதரையை நோக்கிக் கைதிகள் நடந்தனர். எல்லாருக்கும் பின்னே, இடக்காலைத் தாங்கி நடந்தவாறு பருத்த உருவம் சென்றது. வெளிறிய மயிர், கூரிய நீலக் கண்கள்... ஆ, லாயர் டில்டன். ராணுவப் பட்டை தெரிகிறதே... ஓ, ரிசர்வ் மேஜர்.

டில்டன் ஏறிட்டுப் பார்த்தார். முகத்தில் தெளிவு தோன்றிற்று. லேசாய்த் தலையை அசைத்துவிட்டு நடந்தார்.

கைதிகள் தரையில் குந்தி, காய்ந்த வாழை இலையில் வைத்துக் கட்டிய சோற்றுருண்டையை எடுத்துத் தின்றார்கள். ஒரு கவளம்கூட இராது. விறைத்துப் போன கட்டி. கடித்துக்கொள்வதற்குச் சின்னஞ்சிறு கருவாட்டுத் துண்டு.

டில்டன் கைதிப்படையின் தலைவர். வேலை செய்ய வேண்டியதில்லை. ஓய்வு நேரமும் அதிகம். சிறிது விலகி உட்கார்ந்து, சாவதானமாய் இலைப் பொட்டலத்தை அவிழ்த்துச் சோற்றுருண்டையையும் கருவாட்டுத் துண்டையும் எடுத்துத் தின்னலானார்.

கைதி மந்தையை ஜப்பானிய மேய்ப்பர்கள் மீண்டும் ஆற்றுக்குள் ஓட்டிச் சென்றனர்.

பாண்டியனும் நோமுராவும் ஜுமாரா மரத்தடி நாற்காலிகளில் மவுனமாய் சிகரெட் புகைத்துக் கொண்டிருந்தார்கள்.

டில்டன் உண்டியை முடித்துக்கொண்டு குப்பைக் காகிதத்தில் பலப்பட்டடை புகையிலையை வைத்துச் சுருட்டி அவரே தயாரித்து வைத்திருந்த சிகரெட்டைப் புகைத்துக் கொண்டடிருந்தார்.

வெட்டவெளி உச்சிவெயிலில் வியர்வை ஆறாகப் பெருக்கெடுத்தோடும் உடலுடன் அழுக்காய் அநாதையாய் முழங்காலில் கைகளைச் சுற்றிக்கொண்டு கிழக்கு முகமாய் உட்கார்ந்திருந்த 'ரோல்ஸ் ராய்ஸ்' லாயர் டில்டனின் முதுகு, கிழிந்து நைந்த துணியுடன் பாண்டியனின் பார்வையில் விழுந்து உறுத்திற்று.

நோமுராவிடம் மெல்லிய குரலில் ஏதோ சொன்னான். ஜப்பானியன் சீறிக் கத்தினான். டில்டனின் முகம் திரும்பியது. கண்கள் மிரண்டு விழித்தன.

லெப்டினன்டின் முகத்தைப் பார்த்தபடி பாண்டியன் நிதானமாய், சிகரெட் புகையை இழுத்து ஊதினான். கடமையிலிருந்து வழுவாமலே, இயலாதவர்களுக்கு உதவ வேண்டிய அவசியத்தை அவனுடைய மவுனப்பார்வை வலியுறுத்தியது.

ஜப்பானியன் திகைத்தான். இதுபோன்றதொரு சிக்கல் இதற்குமுன் அவனை எதிர்ந்ததில்லை. இந்த இந்தோவுக்கு என்ன நெஞ்சழுத்தம், என்ன நிதானம்... ஈவிரக்கமில்லாத காட்டுமிராண்டிகளில் நானும் ஒருவன் என்று கருதுகிறானோ...

தயங்கினான். மீண்டும் மீண்டும் ஆபத்தை விளக்கினான்.

இறுதியில், வேண்டாவெறுப்பாக இணங்கினான்; ஓர் எச்சரிக்கையோடு; "சிப்பாய்கள் பிடித்துக்கொண்டால் வாய்திறக்க மாட்டேன். உன் தலை உருள்வது திண்ணம்."

மரத்தூரில் சாத்தி வைத்திருந்த உண்டிப்பையையும் காபிக் குடுக்கையையும் எடுத்துக்கொண்டு போய் டில்டனிடம் கொடுத்தான்.

"வேக வேகமாய் உண்ணுங்கள்."

மூராட் சிகரெட் பெட்டியில் 5 ரூப்பியா நோட்டு இரண்டைத் திணித்து, அதையும் நெருப்புப் பெட்டியையும் நீட்டினான். பிறகு இடப்புறமாகத் திரும்பி, விரைந்துபோய் நீரோட்டத்தின்மீது பார்வையைச் செலுத்தி நின்றான்.

லாயர் டில்டனின் கைகள் நடுங்கின. உதடு துடித்தது. பையை அவிழ்த்தார். பூரி, தோசை! இறைச்சி, சட்னி! தின்றார். விக்கிற்று. குடுக்கையைத் திறந்து காபி குடித்தார். உடல் புல்லரித்தது. சிகரெட் பெட்டியை எடுத்துப் பிரித்தார். ஆ...! பத்து கில்டர்! எய்ன், ட்வே, ஃபியர், ஜெக்ஸ், அக்ட், டீன், பதின்மூன்று சிகரெட்கள்! நெருப்புப் பெட்டி! முழுப் பெட்டி! கண் கலங்கியது. தலையைத் தாழ்த்தி முழங்கால்களுக்கு இடையே வைத்தார். ஐந்தாம் நம்பர் செட்டியின் கிராணி. நல்ல பையன். ஜாத்திலான் வீட்டு விவகாரமாய் வந்திருந்தானே. பெயர் என்னவோ... இங்கு எப்படி வந்தான்... இப்பொழுது அன்னெமரிடம் வேலை பார்க்கிறானோ... வாய் முனகியது.

"ஆண்டவனே! இந்தப் பையனுக்கு நீண்ட நல்வாழ்வைக் கொடும். இவனை எவ்விதத் துன்பமும் அணுகாமல் காப்பாற்றும்... பராபரனே! துர்பாக்கியனான எனது வேண்டுகோளுக்குச் செவிசாய்த்து இவனை என்றென்றும் ரட்சிப்பீராக. ஆமென்."

இலைகளைப் புதருக்குள் எறிந்துவிட்டு, ஆற்றைநோக்கி நடந்த டில்டன் பாண்டியனை நெருங்கினார்.

"சகோதரனே, நீ யார்? உன் பெயர் என்ன?"

"பாண்டியன். அன்னெமர் காதர் மெய்தீன் கந்தோரில் கிராணி, முன்பு ஐந்தாம் நம்பர் செட்டியிடம் வேலை பார்த்தேன். தயவுசெய்து நகருங்கள்."

கால் விரல்களை வெளிக்காட்டிய பீற்றல் சப்பாத்துகளைத் தரையில் தேய்த்து இழுத்துக்கொண்டே 'ரோல்ஸ் ராய்ஸ்' லாயர் டில்டன் ஆற்றுக்குள் இறங்கினார்.

அர்னேமியா ஆற்றில் மணல் அள்ளும் வேலை 22 நாள்களாய்த் தொடர்ந்து நடந்தது. ஒவ்வொரு நாளும் டில்டனுக்கு உணவு, காபி, சிகரெட் கொண்டுபோய்க் கொடுத்தான். நல்லவேளையாக எவ்விதச் சிக்கலும் எழவில்லை.

7. மூன்று நண்பர்கள்

பிரின்ஸ் ஹெண்ட்ரிக்ஸ் தெருவின் தென்புறத்திய கிம்லீ சிற்றுண்டித் தோட்டக் கடைக்குள் மூவரும் நுழைந்தனர். கடைக்காரன் வரவேற்றான்.

"தபே, துவான் துவான்."

"தபே, தவ்க்கே."

வட்டமாய்ப் பின்னி மூடி அடர்ந்த பூங்கொடி வளைப்பு ஒன்றினுள் கிம்லீ அழைத்துச் சென்றான். உள்ளே மேசை. சுற்றிலும் நான்கு ஆசனங்கள்.

பாண்டியன் வடமுகமாய் உட்கார்ந்தான். தங்கையாவும் தில்லைமுத்துவும் எதிரே அமர்ந்தார்கள்.

பையன் ஓடி வந்தான். மீகோரெங், முட்டை, அன்னாசி, பப்பாளி, காபி கொண்டு வரும்படி உத்தரவாகியது.

இரண்டொருவராய்ச் சீனர், இந்தொனேசியர், தெருவிலிருந்து தோட்டத்துக்குள் வந்துகொண்டிருந்தனர்.

"யாரது, பாவன்னாவா?"

8-ஆம் நம்பர் கிட்டங்கி முதல் பெட்டியடி மேலாள் நாவன்னா எட்டிப் பார்த்தார்.

"வருக, வருக."

"வந்தேன். அமர்ந்தேன்."

நாவன்னா கறுப்புக் கண்ணாடியைக் கழற்றி மேசைமீது வைத்தார். அவர்களினும் சற்று அதிக வயதானவர்போல் தெரிந்தது. மின்னிய கண்களும் வாய் வெட்டும் நகைச்சுவைப் பான்மையை அறிவித்தன.

"என்ன, பினாங்கில் தகப்பனார் நலமா?" தங்கையா பக்கம் முகத்தைத் திருப்பினார். "கடிதம்?"

"நலம். படகில் கடிதம் வந்தது."

"சாட்டர் வங்கியை யொக்கொஹாமா வங்கி என்று மாற்றி நடத்தப் போகிறானாமே. உங்களுக்கு வேலை?"

"கட்டளை வந்திருக்கிறது. தில்லைமுத்துவும் சேரப் போகிறான்."

"ஏன், பள்ளிக்கூடம் அவ்வளவுதானாக்கும். யுத்தம் முடியும் வரை பையன்கள் கழுதை மேய்க்க வேண்டியதுதானோ?"

"இங்கே கழுதை இல்லை. பன்றி மேய்க்கலாம்." மெத்தடிஸ்ட் பள்ளி மாஜி ஆசிரியர் தில்லைமுத்து விடை அளித்தான்.

பையன் தின்பண்டத் தட்டுகளையும் காபி மங்குகளையும் கொண்டு வந்து வைத்தான். நாவன்னாவுக்கும் கொண்டுவரும்படி தெரிவிக்கப்பட்டது.

"பாவன்னா, கொஞ்சம் எட்டிப் பாருங்க அந்தப் பக்கம். வடக்கத்தி மாடுபோலப் போறாளே மலாய்க்காரி, தெரிகிறதா?"

"யாரவள்?" எட்டிப் பார்த்துவிட்டு உட்கார்ந்தான்.

"யாரவளா? 'தங்கத் தண்டைக்காரி' யாஸ்மின். உடம்பு எப்படி? வயது நாற்பத்தைந்துக்கு மோசமில்லை."

"என்ன, அவ்வளவு வயது இருக்குமா!"

"நல்லாச் சொன்னியக போங்க." வார்த்தைகளைக் குறுக்கி வளைத்திழுத்துச் செட்டிநாட்டுப் பாணியில் பேசலானார். "அவுத்துப் பார்த்தா அண்ணாமலையான் தின்னுத்திப் பைபோல இருக்கும். அஞ்சு பிள்ளையக."

"ஆறு பிள்ளைகள் என்று கேள்வி." தில்லைமுத்து திருத்தம் கூறினான்.

"அடியம்மத்தா! பாத்தியளா பாவன்னா! எந்தப் புத்துல எந்தப் பாம்பு கிடக்குமுனு எப்படிச் சொல்றது!" கண்களை உருட்டினார். "வாத்தியார் மேப்படி சங்கதியகள்ள எம்புட்டுக் கணக்காயிருக்கார், பாத்துக்கங்க."

"தில்லைமுத்து ஊமைக் கள்ளன்" தங்கையா சொன்னான்.

"சரி சரி, ரொம்பச் சரியின்னேன். அது போகுது, பேச்சை விட்ராதியக. என்ன பாவன்னா, நம்ம *செட்டிய வீட்டு ஆளுக இன்னைக்கும் செம்மறியாட்டு மந்தையாட்டம் அவள்ள போயி விழுறாங்ய?"

"அவ கிடக்கா, நாத்தச் சிறுக்கி. நீங்க பினாங் வியாபாரத்துக்கு வரலையா?"

---

* வட்டித் தொழிலில் தொடர்புள்ள அனைத்து சாதியினரையும் இப்படித்தான் சொல்வது வழக்கம்.

"எனக்குப் பினாங்குக் கொண்டு வேலையும் வேண்டாம். சைகோன் கொண்டு வேலையும் வேண்டாம். இந்த மட்டில் உடம்பை உருப்படியாய் ஊர்கொண்டு போய்ச் சேர்த்தால் போதும். பினாங் வியாபாரம் நிச்சயந்தானா?"

"நிச்சயந்தானாவா! தொங்கான் பேசி, சரக்கு கொள்முதல் நடக்கிறது."

"பினாங் வியாபாரத்துக்குப் போறது சரி. எதுக்கும் கொஞ்சம் எச்சரிக்கையா இருந்துக்கங்க."

"ஏன், என்ன சங்கதி?"

"ஊசி நுழைய இடம் இருக்குதுன்னா நம்ம ஆளுக உத்திரத்தைத் தூக்கிக்கிணு போவான். என்னடான்னா, அங்கின போயிச் சரி பண்ணிக்கிடலாமுனு போறமும்பாங்ய. ஜப்பான்காரன் கண்டுக்கிணான்னால் தலைய வெட்டிச் சடக்கில வச்சிருவான்."

"அதெல்லாம் வழக்காடுகிற வெள்ளையனிடம். தலைவெட்டி ஆட்களிடம் அல்ல."

"சும்மா ஒரு பேச்சுக்குச் சொன்னேன். எல்லாம் நல்லபடியா நடக்கும். அது போகுது. நீங்க ஏன் சாப்பிடாமா இருக்கிறீக?"

"உங்களுக்கும் வரட்டும்."

"பாவன்னா, உங்களுக்குப் பிரான்மலை கல்யாணியைத் தெரியுமா?"

"தெரியும். வருஷா வருஷம் எங்களூர்த் திருவிழாவில் சதிர் ஆடுவாள்."

"அவள் எப்படிக் குட்டி! அவளே அச்சாய் ஒருத்தி – இவள் கைலி கட்டி கெமேஜா போட்டிருக்கிறாள் – நேற்றிலிருந்து மறுகிக்கிணு திரியிறாளே. அவள் யார்?"

பையன் பலகாரத் தட்டுகளையும் காப்பி 'மங்'கையும் கொண்டுவந்து வைத்தான். உண்ணலானார்கள்.

"அவளா! தெபிங்திங்கி ராஜம்மாள் தங்கையா" அறிவித்தான். "விலை அதிகம். பாண்டியனுக்கு வேண்டுமென்றால் இலவச மாகக்கூட வருவாள். காரணம் முகராசி என்று சொல்லுகிறார்கள்."

"பாவன்னா சங்கதியை ஏன் சொல்றியக." நாவன்னா மீண்டும் வார்த்தைகளை வளைத்திழுத்துக் குறுக்கலானார். "விழுற இடத்தில் மச்சம் விழுந்தா எல்லாம் வகையா வந்து வாய்க்கும். 'நான் வாறேன் வாக்கப்பட, எந் தங்கச்சி வாறா பிள்ளை தூக்க'ன்னு வந்து விழுவாளுக."

“ஆ! அப்படியா.” பாண்டியன் சிரித்தான்.

மற்றவர்களும் சேர்ந்து சிரித்தனர்.

“நீங்க கிளம்ப நேரமாகுமோ? எனக்குக் கொஞ்சம் வேலையிருக்கு.” நாவன்னா எழுந்தார்.

“பினாங்குக்கு நீங்க வரலையாக்கும்?”

“இரண்டு மாதம் போகட்டும். பார்க்கலாம். சரி எல்லாரும் இருங்க, வர்றென்.”

“போய் வருக.”

“ஏய்! கோப்பி தீக்கா.” தங்கையா கத்தினான்.

“சலாம் வருது. தம்பி.” புடைவைக் கடை அரசன் மரக்காயர் எட்டிப் பார்த்தார்.

“சலாம் நானா. உள்ளே வாங்க. ஒரு கோப்பி.”

“வேலை இரிக்கிது, தம்பி. கோப்பிக்கென்ன, என்றைக்கும் குடிக்யலாம்... எட்டா நம்பர் செட்டியார் வந்தாஹளா?”

“நாவன்னாதானே? இப்பத்தான் போறார்.?”

“சரி, இரிங்ய. எல்லாருக்கும் சலாம்.”

“சலாம், போய்ட்டு வாங்க, நானா.”

“பையன் காப்பி மங்குகளைக் கொண்டுவந்து வைத்தான்.

“இந்தச் சமயத்தில் நீ ஏன் பினாங்குக்குப் போகிறாய்?” தங்கையா கேட்டான். “அன்னெமர் நீதான் போக வேண்டும் என்று சொல்கிறாரா?”

“பினாங் வியாபாரமே என் யோசனைதான். யார் வந்தாலும் வராவிட்டாலும் நான் போவது நிச்சயம்.” பாண்டியன் காபி மங்கைத் தூக்கிக் குடித்தான்.

“என்ன விஷயம்? திடீரென்று பினாங் மோகம்?”

“மெடான் கசந்துவிட்டது. இது ஒதுக்குப்புறமான இடம். யுத்த காலத்துக்கு இந்த ஊர் லாயக்கில்லை. பொந்துக்குள் அடைபட்டதுபோல் இருக்கிறது.”

“பினாங்?”

“அங்கே பர்மா, சையாம், இந்தோசீனாவிலிருந்து வரும் ஆட்களையாவது பார்த்துப் பேசலாம்; ஏதாவது செய்யலாம். இங்கே நாம் சுத்தச் சோம்பேறிகளாய்க் காலந்தள்ளிக்கொண்டிருக்கிறோம். உலகில் என்னென்னவோ நடக்கிறது. எத்தனையோ நிகழ்ச்சிகள். அவற்றின் துடிப்பை அங்கே கொஞ்சம் உணரவாவது முடியும்.”

"உலக நிகழ்ச்சிகளுக்கும் நமக்கும் என்ன சம்பந்தம்? நம் தலைவிதி பிறரால், சாட்டை வைத்திருக்கும் மேய்ப்பர்களால் முடிவு செய்யப்படுகிறது."

"கையைக் கட்டிக்கொண்டிருந்தால் எப்படி மேய்ப்பர்களாவது? மாடுகளாகவே இருக்க வேண்டியதுதான்."

"ஓ ஹோ! படகிலேறி மலேயாவுக்குப் போனால் மேய்ப்பனாகி விடலாமோ?"

"மேய்ப்பனாவதற்கான வழிதுறைகளை ஆராய்ந்து திட்டம் வகுக்கலாம். மலேயாவில் நம் நாட்டு இளைஞர்கள் நிறையப் பேர் இருக்கிறார்கள். இங்க எத்தனை பேர் இருக்கிறோம். எத்தனை பேருக்கு அதுபற்றி அக்கறை உண்டு?"

"திட்டத்துக்கும் நமக்கும் வெகு தொலை."

"அந்த நிலையை மாற்ற வேண்டும்."

"உலகத் தமிழர்களே ஒன்றுபடுங்கள்!" தில்லைமுத்து கூவினான். "தமிழினம் முன்னேறத் திட்டம் தீட்டுங்கள்!"

"தில்லைமுத்து! எனது நண்பர் ஒரு கதை சொன்னார், வீரத் தமிழினத்தின் மாட்சிமிகு நிலைமைபற்றி. நீ அதைத் தெரிந்து கொள்வது அவசியம். சுருக்கமாகச் சொல்கிறேன்." பாண்டியன் நிமிர்ந்து உட்கார்ந்தான். "எல்லாரும் அன்றன்று காலையில் வேலை தொடங்குமுன், மணியக்காரனிடம் போய் ஆளுக்கு மூன்று செருப்படி வாங்கிக்கொள்ள வேண்டுமென்று, அரசு ஆணையிட்டது. மறுநாள் கருக்கலில் ஊருக்கு ஊர் மணிக்காரன் வீட்டுக்கு முன்னே வீரத் தமிழ்க் குடிமக்கள் கூடி நின்று, 'விரசாய் அடிச்சு விடுங்கையா, வேலைக்குப் போகணும், நேரமாகுது' என்று முறையிட்டு, முதுகைத் திருப்பிக் காட்டிக்கொண்டிருந்தனர். சுணங்காமல் அலுவலை முடித்துச் செல்வதற்காக அவரவர் சக்திக்கேற்பக் காலும் அரையுமாக லஞ்சத் தொகையும் எடுத்துச் சென்றிருந்தார்கள். இதுதான் தமிழினத்தின் இன்றைய நிலை. நேற்றைய நிலை."

"எனக்குத் தமிழக நிலவரம் தெரியாது." தங்கையா சொன்னான்: "சிறு வயதிலேயே கப்பலேறி வந்துவிட்டேன்... நிலைமையை மாற்ற என்ன செய்ய வேண்டுமென்கிறாய்? சொல்லேன்."

"அதிர்ச்சி வைத்தியம்! தமிழினம் – தமிழினம் மட்டுமல்ல. பாரத மக்கள் அனைவருமே கண் விழிப்பதற்கான முழு முதல் தேவை என்ன? கடுமையான அதிர்ச்சி வைத்தியம்."

"அதிர்ச்சி வைத்தியத்தை நிகழ்த்தும் கருவி?"

“வீர இளைஞர் அணி; அதற்கு அஞ்சா நெஞ்சம் படைத்த ஒரு தலைவன்.”

“பிறகு, தான்தோன்றித் தடியர்களின் வல்லடி ஆட்சி , ம்ம்?”

“இல்லை. மன்னுயிர்க்கெல்லாம் உண்டியும் உடையும் உறையுளும்.”

“ஓஹோ! மணிமேகலை... ‘அறமெனப்படுவது யாதெனக் கேட்பின் மறவாதிது கேள், மன்னுயிர்க்கெல்லாம், உண்டியும் உடையும் உறையுளுமல்லது கண்டதில்...’ ம்ம்? இது இயலாவிடின்? சொற்பொழிவும் காட்சிசாலையும் சவுக்கடியும்!”

“சேச்சே! எல்லாம் நன்மைக்கே எனும் அழுகுணிக் கும்பலில் நீயும் சேர்ந்துவிட்டனையோ? இயலாமை தெரியுங்கால் நம்புக; அதனை அடுத்தூர்வதஃதொப்பதில். நம்பிக்கை நண்பனே. நம்பிக்கை. சில ஆயிரம் தோழர்களின் துணையோடு பலகோடி மக்களின் ரஷியாவை லெனின் பிரபு கைக்கொள்ள முடிந்தது ஏன்? நம்பிக்கை. நன்னம்பிக்கை. வன்னம்பிக்கை--தளராத தன்னம்பிக்கை.”

“நாம் எதை நம்புவது?”

“இருள் விலகி ஒளி பிறக்குமென்பதை.”

“ஒளி பிறக்காவிடின், இருளையே ஒளியென நம்புவது?”

“ஒளியாவது யாதெனின் ஒளியென நம்பப்படுவதேயாம்.” சிரித்தான்.

“சரி, அது கிடக்கட்டும். இந்த வீர இளைஞர் படையை – மன்னுயிர்க்கெல்லாம் உண்டியும்–உடையும் உறையுளும் வழங்கும் கடப்பாடுடைய திருத்தொண்டர் கூட்டத்தை–எந்த அடிப்படையில் எப்படித் திரட்டப் போகிறாய்?”

“அதை இனிமேல்தான் முடிவு செய்ய வேண்டும்–பலர் கூடிக் கலந்து பேசி.”

“நல்ல நோக்கம். ஆனால் பாரத மக்கள் என்று சொல்லி உளப்புவதுதான் எனக்குப் பிடிக்கவில்லை.” தில்லைமுத்து காலை நீட்டிச் சாய்ந்தான். “அதிர்ச்சி வைத்தியப்படை வெற்றிபெற வேண்டுமானால், அதில் தமிழர்களைத் தவிர வேறு யாரையும் சேர்க்கக்கூடாது. தமிழ் இனம் ஒன்றே மான வீரத்துக்கு உறைவிடம். தமிழ்நாட்டை, தமிழ் மக்களை மேம்படுத்துவதே தமிழனின் கடமை. குஜராத்தியரும் வங்காளியரும் எப்படியோ போகட்டும். அதைப்பற்றி நமக்கென்ன?”

"அவர்களும் வாழ்ந்தால்தான் நாம் வாழ முடியும்." பாண்டியன் திரும்பினான். "அவர்கள் தாழ்ந்தால் அதன் விளைவு நம்மையும் பாதிக்கும்."

"இல்லை. அவர்கள் வாழ்ந்தாலும் தாழ்ந்தாலும் தமிழ்நாடு என்றென்றும் மானத்துடனும் வீரத்துடனும் தனிச்சிறப்புடனும் தலைநிமிர்ந்து நிற்கும்."

"இதுவரை மானத்துடனும் வீரத்துடனும் தனிச்சிறப்புடனும் தலைநிமிர்ந்து நின்றுள்ளதோ?"

"என்ன சந்தேகம்? சங்க நூல்களைப் பயின்ற யாருக்கும் இந்த ஐயம் தோன்றாது. ஆனால், நீயும் தங்கையாவும் விதிவிலக்கு. நீங்கள் இருவரும் விதண்டாவாதக்காரர்கள்."

"தில்லைமுத்து! நீ தமிழகத்தை நேரில் கண்டதில்லை. கவிதைகளில் பார்த்தவன். கவிதை என்பதில் கற்பனை என்ற பொருள் மறைந்திருக்கிறது. இதை மறந்துவிடக்கூடாது." பாண்டியன் குரலில் சூடுபிடித்தது. "பழம்பாடல்களில் விதந்தோதப்படும் தமிழ் வீரமெல்லாம் பெரும்பாலும் சில்லறைச் சச்சரவுகளைப் பற்றியவையே. காளையார்கோயில் வேங்கைமார்பனைப் பாண்டியன் வென்றதில் என்ன பெருமை இருக்கிறது? இருவரும் தமிழர்கள். ஓர் அரசன், சின்னஞ்சிறு கிராமத் தலைவன் ஒருவனை வீழ்த்தி, அவனுடைய சொத்து சுதந்திரங்களைப் பறித்துக்கொண்டான். இதிலென்ன பெருமை இருக்கிறது?" சிகரெட் பற்றவைத்துப் புகையை இழுத்து ஊதினான். "டில்லிப் பட்டாணியர் தமிழகத்தில் புகுந்து சூறையாடியபோது இலக்கியப் புகழ்பெற்ற தமிழ் வீரர்கள் எங்கெங்கே எதிர்த்துப் போராடினார்கள்? எத்தனைபேர் உயிர்ப்பலி கொடுத்தார்கள்? எங்கும் இல்லை, எவருமில்லை. மாலிக்காபூரின் குதிரைப்படை வெகு தொலைவில் வரும்போதே, 'வடதிசைக் கங்கையும் இமயமும்கொண்டு தென்திசையாண்ட தென்னவன்' ஒரே ஓட்டமாய் ஓடிப்போய் நேரியமங்கலம் மலைக்காட்டில் ஒளிந்துகொண்டான்."

"பட்டாணியர் படலத்தை மனதில் வைத்துக்கொண்டு எல்லாவற்றையும் தவறான கண்ணோட்டத்துடன் பார்க்கிறாய்." தில்லைமுத்து உறுமினான். "ஒரு வழுவலை வைத்துக்கொண்டு ஓர் இனத்தையே இழிவுபடுத்தக்கூடாது. உனக்கு மொத்தப் பார்வை குறைவு."

"மொத்தப் பார்வை அதிகமாயிருப்பதே என்னிடமுள்ள குறை; இல்லாதது அல்ல. அது நிற்க, விஜயநகர வடுகர்சேனை வந்தபோது

நடந்ததென்ன? தமிழர்களின் உதவியோடு பாண்டியனின் அரசு வீழ்த்தப்பட்டது. விஜயநகரத்தானுக்குத் தமிழ்க் கூலிப்படைகளை அமர்த்திக் கொடுத்து–பாண்டியனின் படைகளையே கைமாறச் செய்த தரகன் யார்? அரியநாதன் – தமிழன்."

"நம் வரலாற்று ஆசிரியர்களின் கருத்துப்படி, இஸ்லாமிய ஆதிக்கத்தை ஒழித்து, ஹிந்து சமயத்துக்குப் புத்துயிரூட்டவே விஜயநகர ராயர்கள் தமிழ்நாட்டின்மீது படை எடுத்தார்கள்." தங்கையா குறும்புச் சிரிப்புடன் தலையிட்டான். "இதை நீ மறுக்கிறாயா?"

"இஸ்லாமிய ஆதிக்கத்தை ஒழிப்பது, மண்ணாங்கட்டி! இது ஓர் அசல் கற்பனை. அவர்கள் நாடியது விஜயநகர ஆதிக்கம்... சண்டைக்குப் பயந்து சுல்தானுக்கு மகளைக் கட்டிக் கொடுத்த ராயர்! பெரும்படை இருந்தும் சண்டை போடாமலே சுல்தான்களிடம் சரணடைந்த ராயர்... இப்படிப் பல ராயர்கள் விஜயநகரை ஆண்டிருக்கிறார்கள். இதுதான் இஸ்லாமிய ஆதிக்கத்தை எதிர்த்துப் போராடிய லட்சணம்."

"வடுகர்கள் விவகாரம் நமக்கு வேண்டாம்." தில்லைமுத்து கூறினான். "தமிழினத்தின் மான வீரப் பரம்பரை பற்றிய உன் கருத்து விபரீதமானது. அதை நான் ஏற்க மாட்டேன். தமிழ் உணர்வு கொண்ட எந்தத் தமிழனும் ஏற்க மாட்டான்."

"விபரீதம் அல்ல, உண்மை. தமிழ் வீரம், தமிழ் நாகரீகம் என்பதெல்லாம் நம் புலவர்களின் தோப்பி மயக்கத்தில் தோன்றிய வெறும் கற்பனையாக இருக்கலாம் என்றே எனக்குத் தெரிகிறது."

"உளறாதே... செங்குட்டுவன்! ஏலாளன்! ராஜேந்திரன்! *சுந்தரன்! கருணாகரன்...!"

"பழங்கதை, பழங்கதை. எல்லா இனங்களுக்குமே இப்படி ஐந்தாறு பெயர்கள் உண்டு. இவர்கள் எல்லாரும் எந்த அளவில் எதைச் சாதித்தார்கள்? அலெக்ஸாண்டர் பாரசீய மகா சாம்ராஜ்யத்தை வென்றான். ஹிட்லர் ஒரே பாய்ச்சலில்–பிரிட்டிஷ் – பிரெஞ்சு–பெல்ஜிய–டச்சுப் படைகளைச் சின்னாபின்னமாய்ச் சிதைத்தெறிந்தான். கிணற்றுத் தவளைக்கு அமேஸான் ஆறு, பசிபிக் ஆழி, இமயமலை எல்லாமே அந்தக் கிணற்றுக்குள்தான்."

தில்லைமுத்து ஒரே பார்வையாய்ப் பாண்டியன் முகத்தைப் பார்த்துக்கொணடிருந்தான்.

"பசித்தவன் பழங்கணக்குப் பார்ப்பது போலிருக்கிறது இந்தத் தமிழ் வீர ஆராய்ச்சி." தங்கையா எழுந்தான். "தில்லைமுத்து!

---

*'எம்மண்டலமுங் கொண்டருளிய' சடையவர்மன் சுந்தர பாண்டியன் (1251 – 69)

பண்டைநாள் பெருமை பேசி மகிழும் இனத்தாரிடம் நிகழ்காலச் சிறுமைகள் மிகுந்திருக்கும் என்பது ஆன்றோர் கண்டறிந்த உண்மை. அது போகட்டும்." பாண்டியனின் தோளில் இடக்கையை வைத்தான். "புறப்படுவதற்கு முன் தகவல் சொல். எனது பள்ளித் தோழன் மாணிக்கம் பினாங் அருகே தானா மேரா எஸ்டேட்டில் வேலை பார்க்கிறான்–பார்த்தான். கடிதம் தருகிறேன், கொண்டு போ. அருமையான நண்பன்."

"சரி. கிளம்பலாம்."

கதிரவன் மறைந்து வெகு நேரமாகிவிட்டது. முகமூடி தரிந்த காகிதப் பூ விளக்குகள் காற்றில் அசைந்து ஒளி சிமிட்டின. தோட்டத்துக்கு வெளியே காரிருள் படர்ந்திருந்தது.

விளக்குக் கம்பங்கள் வெளிச்சமின்றி நின்ற தெருவில் மேற்கு நோக்கி நடந்தார்கள்.

8. செர்டாங்வே

டியோங்வா ரெஸ்டாரன்ட் மாடியிலிருந்து இறங்கிக் கொண்டிருந்தான். முன்னே நாவன்னா தட்டுத்தடுமாறி இறங்குவது வெளிச்சமில்லாப் படிக்கட்டில் நிழல் மங்கலாய்த் தெரிந்தது. சற்றுநேரத்துக்கு முன்னர், உதடுகளுக்கிடையே அவர் கவ்வியிருந்த சிகரெட் கடைசிப் படியில் கிடந்து கங்கு மின்னலுடன் புகைகிறது.

நடைபாதையில் இறங்கி நின்றார்கள்.

"பாவன்னா! வண்டி பிடிஸ்ஸி ஏதி விட்ருங்க... கொலும்பு ஸ்திராட்டுக்கு. பிரகு கடைஹி போரேன்... பாவன்னா! பாவன்னா! கொலும்பு போயிருகிகலா? கொலும்பு கொலும்பு கொலும்பு." இடக்கையைத் தோளில் வைத்து முகத்தை உற்றுப் பார்த்தார். "நல்ல ஊரு கொலும்பு. நல்ல ஊரு கொலும்பு. ம்க்ம் ம்க்ம் க்ர்ர்." காறித்துப்பிக் காலால் தேய்த்தார். சில விநாடிகள் தேய்த்துக்கொண்டே இருந்தார். "ம்க்ம் ம்க்ம்... பாவன்னா! இங்க பாருங்க பாவன்னா! பாவன்னா! உங்களுக்கு பிராமலக் கல்யானிய தெரியுமால்யா. கல்யானி கல்யானி உடலு என்னா உடலு வுடலு விடலு வில்போல வலையும். வில், வியில், ஹிஹிஹி. உங்களுக்கு வில் கையில் வஸ்ஸி அம்பு போடுறவில் கல்யானி ஹி நான்னா உயிரு. கலுஃத்தை சேர்த்துக் கட்டிகிருவா. ம்க்ம் ம்க்ம்... வெஃத்தில எஸ்ஸி இறங்குறது அவ தொண்டயில சிவஃப்பா ரஃத்தமாட்டமா தெரியும்... ம்க்ம் ம்க்ம் ம்க்ம் க்ர் க்ர்ர்..."

சடோ வண்டிகள் இரு திசையிலும் ஓடிக் கொண்டிருந்தன. "ஹெய்! ஹெய்! ஹெய்!" க்ணிங் க்ணிங்...

தெரிந்த வண்டிக்காரன் எவனாவது தென்படுகிறானா என்று விளக்கிலாச் சாலையைக் கூர்ந்து கவனித்துக்கொண்டிருந்தான்.

"அக்மெட்!"

" யா துவான்."

வண்டி நெருங்கி வந்து நின்றது.

“கொலொம்போ ஸ்ட்ராட், மாரிமுத்து வீடு. இரட்டை அங்சானா மரம். இறங்கி வீட்டுக்குள் கொண்டுபோய் ஒப்படை.”

“பாய்க், துவான்.”

கைத்தாங்கலாய் நாவன்னாவை வண்டியில் ஏற்றிவிட்டுச் சில்லறையை நீட்டினான். அக்மெட் பணத்தை வாங்கிப் பையில் போட்டுக்கொண்டு வண்டியைத் திருப்பினான்.

“பாவன்னா! வரேன். நானே இறங்கீருவேன். ம்க்ம் ம்க்ம்...”

வடக்கே நடந்தான். எதிரே, மாட்டு வண்டித் தமிழர்கள் இரண்டு பேர் கைலியும் கழுத்தடைப்புக் கோட்டுமாய் வந்தனர்.

“கிராணி ஐயா, கும்பிடுறேன். என்ன இந்நேரத்தில் இங்கிட்டு?”

“தன் போலிங் வீட்டுக்கு.”

“சரி, போயிட்டு வாங்க.”

நடைபாதை இருட்டில் பச்சூலி மணம் கமழ நின்றவள் தோளைக் குலுக்கி நெளித்தாள். ஒரு சீனன் உற்றுப் பார்த்துவிட்டுப் போனான். பாசார் திக்கிலிருந்து வந்த டொரியான் பழ மணம் கம்மென்று சூழ்ந்து அழுத்திற்று.

தெற்கேயிருந்து வந்த வண்டியை நிறுத்தி ஏறினான்.

“செர்டாங்வே.”

“பாய்க், துவான்.”

வண்டி ஓடலாயிற்று.

சராய்ப் பையில் கையைவிட்டுப் பார்த்தான். சிகரெட் பெட்டியைக் காணோம். எங்கே போட்டேன்? வலக்கை சட்டைப் பையைத் துழாவியது. ஓ, இங்கே இருக்கிறதோ? சிகரெட்டை உருவி வாயில் கவ்விக்கொணடு நெருப்புக் குச்சியைக் கிழித்தான்; அணைந்து போயிற்று. இன்னொரு குச்சி; அணைந்து போயிற்று. மூன்றாவது குச்சி. தீ எரிகிறது. பற்றவைத்தான். இதென்ன தீ தீக்கொள்ளி, இல்லை. நெருப்புக் குச்சி தீப்பிடித்து எரிகிறது. ஓஹோஹோ... அலைத்தணைத்து எறிந்தான். ஏன் மூன்று முயற்சிகள்... கை நடுக்கமா, காற்றா... சீச்சி! மடத்தனம் மடத்தனம்... என்றோ ஒருநாள், குடி முழுகிப் போகிறதொன்றுமில்லை. என்றோ ஒருநாள்...

அட்டணைக்கால் போட்டுச் சாய்ந்தான். மெல்லிய கீழைக்காற்று வீசியது. இரண்டொரு மானிட உருவங்கள் இருட்டில் கலந்து மறைந்தன. உடல் நிலைகொள்ளாமல் இங்குமங்குமாய் இடம் பெயர்ந்தது. சீச்சீ, உடல் அடங்காது. மனம்ஒடுங்காது. யாரும்

எதையும் அறிவு வழியில் நிறைவேற்ற முடியாது. சீச்சீ, உடலும் மனமும், விருப்பமும் ஒழுக்கமும். சீச்சீ... அரசியின் மனதைக் கவர்ந்த அறிவழகர் என்ன சொல்கிறார்–

வட்டமிட்டொளிர் பிராண வாயுவெனு
நிகளமொடு கமனம் செய்
மனமெனும் பெரிய மத்தயானையை என்
வசமடக்கிடின் மும்மண்டலத்
திட்டமுற்ற வளராச யோகமிவன்
யோகமென் றறிஞர் புகழவே
ஏழையேன் உலகில் நீடு வாழ்வென் இனி
இங்கிதற்கும் அனுமானமோ
பட்டவர்த்தனர் பராவு சக்ரதர
பாக்யமான சுப யோகமும்
பார காவ்ய கவித்வ நான் மறை
பாராயணம் செய் மதியூகமும்
அட்ட சித்தியு நலன்பருக் கருள
விருது கட்டிய பொன் அன்னமே!
அண்ட கோடி புகழ்காவை வாழும்
அகிலாண்ட நாயகீ என் அம்மையே!

அடிகாள்! கேடிலியப்ப பிள்ளை தவப் புதல்வீர்! மட்டுவார் குழலி மணாளீர்! அரசியை மயக்கிய அறிவழகீர்! நன்றை நன்று சொன்னீர். நனி நன்றாய்ச் சொன்னீர். மனமெனும் பெரிய மத்த யானையை அடக்கும் வழி என்ன? அதையும் சொல்வீராக, எப்படி அடக்குவது? எல்லாத் திக்குகளிலும் தடங்கல். மனதுக்கு உடல் முட்டுக்கட்டை. உடலுக்கு மனம் இடைஞ்சல்...

சிகரெட் புகை கண்ணில் படர்ந்து உறுத்திற்று. சீச்சீ. மனம் உடல் எல்லாம் கற்பனை. நாமே வகுத்த வேறுபாடு... அடிகாள்! மனதை அடக்கத் தெரியாததால்தான் நீடு வாழாமல் இளமையிலேயே மாண்டு போனீரோ – அதுவும் அந்தப் பொட்டைக் காட்டில் போய். அதிருக்கட்டும். அண்ட கோடி புகழ் காவை வாழும் அகிலாண்ட நாயகி அம்மை உம்மைக் கைவிட்டது ஏன்? மனம் குவியும் தந்திரம் உமக்குக் கைவரவில்லையா? அன்றி, ‘அகிலாண்ட கோடி ஈன்ற அன்னையாகிய பின்னையுங் கன்னி’யெனத் திரிவதால் அம்மைக்குப் பிள்ளைப்பாசம் அற்று விட்டதா...?

ஐந்து ராணுவ லாரிகள் ஒன்றன்பின் ஒன்றாகக் கடந்து சென்றன. வாயிலிருந்த சிகரெட்டைக் கையிலெடுத்துப் பார்த்தான். கங்கு மின்னுகிறது. இன்னும் உயிர் போகவில்லை. புகையை இழுத்து ஊதினான். சீச்சீ. எல்லாம் கதை. மனதை விண்ணில் – ஒழுக்கக்

கனவு லோகத்தில பறக்கவிடலாம். கொஞ்ச நேரம், மிகக் கொஞ்ச நேரத்திற்குத்தான். தரையிலோ அறுசுவை உண்டி. வகை வகையான பானம். சேலொத்த விழியும் பாலொத்த மொழியும் சிற்றிடையும் சிறு பிறைநுதற் கீற்றுமான மடந்தையர்... சிறகு கட்டிக்கொண்டு கற்பனை வானில் பறப்பவர்களைத் தரைக்கு இழுக்கத்தான் மங்கையரோ? மனிதனை மயக்கி மயலூட்டி மழுக்கி விழித்தாட்டித் துடிப்பிக்கும் புயல் நெருப்பு மழை—பெண்ணாகி வந்த மாயப் பிசாசம்—

> பெண்ணாகி வந்ததொரு மாயப்பிசாசம் பிடித்திட்டென்னைக்
> கண்ணால் வெருட்டி மயக்கிக் கடி தடத்துப்
> புண்ணாங் குழியிடைத்தள்ளி என் போதப் பொருள்பறிக்க
> எண்ணாதுனை மறந்தேன் இறைவா கச்சியேகம் பரனே!

அப்பா கச்சியேகப்பா, நானென்னப்பா செய்வேன், சின்னஞ் சிறு பையனப்பா! அப்பா பட்டினத்தப்பா, உன் கதியே இப்படியென்றால் என்னைச் சொல்வது என்னப்பா நியாயம், நீயே சொல்லப்பா... ஆ. அதோ...! அடிகாள்! பூம்புகார்த் துறவிகள்! உங்களைத்தான், உங்களையேதான் அழைக்கிறேன். இப்பொழுதுதான் தங்களை நினைத்தேன். தாங்களோ சட்டியும்கையுமாய்ச் சாலையோரம் நிற்கிறீர்கள். சட்டியில் ஒன்றையும் காணோமே. ஏன்? ஹெஹ்ஹ ஹெஹ்ஹ 'இருக்குமிடந்தேடி' வந்து 'உருக்கமுடன்' அன்னமிடுவார் யாரும் சிக்கவில்லையாக்கும்? ஏஞ்சாமி – சாமி, சின்னப்பயல் சொல்கிறானே என்று கோபித்துக் கொள்ளக்கூடாது – கலி காலத்தில் இந்த விரதமெல்லாம் கடைத்தேறுமா? தெருக் காட்டுக்குள் போய் ஆடிப்பாடி இரந்தால்தான் சோற்றைப் பார்க்கலாம். சோறு வேண்டுமாயின், தயவுசெய்து நான் சொல்கிறபடி செய்யுங்கள். கௌசாவனுக்குப் போய்ப் பூப்போட்ட சட்டை ஒன்று வாங்கிப் போட்டுக்கொள்ள வேண்டும். தாடி இருந்துவிட்டுப் போகிறது. லேசாய் வெட்டிவிட்டால் போதும். அரிதாரம் இல்லையோ? வேண்டாம். விபூதியை முகத்தில் அப்பிக் கோவணத்தால் தேய்த்துவிடுங்கள். பவ்டர் பூசியதுபோலவே இருக்கும். சரி என்னென்ன சினிமாப் பாட்டுத் தெரியும் உங்களுக்கு? என்ன, 'பெண்ணே வா வா வா ! இன்பம் தா தா தா !' கூடத் தெரியாதா? கதை – வசனம் பேசத் தெரியுமா? தெரியாது. பேடிக் கூத்து ஆடத் தெரியுமா? அதுதான் சாமி, குண்டியை ஆட்டிக் குதிப்பது... அதுவும் தெரியாது? சரி, உங்களுக்கு என்னதான் தெரியும்? ஒரு பானைச் சோற்றை அவக் அவக்கென்று விழுங்கத் தெரியுமா? போங்க சாமி, போங்க. சுத்தப் பட்டிக்காட்டுச் சாமியாய்

இருக்கிறீர்களே. பண்டாரப் பாட்டுப் பாடிக்கொண்டிருந்தால் எந்த இல்லத்தரசி தங்களுக்குச் சோறு போடுவாள்–அதிலும் தாங்கள் இருக்குமிடம் தேடி வந்து... மூன்றாள் பிச்சையை மிச்சம் பண்ணினால் ஒரு மாட்டினி பார்த்துவிடலாமே, சாமி... சரி, எப்படியும் போங்கள், தங்களுக்குச் சொல்லிப் பயனில்லை... அது நிற்க. தங்களிடம் ஒரு சேதி கேட்க வேண்டுமென்று நினைத்தேன். அதாவது, பூம்புகாரில் மாவன்னாக் கோவன்னா மார்க்கா கோவலன் செட்டியார் பற்றி தங்களுக்குத் தெரிந்திருக்குமே! அவர் வீட்டு வகையில் யாரேனும் இப்போது அங்கே தொழில் நடத்துகிறார்களா? இல்லையா? ஆ... எப்பேர்ப்பட்ட மார்க்கா! இருந்த இடம் தெரியாமலா போய்விட்டது! கோவன்னா அவர்கள் பெண்டாட்டி தாலியை விற்க மதுரைத் தெற்காவணி மூல வீதிக்குப் போயிருந்த இடத்தில் – இல்லையில்லை, தாலியில்லை, தண்டை, அதுதான் சிலம்பு. நகை வியாபாரிகளின் சூழ்ச்சியால் அநியாயமாய்க் கொலையுண்டாராமே, பிள்ளை வைக்கக்கூடக் கொள்ளி இல்லாமல் – மன்னிக்கவும், நாக் குழறுகிறது. பிள்... மம்... கொள்ளி வைக்கக்கூடப் பிள்ளை இல்லாமல், கண்ணகியாத்தாளும் மலைக்காட்டில்போய் மாண்டு போனார்களாக்கும். ஐயோ, பாவம்! கணவனிடம் தண்டையைக் கழற்றிக் கொடுப்பானேன். விடாப்பிடியாய் அவனைப் பின்பற்றிப் போய் அறியாத் தேயத்தில் அநாதையாய்ச் சாவானேன்? ம்ஹ்ங்... கோவன்னா அவர்கள் எடுத்து வைத்திருந்த திருக்கடையூர் தாசி மாதவிக்கு ஒரு மகள் பிறந்திருந்ததாகவும்–அந்தத் தங்கச்சி பெயர் மணிமேகலை என்றார்கள்–அதுவும் பருவ வயதில் துறவறம் பூண்டு சாக்கிய மடத்தில் போய் ஒடுங்கிவிட்டதாகவும் சொல்கிறார்களே, உண்மைதானா? ம்ஹ்ங்... கோவன்னா அவர்களின் மாமனார் எட்டி மாநாய்கன் வீடும் கொடியற்றுப் போனதாக்கும்... ஏஞ் சாமி, இதெல்லாம் ஏனிப்படி...? ஆ! அப்படியா! அது சரி, இன்னொரு சங்கதி. வீடு கசந்தபின் தாங்களும் திருக்கடையூருக்குத்தான் போனீர்களோ... என்ன பெயர்? திருவுடைய நாயகி! நல்ல பெயர், மணியான பெயர்... ம்ம்? மூன்று மாதத்தில் புளித்துவிட்டதாக்கும். பிறகு மாமல்லை, நாகை, கொற்கை... தொழிலைக் கவனிக்க நேரமில்லை. மேலாளும் அடுத்தாட்களும் சேர்ந்து பட்டை நாமம் போட்டார்கள். கடை நொடித்துவிட்டது. உடுத்திய வேட்டியோடு, 'ஊரும் சதமல்ல உற்றார் சதமல்ல உற்றுப் பெற்ற பேரும் சதமல்ல' என்று பரதேசம் கிளம்பிவிட்டீர்கள்... இவ்வளவுக்கு ஆகியும்கூடப் பெண்ணாசை அடியோடு ஒழியவில்லையே. ஆமாம், சமயங்களில் நினைவு வரத்தான் செய்யும். அதற்குத்தான் ஒரு இக்குவைத்துப் பாடியிருக்கிறீர்களே...

நினைவெழுந்தால் வீதிக்குள் நல்ல
விலை மாதருண்டிந்த மேதினியில்

– என்று. அடிகாள், என்ன முன்யோசனை, என்ன நுட்ப புத்தி ! ஏஞ்சாமி, விலைமாதர்தான் தங்களுக்குப் பிடிக்குமாக்கும்... கொல்லைப்புற மாங்கனிகளில் விருப்பம் இல்லையோ ? ஆமாம், அதுசரிதான். சந்தைக் கடைச் சரக்கின் ருசியே அலாதி. அதுதான் இழுத்த இழுவைக்கெல்லாம் ஒத்துவரும். ம்ம். சாமிக்கு வயதுஅறுபதை அடுத்திருக்குமே ? சரி, சரி. ம்ம். வயதுகாரணமாய் வரும் நரம்புத் தளர்ச்சி... உடல் வலு மருந்து... இதில் கூச்சம் என்ன, சாமி. எல்லாருக்கும் உள்ளதுதான். எனக்குத் தெரிந்த வரையில் இதற்கு ராஜ மருந்து ஒன்றே ஒன்றுதான்–மதுரைத் தென்னோலைக்காரத் தெரு நொண்டி வைத்தியரின் 'மன்மத பாண லேகியம்.' மூன்றே மூன்று டப்பி. நாளைக்கு மூன்று வேளை – தொண்ணூறு நாள்... யுத்த காலம் சரக்குக் கிடைக்காது. கப்பல் விட்ட பிறகுதான் ஊரிலிருந்து... ம் ம், அதற்கிடையே ஒரு கைபாக மருந்து. டொரியான் பழவாடை தங்களுக்குப் பிடிக்குமோ ? சரி, டொரியான் சுளைகளைப் பிழிந்து ரசம் எடுத்து வைத்துக்கொள்ள வேண்டும்–கால்படி ரம்புத்தான், பீசாங்மாஸ், மங்குஸ்தான், வாதுமைப் பருப்பு, முந்திரிப்பருப்பு, பிஸ்தாப்பருப்பு, குங்குமப்பூ, கற்கண்டு, குல்கந்து, பால், நெய், தேன் இவற்றைச் சம எடையாய்–ஒரு தோலா எடுத்து விழுதுப்பதமாய் அரைத்து , டொரியான் பழச்சாற்றில் போட்டு அடுப்பில் வைத்துப் பாதியாகச் சுண்டவைத்துக் காலையில் மாலையில் சாப்பிட வேண்டும். வடிவாய் ஒரு மண்டலம். நல்ல பலன் தெரியும்... ம்ம், அது நிற்க. அடிகளாருக்கு வேகுப்பட்டி மைனர் கானா ரூனாவைத் தெரியுமா ? அப்பச்சி சாகும்போது சுளைசுளையாய்ப் பத்து லட்சம் *வராகன் வைத்துவிட்டுப் போனார். அவ்வளவும் மூன்றேவருஷத்தில் காலி. கானா ரூனா இப்பொழுது சோழ நாட்டில்தான் – திருக்குடந்தையோ, மயிலாடுதுறையோ நினைவில்லை – ஒரு நாடகக் கணிகை வீட்டில் காலம் தள்ளுவதாகக் கேள்வி. தெரியாதா ? மாறன்குடி 'அத்தறுதி' முத்துக்கருப்பப் பிள்ளை மகன் திருநாவுக்கரசு ? விருதுநகர்' குங்குமப் பொட்டு' உலகளந்த பெருமாள் நாடார் மகன் ராஜரத்தினம் ? சாமி தோப்பு 'உண்டியல் கடை' ராமையா மகன் சுந்தாச்சு ? இவர்களெல்லாம் கோடம்பாக்கம் குட்டிகளை இழுத்து வைத்துக்கொண்டு உங்கள் ஊர்ப் பக்கம்தானே இருக்கிறார்களாம் – புதுச்சேரி என்றோ காரைக்கால் என்றோ சொன்னார்கள் –

* வராகன் – ரூ 3.50

இவர்களையும் தெரியாதா...? ஆ , என்னே என் மடமை! இவர்கள் இந்தக் காலத்து ஆட்களன்றோ! தங்களுக்குத் தெரியாதுதான்... அடிகாள் அடிகாள்! என்ன மாயமிது, எங்கே மறைந்தீர்கள்! ஓ, தங்களுக்குச் சித்து விளையாட்டும் தெரியுமோ...

டில்லி மட்டக்குதிரை தாவோட்டமாய் ஓடிக்கொண்டிருந்தது. வலக்கை நெற்றியை வருடிற்று. ஒவ்வொருவரும் வெவ்வேறு வகை. பூம்புகார்த் துறவிக்கு, பெண்ணாகி வந்த மாயப்பிசாசம் கிட்டத்தில் வரவேகூடாது – அதாவது நினைவெழாத நேரங்களில், நினைவெழுந்தால் 'வீதிக்குள் நல்ல விலை மாதருண்டு–நோய் நொடி நச்சுப்பிச்சு இல்லாத நல்ல விலைமாதர்–அழகிய இளம் விலைமாதர்.

வண்டி செர்டாங்வேயில் திரும்பிற்று. நெருப்பணைந்த சிகரெட் நாறியது. வீசி எறிந்தான். வலப்புறத்தில் மலாய்ப் பெண்கள் உரையாடும் இனிய ஓசை. ஆ, அயிஷா அயிஷா, ஆயிஷா நன்மனம் நல்லுடல் நன்மணம். தங்கத் தந்தப் பளிங்குப் பட்டுச் சிலை.

மஞ்சள் பட்டு விரிப்பு மூடித் தொங்கிய எண்மூக்கு மேசைமீது நீலமணி விளக்கொளியில் பளபளக்கும் வெள்ளிப் பேலாக்கள். செந்நிறத்தேன். சப்ர மஞ்சத்தில் மெய்யுருகி மனமுருகக் குரலுருகும் நாதம் குமுகுமுத்தது.

'ஒருநாள் தெங்கு முஜாஹிர் மனைவியுடன் பயாஸ்கோப் பார்த்துவிட்டுத் திரும்பினேன் – கணவனை தலாஹ் செய்த சமயம் அது – வாசலில் வெள்ளை வேட்டியும் சந்தனநிறக் கோட்டுமாய் நின்றனை. தலைமுடி கன்னங் கறேரென்று அலைந்தாடியது. முத்துப் பற்கள் மின்னின. அகன்ற விழிகள் என் மார்பை ஊடுருவின. யாரோ இன்னொரு 'செட்டி'யுடன் கலகலவென்று சிரித்துப் பேசிக் கொண்டிருந்தாய். அப்பொழுதே என் காதலனைக் கண்டேன். கண்டுகொண்டேன் என் காதலனை, தலைவனை, நாயகனை... ஓ, என் கண்ணாளா! என் மார்பாளா! என் ஆணாளா! என்னை மணந்து கொள். சேலை கட்டி, நெற்றியில் சின்னஞ்சிறு குங்குமத் திலகம் இட்டுக்கொள்கிறேன். இந்த ஊர் பிடிக்காவிடின் சொல், சிங்கப்புராவில் போய் வசிப்போம்!... சாயா பூஞா சிந்தா! சாயா பூஞா ராஜா!

'பெண் மயிலே! முடியாது. முடியாது. நான் தாலிகட்டும் வகையைச் சேர்ந்தவனல்லன். விலங்கு போட்ட தொழுவ வாழ்க்கை எனக்கு ஒத்து வராது. கண்மணியே கேள்; தாயின் பாதுகாப்பில் இருக்கவேண்டிய காலத்தில் வேசையரின் மார்பில் மிதந்தேன். மனையாளின் அரவணைப்பில் அடங்க

வேண்டிய வயதில் மனையறத்தை வெறுத்து மனம் குழம்பித் திரிகின்றேன். பொன்னே மணியே புனைபூங்கோதாய்! என் இல்லத்தரசியாயிருக்க நீ உடன்படுவது என் பாக்கியமே. ஆனால், நானோ இல்லறத்தை வெறுக்கும் இளைஞன். முடியாததால் வெறுப்பவனின் வெறுப்பைவிட முடிந்திருந்தும் வெறுப்பவனின் வெறுப்பு மிக மிகக் கொடிதன்றோ! காரளகப் பெண்சிகாமணியே! நான் மந்தையில் இருந்து விலகிப் பிரிந்த ஓடுகாலி. பிரிந்ததால் மந்தையின் வெறுப்புக்கும், பிரிய நேர்ந்ததால் தன் வெறுப்புக்கும் உள்ளாகி, இந்தப் பரந்த வையகத்தில் காலூன்ற இடமின்றி, ஒட்டிப்பற்ற ஈரப்பசை காணாமல் தன்னந்தனியனாய் அலைந்து திரிகிறேன்; அலைந்தலைந்தே திரிகிறேன்; அலைந்தலைந்து திரிந்தே அழிவேன். கன்னற்சுவை மொழி மின்னிடையாய்! உன் திரண்டுருண்ட மார்பிலே என்னைச் சயனித்து, உன் சேலொத்த விழியிலே என்னைக் கண்ணுற்று, உன் பாலொத்த மொழியிலே என்னைச் செவியுற்று, உன்னை அறிவதால் என்னை மறக்கிறேன். ஆகவே, உன் உடலணைப்பில் இருக்குங்காறும் சங்க நிதி பதும நிதி இரண்டும் வேண்டேன்! கங்கை வார்சடை கரந்தான் அருளும் வேண்டேன்! எனினும் பெண் மயிலே, நான் தன்னந்தனியன். என் காதலீ! மார்பிற் படுத்து மயலூட்டி மகிழ்வித்து மறப்பூட்டும் நாயகீ! அன்னையற்ற எனக்குத் தாயாகி மடியிற் கிடத்தித் தாலாட்டவல்லையோ? தமக்கையறியா என்னை இடுப்பில் வைத்துக் கிள்ளி அமுதூட்டிப் பின் முத்தாடி ஆற்ற ஒவ்வாயோ? தங்கையற்ற என்னைத் தொடர்ந்தோடிப் பற்றிச் சிணுங்கி நச்சரியாயோ...?

மல்லிகை விளக்கு வரிசைகள் மின்னிய மேக கேசம் தோளில் மார்பில் அலைஅலையாய்க் கற்றை கற்றையாய்ப் புரள்கிறது.இனிய மலாய்க்குரல் தேனாய்ப் பாலாய்க் கனிரசமாய் ஒலிக்கின்றது.

'என் ஆருயிர் அன்பா! என் மார்பிற்குரிய நாயகா! ஊரறிய என்னை உன் இல்லாளாக ஏற்றுக்கொள்... நான் உன்னைப் பன்னீரால் குளிப்பாட்டி என் கூந்தலால் துவட்டி விடுவேன். உன் தலைமுடியை என் விரல்களால் கோதி வாரிவிடுவேன். உனக்குப் பிடித்தமானதைச் சமைத்து என் கையாலேயே ஊட்டிவிடுவேன். உன் வாயில், கண்ணில், நெற்றியில், முத்தி முத்தி முத்தாடுவேன். உன்னை அள்ளி அணைத்து மார்பில் சார்த்திக்கொண்டு பூங்கொடிபோல் என் உடலை அசைத்துத் தாலாட்டுவேன். உன் இமைகளை வருடி உறங்க வைப்பேன்...'

கைகளால் முகத்தைத் துடைத்தான். ஒவ்வொன்றுக்கும் எத்தனையோ காரணங்கள். மதுரைத் தெற்குவெளி வீதி

வியாபாரியின் மனைவி உலகறியா மாணவனை ஏமாற்றிக் கற்பழித்ததேன்? அவன் வயதில் மகன் இருந்தான். தகப்பனை உரித்து வைத்தது போன்ற உருவில். வியாபாரியிடம் அப்படி எதுவும் கோளாறு இருந்ததாகத் தெரியவில்லையே. அப்புறம் ஏன்? ஒருவேளை அவளது பெருந்தீனி—எந்நேரமும் அரைத்துக்கொண்டிருக்கும் வாய் காரணமாக இருக்குமோ? பன்றிபோல் தின்றால் பன்றித்தனம் வருமா...

ஆ. அந்த மாணவ நாள்கள்... வீட்டிலிருந்து தங்குதடையின்றிப் பணம் வந்துகொண்டிருந்தது. வெண்கலக் கடைச் சந்து நாகமணி, மஞ்சனக்காரத் தெரு சொர்ணம், குயவர் பாளையம் கோகிலராணி என்ற குப்பம்மாள். பணம் குறைந்து போனால் ஒண்ணாம் நம்பர் சந்து மலையாள பகவதிகள் – ஓமனா, பாருக்குட்டி, சரோஜம்மா...

திண்ணைகளில் தூணைப் பிடித்துக்கொண்டு வெள்ளை, சிவப்பு, கறுப்புச் சேலைப் பெண்டிர் நிற்பார்கள்.

“ஞே! இவட நோக்கே.”

திரும்பிப் பார்த்தால் முடிச்சவிழ்ந்த ரவிக்கையின் இரு நுனிகளையும் அகற்றிப் பிடித்துக்கொணடு ஒளிவு மறைவின்றிக் காட்டுவார்கள். பார்த்துவிட்டுப் பேசாமற் போனால், காறித்துப்பிய வெற்றிலை எச்சில் பின்தொடரும். கண்ணாடி வளையல்கள் குலுங்கி ஒலிக்கக் கைகொட்டி நகைப்பார்கள்; ஏசுவார்கள்.

கிருஷ்ணன் கோயில் சந்தில் இடப்பக்கம் பள்ளத்தெரு – மாணவர்கள் சூட்டிய பெயர்: டவ்னிங் ஸ்ட்ரீட். ஒரு முக்கில் சாக்கனாக்கடை, மறுமுக்கில் பிராமணாள் காப்பி கிளப்பு, வேறு இடங்களில் விலை போகாத தேய்ந்துபோன வவ்விகள் பட்டைச்சாராய மணம் கமழ நடுத்தெருவில் நிற்பார்கள். எச்சரிக்கையாகப் போக வேண்டும். சற்று அயர்ந்தால், வேட்டியைப் பிடித்துக்கொண்டு, “பொம்பளைக்கி வகை சொல்லிப்பிட்டுப் போடா, பேடிப் பலே!” என்று முழங்குவார்கள். தாழ்ந்த பொந்து வீடுகளுக்குள்ளிருந்து டாப்பர் மாமா சண்டியர்ப் படை திமுதிமுவென்று ஓடிவரும்... கிழக்கே செல்லும் தெருவில், அரைக்கால்வாசி திறந்திருக்கும் கதவுகளுக்குப் பின்னே சங்கிலியில் கட்டுண்ட கொச்சி நாய் தென்படும் உயர்ந்தவிலை தாசிவீடுகள். ‘மாமா’ கூறுகிறார்; “பஞ்சத்துக்கு ஆண்டியில்லை; பரம்பரை ஆண்டி. அந்தாந்தக் *குச்சிக்காரி வீடுகள்ள மாதிரி நச்சுப் பிச்சு

---

* தாசி வகுப்பினரல்லாத விபசாரத்தை வருவாய் தொழிலாகக்கொண்ட வேசைகள். முன் காலத்தில் இவர்கள் சமுதாயத்தால் ஒதுக்கப்பட்டு ஊருக்கு வெளியே குச்சு (குடிசை) கட்டிக்கொண்டு வசித்ததால் வந்த பெயர்.

வியாபாரம் கிடையாது. ஒரு பயமில்லை, காலம்பர வென்னீர் போட்டுக் குளிச்சிப்பிட்டுப் போகலாம்..."

பிறகு மெடான் கொண்டு வேலை.

மீண்டும் தாயகம்.

மேலமாசி வீதியில் முத்துநாயகி – தாசி மகள் தாசி.

"ஓங்களுக்கு ராவ்சாகிப்..........த் தெரியுமா?... எம்மேல் அவருக்கு உயிர். மதுரைக்கு வந்தால் என்னைப் பார்க்காமல் போக மாட்டார். ஒன்மினிட். ஒரு இம்சையில்லை. பச்சை நோட்டு டோக்காய் வந்து விழுந்திரும்... ம்ம்... நீங்ய என்ன செட்டியாரா...? கோவிச்சிக்கிடாதிங்ய. சிங்கப்பூர் வேட்டிபோல இருக்கேன்னி கேட்டேன்."

"நாடார்."

"ஐயையோ! நா டா ரா ! அப்பவே சொல்லக்கூடாதா... சக்குன்னு கட்டில்ல வந்து உட்கார்ந்துக்கிட்டு கூசாமல் சொல்றிங்களே. என்ன பண்ணுவேன்... ஹ்ம்கூம்... ஓங்களுக்குச் சிரிப்பாயிருக்காக்கும், ஏன் இருக்காது... ம்ம்... நீங்யளும் வந்திட்டிங்ய, என் மனசுக்கும் பிடிச்சுப் போச்சு..."

குறும்புச் சிரிப்புடன் கன்னத்தைக் கிள்ளினாள்.

"அப்பவே நினைச்சேன். மேற்படி ஆள்போல இருக்கேன்னி. அம்மா கிண்டிக் கிண்டிக் கேட்கும். வாயை விட்ராதிங்ய. சாதி போச்சு, குலம் போச்சின்னு குதிச்சிப்பிடும் குதிச்சு. இந்தக் காலத்தில் சாதி குலமெல்லாம் பாக்க முடியுதா...?"

கீழே போய்ப் பால் பழத்தை எடுத்து வந்தாள்.

"என்ன... மறந்திருவிங்யளா? அத்தான்! மாட்டேன்னு சொல்லுங்க. ம். மதுரைக்கு வந்தா கட்டாயம் வீட்டுக்கு வரணும். பணமில்லை. அது இதுன்னி வராமல் இருக்கக்கூடாது. பணங்காசு கொடுக்கிறதுக்கெல்லாம் டசன் கணக்கில ஆள் இருக்கு. அத்தான் நான் நல்லகுடியில பிறந்திருந்தால் என்னைக் கட்டிக்கிடுவிங்யளா, ம்ம்...? இப்ப இருக்கிறாப்புல எப்பவும் என்மேல் ஆசையா இருப்பிங்யளா. ம்ம்...? அத்தான். இங்க பாருங்யளேன். கொஞ் னசம் கண்ணை மூடிக்யங்க, ம்... கிச்சுக் கிச்சுக் கீஇஇச்." அக்குளில் கையை வைத்துக் கிச்சரித்தவளின் அகம் குளிர முகம் மலர்ந்து முறுவலித்தது. "பாப்பாவுக்குச் சிரிப்பாணியைப் பாருங்க... என் தங்கப் பாப்பா, என் கண்ணுப் பாப்பா, என் சின்னப் பாப்பா!" கன்னத்தை வருடி நெற்றியில் முத்தமிட்டாள். "அத்தான், நான் ஒண்ணு கேக்குறேன், தருறிங்யளா, ம்ம்? உங்களைப்போல எனக்கு ஒரு பிள்ளை தருவிங்யளாம், ம்ம்...?"

பிள்ளை இல்லை. பிள்ளைப்பேறு ஆசை மனதை அரிக்கிறது. ஏற்கனவே மூன்று வீடுகள் வாங்கியிருக்கிறாள். நான்காவது வீட்டுக்குப் பேச்சு நடக்கிறது. வீடு வாசல் இருந்து என்ன செய்ய, பிள்ளை இல்லையே! கோயில்–குளம் , தேர் திருவிழா ஒன்று பாக்கியில்லை. பார்க்காத டாக்டர் இல்லை. மருத்துவச்சி இல்லை. என்ன பயன்? பிள்ளை உண்டாகவில்லை. பிள்ளை பிள்ளை பிள்ளை. ஒரே ஒரே ஒரே ஒரு பிள்ளை. ஆசைக்கு ஆதரவுக்கு சொத்துக்கு ஒரு பிள்ளை. ஆத்தா அழகு மீனா! தாயே ஈசுவரீ! ஒரே ஒரு பிள்ளை தாம்மா...

வடக்காவணி மூலவீதியில் 'ரங்கூன்' ராஜசுந்தரி. ரங்கூனைக் கனவிலும் கண்டிராத இவள் பிறந்து வளர்ந்து வாழ்க்கைப்பட்டிருந்த ஊர் பரமக்குடி. பெற்றோர் சூட்டிய பெயர் நாகுலு. பவ்டர் பூச்சையும் மீறித் தலை காட்டும் கரும்புள்ளி செம்புள்ளிகளை அமுக்கி மறைப்பதற்காக, வீட்டுக்குள் நீல மட்டி நிற மின் விளக்குப் போடும் முறையை முதன்முதலாக மதுரையில் புகுத்திய வேசை இவளேயென்று விவரமறிந்த பழம் புள்ளிகள் கூறுவர்... 'இரட்டை வீட்டு' முத்துலட்சுமி; "நம்ம வீட்ல எல்லாரும் துணிஞ்சு படியேற முடியாது. உங்களைப்போலத் தரமான மனுஷாள் வந்திட்டால் தாக்ஷண்யத்துக்கு ஒத்துக்கிட வேண்டியிருக்கு..."

குன்றக்குடியில் வள்ளிக்கண்ணு. மாடு – பசுமாடு. அமைதி தவழும் மடமை முகத்துடன் எந்நேரமும் அசை போட்டுக் கொண்டிருப்பாள்.

"பொக்குன்னுப் போங்க. அவுக, செட்டியாருக வருற நேரம்."

"என்ன செட்டியாருகளா?"

"ஆமா. யாரு, ஏன், எதுக்குன்னியெல்லாம் சொல்லணுமாக்கும். மூணுபேரு கூட்டாச் சேர்த்து சாப்பாட்டுக்குக் கொடுக்கிறாக. ஒண்ணாய்த்தான் வருவாக, போவாக. தெரிஞ்சுக்கிட்டிங்யளா? வந்த வழியைப் பார்த்து வண்டியக் கட்டுங்ய. நேரமாகுது."

கப்பலில் பழக்கமானவளுடன் சென்னையில் மூன்று நாள். தாலி கட்டிய நாயகர் தெரிந்து ஒதுங்கிக்கொண்டார். சகிப்பாளிக்கு வாழ்க்கைப்பட்டதால் இவள் தட்டுவாணியானாளா அல்லது தட்டுவாணிக்குத் தாலி கட்டியதால் அவர் சகிப்பாளியானாரா? ஒரு வேளை பேடியாயிருக்குமோ... அல்லது, இளமையில் தடம் புரண்ட நெறியில் சென்றதால் உடல்–திறனை இழந்தவரா...? இல்லத்தரசி பிறவித் தட்டுவாணியாகவும் இருக்கலாம். யார் கண்டது...

சிகரெட் பெட்டியை எடுத்து, ஒன்றை உருவிப் பற்ற வைத்தான். உடல் உடல் உடலுடலுடல். சீச்சீச்சீ.காயமே இது

பொய்யடா, காற்றடைத்த தோற்பையடா. குருதி சதை எலும்பு... அவற்றினாலான, அவற்றைத் தவிர வேறொன்றுமல்லாத, அவற்றின் விளைநிலமாம் அதற்காக... அதைக் கருதிக்கனவி, படித்துப் பழகி, எண்ணி எழுதி... சீச்சீச்சீ! ஒருத்திக்கொருவன் இருவன் பலவன்... ஒருவனுக்கொருத்தி இருத்தி பலத்தி... சீச்சீச்சீ. நாய்போல் பன்றிபோல், குருதி சதை எலும்புடல், ஊத்தைக்குழி, மெய்யுணர்வற உழைத்திடும் கனகலவி... உணர்வு கலங்கி ஒழுகிய விந்து ஊறு கரோணிதமீது கலந்து பனியிலோர் பாதி சிறு துளி மாது பண்டியில் வந்து புகுந்து திரண்டு விளைந்த பாண்டம். ஊத்தைக்குழிக்குள் இருக்கும்போது மூக்கைத் துளைக்கும் நெடி. அது உருண்டு திரண்டுருப் பெற்றுக் குழவியாகிப் புவியில் விழுந்து மடியிலேறி, மழலை மொழியும்போது நன்மணம் நன்னாதம் பேரின்பம். முதலில் ஊத்தைக்குழிச் சாக்கடையில் நெளியும் புழு. பிறகு, பேசும் பொற்சித்திரப் பிள்ளைக் கனியமுது. கல்லா மழலைக் கனியூறல் கலந்து கொஞ்சும் சொல்லாலுருக்கி அழுதோடித் தொடர்ந்து பற்றி மல்லார் புயத்தில் விளையாடும் மகிழ்ச்சி மைந்தன். குறுகுறு நடந்து சிறுகை நீட்டி, இட்டும் தொட்டும் கல்வியும் துழந்தும் நெய்யுடை அடிசில் மெய்ப்பட விதிர்த்தும் மயக்குறு பாலகன். தாமரைத் தாதின் அல்லி அவிர்இதழ் புரையும் மாசில் அங்கை மணிமருள் அவ்வாய் நாவொடு நவிலா நகைபடு தீஞ்சொல் யாவரும் விழையும் புதல்வன். மக்கள் மெய்தீண்டல் உடற்கின்பம் மற்றவர் சொற் கேட்டலின்பம் செவிக்கு... எங்கிருந்து வந்தான்? சீச்சீச்சீ. ஊத்தைக் குழியில் உண்டாகி உருவாகி உடல் பெற்று வெளியாகி வளர்ந்து பார்த்துக் கேட்டுப் படித்துத் தெரிந்து, அதையே விரும்பி ஏங்கித் துணிந்து, அதிலேயே மூழ்கி, முனகி, முயங்கி, ஆழ்ந்து தேய்ந்து நைந்து,

தொந்தி சரிய மயிரே வெளிற
நிரை தந்தமசைய முதுகே வளைய
இதழ் தொங்க ஒருகை தடிமேல் வர மகளிர் நகையாடி
தொண்டு கிழவனிவனாரென இருமல்
கிண்கிணென முனுரையே குழற விழி
துஞ்சு குருடுபடவே செவிடுபடு செவியாகி

நொந்து, தரையில் விழுந்து, ஊர்ந்து, புலம்பல் மொழிந்து, புலன்கள் அழிந்து , கிடை சடமாகி... சவம்... பிறகு?

ஊரெலாம் கூடி ஒலிக்க அழுதிட்டு
பேரினை நீக்கிப் பிணமென்று பேரிட்டு
சூரையங் காட்டிடைக் கொண்டுபோய்ச் சுட்டிட்டு
நீரினில் மூழ்கிநினைப் பொழிந்தார்களே

சரி. வரவு செலவு நேர். கணக்குத் தீர்ந்தது...

சாடோ ஓடிக்கொண்டிருந்தது.

"பிரெந்தி"

வண்டி நின்றது. இறங்கிக் காசு கொடுத்துவிட்டுத் தென்புறப் பிலித்தோன் தெருவில் புகுந்து நடந்தான்.

வேலைக்காரி கதவைத் திறந்தாள். மாடிப் படிக்கட்டில் காலடி இறங்கி வரும் ஓசை கேட்டது. மல்லிகை மணம். அயிஷா...

"சாயா பூஞா சிந்தா! சாயா பூஞா ராஜா!"

தங்கத் தந்தப் பளிங்குப் பட்டுச்சிலை அணைத்திறுக்கிக் குமுகுமுத்தது.

9. பயணம்

மொஸ்கி ஸ்ட்ராட். 18ம் நம்பர் கிட்டங்கி.

சாயங்கால நேரம்.

ரம்புத்தான் பழத்தை உரித்துத் தின்று கொண்டிருக்கும் காயாம்பு பிள்ளை – முதல் பெட்டியடி சீனாக காவன்னா மார்க்கா முதலாளி – எதிரே, வாங்குப் பலகையில் அடக்கம் என்றோ அல்ல என்றோ திட்டமாய்ச் சொல்ல முடியாதபடி, ஒரு காலைச் சம்மணம் கூட்டியும் மறுகாலைப் பாதம் பலகையைத் தொடும்படி குத்த வைத்தும், அலமாரியில் லேசாகச் சாய்ந்தமர்ந்திருக்கும் மூன்றாவது பெட்டியடி மேலாள் முருகையா பிள்ளையிடம் கூறுகிறார்.

"தண்டாயுதபாணி கிருபையில் நல்லபடியாய் போய்த்து வரட்டும்; வேணாமுங்கலை, ஆனாக்கா எனக்கு என்னமோ பிடிக்யலை."

"ஆமாமா, அது சரிதான்."

" த்தூ... தத்தூஉஉ..." நாற்காலி அருகே வாயைப் பிளந்து நிற்கும் பணிக்கத்தில் கொட்டையைத் துப்பிவிட்டு, எதிரே நின்ற பையன் இரு கைகளிலும் பற்றியிருந்த தண்ணீர் செம்பை வாங்கி வாயைக் கொப்புளித்துத் துப்புகிறார் காவன்னா.

செம்பை வாங்கிக்கொண்டு பையன் போகிறான்; போய் மறைந்துவிட்டான்.

"டேய்! அட பயகா!"

"ஏன், இந்த வந்துட்டென்." முன்னே, பெட்டியடியில் பேரேடு பதிந்துகொண்டிருந்த அடுத்தாள் எழுந்து, இறங்குகிறார்.

"அந்தப்பயலை, ம்ம்... அந்த இந்த மாத்திரையை எடுத்தாரச் சொல்லு; அலமாரியில இருக்கு,"

அடுத்தாள் உள்ளே விரைகிறார்.

(காவன்னா எடுத்து வரச்சொல்வது ராயல் மன்மத சஞ்சீவி மாத்திரை. 'எத்தனை வயதானாலும் கவலை வேண்டாம்.

நாளைக்கு மூன்று வேளையாக ஒவ்வொரு மாத்திரை; ஒரே ஒரு மண்டலம் சாப்பிட்டால் போதும். இழந்த வீரியத்தை மீண்டும் பெறலாம். பெண்களைக் கவரும் கட்டழகும் காந்த சக்தியும் உண்டாகும். பத்தியமில்லை. குணமின்றேல் பணம் வாபஸ்.' – பிள்ளையவர்களுக்கு ஆவணி பதினேழோடு ஐம்பத்தொன்பது முடிந்து அறுபது நடக்கிறது... பினாங்கில் வாங்கிய மருந்து. வேறு சீசாவில் மாற்றிப் போட்டு வைத்திருக்கிறார்.)

"வயிறு ஒரு மாதிரியா இடக்குப் பண்ணுதுல, அதுக்கு நல்லதுனு சொன்னாக."

"ஆமாமா, அததுக்குச் செய்யிறதை அப்பப்பச் செய்யணுமுல."

பையன் வேகவேகமாய் வந்து சீசாவை நீட்டுகிறான்.

"அட கூதறைப்பலே, மேல் தட்டுல இருக்கிற போத்தல்ரா, ஊதாப் போத்தல். பெண்டாட்டியக் கூப்பிடச் சொன்னா மாமியாளைக் கூட்டியாந்து விடுகிற பயல்ங்கிறது சரியாப் போச்சுதுல. போடா கொதக்குப்பலே, போ."

பையன் படிக்கட்டை நோக்கி விரைகிறான்.

"என்ன, எல்லாம் சேர்த்து நாப்பது ரூபாய் சரக்குத் தேறுமா?" மூனா ரூனாவின் பதவிசான குரல் கேள்வி கேட்டது.

"நாப்பதாவது, அம்பதாவது, ரொம்பப் போனால் இருபத்தஞ்சு, முப்பது, அதுக்குமேல போகாது."

"இல்ல, பேச்சுகளைப் பார்த்தால் லெச்சக் கணக்குல சரக்கு ஏத்துறாப்புல இருக்கேன்னி கேட்டேன்,"

"பேச்சுக்கென்ன, முதலா, வட்டியா? என்னமும் பேசலாம். தேயிலை, காப்பி, சாதிப்பத்திரி இதுகளை இங்கயிருந்து கட்டிக்கிணு போயி, அங்கயிருந்து துணிமணிகளை அள்ளியாரத்துன்னி திட்டம் போலருக்கு."

"திட்டமெல்லாம் நல்லாத்தான் இருக்கு... சண்டை சாடிக்கையான காலம். வழியிலே ஒண்ணு ஆனாப் போனா..."

"அதைப்பத்தி நமக்கென்ன. அவுகவுக நோக்கத்துக்குப் போறாக." உடலைப் பின்னே சாய்த்துக் கால்களை நீட்டிக் கைகளை உயர்த்திய காவன்னா, கொட்டாவி விடுகிறார். எழுந்து நின்று இப்படியும் அப்படியுமாய் உடலை அசைத்துத் திருப்பிச் சோம்பல் முறித்துவிட்டு மீண்டும் குரிச்சியில் அமர்கிறார். "ம்ம்... அவுகவுக நோக்கத்துக்குப் போறாக. இப்பத்தான் கண்டதே காட்சி, கொண்டதே கோலமுனு ஆகிப்போச்சே. அந்தக் காலத்தில மாதிரி, புதுசா ஒரு காரியத்தைச் செய்யிறதுன்னாப் பெரியவுக

தெரிஞ்சவுகளைக் கலந்துக்கினு செய்வமுங்கிறதெல்லாம் இப்ப ஏது? அதது தன் மூப்பாகி ஆட்டம் போடுது."

"ஆமாமா... ஒரு பேச்சுக்குச் சொன்னேன். நாளைக்கிப் பயணமுன்னாக..."

"போயி நல்லாப் பணங்காசை அரிச்சிக்கினு வரட்டும். யாரும் வேணாமுங்கலை. நம்ம செட்டிய வீட்டு ஆளுகளோட, அன்னெமர் வகைக்கி அந்தப் பாண்டியன்கிற பையனும்–அதுதான் அந்த நாடா வீட்டு ஆள்–பானா மூனாக் கானா ரூனாவில அடுத்தாளுக்கு இருந்த பையன் போறாப்புல இருக்கு."

பையன் ஊதாச் சீசாவையும் தண்ணீர்ச்செம்பையும் கொண்டு வருகிறான். வாங்கி இரண்டு மாத்திரைகளை எடுத்து வாயில் போட்டுத் தண்ணீர் குடிக்கிறார். பிறகு ஏப்ப வரிசை: "பா அஹ்வ... பா அஹ்வ்."

செம்பையும் சீசாவையும் எடுத்துக்கொண்டு பையன் உள்ளே போகிறான்.

"ஆமா, அப்படித்தான் சொன்னாக." முருகையா பிள்ளை குறிப்பிட்டார். "அது ஒரு தினுசான ஆளு; நிமுந்த மாடல். நம்ம செட்டிய வீட்டுச் சைசு கொஞ்சங்கூட இல்லையே! பானா மூனாக் கானா ரூனா மார்க்காவில கொண்டுவித்த ஆளுன்னி சொல்லவே முடியாது."

"தேசங்கள் தோறும் பாசைகள் வேறு. அவுகள்ளாம் தெக்கித்தி ஆளுக. அருப்புக்கோட்டைப் பக்கம். வந்தேறுங்குடி... அவுக அப்பு சின்னமங்கலத்திலே அந்தப் பிள்ளையார் கோயிலுக்கிட்டே கடை வச்சிருந்தாரு..."

"சரி சரி, அப்படியா! ம்ம், நாலுநாளில பினாங்கு போயிறலாமா?"

முருகையா பிள்ளை வாங்குப் பலகையிலிருந்து இறங்கி நடையனை மாட்டுகிறார்.

"ஆமாமா, நாலு நாளாச்சிலும் பிடிக்யுமுல... என்ன, காத்து வாங்கவா, தானா லாப்பானுக்குத்தானே, சரி, போய்த்து வாங்க."

* * *

பினாங் பிரயாணிகள் பிலவான் துறைமுகத்துக்குப் புறப்பட்டனர்.

அன்னெமர் சார்பில் பாண்டியன் போகிறான். மற்றவர்கள்; சா.மு.ஆண்டியப்ப பிள்ளை–சொந்தக்கடை முதலாளி. சி.வயி. வயித்திலிங்கம் பிள்ளை வகைக்கு மருமகன் சண்முகம்

பிள்ளை–மனையாளின் முகத்தைச் சானா பார்த்து வள்ளிசாய்ப் பன்னிரண்டு வருஷம் மூன்று மாதம் எட்டு நாளாகிறது. ‘டோனிக்கோ’ கண்ணப்ப செட்டியார் கடைக்குப் பெரிய அடுத்தாள் நல்லகண்ணுப் பிள்ளை – பிள்ளை என்ற கோனார். முரு.நா.சி.மார்க்காவுக்கு மேலாள் ‘உப்புக் கண்டம்’ அண்ணாமலைப் பிள்ளை– ‘ஆனா போடுற முடிச்சை அவர் வந்துதான் அவுக்கணும்.’ சி.ப.சங்கப்ப பிள்ளை – பிள்ளை என்ற சேர்வை–சொந்தக் கடை முதலாளி. நா.முத்தையா பிள்ளை சார்பில் மகன் சாமிநாதன். முரு.சாத்தப்ப செட்டியார் வகைக்கு அடுத்தாள் அங்கமுத்து.

மண்எண்ணெய்ப் புகையைக் கக்கிக்கொண்டு மொத்தோர் விரைந்தது.

தபால் கந்தோரைக் கடந்த பின் டெல்லி மாட்ஸ் கப்பை. கெமெத்தே ஆஸ்பத்திரி. பேப்பேயம் பெட்ரோல் கிடங்கு கருகிக் கிடக்கிறது. குளுகூர். செழித்துக் கொழுத்து வளர்ந்து நிழல் பரப்பி நிற்கும் மரங்கள். பூலுபிரையான். கிழக்கே பிரியும் பாதையின் இருபுறமும், தோப்புகளின் நடுவே மரத்துண்டுகளின்மீது அத்தாப்பு வீடுகள்.

பாண்டியன் நெற்றியைத் தடவினான். இந்த முக்கில்தானே மலாய்க்காரிபோல் உடை அணிந்திருந்த தமிழ்ப்பெண், “கண்ணு வலிக்கி நேர்ந்துக்கிட ஊர்ல கண்ணாத்தா கோயில்னு இருக்குதாமே, தெரியுமா?” என்று கேட்டாள். ஆமாம், நாட்டரசன் கோட்டைக் கண்ணுடையநாயகி அம்மன் கோயில் –

நாட்டரசன் கோட்டையில
நல்லதொரு கண்ணாத்தா
கண்ணுவலி தீர்த்தாயானால்
அம்மா கண்ணாத்தா
கண்ணிரண்டும் தந்திடுவேன்
தாயே கண்ணாத்தா.

லபுவான். சாராயக் கடைக்கு முன்னால் டோபி பச்சையன் மூங்கில் நாற்காலிமீது அட்டணைக்கால் போட்டு உட்கார்ந்திருந்தார். தரையில் இந்தொனேசியர், சீனர், தமிழ்த் தொழிலாளர்கள் குந்தியிருக்கிறார்கள். கடைவீதி, வாழைத் தோட்டங்கள், தென்னந்தோப்புகள், காடாக மண்டிக்கிடக்கும் நானாஸ் செடிகள்.

பிலவானில் மொத்தோர் நுழைந்தது. சேற்று நெடி. கடல் வற்றம் போலிருக்கிறது. இடப்பக்கம் மாஜி மொஸ்கி ஸ்ட்ராட்

சமையலாள் பெரியாம்பிள்ளையின் ஆப்பக்கடை. மனைவி உள்ளூர்க்காரி – தமிழ்ப் பெண். மணிலா வாத்துபோல் பின்புறத்தைத் துருத்திக்கொண்டு கடைக்குள் இங்குமங்குமாய் நடந்து திரிகிறாள்.

பெட்டி, படுக்கைகள், சிப்பங்கள் தொங்கானில் ஏற்றப்பட்டன. பயணம் சொல்லிக்கொள்ளும் படலம் தொடங்கியது.

"ரத்தினம், போய்த்து வர்றென்."

"போய்த்து வாங்கண்ணே." அன்னெமர் கந்தோர் பையன் கும்பிட்டான். "அண்ணே, ம்ம்..."

"என்ன?" பாண்டியன் நெருங்கினான்.

"எங்க அப்பு கோலக்கங்சார்ல அடுத்தாளுக்கு இருந்தாக. குண்டுல என்ன ஆச்சுதோ தெரியலை." பொலபொலவென்று கண்ணீர் உதிர்ந்தது. "அவுக..."

"பெயரென்ன, சிவசாமி பிள்ளையா?"

"சொக்கையா பிள்ளை, ராங்கியம் கடை.... சீனா வானா மூனா ரூனா மார்க்கா."

"அப்புவைப் பார்த்துத் தகவல் எழுதுறேன். கடிதம் வைச்சிருக்கிறாயா?"

"ம்ஹும்... ம்ஹ்ம்... ஆமாண்ணே." கடிதத்தை நீட்டினான்.

"கிறுக்கனாயிருக்கிறாயே. மனசைக் கலங்க விடக்கூடாது."

"கடிதமே வரலையண்ணே."

"கோலக்கங்சாரில் இருப்பவர் படகில் எப்படிக் கடிதம் கொடுத்துவிடுவார்? தைரியமாயிரு. பாத்துக் கடிதம் வாங்கி அனுப்புறேன்."

"ஆகட்டுமண்ணே... ஊர்ல காணிகரை ஒண்ணுமில்லை. எங்க ஆத்தாளும் தங்கச்சியும் என்ன பாடுபடுறாகளோ... நாங்க ஆம்பிளையக ரெண்டும் பேரும் ம்ஹ்ம்...ம்ஹ்ம்..."

"கண்ணைத் துடை.... பொம்பளையா நீ, கண்ணீர் விடுவதற்கு. ஆத்தாளும் தங்கச்சியும் ஒரு குறையுமில்லாமல் இருப்பார்கள்."

ரத்தினம் கைக்கட்டையை எடுத்து முகத்தைத் துடைத்தான். சராயும் கோட்டும் அணிந்து, புதுப்பாணியில் தலைமுடியை வாரிவிட்டிருப்பினும், குழந்தைத்தனம் முற்றாக மாறாத பருவம்.

"அண்ணே, எங்க அப்பு தட்டுப்படாமல் போனால், எங்க ஊர் செட்டியார் ஒருத்தர் பினாங்கில இருக்கார். 'மொக்கை'

பழனியப்ப செட்டியார்னு. அவரைப் பார்த்துக் கேளுங்க... நான் இங்கெ இப்படி இருக்கேன்னியும் சொல்லுங்க. நாளைக்கி ஒண்ணு ஆனாப் போனால் ஊர்ல தெரிஞ்சிக்கிடட்டும்."

"சரி, தைரியமாயிரு. போய்த்து வர்றேன்."

"ஆகட்டும், போய்த்து வாங்கண்ணே."

தொங்கான் புறப்படப் போகிறது. சீன மாலுமிகள் இங்கு மங்குமாய் ஓடிக் கூச்சல் கிளப்பிக் கயிறுகளை அவிழ்த்துச் சுருட்டுகிறார்கள்.

இறுதி விடைளிப்பு: தொங்கானிலிருந்த பிரயாணிகளும் கரையில் நின்ற உற்றாரும் மாறிமாறிக் கத்தினார்கள்:

"எல்லாரும் இருங்க, போய்த்து வர்றோம்... எல்லாரும் போய்த்து வாங்க... மூனா ரூனா! கடையைக் கவனிச்சிக்கங்க... மாப்பிள்ளை! தீனாவை அவசியம் பார்த்து ஊர்ப் பாக்கி விசயத்தைக் கேட்கணும். ஆவன்னா! நீங்கதான் வயதாளி, சாமான் சட்டுகளைப் பத்திரமாய்ப் பார்த்துக்கங்க... எல்லாரும் *தண்ணிமலையானுக்கு நேர்ந்துக்கிணு போங்க. ஒரு கோளாறும் வராது... எல்லாரும் இருங்க, போய்த்து வர்றோம்... எல்லாரும் போய்த்து வாங்க..."

தொங்கான் வடக்கு நோக்கி ஊர்ந்து சென்றது. துறைமுகம் மறைந்தது. மரப் பச்சை தேய்ந்து கரைந்து கொண்டிருந்தது.

---

* தண்ணீர்மலை ஆண்டவன் – பினாங் தண்ணீர் மலையில் கோயில்கொண்டிருக்கும் முருகப் பெருமான்.

அரும்பு

10. ஆவன்னா

இந்தொனேசியா–மலேசியா பிரதேசம் சைலேந்திரரின் ஸ்ரீவிஜய சாம்ராஜ்யத்தில் அடங்கியிருந்த காலத்திலும், அதற்கு முன்னரும் இந்த அலைகளின்மீது தமிழரின் வணிக நாவாய்கள் கூட்டம் கூட்டமாய்த் துறைமுகங்களை நாடிச் சென்றிருக்கின்றன. சோழர்களின் போர்க் கப்பல்கள் இந்தக் கடலைக் கிடுகலக்கித் திரிந்த காலமும் உண்டு.

சைலேந்திரருக்கும் சோழர்களுக்கும் இடையே நெருங்கிய அரசியல்–வணிக உறவு இருந்தது. ஒரு சைலேந்திரன் ஸ்ரீமாரவிஜயோத்துங்க வர்மன் ராஜராஜ மகா சோழன் காலத்தில் தமிழ்நாட்டு நாகப்பட்டினத்தில் தனது தந்தையின் நினைவாகச் சூடாமணி விஹாரை என்ற அழகுருவான பவுத்த ஆலயம் ஒன்றை ஆக்கினான். இன்னொருவன், சோழருக்கு ஆதரவாக, சிங்களருக்கு எதிராகத் தனது கடற்படையை அனுப்பி வைத்தான். இந்த நட்புறவுத் திரைக்குப் பின்னே, கடலாதிக்க உரிமை குறித்து எழுந்த போட்டிப் பூசலே சைலேந்திரனின் வீழ்ச்சிக்கு வித்தாக அமைந்தது.

கி.பி.1025–ல் ராஜேந்திர சோழனின் போர்க் கப்பல்கள் அணிஅணையாக வந்து, சைலேந்திரரின் கடற்படைகளை நொறுக்கியும் எரித்தும் அமிழ்த்தியும் அழித்துவிட்டன. கரையிறங்கிய படைவீரர்கள் சைலேந்திரரின் ராஜதானியான [1]ஸ்ரீவிஜய நகரையும், வணிகப் பெரும் பட்டினமான [2]மலையூரையும் சூறையாடித் தீக்கிரையாக்கினர். ஸ்ரீவிஜய சக்ரவர்த்தி சங்கிராம விஜயோத்துங்க வர்மன் சிறைப் பிடிக்கப்பட்டான். அத்துடன் சைலேந்திர சாம்ராஜ்யத்தின் முடிவு காலம் தொடங்கிவிட்டது.

சைலேந்திரருக்குப் பிறகு மாயா பாஹித் அரசு தலை எடுத்தது.பின்னர் சிற்றரசர்களின் குழப்படிக் காலம். அதை அடுத்து இஸ்லாமிய வெள்ளம் – அணை போட முடியாத பிரளயம்...

---

1. ஸ்ரீவிஜயநகர் – தென் சுமத்ராவில் முசி ஆற்றங்கரையில் (இப்போது பலம்பாதில் நகர் உள்ள இடத்தில்) இருந்த துறைமுகப் பட்டினம்.

2. மலையூர் – தென் சுமத்ராவில் ஜம்பி ஆற்றங்கரையில் (இப்போது ஜம்பி நகர் உள்ள இடத்தில்) இருந்த வணிகப் பெருநகர்.

சேர சோழ பாண்டியரின் நாவாய்கள் இந்த முந்நீரை மொய்த்திருந்த காலம் கனவாய்க் கற்பனையாய்ப் பழங் கதையாய்ப் பாதாளப் புதையலாய் மறைந்து போயிற்று... ஆனால், சைலேந்திரரின் போர்க் கப்பல்களை எரித்தமிழ்த்திக் கரையிறங்கி, அவர்களின் கோட்டை கொத்தளங்களைத் தகர்த்தெறிந்த தமிழ்வீரர்களின் கொடிவழியில் வந்தோரிற் சிலர், இதோ...

பண்டைய ஸ்ரீவிஜய அரசின் ஒரு பகுதியான சுமத்ராவிலிருந்து மற்றொரு பகுதியான மலேயாவை நோக்கித் தொங்கானில் செல்கின்றனர். கடல் கடந்து போய்ப் புத்தம் புதுமைகளைக் கண்டறிந்து செயல்புரிய வேண்டுமென்ற ஆர்வத்தினால் உந்தப்பட்டல்ல – வயிற்றுப் பிழைப்புக்காக. சீனர்களுக்குச் சொந்தமான, சீனர்களால் செய்யப்பட்ட, சீனர்களால் செலுத்தப்படும் பாய்மரக் கப்பல் இது; வாணிபச் சரக்குகளுடன் பினாங் துறைமுகத்தைக் கருதிச் சென்றுகொண்டிருக்கிறது. மலாக்கா கடல்மீது.

கதிரவன் சாயும் வேளை. மேற்கே, கல் விளிம்பில் செந்தீ வண்ணம் கண்ணைப் பறிக்கிறது. சூரிய வட்டம் கடல் கோட்டைத் தொட்டு மனவோட்டத்திற்கும் விரைவான கதியில் தீச் சக்கரமாய்ச் சுழல்கிறது. அந்தக் கடுவிசை இயக்கம் கடலிலும் தெரிகிறது... கண்ணுக்கெட்டிய தூரம் வரையும் அப்பாலும் உவரி, எல்லையில்லாப் பரவை.

தொங்கான் செல்கின்றது.

கப்பித்தான் ஐ லியாங் அவனது பொந்துக்குள், செப்பு விளக்கின் அருகே தலைசாய்ந்து, சண்டு புகைத்துப் போதைக் கடலில் ஆழ்ந்திருந்தான்.

மேல்தட்டில், மேற்கே பார்த்தபடி கடல்பக்கம் காலைத் தொங்கவிட்டிருந்த பாண்டியன் முகத்தைக் கிழக்கே திருப்பினான். தங்க வட்ட மதி பரிந்து கிளம்புகிறது. வெள்ளிமலர்கள் பூக்கின்றன. உப்பங்காற்று தலைமுடியைக் கோதி, ஆடையை அலைக்கிறது. மேற்கே திரும்பினான். ஆ! நாகை, மாமல்லை, கொற்கை, புகார்! அந்தத் துறைமுகங்களிலிருந்து பருத்திக் கலிங்கமும் வெண்முத்தும் கொண்டுவந்து சீனப்பட்டும் செம்பவளமுமாய்த் திரும்பிய நாவாய்கள் எத்தனை எத்தனை! புயலால் அலைப்புண்டு நாவாய்களுடன் மூழ்கிய வணிகர், மாலுமிகள் எத்தனை எத்தனை பேர்! எங்கிருந்து எங்கே சென்றனர், எவ்வாறு முடிவெய்தினர்? தெரியாது. சைலேந்திரரின் பேரரசை நொறுக்கி வீழ்த்திய தமிழ்க் கடற்படைக்குத் தலைமை தாங்கிய யாமமோத்தோ யார்? தெரியாது.

"பாவன்னா! இங்கிட்டு வாங்க, வயித்து வேலைய முடிச்சிக்கிடலாம்."

பாண்டியன் உட்புறம் குதித்தான்.

தேயிலைப் பெட்டி அடுக்கின்மீது அச்சின் பாய்களை விரித்து உட்காருகிறார்கள். மங்குப் பாத்திர மூடிகள் திறபடுகின்றன. வாழை இலைகளில் கட்டுச் சோற்றையும் கறிகளையும் எடுத்து வைத்து உண்கிறார்கள்.

"நான் மூணாங்கணக்கு மைடானுக்கு வரச்சே, பிலவான்ல நாலுநாள் கப்பலைவிட்டு இறங்கக்கூடாதுன்னு சொல்லிப்பிட்டான்." சோறு நிறைந்த வாயுடன், 'உப்புக் கண்டம்' அண்ணாமலைப் பிள்ளை கூறினார். "அப்ப, மலாய் டாப்புல கால்ராவோ என்னமோன்னு சொன்னாங்ய, அது, ம்ம்...தொள்ளாயிரத்தி முப்பதோ முப்பத்தி ஒண்ணோ நினைப்பில்லை–கொப்பனாபட்டி நாவன்னா மூனா மார்க்கா நொடிச்ச வருசம்."

"நாவன்னா மூனா மார்க்கா நொடிச்சது முப்பத்தி ஒண்ணுல." அங்கமுத்து தெரிவித்தான். "அந்த வருசந்தான் அவுக பினாங்குக் கடையில பெட்டியடிக்கி வந்தேன்."

"அங்கமுத்து சூரப்பயல்!" சண்முகம் பிள்ளை கூவினார். "எட்டுக் கண்ணும் விட்டெரிஞ்ச நாவன்னா மூனா மார்க்காவைக் காலெடுத்து வச்ச மூணா மாசம் எடுத்து வச்சு எழுதினவன்ல!"

"எட்டுக் கண்ணும் விட்டெரிஞ்சதோடயா... கொடி கட்டிப் பறந்துச்சு!" ஆவன்னாவின் வலக்கை இலையைத் துப்புரவாக வழித்துப் பருக்கையைத் திரட்டி அள்ளிக்கொண்டிருந்தது. "கொடி கட்டிப் பறந்துச்சு, கொடி...! நாவன்னா மூனா மார்க்கான்னு சொன்னா, சாட்டர் வங்கிப் பெரிய தொரையே – யாரு? இங்கினைக்குள்ள இருக்கிற மைடான் தொரையக இல்லை; இவுகளுக்கெல்லாம் அப்பன் லண்டன்ல இருக்காரே, அவர் – ஒரு செக்யண்டு யோசிப்பாராம்."

ஆவன்னாவின் தலை ஆடிற்று. இடக்கை, பக்கத்தில் கிடந்த டைமன் துண்டை எடுத்து முகத்தையும் பிடரியையும் துடைத்தது, பார்வை வலப்புறம்–நல்லகண்ணுக் கோனார் திசையில் சென்றது.

"மாப்பிள்ளை, நல்லா வயிறு நிறையாத் தின்னுங்க. இப்படிக் கோழி கிண்டுறாப்புல கிண்டினா ஊர்ல போயி எப்படிப் பிள்ளை குட்டி பெறுறது?"

"பெத்த பிள்ளையக போதும், அயித்தான்! இப்பவே உங்க தங்கச்சி இடுப்பொடிஞ்சு போயிக் கிடக்காள். அது சரி, பேச்சை

விட்ராதியக, நாவன்னா மூனா மார்க்கா நொடிச்ச உள் குட்டு என்ன? இனத்தில் ரொம்ப நிலுவை நின்னு போச்சா, இல்லை, ரெண்டு கால் எலியக..."

"அதெல்லாம் ஒண்ணுமில்லையிங்கிறேன். டயன் முடிஞ்சு போச்சு. அம்புட்டுத்தான். ரெங்கோன் கடை, அவரு இவரு. அப்படி இப்படியினு என்னென்னமோ சொல்லிக்கிணாக. அதெல்லாம் பெரிய இடத்துச் சங்கதி, நமக்கு என்ன தெரியிது... யார் வச்ச தீயோ படப்பு வெந்து போச்சு. செவ்வையாப் போன கப்பல் டமார்னு பாறையில்..." உதட்டைக் கடித்தார். தலை குலுங்கிற்று. "வேலாயுதம்! ஞானபண்டிதா...! எல்லாரும் தண்ணிமலையானை நினைச்சுக்கங்க. ஒரு கோளாறும் வராது."

மற்றவர்கள் திடுக்கிட்டு முகத்தைச் சுளித்தனர், ஆவன்னாவின் அபசகுனப் பேச்சைக் கேட்டு.

"என்ன பாவன்னா!" இடப்பக்கம் திரும்பினார். "ஒண்ணும் பேசக் காணமே!"

"நல்ல பசி."

"ஆமா. ரொம்ப நேரம் மேலே உட்கார்ந்துக்கிணு உப்பங் காத்துக் குடிச்சிங்யள்ள."

ஆண்டியப்ப பிள்ளை இடக்கையால் இடுப்பைப் பிடித்தவாறே எழுந்துபோய், இலையைக் கடலில் எறிந்துவிட்டுக் கைகழுவினார்.

"இந்த இடுப்பெழவு சனியன்தான் மனுசனை வாட்டி வதைக்கிது. ஊருக்குப் போனமுன்னா ஒரு கரைச்சல் இல்லை. உடம்பு கம்பிளீட்டா இருக்கு...வேலாயுதம்! ஞானபண்டிதா!"

"இந்த ஊர்த் தண்ணி செய்யிற வேலை, அயித்தான்!" கடலில் காறித் துப்பிவிட்டு வந்த நல்லகண்ணுக் கோனார் கூறினார். "கந்தகத் தண்ணி, சனியன்."

"தண்ணி என்னங்கிறேன், தண்ணி. மயித்தவுகளுக்கெல்லாம் இல்லாத தண்ணியா நமக்கு மாத்திரம், நம்ம உடம்புக் கோளாறு... சரி, படுக்கையை விரிக்யலாம்."

இடத்தைச் சமன் செய்து படுக்கைகளை விரித்து உட்கார்ந்தனர்.

வானத்து நிலவும் தாரகைகளும் கடலில் மின்னின. மெல்லிய காற்று உடலை வருடிற்று. பக்கங்களில் மொத்து மொத்தென்று மோதிச் சிதறிய கடல் அலைகளின் ஓசை நேரே சீராய் எழுந்து தேய்ந்தெழுந்தது.

நடுக்கடலில் மிதந்த தமிழர்களிடையே மொஸ்கி ஸ்ட்ராட் ஏற்றத்தாழ்வு நடைமுறைகள் மறைந்து, இணைப்புணர்வும்

நட்புறவும் தோன்றியது; வழக்கத் தளைகளை அறுத்துக்கொண்டு மனம் திறந்து பேசலாயினர்; அவரவர் கொண்டுவிற்கக் கப்பலேறியது; காணிகரை வாங்கி வீட்டை எடுத்துக் கட்டியது; கல்யாணம் காச்சி பிள்ளை குட்டி என்றாகி ஆளானது...

ஆண்டியப்ப பிள்ளை வெற்றிலைகளை ஒவ்வொன்றாக எடுத்து உள்ளங்கையில் துடைத்துக் காம்பையும் நுனியையும் கிள்ளி, நரம்புரித்துச் சுண்ணாம்பு தடவி வாயில் திணித்துக்கொண்டே சொல்லலானார்.

முதமுதல்ல தொள்ளாயிரத்தி ரெண்டுல கப்பலேறி கானாச் சீனாவானா ஈப்போ கடைக்கி வந்தேன். முதலாளி சிவசங்கரம் பிள்ளை–யார் தெரியுமுல, 'அத்தறுதி' முத்துக்கருப்ப பிள்ளைக்கிப் பெண் கொடுத்த மச்சினன்; வேம்பு வயல்காரர், குதிரையில போயி எதிரி குடுமியை அறுத்துக்கிணு வந்தார்னு சொல்வாகளே, கூனாப் பானா மூனா–அதாவது ஆவிச்சி வள்ளலுக்கு அப்பச்சி; அரசப்ப செட்டியாருக்கு அண்ணன்–அவர் ரெங்கோன் கடையில எஸ்ஸெஸ்ஸாய்க் கொண்டு வித்துப் போதும் போதுமுனு கை நிறையாச் சம்பளம் சாமானுக்கு வாங்கியாந்தவர்... கூனாப் பானா மூனா மார்க்கா இருக்கே, அது சாட்டர் வங்கி, உலாந்தா வங்கியாட்டமாய்ப் பெரிய கப்பல், நம்ம மொஸ்கி ஸ்திராட் கொடுக்கல் வாங்கல் அம்புட்டும் அங்கெ ஒரு நாள் வரவு செலவு. சீனாவானா சொல்லியிருக்கார்; கூனாப் பானா மூனா ரெங்கோன் கடையில அவர் கொண்டு விக்யச்சே மொகல் வீதியில இறங்கி நடந்து போனாருன்னா, பெரிய சேட்டு மகன் சேட்டெல்லாம் எழுந்திரிச்சு ராம் ராம் கொடுப்பானாம். அந்த மார்க்காவில் கொண்டு விக்கிறதுன்னா பிரிட்டிஷ் எம்பிரஸ்ல தாசீல் பண்ற மாதிரி... விடிஞ்சதிலயிருந்து படுத்துக்கிறவரை பெட்டியடிப் பயகளும் அடுத்தாளுகளும் பணம் எண்ணிக் கட்டுற சத்தம் மணியோசையாட்டம் சிஞ்சாமிர்தம் கொட்டிக்கிணு இருக்குமாம். பெட்டகங்களைத் திறந்தால், நம்பிக்கைக்குக் கொண்டாந்து கொடுத்து வச்ச நகை நட்டுக்களும் பத்திரம் தஸ்தாவேசுகளும் பொட்டணம் போட்டுப் பேரெழுதி அடுக்கடுக்காய் அடுக்கி இருக்குமாம். வங்கியில கூனாப் பானா மூனாச் சமால் வருறவரை எந்நேரமானாலும் கணக்கு முடிக்யாமல் உட்கார்ந்துக்கிணே இருப்பாங்யளாம். அது அந்தக்காலம் ! இப்பத்தான் எல்லாம் மார்க்கா, எல்லாரும் முதலாளியினு ஆகிப் போச்சே! அதுபோகுது என்ன சொன்னேன்...?

"ஈப்போ கானாச் சீனா வானா மார்க்காவுக்கு வந்தியக."

ஆமா, அங்கெ ஒரு கணக்குத்தான் இருந்தேன். சீனா வானா தொழில்ல சூரன். நல்ல குணமான ஆளுதான். ஆனாக்கா சம்பளக்காரனுக்குக் கொடுக்கிறது, வைக்கிறதுல கை உள்ளடிக்யும். ஊர்ல போயி ரெண்டு மாசம் இருந்துப்பிட்டு, தீனா மூனா ரூனாத் தீனா மார்க்கா சித்தியவான் கடைக்கி வந்தேன். அந்தக் கணக்கும் பெட்டியடிக்கித்தான். அப்ப எனக்குச் சொற்ப வயசு. அப்புறம் அடுத்தாளுக்குச் சம்பளச் சீட்டு எழுதிக்கிணு அவுக பினாங்குக்கடைக்கு வந்தேன்; தொடர்ந்து அவுககிட்டயே பினாங்குக் கடைக்கும் கோலாலம்பூர் கடைக்குமாய் வந்துக்கிணு இருந்தேன். முதலாளி 'விடாக்கண்டன்' திட்டாணி செட்டியார். வெகு காலத்துக் கடை. பரம்பரையாப் பெரிய மார்க்கா. சம்பளம் சாமானுக்குக் கொடுக்கிறதுல ரொம்பத் தாராளம். அங்கெ கொண்டு விக்யச்சேதான் மேக்கொண்டு காணிகரைய வாங்கி வீட்டை எடுத்துக் கட்டினது... இருபத்தி ரெண்டாவது வயசில கலியாணம்.

விடாக்கண்டன் செட்டியார் கோடையிடியன். கோபம் வந்துட்டால் கண்ணு மூக்குத் தெரியாது. திங்கு திங்குன்னிக் குதிப்பார்; தாறுமாறாய்ப் பேசிப்பிடுவாரு. உடும்புப்பிடியின்னால் உடும்புப் பிடி. அரைச் சாண் நிலத்துக்கு ஆனைவெட்டிப் பொங்கல் வைப்பேன்ம்பாரு. விராலிமலை முத்து மீனாச்சியிங்கிற வளைக் கொண்டாறதுக்காக, ஒரு பெரிய செமீந்தாரோட சபதம் போட்டு ஒரு லகரம்வரை செலவு பண்ணினார். சொன்னபடி அவளைக் கொண்டாந்து, புதுக்கோட்டையில பளிங்கு மாளிகை கட்டிக் கொடுத்து வச்சிருந்தாரு...

"ஏன் அயித்தான். கீழராச வீதியிலதானே அந்த வீடு?"

அது 'ஏரப்ளான்' சூனாப் பானா எடுத்து வச்சிருக்கிற பொம்பளையில – பார்சி லேடி. இது பல்லவன் குளத்துப் பக்கமுங்கிறேன். முத்துமீனாச்சியிருக்காளே, அவளைக் கண்கொணடு பார்க்க முடியாது – சூரியப் பிரகாசம். சின்ன வயசிலேயே செத்துப் போனாள்... அப்புறம் காக்கினாடா சைட்லயிருந்து, *கோரங்கிக்காரி ஒருத்தியைப் பிடிச்சாந்து, அந்த வீட்லயே வச்சிருந்தார். அது ஒரு மாதிரியா ஊர்ல மேயிற கழுதையினு தெரிஞ்சதும் அடிச்சு விரட்டிப்பிட்டு, மலையாளத்திலிருந்து ஒருத்தியைக் கொண்டாந்தார். வெள்ளைவெளேர்னு வெள்ளைக்காரியாட்டமாயிருப்பாள்.

---

* கோரங்கி – ஆந்திராவில் உள்ள சிறு துறைமுகம் – ஆதியில், ஆந்திரர்கள் அங்கே கப்பலேறி அக்கரை நாடுகளுக்குச் சென்றதால் (அங்கே) அவர்களுக்கு 'கோரங்கி'க்காரர் என்ற பெயர் வந்தது.

அவளை முடிச்சுவிட்டவர் மதுரையில ஒரு லாயர். அவருக்குக் கமிசன் தொகை மட்டும் ரூபாய் பதினாயிரம். அவள் புருசனுக்கும் பெருந்தொகை கொடுத்து வெட்டிவிட்டாக. இதுகளை வினாக, எத்தனை எத்தனையோ, சொல்ல முடியாது. எங்க செட்டியார் பொம்பளை விசயத்தில் பெரிய கவுச்சி...

செட்டியாருக்குக் கோபம் வந்துவிட்டால் கண்ணு மூக்குத் தெரியாதுன்னு சொன்னேம் பாருங்க... முதல் கணக்கு அடுத்தாளுக்கு இருந்துட்டுப் போய் ஊர்ல இருக்கச்சே, ஒரு சமயம் ரொம்பப் பணமுடை... வரிப் பாக்கி கட்ட விட்டுப் போச்சு. திடுதிப்னு வந்து நின்னுக்கினு சப்தியிடாங்கிறாங்ய. செட்டியார்ட்டப் போயி பணம் வாங்கிக்கினு வரலாமுனு போனேன். முகப்பிலே உட்கார்ந்திருந்தார். பார்த்ததும், புதுக்கோட்டையில போயி ஒரு வேலையை முடிச்சிக்கினு வாடான்னி பிளசர்ல அனுப்பிச்சு விட்டார். போனேன். வேலை முடியலை. வந்து சொன்னதும் கோபம் வந்திருச்சு. அவனே இவனே, அத்திரிப் பூத்திரியினு கண்டபடி வஞ்சிபிட்டு, விருட்டுனு பிளசர்ல போய்ட்டார். திண்ணையில் உட்கார்ந்திருக்கேன். என்ன செய்யிறதுனு தெரியலை. காருக்குப் போவமுன்னாக் காசு குறையுது. எப்பவும் ஓர் இடத்துக்குப் போகச் சொன்னால் நோட்டை எடுத்து எறியிறவர், அன்னைக்கி என்னமோ ஒரு நினைப்பில் மறந்திட்டார். நானும் தேவையின்னால் புதுக்கோட்டையில் யார் கடையிலயாச்சும் செட்டியார் பேரைச் சொல்லி வாங்கிக்கலாமுனு மிதப்பாய் இருந்துட்டேன். ஆச்சி கிட்டப் போயிச் சொல்வமுன்னால், அவுக ரொம்ப மேலுக்கு முடியாமப் பின்கட்டுல படுத்திருக்காக. வயித்துப் பசியோ சொல்லி முடியாது. சிறுகுடலைப் பெருங்குடல் திங்கிது... என்னடா இது, மலைபோல நம்ம முதலாளி வீடு இருக்குன்னி வந்தமே, இப்படி ஆகிப்போச்சே சாயந்தரம் தவணை தீருது. கதவைப் பிடுங்கிக்கினு போய்த்தான்னால் நாளைக்கி ஊர்ல தலைகாட்ட முடியுமான்னி நினைக்ய நினைக்ய நெஞ்சு குமுறுது. இருந்தாப்புல இருக்கேன். கிறுகிறுன்னு தலையைச் சுத்தீரிச்சு. சாய்ஞ்சிட்டேன். கழுத்தைப் பிடிச்சு நெரிக்கிறாப்புலயும், தண்ணிக்குள்ள பிடிச்சு அமுக்குறாப்புலயும் கனாக்கண்டனோ என்னமோ தெரியலை. மேலெல்லாம் வேர்த்து நடுங்குது. அப்ப.

'ஆண்டியப்பபா! அட ஆண்டியப்பாஅஅ!'ன்னு கிணத்துக்குள்ளயிருந்து வருறாப்புல சத்தம் கேட்குது. துடிச்சுப் புரண்டு எழுந்திருச்சிட்டேன். கண்ணைக் கசக்கிக்கினு பார்த்தால், மேலுக்கு முடியாமப் படுத்திருந்த ஆச்சி நிலைப்படியில் வந்து நின்னுகினு எங்க ஆத்தாளாட்டமாய்க் கூப்பிடுறாக. ஆச்சியைக்

கண்டதும் கண் கலங்கிரிச்சி. மாக்கு மாக்குன்னு அழுதிட்டேன். அப்ப, ஆச்சி,

'அட மறுக்கோளிப்பலே! ஏன்டா பச்சைப் பிள்ளையாட்டம் கண்ணைக் கசக்கிக்கிணு இருக்காய். கால் முகத்தைக் கழுவிக்கிணு சாப்பிட வாடா'ங்கிறாக. நானு. 'ஆச்சி, எனக்கு சப்தி வந்திருக்கு, ஆச்சி!' ன்னு புலம்புறேன். அதுக்கு அவுக, 'என்னடா உளறுறாய். கல்லுப்போல உங்க செட்டியார் இருக்கையில எவன்டா உனக்கு சப்தி கொண்டாறவன்? முதல்ல சாப்பிட வாடா'ங்கிறாக. சரியினு போயிச் சாப்பிட்டுப்பிட்டு வந்து உட்கார்ந்தேன். அப்ப, ஆச்சி.

"ஏன்டா! உங்க செட்டியார் கோபத்தில் ஒண்ணு சொல்லிப்பிட்டாகன்னா அதை ஓர் இதாய் நினைக்யலாமாடா... நேத்து அந்த மேமலையான் தமாசுக் கொட்டகையில போயி-அவன் பாவிபரப்பான் படக்கின்னு போவான், செட்டிய வீட்டுக் குலத்தைக் குடிகெடுக்க வந்து பிறந்திருக்கான்-பத்தாயிரமோ பதினஞ்சாயிரமோ தோத்துக்கிணு வந்திருக்காக... அதுதான் யோசனை பண்ணாமல்... ஹ்ம்., அது கெடக்குது, ஆமா அஅ, அவசரமாய் வந்திருக்கியே என்னடா சேதியின்னாக. சொன்னேன். ஆச்சி மறுபேச்சுப் பேசலை. அலமாரியைத் திறந்து முப்பத்தஞ்சு ரூபாய் எடுத்துக் கொடுத்தாக. அப்புறம், மதுரை-நாகப்பட்டிணத்தையர் கடையில வாங்கியாந்த மிட்டாயி, சேலத்தியிருந்து தரவழைச்ச மல்கோவா, கப்பல்ல வந்த ரொட்டி பிஸ்கோத்து, சாக்குலட்டு, வீட்ல போட்ட சீடை, முறுக்கு, அதிரசம் இதுகளையெல்லாம் கடகப்பெட்டில வச்சுக் கொடுத்தாக. எதுக்குச் சொல்ல வருறேன், அந்தக் காலத்தில் அப்படி மகராசிக இருந்தாக...

செட்டியார் என்னென்ன ஆட்டமெல்லாமோ ஆடினார். விடாக்கண்டன்கிற டயிட்டல்படி வீதியில வேற வம்பு தும்புகளை விலைக்கு வாங்கி வச்சுக்கிணு வீம்பு பண்ணுவார். அவர் என்ன கூத்து நடத்தினாலும் சரி, வீட்ல மகாலெட்சுமியாட்டமாய் ஆச்சி இருந்தாக! தீனா மூனாத் தீனாக் கொடி எட்டுக் கண்ணும் விட்டெரிஞ்சு பறந்துச்சு... வீட்டுக்குப் பொம்பளை வாய்க்கிற துன்னாச் சும்மாவா இருக்கு! இன்றைக்கு நம்ப பக்கத்திலயும் மெட்ராஸ் டாப்பு இருபத்தி ஆறு சில்லாவிலயும் அரசப்ப செட்டியார் ராச தர்பார் பண்றார்ன்னால், ஏன்? அதுதான் வீட்டுக்கு ஆச்சி வந்த வேளை. அந்த ஆச்சி மண்ணைத் தொட்டாலும் பொன்னுதான். வீட்ல சோத்துக்குக் கேள்வி கேட்பார் உண்டா! வந்தவன் போனவன் வழிப்போக்கனுக்கெல்லாம் நளபாகச் சாப்பாடு. லெச்ச லெச்சமாய்ப் பணம் குமிஞ்சு

கிடந்தாலும் ஊரானுக்கு ஆக்கிக் கொட்ட மனசு வேணுமுல... ம்ம், செட்டியார் புதுக்கோட்டை போனவர் வரலை. ஆச்சி கிட்டச் சொல்லிக்கிணு ஊர் போய்த்தேன்.

மய்க்யாநாள் பொலப்பொலன்னு பொழுது பரியிது. செட்டியார் பிளசர் போட்டு வந்து மானா ரூனா வீட்ல இருந்துக்கிணு ஆள் விடுறாரு. நான் அப்பத்தான் வயலுக்குப் போறதுக்காகப் பழையது உண்டுக்கிணு இருக்கேன். எனக்கு வந்த வரத்தை இப்படி அப்படியின்னு சொல்ல முடியாது. நேத்துச் சொல்லிக்யாம வந்ததுக்குத்தான் வைய வந்திருக்கிறார் போலயிருக்கு. செட்டிய வீட்ல சேவகம் பண்றதுக்கு வதிலாய் சீதளிக்கரையில உட்கார்ந்து வருறவன் போறவனுக்குச் சிரைச்சு விட்டுக்கிணு இருக்கலாம்னு இருக்கு. சரி, என்ன செய்யிறது போவம்னு போனேன். 'அப்படி உட்கார்ரா'ன்னாரு. மூலையில உட்கார்ந்தேன். கொஞ்ச நேரம் கழிச்சு மானா ரூனாகிட்டச் சொல்லிக்கிணு கிளம்பினார். என்னையவும் ஏறிக்யச் சொன்னார். ஏறிக்கினேன். பிளசர் தேரடி கிட்டப் போகுது. அப்ப,

"ஏன்டா, சொல்லிக்யாம ஓடியாந்திட்டியே. வீட்ல சாப்பிட்டியால்லியாடா? வந்த சேதி என்னடா?"ன்னாரு.

செட்டியார் இப்படிக் கேட்டதும் எனக்குப் படபடன்னு வந்திருச்சி. முதலாளி கிட்டப் பேசுறமுங்கிற நினைப்பு நறுவுசாய் இல்ல. நான் பாட்டுக்குக் கத்திக்கிணு ஆதியோடந்தமாய் அம்புட்டையும் சொல்றேன். வரிப் பாக்கி கட்ட விட்டுப்போச்சு. கையில இருந்த பணத்தைச் சித்தப்பு கேட்டார்னு கைமாத்துக் கொடுத்துப்பிட்டேன். நெல்லளந்த பணம் வராமல் சுணங்கிரிச்சு. திடுதிப்னு வந்து நின்னுக்கிணு சப்தியிடாங்கிறாங்ய. மானா ரூனா வீட்டுக்கு ஓடினேன். அவுக எல்லாரும் திருச்சியில கலியாணமுனு போய்த்தாக. வேற ஆளுககிட்டப் போய்க் கேட்க மனசு வரலை... மலைபோல நம்ம முதலாளி வீடு இருக்கேன்னு நினைச்சு, செக்குக்கார ராவுத்தர் வீட்ல காருக்குக் காசு வாங்கிக்கிணு ஓடியாந்தேன். வந்தவனை என்ன ஏதுன்னுகூடக் கேட்காமல் புதுக்கோட்டைக்குப் போடான்னியக. போனேன். அரும்பாடு பட்டுப் பார்த்தேன். வேலை முடியலை. கவலையோட வந்தேன். நீங்ய தாறமாறாப் பேசிப்பிட்டிங்யன்னு சொல்லிக்கிணு இருக்கேன். தொண்டை அடைச்சிக்கிணு பேச முடியலை. அப்பச் செட்டியார்,

"சரி சரி, இந்தாடா." தோல் பெட்டியைச் திறந்து பத்து ரூபாய் நோட்டுக அஞ்சை எடுத்து நீட்டுறாரு. நானு, 'ஆச்சி முப்பத்தஞ்சு ரூபாய் கொடுத்தாக. வீட்லதான் சாப்பிட்டேன்!

வரிப் பாக்கியைக் கட்டிப்பிட்டேன்! நெல்லளந்த பணமும் வந்திருச்சு"ன்னு சொல்றேன். அவரு.

"சரி சரி வாங்கிக்யடா. இதை உன் பத்து வழியில சேர்க்க வேண்டாம்டா. கோபத்தில நான் பாட்டுக்குப் பேசிப்பிட்டன் டாங்'கிறாரு.

பணத்தை வாங்கிக்கினேன். என்னைய இறக்கிவிட்டுப்பிட்டு, விருட்டுனு பிளசர்ல போய்த்தாரு.

முத நாள் செட்டியார் புதுக்கோட்டையிலிருந்து திரும்பினதும் நடந்த சங்கதியப் பிற்பாடு சமையலாள் சொன்னார். வந்து இறங்கினதும் அலமாரியத் திறந்து பிராந்திப் போத்தலை எடுத்து வச்சுக்கிணு அவர் பாட்டுக்கு ஊத்தி ஊத்திக் குடிச்சாராம். அப்புறம் 'சம்பளக்காரன் போயி வேலை முடியலையினு அவனை வஞ்சு விரட்டினனே, இப்ப நான் போயி வேலை முடியலையே, என்னைய எவன்டா வையிரவன்'ன்னி கத்திக்கிணு, போத்தலையும் கிளாசுகளையும் டமார் டமார்னி நிலைக்கண்ணாடியில விட்டெறிஞ்சி நொறுக்குறாராம். நல்லவேளையா ஆச்சி ஓடியாந்து, கையைப் பிடிச்சுக் கூட்டிப் போயிக் கட்டில்ல படுக்கப் போட்டுக்காக. அபபடி நேரங்கள்ள ஆச்சிய வினாக மயித்த யாரும் கிட்டத்தில் அண்ட முடியாது... கோழி கூப்பிட எழுந்திருச்சதும் பிளசர் போட்டுக்கிணு திருப்பத்தூர் வந்திட்டார்... எதுக்குச் சொல்ல வருறேன். அந்தக் காலத்தில அப்படி முதலாளியாக இருந்தாக. சம்பளக்காரன் மாடாய் உழைக்கான். பணம் வந்து குமிஞ்சுது, அதுக்காக எல்லா முதலாளிகளையும் அப்படிச் சொல்லிப்பிட முடியுமா? 'சூத்தைக் கத்திரிக்காய்' பழனியப்ப செட்டியார்போல அட்டத்தரித்திரியம் பிடிச்ச முதலாளியகளும் இருக்கத்தான் செய்யிறாக; அப்படி முதலாளியகதான் ரொம்ப. இருபது முப்பது லெச்சம் தேறும். மனுசன் வேகாத வெயில்ல லொங்குலொங்குனு ஏழு மைல் நடந்து தெக்கூர் சந்தைக்குப் போயி, பொழுது சாயிறவரை புளியமரத்தடியிலயே காத்துக்கிணு இருந்து, விக்யாமல் கிடக்கிற சூத்தைக் கத்திரிக்காயை வாங்கித் துண்டுல முடிஞ்சுக்கிணு வருவாராம். அந்த ஆச்சி இருக்கே, அது அவருக்கு மேலே ஒரு படி, எச்சிக் கையால ஈ ஓட்டாத மகராசி. குடலை உருவி உள்ளங்கையில வச்சுக் காட்டினாலும் ஒருவாய் சோறு போடாது. செட்டியார் வாங்கியாற கத்திரிக்காயை அப்படியே அலமாரியிலே பூட்டி வச்சிருந்து சமையல்காரன்கிட்ட அப்பப்ப எண்ணி எடுத்துக்கொடுக்குமாம். மிச்சப் பலகாரத்தைத் தெருவில வச்சு வியாபாரம் பண்ணிப் பணம் சேர்க்கும் அந்த ஆச்சி..."

“ஆத்திலே வெள்ளம் போனாலும் நாய் நக்கித்தானே குடிக்யணும், சித்தப்பு.”

“பூர்வ சென்ம வாடையிடா மகனே, பூர்வசென்ம வாடை. இப்படியெல்லாம் சம்பாரிச்ச பணம் என்ன ஆச்சு? பிள்ளையில்லை. சொந்தக்காரப்பயல் ஒருத்தனைப் பிள்ளை கூட்டினாக. செட்டியார் மண்டையப் போடுறவரை கழுத்தில் கொட்டையும் கையில திருவாசகமுமாய் இருந்தான். அப்புறம் காட்டினானே கைவரிசையை! ஊருக்கு ஒரு வைப்பாட்டி. ஒவ்வொருத்திக்கும் ஒரு பங்களா வீடு. எந்நேரமும் தண்ணி! சீட்டு! ரெண்டு வருசத்தில சீக்குச் சிறங்குன்னு வாங்கி நெஞ்சு வத்திச் செத்துப் போனான். சூத்தைக் கத்தரிக்காய் செட்டியார் வீட்டுச் சொத்துகளெல்லாம் இன்றைக்கு எவனெவன் கையிலயோ சிக்கிக்கிணு முழிக்கிது...”

“அது சரிதான் தாசிக்கித் தாய்க் கிழவி சொல்றாப்புல ‘விவேக சிந்தாமணி சொல்லுதுல; ‘செம்மையில் அறம் செய்யாதார் திரவியம் சிதற வேண்டி, நம்மையும் கள்ளும் சூதும் நான்முகன் படைத்த வாறே’ன்னு. அந்தப்படியே ஆகிப்போச்சு.”

“ஆமாமா. பணம் எவனெவன் கிட்டயோ இருக்கு. தன்மை வேணுமுல... அன்னைக்கி மதுரையில பாருங்க, ஒரு நபரைப் பார்த்தேன்–ஊரைச் சொன்னாலும் பேரைச் சொல்லக்கூடாதும்பாக. இந்த நபர் ஊரையும் சொல்லக்கூடாது. ஒருநபர்னு வச்சுக்கங்க. கப்பலாட்டமாய்ப் பெரிய பிளசர்ல போறான். மெட்ராஸ்ல என்னமோ பிசினெசாம்... அந்தக் காலத்தில எங்க செட்டியாருக்குப் பொம்பளை கூட்டியாந்து விட்டுக்கிணு திரிஞ்ச பயல்! அதையெல்லாம் நாம பேச முடியுமா! இப்பத்தான் எல்லாம் தலைகீழாய் மாறிப்போச்சே! மாத்தமுன்னா மாத்தம், தோசைப் புரட்டு மாத்தம்! பிரிட்டீஸ் எம்பிரஸ்ல கொடி இறங்கவே இறங்காதுரான்னாங்ய. இன்றைக்கி பார்த்தியகள்ள, மட்டமல்லாக்கா விழுந்துபோய்க் கிடக்கு. சிங்கப்பூர் கோட்டையில சப்பான்காரன் கொடி பறக்குது... மாத்தமுன்னா மாத்தம், தோசைப் புரட்டு மாத்தம்! எல்லாம் பணம், பணம், பணம்தான். பணம் வருதுன்னால் என்னமும் செய்யலாமுனு ஆகிப்போச்சு. பணம் இருந்தால் மட்டும் போதுமா, பணம் இருந்தால் அதுக்குத் தக்கனையாகத் தன்மை வேணும்; வீரம் வேணும்; ஏழை எளியதுகளுக்கு உதவுறாப்புல நாலு காரியம் பண்ணி நல்ல பேர் வாங்கணும். இந்தக்காலத்தில நாய் கிட்டயெல்லாம் பணம் இருக்கு. அமெரிக்காவுல பாருங்க. ஒரு பெரிய கம்பெனி முதலாளி வீட்டு நாய் பேருக்கு நாலு

கோடி டாலர் இருக்காம். அதுக்குத் தனியா பங்களா, பிளசர், ஆள் மாகாணமெல்லாம் இருக்குதுங்கிறாக. இருந்து என்ன செய்ய? எச்சிலையைத்தான் நக்கிக்கிணு திரியும். கையில் கல்லைத் தூக்கினதும் காலைக் கிளப்பிக்கிணு ஓடும். எத்தனி கோடி இருந்தாலும் நாய் நாய்தானே? 'நாய்க் குணம் போகுமா ராசகோபாலா'ன்னி தெரியாமலா கேட்டு வச்சிருக்கான்... நல்லா யோசிச்சுப் பார்த்தால் நாக்கு வழிக்கிறதுக்காவது ஆகுமா பணம்? வயித்துப் பசிக்கிப் பணத்தைத் திங்க முடியுமா? அரிசி பருப்பு இதுகளை வாங்கியாந்து சமையல் பண்ணித்தானே திங்யணும்...?"

"ஏன்கிறேன். என்ன பணமுனு ரொம்ப இளப்பமாய்ப் பேசுறீரே, அதுக்காகத்தானே இப்படிக் கடல்ல தண்ணியில வந்து தவதாய்ப்பட்டுக்கிணு திரியிறோம்?"

"என்னங்கிறேன், பெரிய பணத்தைக் கண்டுபிட்டீர், பணத்தை. பணம் எத்தினி நாளைக்கி நிலைச்சு நிக்யும்? இன்றைக்கி இருக்கும், நாளைக்கிராது. சகடைக்கால்போல வரும். போகும்... ஆனானப்பட்ட லம்சின் கம்பெனி எங்கே! அறுபத்தாறு ஊர்ல தொழில் நடத்தின நாவன்னா ரூனா மார்க்கா எங்கே? தங்கக் கும்பாவுல சோறு தின்ன காதர் பாவா ராவுத்தன் கடை எங்கே? தடமாவது தெரியுமா சொல்லுங்கிறேன்... பணம் வரும், போகும். எங்கெயிருந்து வந்துச்சு பணம்? ஆத்தா வயித்துக்குள்ள இருந்து கொண்டாந்தியா? என்னென்னமோ எப்படியெப்படியோ செய்து பணம் வந்து குமியுது..."

"ஏன் அயித்தான், நாய்வித்த பணம் குலைக்குமா? பணம், பணம்தானே?"

"நாய் வித்த பணம் குலைக்யாதுங்கிறேன், நாய் விக்கிறவனுக்கு நாய்க்குணம் வந்திரும். சரி, எப்படி வந்த பணமோ என்னமோ, உன் பணமுனு ஆகிப்போச்சு. அதை இறுக்கிப் பூட்டிக்கிணு பூதம் காத்தாப்புல காத்து என்ன புண்ணியம்! அக்கிரமச் செலவுக்குப் பணத்தை இறைக்கிறதும் ஒண்ணுதான்; பூட்டி வச்சுக்கிணு பூஞ் சணம் பிடிக்ய விடுறதும் ஒண்ணுதான். நாளைக்கிப் பாடையில கட்டித் தூக்கிப் போகையில் உன் தங்கமும் வயிரமும், உன் பங்களாவும் பிளசரும்கூட வருமா? இடுப்புக் கயித்தையும் அத்துக்கிணுதான் விடுவாங்ய. இல்லை, பெட்டகம் பெட்டகமாய்ப் பணம் இருந்தால் உயிர் நிலைச்சிருமா? முடிசார்ந்த மன்னரும் முடிவிலொரு பிடிச் சாம்பல்னு எழுதி வச்சிருக்கான்... ஊக்கமாய் நாலு தொழிலைப் பண்ணிச் சம்பாரி, உண்டு உடுத்து வீடு வாசலைக் கட்டு, பிள்ளை குட்டிகளுக்கு வேணுமுங்கிறதெல்லாம் செய்யி. யாரு வேண்டாமுங்கிறது... இதுகளை வினாக மிஞ்சுற

பணத்தில் ஏழை எளியதுகளுக்கு உதவுறாப்புல நாலு காரியம் பண்ணணி நல்ல பேர் வாங்கணும். ஓர் ஆஸ்பத்திரி, பள்ளிக்கூடம், சத்திரம், தண்ணிப் பந்தல்னு கட்டி வச்சால், அது அணையா விளக்கு. தலைமுறை தலைமுறையா நின்னு பேர் சொல்லும். உன் லெச்சமும் கோடியும் நின்னு பேர் சொல்லுமா...? ம்ம்...

எங்க செட்டியார் இருக்காரே, என்னென்ன ஆட்டமெல்லாமோ ஆடிப் பணங்காசை இறைச்சார். அப்படி இருந்தும் பாருங்க. ஆச்சியுடைய யோகத்துக்குப் பணம் ஊத்துக் கிளம்பிக் கொப்புளிச்சிது. அப்பச்சி பணத்துக்குமேலே பலமடங்கு சேத்து வச்சிட்டுத்தான் போனார். டாம் டூம்னு செலவு பண்ணினாலும் தொழில்ல சூரன். கணக்கு வழக்குல எம்ட்டன். வரவு செலவுல புதுக்கோட்டை அம்மன்காசு பிசகுச்சோ, தொலைச்சுப்பிடுவாரு தொலைச்சு... ராசபிளவை வந்துதானே அவருக்கு வயது முடிஞ்சது. பம்பாயிலருந்து ரெண்டு டாக்டரைக் கூட்டியாந்து வச்சுப் பார்த்தாக. ஒண்ணும் முடியலை. அவர் போன நாலா நாள் வெள்ளிக்கிழமை காலையில கோயில் மணி கணகணன்னி அடிக்கிது, ஆச்சி சிவலோகம் புறப்பட்டுட்டாக. சிவகாமி ஆச்சிய இந்த வாசல்ல தூக்கிப் போறாக. அந்த வாசல்லகூடி லெச்சுமி ஆச்சி குடுகுடுன்னி ஓடீட்டாள். அப்புறம் எத்தினி நாளைக்கி வண்டி ஓடும்? கண்மூடிக் கண் திறக்கலை. எட்டுக் கண்ணும் விட்டெரிஞ்ச தீனா மூனா ரூனாத் தீனா மார்க்காவுல கொடி இறங்கிரிச்சு. இறங்கினது இறங்கினதுதான். பழையபடி கொடி ஏத்துறதுக்கு இன்னமும் பாலகன் பிறக்கலை. வேலாயுதம்! ஞான பண்டிதா,,!

செட்டியாருக்குப் பிறகு மைனருக ராச்சியம். சுத்தக் கூதறையக... நம்ம சொத்து சுதந்திரம் என்ன, வரவு செலவு என்னன்னி அதெல்லாம் ஒண்ணும் தெரியாது. தண்ணி போடுறது, ரங்கு விளையாடுறதும், எடுபட்ட சிறுக்கிகளைப் பிளசர்ல தூக்கி வச்சிக்கிணு ஊர் சுத்தறதும்தான் தெரியும். ஒனக்கு நடப்புக் கணக்குக்கும் தவணைக் கணக்குக்கும் வித்தியாசம் தெரியலை. தெரிஞ்சவன் சொன்னால், சம்பளக்காரப் பயல் எனக்குப் புத்தி சொல்றதான்னி நினைக்கிறாய். சரி, ஒன் நோக்கம்போல நடத்திக்ய. நாங்க பழைய ஆளுக பாதிக்கிமேல் விலகிக்கிணம். ஐந்தொகையின்னால் அஞ்சு லக்கமான்னு கேட்கிற ஆளு நீ. எதிர் வட்டியினால் என்னன்னு தெரியுமா? ஒனக்கு என்னத்துக்கு அம்புட்டுப் பெரிய நெனைப்பு. நீ என்ன ஒங்க அப்பச்சியா. 'அத்தறுதி' முத்துக்கருப்பப் பிள்ளை போட்ட கணக்கானாலும் ஒரே பார்வையில் குத்தங்குறை இருந்தால் எடுத்துச் சொல்ல...! எங்க செட்டியார் பெரிய சூரன், பிள்ளையகளைத்தான் தற்புத்தி பண்ணிவிடாமல் போய்த்தாரு...

விடாக்கண்டன் செட்டி வீடு விழுந்திருச்சுனு என்னமோ காணாததைக் கண்டாப்புல பேசறாகளே. விழாம என்ன செய்யமுனு கேக்கிறேன். ஆச்சிக்குப் பஞ்ச பாண்டவராட்டம் அஞ்சு பிள்ளையக. அதிலே ரெண்டு சிறுவயசிலேயே தவறிப் போச்சு, மிச்சம் மூணு பிள்ளையக. பார்க்குறதுக்குத்தான் பெரிய செட்டியாராட்டம் ராச கம்பீரமாய் இருக்கும். மயித்தபடி, படுமோசம். ஒரு சல்லி சம்பாரிக்ய தெரியாது – ஆனாக்கா, அம்புட்டுச் சோக்கும் உண்டு. உங்க அப்பச்சி ஆடாத ஆட்டமா, நாடாத நாட்டமா! ஒரு ரூபாய் சம்பாரிச்சுக் கால்ரூபாய் செலவு பண்ணினார். நீ இருக்கிறதையில கரைக்கிறாய். பொம்பளை சோக்குப் பண்ண வேணாமுங்கலை. பண்ணு. ரதியாட்டமாய் ஒரு பொம்பளைய இஸ்டாக்காய் எடுத்து வச்சு மாதம் இம்புட்டுன்னு கொடு. ராசாவாட்டம் போய் வா. அதை விட்டுப்பிட்டு, கண்ட கண்ட இடத்தில் எச்சிலைய நக்கிக்கிணு திரியிறது என்ன பொழப்பு? காரைக்குடிச் சுண்ணாம்புக்காரச் சந்துலயும் மதுரை மொட்டைக் கோபுரத் தெருவிலயும் போயி, டாப்பர் மாமாப் பயகளோட இளிச்சிக்கினு நிக்கிறியே, நிக்யலாமா... ம்ம், சுத்தக் கூதறையக...

காரைக்குடியில ஒரு சோலியினு போயிருந்தேன் – அத நான் விலகிக்கினு ஊர்ல இருக்கிற சமயம் – முதலாளி வீட்டுக்குப் போய்த்து வரணுமுனு நினைப்பு வந்திருச்சு. தாக்காட்டிப் பார்த்தேன். மனசைத் தகான் பண்ண முடியலை. சரி, போய்த்து வந்திருவமுனு புதுக்கோட்டைக் காரைப் பிடிச்சுப் போனேன்... பிள்ளையகதான் அப்படியினால், வீட்டுக்கு வந்த ஆச்சிமார் இருந்த இருப்பைப் பார்த்ததும் பத்திக்கினு எரிஞ்சிரிச்சு. ஒரு ஆச்சி, வெள்ளைச் சேலையைக் கட்டிக்கினு. நான்கூட முதக்கோசுல பார்த்ததும் யாரோ கைம்பொண்டாட்டியாக்குமுணு நினைச்சுப்பிட்டேன். அது இங்கிலீஸ் படிச்சதாம், இங்கிலீஸ்– செருப்புக் காலோட நடுவீட்ல திரியுது. இன்னொரு ஆச்சி, காரைக்குடிக்கி பிளசர் அனுப்பி பிரியாணிப் பொட்ணம் வாங்கியாந்து, மேசைப் பலகாயில வச்சிக்கினு அட்ணக்கால் போட்டபடி திங்கிது! அம்புட்டுப் பெரிய மாடமாளிகையில வந்தவனை 'வா, இருன்னு' சொல்றதுக்கு நாதியில்லை... பெரிய செட்டியார் உட்கார்ந்து சிம்ம கர்ச்சனை பண்ணுற திண்ணையில குப்பை கூளம் குமிஞ்சு கிடக்குது. வீட்டுக்குள்ள நுழைஞ்சதும் எதிர்க்கத் தொங்கின படம்... அதில செட்டியாரும் ஆச்சியும் இருக்காக. கல்கத்தா வங்காளி ஒருத்தனைத் தரவழைச்சு வரைஞ்சது – எங்கெயோ காணோம். வதிலுக்கு எவனோ ஒரு கழுதைக்கிப் பிறந்த பயலும், உதுத்த சிறுக்கி ஒருத்தியும் கட்டிப் பிடிச்சுக்கினு

இருக்கிறாப்புல படம் போட்ருக்கு. அவ இடுப்புக்கு மேல முக்காவாசி பப்ளிக்காய்த் தெரியிது. பாலசுப்ரமணியம் படத்தில நூலாம்படை மண்டியிருக்க...வீடு விளங்குமா? விடாக்கண்டன் செட்டி வீடு விழாமல் என்ன செய்யுமுனு கேட்கிறேன்...

மீசைக்கார முத்துராமன்னி ஒரு ஒம்பது ரூபாய் நோட்டுப் பயல் வந்து வாய்ச்சான். சுத்தச் சல்லிப் பயல். பம்பைத் தலையயும் கிருதா மீசையவும், வாத்தா வக்கான்னிப் பேசுறதையும் பாத்தா செட்டிப்பிள்ளையினு சொல்லவேமுடியாது. பதினாறு வயசிலயே குடி கூத்தியான்னிப் பழகி மேலெல்லாம் பொத்து வடிஞ்சு சீப்பட்ட பய. மூத்தவருக்கு அவன்தான் மந்திரி பிரதானி. அந்தப் பய பாருங்க இவரை அங்க இங்கயினு கொண்டுபோய் விழத்தாட்டி ஒரே கவுப்பாய்க் கவுத்துப்பிட்டான். ரெண்டு பேருக்கும் சதா மேமலைத் தமாசுக் கொட்டகையிலதான் இருப்பு. எப்பப் பார்த்தாலும் தண்ணி! பொம்பளை! சீட்டு...! பணம் தேவையின்னால் அக்கரை டாப்புக்கு எழுதுறதில்ல. அகப்பட்ட இடத்துல வாங்கிக்கிணு, நீட்ற கடுதாசியில கையெழுத்தைப் போடுறது. தமாசுக் கொட்டகையிலதான் தோல்பெட்டி நிறையாப் பணமும் அச்சடிச்ச கடுதாசியுமாய் கழுகாட்டம் காத்துக்கிணு இருக்காங்யளே... இவர் இப்படியா, நடுவுள்ளவரு மெட்ராஸ்ல இருந்து நகழுறதேயில்லை. சட்டைக்காரி ஒருத்தியை எடுத்து வச்சிருந்தாராம். எந்த ஊர்ல குதிரைப் பந்தயமுன்னாலும் கிளம்பீருவாரு. கூடவே ஒரு வண்டிப் பயக இருப்பான். அம்புட்டுப் பயலுக்கும் இவர் செலவுதான். வீட்டுக்கு கணக்குப் பிள்ளைக்கி நாள் தவறாம பணம் பணமுனு தந்தி வந்த மணியமாய்த்தான் இருக்கும். கடைசிப் பையன் லண்டன்ல லாயருக்குப் படிக்கிறமுனு போனவர் அங்கேயே இருந்து போனார். அவர் செலவு இவுக ரெண்டு பேருக்கும் மேலே... மைனருக மூணு பேருமாய்க் கூடி ஆடின ஆட்டத்தில் தீனா மூனா ரூனாத் தீனா அஸ்திவாரமே ஆடிப்போச்சு... அப்ப மேமலைத் தமாசுக் கொட்டகைக்கி மலையாளத்தில இருந்து மூணு குட்டிகளோட ஒரு தடிமாட்டுச் சிறுக்கி வந்து சம்பாரிச்சுக்கிணு இருந்தாள். அந்த மூணு உருப்படியிலயும் மூத்தவர் புழக்கம். அவளுக சொல்லிக்கிறது, நாங்க செமீந்தார் வீட்டுக் குடும்பமுனு. அதைக் கேட்டுச் செட்டி மகனுக்குத் தாங்கலை. செமீந்தார் வீட்டுப் பொம்பளைகளோட தொடுப்பாயிருக்காராம். இழவுமகன்! என்னடா இது. செமீந்தார் வீட்டுப் பொம்பளையிங்கிறாளே, செய்யிறது மேற்படி தொழிலாயிருக்கேன்னி நினைச்சுப் பாத்தாதானே. கேப்பையில நெய் ஒழுகுதுன்னா கேட்கிறவனுக்குப் புத்தி எங்கே போச்சு. அவளுக கேக்கக் கேக்க ஆயிரமாயிரமாய் வீசி எறிஞ்சார்.

ரெண்டாவது குட்டிக்கி வயிரத்திலேயே அரசிலைகூடச் செஞ்சு போட்டாராம். அப்புறம், மதுரைக் குசவபாளையத்தில் தெருவில நின்னு சம்பாரிச்சவ ஒருத்தி – நல்லாச் சிவத்தத் தோல்காரியாய் பிடிச்சாந்து, அவளுக்குப் பிராமண வீட்டுப் பேச்சுக அஞ்சாறைப் பாடம் பண்ணி, 'இது புதுத்தெரு வக்கீலய்யர் மகள், ஓங்க மேல காதல் கொண்டிருக்கு'ன்னி சொல்லிப் பிணைச்சுவிட்டு வெகுபணத்தைக் கறந்துப்பிட்டாங்ய. அவங்களுக்கென்ன, எவன் பெண்டாட்டி எவன்கூடப் போனாலும் லெவைக்கி அஞ்சு பணமுனு கமிசன் காசும், வெட்டுத்தட்டும் பாக்கிற பயகதானே… வீசுவீசுனு வீசுறதுக்கு எம்புட்டு நாளைக்கி வெண்ணிலையாப் பணம் கிடைக்கும்? நோட்டு மேல பணம் கொடுக்கிறவுக நிறுத்திப்பிட்டாக. செட்டிய வீட்ல சொத்துச் சுதந்திரத்தை வச்சு வாங்கக் கூச்சம். அப்பத்தான் நாட்டரசன் கோட்டைச் சின்னக்கண்ணு பிள்ளை இருக்காரே மலை முழுங்கி மகாதேவன், அவர்ட்டப் போயி மாட்டினார். கேக்கக் கேக்கப் பணத்தைக் கொடுத்து ஒண்ணு பாக்கியில்லாமல் எழுதி வாங்கிப்பிட்டாரு சீனா. தம்பிமார் ரெண்டு பேரும் என்ன ஏதுன்னிக்கூடக் கேட்கிறதில்லை. இவர் இங்கெயிருந்து அனுப்புற தஸ்தாவேசுகளில் எல்லாம் அட்டியில்லாமக் கையெழுத்துப் போட்டு அனுப்பிப்பிடுறது. அவுகளுக்கு அந்நேரம் செலவுக்கு ஆயிரம் ரெண்டாயிரம் கிடைச்சா போதும்… முத முதல்ல உத்தனூர் வயல். முல்லையாத்துப் பாசனத்தில் ஒரே கோப்பாய் நூத்தி எம்பத்தேழு ஏக்கரா, பிறகு மதுரை மேலமாசி வீதி, கீழமாசிவீதி, வடக்கு வெளிவீதி, கீழ மாரட்டு வீதியில கடையும் வீடுமாய் நாப்பத்தி மூணு உருப்படி. அப்புறம் புதுக்கோட்டை, திருச்சி, மெட்ராஸ் சொத்துக…

ஊர்ல, இப்படி இருக்குதா. அக்கரை டாப்புச் சங்கதியக் கேளுங்க…சபாநாயகம் பிள்ளையினு ஏழுங்கவாணிப் பய ஒருத்தனுக்குப் பவர் கொடுத்துக் கோலாம்பூர் கடைக்கி அனுப்பிச்சாக. அவன் வடக்கத்தியான். என்னமோ ஒரு சாதியிம்பாக. அந்த மொல்லமாறிப் பய பாருங்க, சொந்த மகன் பெண்டாட்டியை மூத்தவருக்கு சாயிண்டு பண்ணி விட்டுட்டான். அப்புறம் கேக்கணுமா! அவன் வச்சதுதான் சட்டம். வாளியில சுண்ணாம்பைக் குழைச்சிக்கிணு செட்டி மகனுக்குப் போட்டான் ஒரு ராமம்! இதைப் பார்த்துக்கிணு பினாங்கு ஏசண்டு சும்மா இருப்பானா? அவன் அண்டாவுல குழைச்சிக்கிணு நல்லா அரியக்குடி ராமமாய்ப் போட்டுவிட்டான். அப்புறம் ஈப்போ கடையில், மலாக்காக் கடையில, செரம்பான் கடையில, மூவார் கடையில, சத்தியவான்கடையில, அலோர்ஸ்ட்டார் கடையிலயினு

அப்புட்டுப் பயலும் கொளுவீட்டாங்ய. கண்மூடிக் கண்திறக்கலை, எட்டுக் கண்ணும் விட்டெரிஞ்ச தீனா மூனா ரூனாத் தீனா மார்க்கா மாயமாய் மறைஞ்சு போச்சு, அன்றைக்கிக் கோலாலம்பூர்ல தீனா மூனா ரூனாத் தீனா மார்க்கா இருந்து, ஐயாயிரம், பதினாயிரம், அம்பதாயிரம், [1] கித்தாத் தோட்டம், ஈயலம்பம், வீட்டுத் தோப்பு கன்னிபேச்சு நடந்த கிட்டங்கியில இன்றைக்கிப் பத்து கொடுத்துப் பதினஞ்சு வாங்கற நாள் கிஸ்திக்காரங்யளாய் ஒரு கடைப்பய பெட்டியடி போட்டிருக்கானாம்... மார்க்கா என்ன செய்யும், பாவம்! முதலாளி சரியில்லையே, முதலாளி சரியில்லையே...

எங்க செட்டியாருடைய ஐயா கோலாலம்பூர்ல கடை தொடங்குறப்ப, இங்கின ஒண்ணு, அங்கின ஒண்ணுன்னி வெறும் குடிசையகதானாம். எங்கெ பார்த்தாலும் சகதி. கொசு உபத்திரியம் தாங்கமுடியாதாம். கோலாலம்பூர் கடையில ஒரு படம் தொங்குச்சு பாருங்க. செட்டியார் மலாய் டாப்புக்கு வந்திருக்கச்சே அரிசித் தவ்க்கே டின்னர் விருந்து கொடுக்கையில எடுத்தது. எங்க செட்டியார்; சாட்டர் வங்கிப் பெரிய தொரை ; உங்கஞ்சங்காய் வங்கி அக்கவுண்டன் தொரை – பெரிய தொரை அன்றைக்கி ஊர்ல இல்லைபோல இருக்கு; ஆயர்மானீஸ் தோட்டத்துக்குத் தமிழன் தொரை அவர் நம்ம பாசையில பாட்டு கீட்டெல்லாம் படிப்பாரு! தெங்கு மக்டூம்; எட்டு – மாடி வீட்டுத் தவ்க்கே மகன் இளையவர் – அவர்தான் அமெரிக்கா லேடியக் கட்டியாந்தவர் – ஆக ஆறு பேரும் குரிச்சியில இருக்காக. அரிசித் தவ்க்கே, உப்பு தவ்க்கே, மயில் சாப்புத் தவ்க்கே, புடைவைக் கடை லீலாராம், லாயர் சித்தம்பலம், நாகூர் மரக்காயர், சங்வீ டாக்கட்டர், இன்னும் மனுசாதி மனுசனெல்லாம் பின்னாடி நிக்கிறாக. அரிசித் தவ்க்கே இருக்காரே, அவருக்கே அப்பவே நாப்பதம்பது கோடி தேறும். இப்ப, நம்ம செட்டிய வீட்டுப்பணத்தை எல்லாம் வழிச்சள்ளினாலும் அணைபோட முடியாது. ஆதியில அவர் சீனத்தில இருந்து கட்னதுணியோட வந்து காவடி கட்டிச் சோறு வித்தவர். பிறகு காபிக் கடை போட்ருக்காரு. ஊர் மளமளப்பான சமயம். என்னமோ தெரியலை. வங்குசாக் கடை வைக்கணுமுனு ஆசை வந்திருச்சு. கையில கொஞ்சம் பணம் இருக்க, மேக்கொண்டு செட்டிய வீட்ல வாங்கலாமுனு முதமுதல்ல தீனா கிட்டங்கிக்கி வருறார். அப்பக் கோலாம்பூர்க் கடையில ஏசண்டுக்கு கொண்டு வித்தவர் 'மூத்தரக்குண்டி' ராமன் செட்டியார் – அவர் மகன்தான் செட்டிப் பிள்ளையகள்ள முதமுதல்ல [2]அரியோம்னி

---

1. கித்தா – ரப்பர்

2. ஹரி ஓம்

டாக்கட்டருக்குப் படிச்சு பாஸ் பண்ணினவர். ஏசண்டு ஊர்ல இல்ல. பெரிய அடுத்தாள் கருப்பணபிள்ளை–மறவ வீட்டாளு – பெட்டியடியில இருக்கார். அப்ப மலாய் டாப்புக்கு வந்திருந்த செட்டியார், மயித்த கடைகளை எல்லாம் கன்ட்ரோல் செய்து செக்கிங் பண்ணிப்பிட்டுக் கடோசி லாஸ்டுல கோலாலம்பூருக்கு வந்தவர் குரிச்சியில் இருக்காராம். அரிசித் தவ்க்கேக்கி அப்ப இளம் வயசு. தலைமயிர் இரும்புக் கம்பியாட்டம் நட்டமாய் நிக்யுமாம். தவணைக்கிப் பணம் கேட்கிறார். எம்புட்ரா வேணுமுங்கிறார் கருப்பண பிள்ளை. சின்னத் தொகையாச் சொல்றார் அரிசித் தவ்க்கே. தீனா மூனா ரூனாத் தீனாவில் வட்டிக்கி ஆசைப்பட்டுச் சின்னத் தொகைகளோ வெண்ணிலையாவோ கொடுத்து வாங்குற பழக்கமில்லை. இல்லையிடா போடான்னிட்டார். கருப்பண பிள்ளை வீடு வாசல் காணிகரையோட ஊர்ல சேமமாயிருக்கார்! பிள்ளையகதான் எல்லாம் ஆகாவளியா திரியிதுக... வயசாயிப் போச்சு. நடக்கக் கொள்ள முடியாது. எல்லாம் இருந்த இடத்திலயேதான். இன்னைக்கி கேட்டாலும் அரிசித் தவ்க்கே முதமுதல்ல தீனா ரூனாத் தீனாவுல வந்து பசக்குப் பசக்குனு முழிச்சிக்கிணு பணம் கேட்டதைக் கதை கதையாய்ச் சொல்வார், அரிசித் தவ்க்கேயும் எப்பவாச்சும் கோலாலாம்பூர் கடைக்கி வந்தார்னால் 'கிராணி மோப்பிங் ஊர்ல நல்லாருக்காரா'னு தவறாமல் விசாரிப்பார்–கருப்பண பிள்ளைக்கி முகமெல்லாம் அம்மைத் தழும்பு...

அரிசித் தவ்க்கே அன்றைக்கி நரி முகத்தில் முழிச்சிட்டு வந்திருப்பார்போல இருக்கு. பேரேட்டைப் புரட்டிக்கிணு இருந்த செட்டியார் ஏறிட்டுப் பார்த்தாராம். அரிசித் தவ்க்கேயும் எதிரிச்சிப் பார்த்திருக்கார். செட்டியார் என்ன நினைச்சாரோ என்னமோ தெரியலை. 'சீனன் என்னடா கேட்கிறான்'னிட்டார். அரிசித் தவ்க்கேக்கி சீதேவி மாலை போட வந்திட்டாள். யாரால தடுக்க முடியும்?'–செட்டியார் இருக்காரே, ஆசாமிக்காரன் யாரு, பத்து வரவு என்னன்னி கேட்கிற பழக்கமேயில்லை. கணக்கைப் பார்க்கிறதோட சரி. இன்னொண்ணு கடேசிவரை அவருக்கு மலாய் பாசை தெரியாது. கருப்பண பிள்ளை விசயத்தைச் சொன்னதும், அரிசித் தவ்க்கே முகத்தைப் பழையபடி ஒரு செய்யண்டு பார்த்துப்பிட்டு, 'துடியான பயலாருக்கானடா, கொடுரா, போயித்துப் போகுது'ன்னிட்டார். அப்ப இருந்து அரிசித் தவ்க்கேக்கி ஒரே ஏத்தம்தான். ஏத்தமுன்னா ஏத்தம் இப்படி அப்படியினு சொல்ல முடியாது. அவர் நாணயத்தைப் பார்த்து எந்நேரம் எம்புட்டுக் கேட்டாலும் அட்டியில்லாமக் கொடுத்தாக... வங்குசாக் கடை வச்சார், அரிசி வியாபாரத்தில

நுழைஞ்சார். யாரும் எதுத்து நிக்ய முடியலை. மலாய் டாப்பு பூராவும் ஏகபோகமாகிப் போச்சு. கித்தாத் தோட்டம், ஈயலம்பம், வீட்டுத் தோப்புகன்னி ஊர் ஊராய் வளைச்சார். சொந்தத்தில் கப்பல் விட்டார். [1]உங்கத்தில மில்லுக கட்டினார். சங்காயிப் பட்டணத்தில, பதினெட்டுத் தொப்பிக்காரன் தேசங்களிலயும் இப்படி இல்லையிங்கிறாப்புல முப்பத்தி ரெண்டு மாடி ஓட்டல் விடுதி கட்டினார். இம்புட்டுக்கு ஆகியும் பாருங்க, பழைய விசுவாசம் போகலை. கடேசிவரை எங்க செட்டியாரைத் 'தவ்க்கே புசார்'னுதான் சொல்லுவார்...

செட்டியார் காலமாகிற சமயம், உலாந்தா கவர்மெண்டோட என்னமோ தகறாலாகி, கவுணரோட மீட்டங்கி பேசுறதுக்காக வந்தாவியா போயிருந்தாராம். செட்டியார் பிழைக்கமாட்டார்னு கோலாலம்பூருக்குத் தந்தி வந்திருக்கு – அப்ப, நான் பினாங்குக் கடையிலே இருக்கேன். உடனே அரிசித் தவ்க்கே கம்பேனியிலிருந்து அர்ச்சண்டு போட்டு வந்தாவியாவுக்குச் சொல்லிப்பிட்டாக. சேதியக் கேட்டதும் அங்கயே உலாந்தா கவர்மெண்டு மாறலாய் பெசல் ஏரப்ளான் பிடிச்சு, அரிசித் தவ்க்கே நம்ம ஊருக்குப் போறார். ஏரப்ளான் கல்கத்தாவிலிருந்து புறப்படுது. செட்டியார் காலமாகிவிட்டார்னு இங்கெ தந்தி வருது. அரிசித் தவ்க்கே மெட்ராஸ் போய் இறங்குறார். அதுக்குள்ள இங்கிருந்து சாட்டர் வங்கி ஆடர் போயி, மெட்ராஸ்ல பிளசர் பிடிச்சு, பூச்செண்டு மாலையாக பட்டு வேட்டி பீதாம்பரம், சந்தனாதி வாசனைத் திரவியங்களெல்லாம் வாங்கிவச்சு ரெடிமேடாய் காத்துக்கிணு இருக்காக.

ஊர்ல போயி இறங்குறார். செட்டியார் உடல் சந்தனக் கட்டையிலே செகசோதியா எரியிது. மயானத்தில் அரிசித் தவ்க்கே அவுக பாசையில் என்னென்னவோ சொல்லிப் புலம்பிக்கிணு அழுத அழுகையைச் சொல்லி முடியாதாம். பிறகு, காரைக்குடி போயிக் [2]கொப்பாத்தாளுக்கும், பழனி போயித் தண்டாயுதபாணிக்கும் செட்டியார் பேரில அபிசேக அர்ச்சனையாக நடத்தித் தான தருமங்களெல்லாம் பண்ணிப்பிட்டுத் திரும்பியிருக்கார்... அப்புறம், தீனா மூனா ரூனாத் தீனா நாலு பக்கமும் ஆட்டம் கொடுக்குதுனு ரூமர் தெரிஞ்சதும், அரிசித் தவ்க்கே, செட்டியார் மகன் மூத்தவருக்குத் தந்தி மணி பதினாயிரம் அனுப்பி, ஒண்ணும் யோசிக்காதே, எத்தினி லெச்சமின்னாலும் நான் கட்றேன், உடனே புறப்பட்டு வா'ன்னி தந்திமேல தந்தி அடிக்கிறாராம். வதிலே இல்லை. பெரிய மானேசர் வந்து வதில்லையினு சொன்னதும்,

1. உங்கம் – ஹாங்காங்

2. காரைக்குடி கல்லுக்கட்டில் கோயில் கொண்டிருக்கும் கொப்புடை நாயகி அம்மன்.

அரிசித் தவ்க்கே என்னமோ ஏதோன்னி பதறிப்போயி, கல்கத்தாவில் இருக்கிற சீனக் கவுண்சிலுக்குத் தந்தி சொல்ல, அவர் இந்தியா கவர்மெண்டோட கலந்துபேசி, எல்லாருமாய்க் கூடி ஊரு உலகம் நாடு நகரமெல்லாம் தேடு தேடுன்னி தேடுறாக. செட்டி மகனைக் காணோம். எவளோ ஒரு எடுபட்ட முண்டையை இழுத்துக்கினு போயி ஊட்டியிலயோ கூட்டியிலயோ அமுங்கிப்போனார். போன சீதேவி திரும்பி வந்து *சோவியாச்சி பெத்த பட்டத்து மகனை எங்கே எங்கேயினு தேடித் திரியிறாள். அவர் மூதேவி கழுத்தைக் கட்டிக்கினு விழுந்து கிடக்கார். யார் என்னத்தைச் செய்து என்ன ஆகுறது. டயம் முடுஞ்சு போச்சு, அம்புடுத்தான். வேலாயுதம்! ஞான பண்டிதா!

தீனா மூனா ரூனாத் தீனா மார்க்காவைப்போல ஒரு கடை இனிமேல் இல்லை! விடாக்கண்டன் செட்டியாரைப்போல ஒரு முதலாளி இனிமேல் இல்லை. சிவகாமி ஆச்சிபோல ஓர் உத்தமியை இனிமேல் காணக் கிடைக்காது...! அம்புட்டுப் பெரிய சீமான் பொண்டாட்டிக்கி நானுங்கிற ஆங்காரம் கொஞ்சமாச்சும் உண்டா... ஏழை எளியதுக மனசு நோகுறாப்புல ஒண்ணு சொல்லுவாகளா, செய்வாகளா...ம்ம்... அதையெல்லாம் இப்ப நினைச்சு என்ன ஆகுறது...அவகளுக்குப் பெத்த பிள்ளைக்கும் சம்பளக்காரனுக்கும் வித்தியாசம் தெரியாது. மயித்த முதலாளியக வீட்ல மாதிரி தன் வகைக்கி ஒரு சாப்பாடு, பிறத்தியானுக்கு ஒரு சாப்பாடுங்கிறது ஆச்சி காலம் வரை கிடையாது. செட்டியாருக்கு என்ன சாப்பாடோ அதுதான் எல்லாருக்கும்... சிவகாமி ஆச்சி காலமெல்லாம் போச்சு – போயே போச்சு. இப்பத்தான் எல்லாம் சகட்டுமேனிக்கு ஈரோப்பியன் பிளானாய் தலையில கோணை வகிடு எடுக்கிறதும், முகத்தில் புட்டா மாவை அப்பிக்கிறதும், சம்பர் ரவிக்கை போடுறதும், கால்ல செருப்பை மாட்டிக்கினு டக்கு புக்குன்னி திரியிறதுமாய் ஆகிப் போச்சே. இப்பப் பாருங்க, ரெம்பப் படிச்சவுக, பணக்காரவுக வீட்டுப் பொம்பளையக பிள்ளைக்கிப் பால் கொடுக்கிறதைக்கூட நிறுத்திப்பிட்டாகளாம்! ஏன்னி கேட்டால், உடம்பு கட்டு விட்டுப் போகுதாம். என்ன உடம்போ! என்ன பிறவியோ...!

தீனா மூனா ரூனாத் தீனாவில் இருந்து விலகிக்கினப்புறம் பெரிய கடைகளுக்கெல்லாம் கூப்பிட்டாக, எனக்கு மனசில்லை. ஊர்லயே ஒரு கடைய வச்சிக்கினு இருக்கலாம்னு நினைச்சேன். அதுக்குள்ள மைடான்ல இருந்து எங்க அம்மான், 'இங்க வந்து தொழில் நடத்து, அப்படிச் செய்யிறேன் இப்படிச் செய்யிறேன்

* சிவகாமி ஆச்சி

மணலைக் கயிறாத் திரிச்சிப்பிடலாம்'னு எழுதினார். வந்தேன். ஒண்ணும் சுகப்படலை. எனக்குச் சில்லறையாகக் கொடுத்து வாங்கிப் பழக்கமில்லை. காலமெல்லாம் தீனா மூனா ரூனாத் தீனாவிலயே கழிஞ்சு பெருங்கொண்ட போடாய்ப் பழகிப் போச்சு. ஊரும் புதுசு... அதோட எனக்கு டயனும் சரியில்லையினுதான் சொல்லணும். மயித்தவுகள்ளாம் சம்பாரிக்யலையா... கொண்டு விக்யக் கிளம்பயில பதிமூணு வயது. இந்த நாப்பது வருசத்தில் ஊர்ல இருந்தது பத்துப் பன்னெண்டு வருசங்கூடத் தேறாது. பயக ரெண்டு பேரும் பர்மா டாப்புல கொண்டு விக்கிறாங்ய. அவங்ய சங்கதி எப்படி இருக்கோ என்னமோ தெரியலை... எல்லாத்துக்கும் தண்ணிமலையான் இருக்கான்னி இருக்கேன். ரெண்டு பொம்பளைப் பிள்ளைக்கிக் கலியாணம் முடிஞ் சிருச்சு. சின்னக்குட்டி அமுர்தம் ஆத்தாகூட வீட்ல இருக்கு. இந்தக் கணக்கோட எல்லாத்தையும் ஓரிசு பண்ணிக்கிணு ஊர்லயே இருந்தூர்ரதினு திட்டம். அதுக்குள்ள இந்தச் சண்டை யெழவு சனியன்வந்து சேர்ந்திருக்கு... இங்கின கிடந்துக்கிணு சீனன் மலாய்க்காரனோட மாரடிக்கிறதுக்கு வதிலாய் ஊர்ல போயி என்னமாச்சும் ஒரு தொழிலைப் பார்க்கலாம்... ஊர்ல இருக்கிறவுகள்ளாம் சம்பாரிக்கலையா... நாமள்தான் அக்கரையில என்னமோ கொட்டிக் கிடக்குதுனு வந்து இப்படி லோலாயப்படுறம். ஆண்டவன் புண்ணியத்தில் கொஞ்சம் காணிகரை இருக்கு. வீட்ல இருந்துக்கினே பசியாமல் சாப்பிடலாம்... ஆம்பிள்ளையாக மூணு பேரும் இப்படி அக்கரையில திரியிறமேன்னு நினைச்சாதான் கவலையாயிருக்கு... அதையெல்லாம் காட்டியும் ஒரு வாதனை ராத்திரியாப் பகலா ரம்பம் போட்டு அறுக்கிறாப்புல நெஞ்சை அறுத்துக்கிணே இருக்கு. பயணம் புறப்பட்டு வரச்சே சின்னக்குட்டி அமுர்தம்... உடும்புப் பிடியாப் பிடிச்சுக்கிணு *வளவி செய்து போடச் சொல்லிச்சு. நான் கோபத்தில தடிமாட்டுத்தனமாய்ப் பிள்ளைய அடிச்சுப்பிட்டேன். அதை நினைச்சாதான் மனசு வாதனைப்படுது.

பயணநேரத்தில் மகள் அமிர்தம்:

“அப்பூ, எனக்கு வளவி செஞ்சி போடுங்கப்பு.” இரண்டு கைகளையும் பற்றிக்கொண்டு நச்சரித்தாள். ஆண்டியப்ப பிள்ளை என்னென்னவோ சமாதானம் சொன்னார். மகள் கேட்கவில்லை. விடாப்பிடியாய் அழுது சிணுங்கினாள். கோபம் பொறுக்காமல் அதட்டி அடித்துவிட்டார்.

---

* (தங்க) வளையல்

அமிர்தம் தரையில் விழுந்து காலை உதவி அலறிப் புரண்டு துடிக்கிறாள். "அப்பூ! எனக்கு வளவியப்பு... அப்பூ! எனக்கு வளவீஇஇ."

ஆவன்னாவின் கண்களில் நீர் அரும்பியது. கொஞ்ச நேரம் பேசாமல் இருந்தார். கண்ணீர் முத்துமுத்தாய்த் திரண்டு கன்னங்களில் உருண்டது. வாய் புலம்பிற்று.

"சண்டாளப் பாவிப்பயல்! நான் என்னத்துக்குக் கடல்ல தண்ணியில திரிஞ்சு சம்பாரிக்யணும்... பெத்த பிள்ளைக்கி வளவி செய்து போட மனது வரலையே. இனிமே என்னைக்கிப் போயி அதைப் பாக்கப் போறேன்!"

கண்களிலிருந்து தாரைதாரையாய் நீர் வழிந்தது. இரு கைகளாலும் துண்டைப்பற்றி எடுத்து முகத்தை மூடிக்கொண்டார்.

அமிர்தம் தரையில் கிடந்து அழுது புரள்கிறாள்.

"அப்பூ! எனக்கு வளவீஇஇ... அப்பூ! எனக்கு வளவீஇஇ..."

மனைவியும் மூத்த புதல்விகள் இருவரும் தேறுதல் சொல்கிறார்கள்.

"என் தங்கமுல, நல்ல பிள்ளையில, எந்திரியம்மா, அப்பு தொலைக்கிப் போய்ட்டு வந்து, கைக்கி அஞ்சஞ்சு வளவி செஞ்சு போடுவாக... எந்திரியம்மா. சாயந்திரம், சீனி செட்டியார் கடைக்கிப் போயி, நல்ல நல்ல வளவியா வாங்கி, போடுவம், என் தங்கமுல, கண்ணுல! எந்திரியம்மா...'அப்பு, போயித்து வாங்கப்புன்'னு சொல்லிக்கியம்மா, நேரமாகுது."

அமிர்தத்தின் சின்னஞ்சிறு பிஞ்சு உடல் தரையில் உருண்டு புரள்கிறது. கேவிக்கேவி அழும் குரல் காதைத் துளைக்கிறது.

"அப்பூ! எனக்கு வளவீஇஇ... எனக்கு வளவீஇஇ...அப்பூ! எனக்கு வளவீஇஇ..."

பிள்ளையவர்களின் நெஞ்சு பிளந்து, கதறல் கிளம்பியது.

"சத்ராயிப்பலே! உனக்கு என்னத்துக்குடா பிள்ளைகுட்டி? பிள்ளையருமை தெரியாத தடிமாட்டுப் பலேஎ."

வலக்கை சடார்சடாரென்று உச்சந்தலையில் அடித்தது. உடல் குலுங்கித் துடித்தது.

"அயித்தான்! அயித்தான்! மனசை விடராதியக அயித்தான்!" நல்லகண்ணுக் கோனாரின் அரண்ட குரல் அலறிற்று. "ரெண்டு மாசத்தில சண்டை சாடிக்கையெல்லாம் தீந்திரும். அழகு நாச்சியா

புண்ணியத்தில ஊர் போயி, பிள்ளை குட்டிகளுக்கு ஆசை தீர எல்லாம் வாங்கிப் போடலாம்.

பிறர், முகமூடியிட்ட உருவம் ஓசையின்றி அழுவதைக் காணச் சகிக்காமல், தலைகுனிந்து இருந்தனர்.

ஆவன்னாவின் உடல் குலுக்கம் கொஞ்சம் கொஞ்சமாய்க் குறைந்து மறைந்தது. முகத்தை மூடியிருந்த துண்டு நழுவி மடியில் விழுந்தது.

"மனசை, நொந்து என்ன செய்ய... நம்ம தலை எழுத்து" கண்களைத் துடைத்தார். "சரி, படுப்பம், வேலாயுதம்! ஞான பண்டிதா!"

படுக்கைகளில் சாய்ந்தார்கள்.

தொங்கான், பினாங் துறைமுகத்தைத் தேடிச் சென்று கொண்டிருந்தது.

11. மதுரை

கடலுக்கடியிலிருந்து கதிரவன் பரிந்தான். ஆரல் போன்றிருந்த சிறு மீன்கள் கூட்டம் கூட்டமாய்த் துள்ளி விளையாடின. கடல் அலைஅலையாய் நெளிந்து குழிந்து வழுவி ஓடிற்று. கீழ்க்கோடியில் சாம்பல் மங்கலாயிருந்த வானம் செஞ்சுடர்ப் பரிதியின் ஒளி பெற்று ஆரஞ்சு வண்ணத் தீ நிறமாய் மாறியது. நீரும் ஞாயிறும் தழுவிநின்ற இடத்தில் உண்டாகி மின்னிய ஒளிப் பிழம்பு பார்வையைக் குழப்பிற்று.

பாண்டியன் கண்ணை மூடினான். போர் முடிந்ததும் முதல் கப்பலில் ஊர். இந்தத் தடவை சென்னை வேண்டாம், நாகப்பட்டினம். சுங்க அலுவலகத்தில் ஆடை மடிப்புகளைக் கலைத்தும் தலையணைகளைக் கசக்கியும் பார்ப்பார்கள். நேரே திருச்சி, அங்கிருந்தே ஊர் போய்விடலாம். இல்லை, மதுரை வழியாகப் போக வேண்டும். மதுரை ரெயிலடியிலிருந்து கிளம்பினால் எதிரே மங்கம்மாள் சத்திரம். அங்கேயே தங்கலாம். ஒரு நாள் இருந்து நண்பர்களைப் பார்க்க வேண்டும். மாலையில் ஒரு சுற்று. டவுன் ஹால் ரோடு, பீமவிலாஸ் – மதுரையில் முதன்முதலாக, மேசையில் வைத்துப் பலகாரம் தின்னும் பழக்கத்தைப் புகுத்திய கிளப்புக் கடை. மெஜுரா காலேஜ் ஹைஸ்கூல். பெருமாள் கோயில் தெப்பக் குளம் ஒரே நாற்றம். எச்சிலை – குப்பை கூளம் – பாசி. மாசிவீதியைக் கடந்ததும் மேலக் கோபுரத் தெரு. விக்டோரியா லாட்ஜ், மில்ட்டேரி ஹோட்டல், முன்திண்ணைச் சுவரோரம் பாய்விரித்த, வட்டக்குடுமி... சந்தனப் பொட்டு – சிவப்புக்கல் கடுக்கன் – சாய வேட்டியராய் முதலாளி சாமிநாத பிள்ளை உட்கார்ந்திருக்கிறார். சிவந்த சிறு கண்கள். ஓயாத வெறுப்புப் புன்னகை. உண்டு வெளியேறுவோர் கொடுக்கும் பணத்தை ஏதோ முனகியவாறே வலக்கையில் வாங்கி, இடக்கையால் பாயைத் தூக்கி அதன் கீழே வீசுகிறார். இப்பால் உடுப்பி ரெஸ்டாரன்ட். அஜீஸ் அத்தர்க் கடை, அனுமந்தராயன் கோயில் தெருக்கள் பிரிகின்றன. டாப்பர் மாமாக்கள் மறுகுவர்; ஏப்பை சாப்பைகளை எதிர்பார்த்துச் சண்டியர்கள் வட்டமிடுவர்.

'மூணு சீட்டு'க்காரர்கள். பித்தளைச் சங்கிலிகளைத் 'தங்க நகை'யாக்கி அவசரத் தேவைக்காகக் குறைந்த விலைக்கு விற்கும்' எத்தர்கள். பண்டாபீஸ். கோபுர வாசல், மார்வாடியின் வியாபார முழக்கம்.

"எத்தெடுத்தாலும் ஓர்ரணா! எத்தெடுத்தாலும் ஓர்ரணா!"

சித்திரை வீதிகள், பெட்ரோமாக்ஸ் வெளிச்சத்தில், பெரிய பயில்வான் படத்தைச் சுவரோரம் சாத்திவைத்துக் கொண்டு சாலாமிசிரி ஹல்வா விற்பவர்கள்; 'பொம்பளை சீக்கு' மாத்திரை விற்பவர்கள்; நோய்க்கும் பேய்க்கும் மந்திரித்த தாயத்து விற்பவர்கள்; 64 லீலைப் படங்கள் அடங்கிய அசல் கொக்கோக சாஸ்திரம் விற்பவர்கள்; தேள்கடி மருந்து விற்பவர்கள்... கோயில் கூட்டம், பனியாவின் கூக்குரல்.

"ஏக் பனியன் தோ அணா!" புது மண்டபம், வாசல் அருகே ஆத்தூர் சாயபு பல் பொடி விற்கிறார். முன்னே நகைச்சுவைப் பரவசமாய் வாய்பிளந்து நிற்கும் கூட்டம். சாயபு பேசுகிறார்.

"என்னடா அது இதுன்னி வித்தியாசம்? பாப்பார வீட்டுச் சாமி சிவப்பாயிருக்குமா, பறைய வீட்டுச்சாமி கறுப்பாயிருக்குமா? துலுக்க வீட்டுச்சாமி தொப்பி போட்டிருக்குமா, வேதக்காரச் சாமி சிலுவை போட்டிருக்குமா? எல்லாம் சாமிதான். எல்லாரும் மனிசன்தான்டா... ஆனாக்காப் பல்லுப் பொடி அப்படி இல்லையப்பா – பல்லுப்பொடியின்னால பல்லை உடைச்சு நொறுக்கித் தூளாக்கின பொடியில்லை. பல்லுக்குத் தேய்க்கிற பொடி.... ஹிஹ்ஹிஹ்...பல்லுப் பொடியில நல்லதும் இருக்கு. கெட்டதும் இருக்கு. இது சித்தர்கள் வகுத்த முறைப்படி புடம் போட்டுச் செய்தது. இதுல ஒரு பொட்ணம் வாங்கிக்கிட்டுப்போ தினசரி தேயி. கடையில விக்கிற டப்பியில் ஜிகினாக் காகிதம் சத்தி மொட்டைக் குண்டி லேடி, ஜல்சா லேடி படமெல்லாம் போட்டிருப்பான். உடலைக் கண்டு மயங்காதே. இது காமாலை – உடைச்சுப் பார்த்தால், 'ஒய்யாரக்கொண்டையாம் தாழம்பூவாம், உள்ளேயிருக்குமாம் ஈரும் பேனும்'னி தெருப்புழுதிக்குச் சாயம்போட்டு அடைச்சிருப்பான். ஆமா, நான் சொல்றதைக் கேள். இதுல ஒரு பொட்ணம் வாங்கிட்டுப் போ. தினசரி காலையில காலையில தேயி. பல் அரணை, ரத்தக் கசிவு, வாய் நாத்தமெல்லாம் பஞ்சாய்ப் பறக்கும். இந்தா, ஆளுக்கு ஒரு பொட்ணம் வாங்கு. நான் சொல்றதைக் கேளு... பல்லுப் போனால் சொல்லுப் போச்சு. வாய் நாறினால் பெண்டாட்டி அங்கிட்டுத் திரும்பிப் படுத்துக்கிடுவாள். அப்புறம் நீ விடிய விடிய ஓட்டா வீட்டு நாய்போலக் கொட்டாவி விட்டபடி..."

நகரங்கள் எவ்வளவு விரைவாய் மாறுகின்றன! 1941இல் திரும்பிய போது பார்த்த மதுரைக்கும், உயர்நிலைப் பள்ளியில் சேரப் போனபோது பார்த்த மதுரைக்கும் எவ்வளவு வேற்றுமை! லாஸ்ரடோ ஷெனாய் நகராட்சி கமிஷனராக வருவதற்கு முந்திய காலம் அது.

தெருவில் பாதியை, கட்டிடங்களுக்கு முன்னே நீட்டிய 'கவர்னர் தட்டி' மறைத்திருக்கும். கழிகளை ஊன்றிப் பலகை அடைத்துச் சாய்ப்புத் தட்டி – கவர்னர்தட்டி – இறக்கியிருப்பார்கள். மேலே ஓட்டுக் கடைகள். பலகைக்குக் கீழே, எச்சில் தொட்டி உரிமையாளர்கள் குடும்பம் நடத்துவர். பிறப்பு – இணைப்பு – இறப்பு எல்லாம் அங்கேயே நடைபெறும்.

பஸ் நிலையம் இருக்கும் இடம் வியாழக்கிழமைச் சந்தைத் திடலாயிருந்தது. செம்மண் உருண்டையிலிருந்து மோட்டார் எந்திரங்கள் வரை, தும்பைச் செடியிலிருந்து புலிப்பல்வரை அங்கே வாங்கலாம்.

எந்த ஊருக்குப் போகும் '*கார்' எங்கிருந்து எப்போது புறப்படும் என்று யாருக்கும் தெரியாது. நகரத் தெருக்களில் எல்லாம் கார்கள் பவனி வரும். பக்கத்துக் கம்பிகளைப் பிடித்துத் தொங்கியவாறு தெருவுக்கு தெரு வெவ்வேறு ஊர்ப் பெயரைக் கூவிப் பிரயாணிகளை ஏற்றுவர் கார் ஏசண்டுகள். குறித்த ஊருக்குச் செல்லும் பிரயாணிகள் ஐந்தாறு பேர் எறியதும், மற்றவர்களை மூட்டை முடிச்சுகளுடன் எங்காவது ஓரிடத்தில் இறக்கிவிடுவார்கள். முணுமுணுத்தால் அடி விழும். அது லாஸ்ரடோ ஷெனாய் மதுரை நகராட்சி கமிஷனராக வந்து, சென்ட்ரல் பஸ் நிலையம் அமைத்து, எல்லாக் 'கார்'களும் அங்கிருந்தே – இன்னின்ன ஊர்களுக்குச் செல்லும் வண்டிகள் இன்னின்ன இடங்களிலிருந்தே இன்னின்ன நேரங்களில் புறப்பட வேண்டுமென்று ஏற்பாடு செய்வதற்கு முந்திய காலம்.

ஒரே சமயத்தில் ஒரே ஊருக்கு மூன்று நான்கு கார்கள் புறப்பட்டு ஆறு, கண்மாய் வயலில் எல்லாம் இறங்கி ஏறி, ஒன்றையொன்று விரட்டிப் பற்றி முந்தும். சின்னமங்கலம் போன 'கிருஷ்ண ஜெயம்' கார் டிரைவர் 'டாலர்' ராஜாமணி அய்யர், முன்னே சென்ற 'சிதம்பர விலாஸ்' டிரைவர் ராமுண்ணி மேனனைப் பீட் அடிப்பதற்காக, கண்மாய்த் தண்ணீரின் குறுக்கே கரையேறி முந்தியது, மோட்டார் உலகத்தில் பிரபலமானதொரு நிகழ்ச்சி.

---

* பஸ்கள் கார் என்றும் கார்கள் பிளஷர் என்றும் கண்டக்டர் கிளீனர் என்றும் அழைக்கப்பட்ட காலம்.

*சோற்றுக்கடைத் தெருவில் சோற்றுக்கடைகள். கடைத் திண்ணைகளில் பெரும்பெரும் அண்டாக்களைத் தங்கம்போல மினுக்கித் தண்ணீர் நிறைத்துப் பட்டை பட்டையாய் விபூதி பூசிச் சந்தன - குங்குமப் பொட்டிட்டு முக்காலிகளின்மேல் வைத்திருப்பார்கள். பக்கத்தில், சட்டை போட்ட ஆள் திருநீற்றுக் கோலமாய்ப் பலகைமீது சம்மணம் கூட்டி உட்கார்ந்து தெருவில் போவோரை ஓயாமல் கூவி அழைப்பார்: "வாங்க! சுடச் சுடச் சோறு. கறிக்குழம்பு... சோறு! வாங்க, வாங்க!"

மேற்கத்திப் பார வண்டிக்காரர்கள் வயிறு புடைக்கத் தின்றபின், ஓசி வெற்றிலையும் வாங்கிப் போட்டுக்கொண்டு ஏப்ப முழக்கத்துடன் வெளியேறுவார்கள்.

"சுண்ணாம்பு சேத்திருக்கானப்பா, சோறு எடுக்கலை."

"இதெல்லாம் என்ன கிளப்பு... கிளப்புன்னிச் சொல்றதுக்கு குண்டத்தூர் நாய்க்கர் ஒருத்தர் திண்டுக்கல்லுல நடத்துறாரு. அதுதான். சாப்பாடுன்னாச் சாப்பாடு, இப்படி அப்பிடியினு சொல்ல முடியாது! தினசரி குடல்கறி, இல்லாட்டி தலைக்கறி, விசாலனுக்கு விசாலன் ராத்தியில பிரண்டைக்குழம்பு வைப்பார், பாருங்க. அசல் கெளுத்தி மீன் குழம்புதான்!"

இம்பீரியல் சினிமாவுக்கு ஓர் அணா டிக்கெட். மாடியில் இருக்கும் 'சேர்' ஆட்கள் இடையிடையே, கீழே, தரையர்கள்மீது வெற்றிலை எச்சிலைத் துப்புவர். தரைப் பிரபுக்கள் சதைச் சொற்களால் ஏசிக் கண்டனம் தெரிவிப்பார்கள்: "டேய்...!"

திரையில் எடிபோலோ, டக்னஸ் பேர்பாங்க்ஸ் படங்கள் – "ஏய்! திரும்பிப் பார்ரா, எதிரி வர்றான்டா...! விடாதே, பிடி, குத்து, நல்லாக் குத்து...! டேய் உதவிக்காரா! ஓடியாடா, ஆக்கிட்காரியை எதிரி தூக்குறான்டா! இந்தா ஆக்கிட்காரன் வந்துட்டான்! குத்து. அப்படிக் குத்து, கும்மாங்குத்துக் குத்து!" விலாத்தெறிக்கச் சிரிக்க வைக்கும் அரை மீசை சார்லி சாப்ளின், கண்ணாடிக்கார ஹெரால்ட் லாயட்... குரலில்லா உருவங்கள் திரையில் கூத்தாடுகின்றன. குதிரைகள் தாவி ஓடுகின்றன. துப்பாக்கிகள் நெருப்புக் கக்குகின்றன – 'காணத் தவறாதீர்கள் கத்திச் சண்டைகள், ஜம்பிங்குகள், மாஜிக் வேலைகள், காதல் சீன்கள் நிறைந்த மகத்தான படம். 'உதை மாஸ்டர்' எடிபோலோவின் சவுக்கடி சீன் பார்க்கப் பார்க்கப் பரவசமூட்டும்..."

சின்னத் தகரக் கொட்டகை. பெரிய தகரக் கொட்டகை–கந்தர்வ கான கிட்டப்பா: 'நாற்பது வேலி நிலம் இன்னும் நட்டாகவில்லை'.

---

* இப்போதைய பெயர் மீனாட்சி கோயில் தெரு.

இசையரசி சுந்தராம்பாள்: 'வெட்டுண்ட கரங்கள் வேதனையாக' தேச பக்தர் விசுவநாத தாஸ்: 'கதர்க் கொடிக் கப்பல் தோணுதே." ராஜலெட்சுமி, வேலாம்பாள், ருக்மணிபாய், 'ஹார்மோனியச் சக்கரவர்த்தி' காதர் பாட்சா, 'ஸ்திரீ பார்ட்' அனந்த நாராயண அய்யர், 'ஹிந்துஸ்தான் கவாய்' நடராஜ பிள்ளை; 'பபூன்' சண்முகம், 'காமிக்' சாமண்ணா, 'ஜோக்கர்' ராமுடு. ராஜாம்பாளே ராஜாம்பாளாய் நடிக்கும் 'ராஜாம்பாள்' ஸ்பெஷல் நாடகம். கன்னையா கம்பெனி 'தசாவதாரம்'. 'ஒரிஜினல் பாய்ஸ் கம்பெனி'களின் சவுக்கடி சந்திரகாந்தா, பம்பாய் மெயில், ராஜபக்தி...

பெரிய பாலம் கட்டுவதற்கு வெள்ளைக்கார என்ஜினீயர் கொடுத்த நரபலி; தலைச் சூலியான பிராமணப் பெண்ணைத் தத்தனேரி சுடுகாட்டில் பலி கொடுப்பதற்காக, நள்ளிரவில் அந்தர விளக்காய்த் தொங்கி அழைத்துச் சென்ற மலையாள மந்திரவாதியை சட்டைக்கார சார்ஜண்ட் பின்தொடர்ந்து போய் அக்கரை இறக்கத்தில் சுட்டுக்கொன்றது; பெரிய சண்டியர் கேரு சாகிபை சப் இன்ஸ்பெக்டர் பாலசிங்கம் அடித்துக் கட்டி கரகரவென்று தெருப்புழுதியில் இழுத்துச் சென்றது. இவையெல்லாம் மாணவர்கள் அச்ச வியப்புடன் பேசிக்கொண்ட மர்ம நிகழ்ச்சிகள்.

மதுரையில்தான் எத்தனை திருவிழாக்கள்! சித்திரைத் திருவிழா, பிட்டுத் திருவிழா, தெப்பத் திருவிழா... ஆ, மாரியம்மன் தெப்பத் திருவிழா... வண்டியூர்த் தெப்பக் குளத்துக்கும் வைகை ஆற்றுக்கும் இடையே உள்ள தோப்புகளில் விரிப்புகளைப் பரத்தி அமர்ந்து குடும்பம் குடும்பமாய்க் கண்டுணர உண்பார்கள். சிறுவர்கள் துள்ளி ஓடுவர்; பெண்கள் வெற்றிலைச் சிவப்பு வாயால் அதட்டுவார்கள்... மாலையில் குளக்கரை உள்தட்டு நெடுகிலும் நெருக்கமாய் அகல் விளக்குகள் எரிய, எண்ணற்ற தங்க வேல்களால் குத்துண்டதுபோல் தண்ணீர் குழம்பி மின்னும். மலர்ந்த பால் நிலவு தென்னை மரக்கொண்டைகளுக்கு மேலேறிக் குளிரொளித் தென்றல் பொழிந்து நிலத்தையும் மானிடரையும் மோகன மயக்கத்தில் ஆழ்த்தும் வேளையில் 'தெப்பம்' புறப்படும்...

தெப்பத் திருவிழா அன்றொரு நாள் தமிழ்நாட்டு மதுரையில் பார்த்தது. காலமும் இடமும் மாறிவிட்டன. இது மலாக்கா கடலில் மிதந்து செல்லும் தொங்கான். இதில், இரண்டாவது உலகப் போரின் விளைவாகச் சுமத்ராவிலிருந்து மலேயாவுக்குச் செல்லும் வணிகப் பிரயாணிகள்.

அலை அலையாய், ஒன்றன்பின் ஒன்றாய், ஒன்றன் காரணமாய் உதித்த மற்றொன்றாய் வந்த அலைகள் தொங்கானில்

மொத்துமொத்தென்று மோதிச் சீறி உருட்ட முயன்றன; முடியாமல் புலம்பின. காற்று விசையால் செலுத்தப்பட்ட தொங்கான் பினாங் துறைமுகத்தைத் தேடிச் சென்றுகொண்டிருந்தது.

"பாவன்னா! என்ன காலையிலேயே யோசனை பலமாயிருக்கு?"

கட்டிப்பால், காப்பித்தூள் டப்பிகளைக் கூடையிலிருந்து வெளியேற்றிக் கொண்டிருந்த ஆவன்னா கத்தினார்.

"கொஞ்சம் காற்று வாங்கினேன்."

எதிர்க்கோடியில் நல்லகண்ணுக் கோனார் வெந்நீர் கொதிக்க வைத்துக்கொண்டிருந்தார். மற்றவர்கள் உறங்கினர்.

12. சின்னமங்கலம்

ஆழாழியில் பினாங் துறைமுகத்தை நாடிச் சென்று கொண்டிருக்கிறது தொங்கான்.

பிலவானில் திங்களன்று தொடங்கிய பயணம் செவ்வாயையும் புதனையும் விழுங்கி,வியாழனையும் மென்று தின்றுகொண்டிருந்தது. ஒளியனான சூரியன் உச்சியைத் தாண்டி இறங்கிச் சாயலானான். பாண்டியன் மேல்தட்டுக் கயிற்றுக் கிராதியைப் பிடித்தவாறு மேற்கே பார்த்து நின்றான். ஆற்று வாயில் சகதிக் கலங்கலாயிருந்த பவ்வநீர் பச்சையாகி, ஊதாவாகி நீலமாகி, நீல்மைக்கும் கருமைக்கும் நடுமையான கருநீலமாக்கி நின்றது; நிற்காமல் அலைந்தது; அலைந்தோடியது. மீண்டும் உருண்டு திரண்டு திரும்பி வந்து மோதி ஓலமிட்டது...

ஆ, வியாழக்கிழமை. சின்னமங்கலம் சந்தை, வேப்பெண்ணெய் மணம் கம்மென்று கமழ அந்தி மயங்குகிறது. சந்தை வளைவுத் தலைவாசல் அருகே ஆள் உயரக் கூடைக்குப் பின்னால் நின்று பொரி உருண்டை விற்கும் மேலூரான், தரைமீது விரித்த சாக்குத் துணியில் சில்லறையைக் கொட்டி எண்ணுகிறான். சாய்ப்புத் தட்டிக்குக் கீழே 'பெட்ரோமாக்ஸ்' விளக்கு வெளிச்சத்தில் சந்தைக் குத்தகை திண்டுக்கல் ராவுத்தரின் கணக்குப் பிள்ளைகளும் அடியாட்களும் *லிம்லட்டு உடைத்து உயர்த்தி, அண்ணாந்து வாயில் ஊற்றிக் குடித்துக்கொண்டிருக்கிறார்கள். வலப்பக்கம் வடமுக வரிசையாய்த் தென்படும் கடைகளில் இலை, கிழங்கு வியாபாரிகள் பயணம் கட்டுகின்றனர். வாசலுக்கு நேரே செல்லும் பாதையின் இருமருங்கிலும் காரைத்தள மேடைமீது ஓடு வேய்ந்த, திறவையான கடை வரிசை. அவற்றில் பரபரப்பாக மூடை போடும் பலசரக்கு வியாபாரிகளின் வரவு செலவுக் குரல் ஒலிக்கிறது. அப்பால் உள்ள திறந்தவெளிக் கடைகளிலிருந்து நெல் மூட்டைகளும் காய்கறிப் பொதிகளும் வண்டியேறுகின்றன மறுநாள் தெக்கூர்ச் சந்தைக்கு.

---

* லெமனேட்

“ஓடியா ராசா, ஓடியா! போனா வராது, பொழுது விழுந்தா சிக்காது, ஓடியா ராசா ஓடியா அஅ!”

வலப்புறக் கெட்டிக் கட்டிட வரிசைக்கு எதிரே, சிமிழ் விளக்குகள் எரியும் மண் பொந்துக் கூரைக் கடைகளுக்கு அப்பால், மருது காலத்துப் புளியமர வரிசையின் கீழிருந்து இடையறாத அழைப்புக் கூக்குரல் கிளம்பி வருகிறது.

தரையில் தனித்தனியே விரிந்த சாக்குத் துணிமீது, கூறு கூறாய்க் கைப்பிடி அளவாய்க் குவிந்த கழிவுப் புகையிலைக்குக் கட்டியம் கூறப்படுகிறது – அழுக்குப் படிந்த துண்டுகளை உடுத்திப் புழுதியில் சம்மணம்கட்டி உட்கார்ந்திருக்கும் சிறுவர்களால்.

“ஓடியா ராசா, ஓடியா! போனா வராது. பொழுது விழுந்தா சிக்காது. அசல் தாராவரம் போயிலை! கூறு முக்காத துட்டு! கூறு முக்காத்துட்டு! ஓடியா ராசா ஓடியாஅஅ!“

சின்னமங்கலம் கடைவீதி வணிகர்களின் பிள்ளைகள் வியாபாரம் பழகுகிறார்கள். சொந்தமாய்க் காசு சேர்க்க முயலுகிறார்கள், தந்தை கடையிலோ, உற்றார் உறவினர் கடையிலோ அள்ளி வந்த கழிவுப் புகையிலையைக் கூறுகட்டி வைத்துக் கட்டியம் கூறி.

“ஓடியா ராசா ஓடியா! போனா வராது. பொழுது விழுந்தா சிக்காது. ஓடியா ராசா ஓடியாஅஅ!”

“இங்கெ பார்ராப்பா, சிவலிங்க நாடார் மகன் கடைபோட்ருக்கிற அழுசத்தை!”

கிறுங்காக் கோட்டை... சின்ன அடைக்கலக் கோனார் நெருங்கி வந்தார்.

“இந்தாங்க மூணு கூறையும் எடுத்துக்கங்க. கூறு முக்காத் துட்டுத்தான்.”

இடுப்பில் அருப்புக்கோட்டை பழுக்காக் கம்பித் துண்டும் தலையில் வட்டக் குடுமியுமாயிருந்த பாண்டியன் எழுந்து கெஞ்சினான்.

“இந்தாந்தா, அம்புட்டுத் தொலைக்கி ஏறாதே, இறங்கி வா.”

குனிந்து, புகையிலையை எடுத்து மோந்து பார்த்த கோனார் தலையைத் தூக்கினார்.

“சரி, நேரமாச்சு, நீங்களும் தெரிஞ்சவரு. மூணு கூறும் ஒன்ரத்துட்டுன்னி வச்சுக்கங்க.”

“அம்புட்டு விலை பெறாதப்பா. நீ பாட்டுக்கு ஆட்டுவிலை மாட்டுவிலை சொல்கிறே.” மீண்டும் குனிந்து புகையிலைக் கூறுகளைக் கிளறினார். “சரி, போயிட்டுப் போகுது போ, நம்ம பிள்ளையாயிருக்காய்.”

மேல் பக்கம் பட்டாபி செட்டியார் மகன் தம்மணாவும் ஆறுமுக நாடார் மகன் பழனிச்சாமியும், கீழப்பாக்கம் காராயி ராவுத்தர் மகன் முத்தலீபும், சொக்கன் செட்டியார் மகன் நல்லமுத்தனும், 'ஓடியா ராசா' கூவியவாறே பாண்டியப் பயல் யோகத்தை எண்ணிக் கறுவிக்கொண்டிருந்தார்கள்.

கோனார் சாவதானமாய் மடியை அவிழ்த்துத் துழாவி, முதலில் ஒரு காலணாவையும், பிறகு இரண்டு சல்லிக் காசுகளையும் எடுத்து நீட்டினார்.

"இம்புட்டுதாப்பா இருக்கு."

"இருக்கும், பாருங்க... ஒரு சல்லியப் பாராதிங்ய, நயம் சரக்கு."

"இருந்தாவுல கொடுக்கலாம். இல்லையே, இந்தா வாங்கிக்ய. நாளைப் பின்னே ஆளு மனுசன் வேண்டாமா? இந்தா."

"சரி, ஒரு சல்லியில என்ன வந்திருச்சு. இந்தாங்க." கூறுகளை அள்ளிச் சேர்த்துக் கிறுங்காக்கோட்டையார் குவித்து நீட்டிய துண்டில் போட்டான். "அடுத்த சந்தைக்கி நயஞ் சரக்கு – மீனம் பாளையம் போயிலை வருது, வாங்க."

"அடுத்த சந்தைக்கிப் பிழைச்சுக் கிடந்தால் பார்த்துக்கிடுவோம்."

புகையிலைத் துண்டில் பொட்டலமாக முடிந்துகொண்டே வாசலை நோக்கி நடந்தார்.

"ஐயா பிள்ளை அம்புட்டையும் வித்திட்டாரு. அஅஅஆ!"

வெற்றி முழக்கமும் செருக்குச் சிரிப்பும் கிளம்பின. சாக்கை உதறி விரித்து அதன்மேல் உட்கார்ந்தான்.

"போடா தெரியும். போனசந்தையில யார் முதல்ல வித்தது?" தம்மணா சீறினான். பிறகு உரத்த குரலில் கூவலானான். "ஓடியா ராசா, ஓடியாஅஅ! அசல் தாராவரம் போயிலை! கூறு அரைத்துட்டு! போனா வராது. பொழுது விழுந்தா சிக்காது. ஓடியா ராசா ஓடியாஅஅ!"

மற்ற குரல்களும் விலை குறைவதைத் தெரிவித்துச் சந்தை அரசர்களைக் கூவி அழைத்தன.

சந்தை அடங்குகிறது. அத்தர்கடை சாமித்துறை, பித்தளைப் பூக்கள் மலர்ந்த கருமரப் பெட்டியை இடக்கையில் பிடித்துக்கொண்டு புறப்படுகிறார். வடமேற்கு மூலையில் கசாப்புக் கடை போடும் உதினிப்பட்டி ராவுத்தர்கள், மிச்சச் சரக்கை வாழை இலையில் வைத்துக் கித்தான் துணியில் சுருட்டி இடத் தோளிலும், தராசை வல அக்குளிலும் அணைத்தவாறு நாடாக்கமார் தெரு 'உப்புக்கண்டக் கறி' வியாபாரத்தைக் கருதிக் கிளம்புகிறார்கள்.

ரசக் குண்டுகளும், பாசி பவளச் சரங்களும் தொங்கும் சைக்கிளை உருட்டிச் செல்லும் *பப்பரமூட்டு வியாபாரி மம்மது வலக்கையிலிருக்கும் பெரிய பாட்ரி லயிட்டை இப்பக்கமும் அப்பக்கமும் திருப்பிக் கண் கூசும்படி வெளிச்சம் வீசுகிறார்; மேட்டுப் பட்டிப் பெண்கள் அரண்டு தாவி ஓடுகிறார்கள். வடக்கேயிருந்து வண்டிகள் கடகடத்து வருகின்றன. தொலைவில் முத்துக்குட்டிப் புலவரின் தெம்மாங்கு முழங்குகிறது...

வெள்ளிப்பிடி - அறுவா
வெள்ளையத்தேவன் வீச்சறுவா
சங்குப்பிடி அறுவா தங்கமே
சந்தனத்தேவன் சாய்ப்பறுவாஅஅ
எ-எ-எ-எ-ஏஎஎஎய்
தேருமேல் தேரு வச்சு
தேருலையும் தீய வச்சு
தேரு வெளிச்சத்திலே தங்கமே
தெக்கித் தெருவில் கொள்ளை வச்சி ஷ்ஷ்
எ-எ-எ-எ-ஏஎஎஎய்
வீடு வீடாய் நொறுக்குதடி
வெள்ளையத்தேவன் ஊருப்படை
சாக்கு சாக்காய் வாருதடி-தங்கமே
சந்தனத்தேவன் பள்ளுப்படை
எ-எ-எ-எ-ஏஎஎஎய்

" டேய் வாங்கடா போவம், நேரமாச்சு." பாண்டியன் எழுந்து சாக்கை உதறி மடித்தான்.

மற்றவர்கள் அசையவில்லை. சற்றுநேரம் இருந்து பார்க்க எண்ணினார்கள்.

"நான் போறன்டாப்பா." சாக்கை இடஅக்குளில் அணைத்துக் கொண்டு தலையை ஒருக்கணித்து வலக்கையைச் சுழற்றியவாறு ஓடலானான். "பூம்! பூம்! பூம்!" சந்தை வாயிலைத் தாண்டியதும் பாட்டுக் கிளம்பியது.

ஆத்துப் பாலத்திலே
அப்துல்காதர் மோட்டார்
காத்துப்போல பறக்குதே - கண்ணே
காத்துப்போல பறக்குதே.

* பெப்பர்மின்ட்

கிழக்கே திரும்பினான். இடப்பக்கம், சந்தைக் கெட்டிக் கட்டிடத்தின் சாலையோரப் புடைவைக் கடைகள், அரிக்கன் விளக்கு வெளிச்சத்தில் வியாபாரம் நடக்கிறது. நெருஞ்சிப்பூச் சேலை, அமுசு பப்பாளிச் சேலை, ஊசி வர்ணச் சேலை, சேலம் குண்டஞ்சு வேட்டி, அருப்புக்கோட்டை துண்டு, பரமக்குடி சிற்றாடை... கடைகளுக்கு முன்னே அரசணன்பட்டிப் பெண்களின் புல்லுக்கட்டு வரிசை, வலப்பக்கம் சங்கரமூர்த்தியா பிள்ளையின் கோமதி விலாஸ் 'அசல் திருநெல்வேலி சைவாள் மண்பானைச் சமையல்' கிளப்புக்கடை... அபுபக்கர் தகரக் கடை, கண்டர மாணிக்கம் செட்டியார் லேவாதேவிக் கடை, பாலக்காட்டு ஐயர் காப்பி கிளப்பு, வாழவந்தான் பொரிகடலைக் கடை, கருங்காலக்குடியார் நவதானியக் கடை, கல்லாவில் 'கரடி' சூனாப் பானா, தாடியை இரண்டாகப் பிரித்துக் கோதியவாறு சாய்ந்திருந்தார்.

அரிசி விலை படி என்ன [1]மாணான் - அட
அழகப்பன் படியால் அஞ்சேகால் போடா
உளுந்து விலை படி என்ன மாணான்-அட
உலகப்பன் படியால ஒம்பதரை போடா
[2]பச்சை விலை படி என்ன மாணான் - அட
பழனியப்பன் படியால பதினொண்ணு போடா!

செல்லையா 'சாப்பு'க் கடையைத் தாண்டியதும் 'திர்னவேலி சைவச்சியம்மா' இட்லிக் கடை, அக்காளும் தங்கையும் வெள்ளைச் சேலை, விபூதிப் பட்டை, துளசி மாலையராய்ச் சந்தைக் கூட்டத்துக்கு இட்லி, மல்லிக் காப்பி விற்கிறார்கள்.

கடைகளுக்கு முன்னே, சீனிக்குச்சி வியாபாரிகளின் முழங்காலுயர மேசைகள். ஒவ்வொன்றிலும் சிமிழி விளக்கு எரிகிறது. தரையில் வாழை இலை விரித்துப் பரத்திய பூக்கடைகள். கொடுக்கன்பட்டிப் பெண்கள் கூவுகின்றனர். "பூவு! பூவு! மருவு மருக்கொழுந்து மல்லியப் பூவு! மனோரஞ்சிதப் பூவு!"

வேகத்தைக் குறைத்துத் தலையைத் திருப்பிப் பூக்கடை - சீனிக்குச்சி மேடைகளைப் பார்த்தவாறே நடந்தான்.

"டேய்! என்னடா பிராக்குப் பார்வை?" எண்ணெய்க் கடை நாகமையா செட்டியார் அதட்டினார்.

"இல்லை, சும்மா."

---

1. மாணான் – சிற்றப்பன்

2. பச்சை – பச்சைப் பயறு

"வண்டிவாசி வருது, பார்த்துப் போடா."

திரும்பிப் பார்க்காமல் வேகுவேகென்று நடந்தான்.

சந்தைச் சுவர் மூலையில் மேடா கோபால் செட்டியாரின் 'பட்டணம் பொடிக்கடை'. இடப்புறம் பிரியும் செல்வ விநாயகர் கோயில் தெருவிலும், வலப்பக்கம் ஊருக்குள் செல்லும் சாலையிலும் கடைக்குக் கடை கூட்டம். கோயில் தெருவின் இருபுறமும் வரிசையாகக் கடைகள். வடமுகமாகச் சென்றால் நல்லான் குளத்தங்கரை, கோமுட்டிக் கிணறு, லாடசாமியார் மடம், வலையர் தெரு, கடலைக் காடுகள், கள்ளுக் கடை, புதையல் எடுத்தான் பிள்ளை களத்து வீடு. கூந்தல்பனை, இரண்டாறு கூடும் சோலை அப்பால் ஆவாரங்காடு. கரடி மேய்ந்த தோப்பு, எல்லையம்மன் கோயில் – அதுவே சின்னமங்கலத்தின் புராதனமான வட எல்லை.

கிழக்கே செல்லும் சாலையில் வட முகமாயிருக்கிறது, கார் ஏசண்டு நாவன்னாப் பானா கடை. முன்னால் காதுச் சட்டையும் *சேக்குத் தலையுமான டிரைவர்கள். 'டாலர்' ராஜாமணி ஐயர், 'சடன் பிரேக்' கொண்டல்சாமி நாயுடு 'குழாய்' பவானி சிங் – வெற்றிலை – சிகரெட் வாயராய் நிற்கிறார்கள். குரங்கு மார்க் மண்ணெண்ணெய் வியாபாரம் மளமளப்பாய் நடக்கிறது. அடுக்கிக் கிடக்கும் தகர டின்களுக்குப் பின்னே நின்று, கடைப் பையன்கள் அளந்து ஊற்றுகின்றனர். பெரிய கியாஸ் லைட் வெளிச்சத்தில் கடை மின்னுகிறது.

எதிரே, செல்வ விநாயகர் கோயிலை அடுத்த அப்பாயி செட்டியார் பலகாரக்கடை. அந்த வட்டகை எங்கிலும் புகழ் பெற்ற மசால் மொச்சையும், காரா உருண்டையும் எனக்கு உனக்கென்று விற்பனையாகிறது.

"எனக்கு முக்காத் துட்டுக்கு மொச்சை கொடுங்க." கூட்டத்துக்குள் புகுந்து முண்டி, முன் சென்ற பாண்டியன் காசை நீட்டுகிறான். தைத்த புரசு இலையில் மொச்சையை வைத்து வாழை நாரினால் கட்டிச் செட்டியார் கொடுக்கிறார். பாண்டியன் கூட்டத்திலிருந்து வெளியேறிப் பொட்டலத்தை அவிழ்த்து மொச்சையை எடுத்துத் தின்றவாறே தெற்கு முகமாய் நடக்கிறான்.

* * *

நடுக்கடலில் தொங்கான் மீதிருந்த பாண்டியனின் இடக்கை நெற்றியைத் தடவியது. அந்தக் காலம் திரும்புமா... கையைச்

---
* சேக்கு – கிராப்

சுழற்றிப் பாடிக்கொண்டே தெருவில் ஓடலாம். அப்பாயி செட்டியார் கடை மசால் மொச்சை! ராஜாளிப் பாட்டி விற்கும் புளி வடை, தெருப்புழுதியில் உட்கார்ந்து சந்தைப்பேட்டைப் பெரியாயிடம் பிட்டும் அவைக்கார வீட்டம்மாளிடம் ஆப்பமும், செட்டி குளத்தங்கரை வள்ளியக்காளிடம் பணியாரமும் வாங்கித் தின்னலாம்! அந்தக் காலம் போனது போனதுதான். அது 'மறை எனல் அறியா மாயமில்' வயது.

* * *

கடல் அலைகள் ஓய்வு ஒழிச்சலின்றி விடாப்பிடியாய் வந்து மரக்கலத்தில் மொத்து மொத்தென்று மோதித் திவலைகளாய்ச் சிதறிக்கொண்டிருந்தன.

சின்னமங்கலம் நாடார் தெரு மாரியம்மன் கோயிலுக்கு முன்னேயுள்ள திடலில் நிலவு காய்கிறது. எலிவால் ஜடையும், பாவாடையுமாய்ச் சிறுமிகள் கண்ணாமூச்சி விளையாடுகின்றனர். பொட்டல் விளிம்பில் நிற்கும் பெரிய ஆட்டுரல்மீது உட்கார்ந்திருக்கும் ரஞ்சிதம் கத்துகிறாள்.

கண்ணாமூச்சாரே
காதைக் கடிச்சாரே
எத்தனை பழம் இருக்கு?
"ரெண்டு பழம்"
உனக்கொண்ணு எனக்கொண்ணு
ஓடுஓடுஓடு ஓஓடு

தெற்கே குப்பைக்காட்டு வாசலுக்கு நேர் எதிரே சிறுவர்களின் சடுகுடு ஆட்டம் –

நான்டா ஙொப்பன்டா
நல்ல தம்பி பேரன்டா
வெள்ளிப் பிரம்பெடுத்து
விளையாட வாறன்டா
தங்கப் பிரம்பெடுத்து
தாலிகட்ட வாறன்டா
வாறன்டா வாறன்டா வாறன்டா

கிழக்கே, சோளக் காட்டுக்கு அப்பால் உள்ள பள்ளர் தெருவில் முழங்கும் உறுமி மேளம் காற்றில் மிதந்து வருகிறது.

வீடுகளிலிருந்து ஒருவர் இருவராய் வரும் தாய்மார்கள் அலறுகிறார்கள். "நேரமாச்சு, வா கழுதை... அடியே தங்கம் வாரியால்லியாடி... குதிச்சது போதும், வா சனியனே..."

சிறுமிகள் கண்ணாமூச்சி விளையாட்டைப் பாதியில் நிறுத்திக்கொண்டு நடைகட்டுகிறார்கள்.

அவரவரு வீட்டுக்கு
அவரக்காயும் சோத்துக்கு
பிள்ளையப் பெத்த வீட்டுக்கு
பிடலங்காயும் சோத்துக்கு

சடுகுடு விளையாட்டு தொடர்ந்து நடக்கிறது. பெரியவர்கள் சிலர் சுற்றிநின்று ஊக்கக் குரல் கொடுக்கிறார்கள். விளையாட்டுக்காரர்களின் பாட்டு கலகலக்கிறது.

கிடுகிடு மலையில ரெண்டானை
கிறங்கி விழுந்தது கிழட்டானை
கிழட்டானை கிழட்டானை கிழட்டானை

பையன்களை வீட்டுக்கு விரட்டிக்கொண்டு போய்ப் படுக்க வைக்கத் தாய்மார் பட்டாளம் திரண்டு வருகிறது.

"டேய் பாண்டீ! வாரியா, உங்க ஐயாகிட்டச் சொல்லி நாலு பூசை போடணுமா?"

"ஐயோ, இந்தா வந்திட்டென்மா." சிணுங்கிக்கொண்டே வீட்டை நோக்கி நடக்கிறான். கிழக்கே சேரியில் உறுமி மேளம் தொடர்ந்து முழங்குகிறது. மேற்கே, சாலையில் விடலைப் பையன்களின் கிட்டி விளையாட்டொலி தொடங்கிவிட்டது.

* * *

கருநீலக் கடலடியில் ஏதோ புரள்வது போலிருந்தது. உற்றுப் பார்த்தான், ஏதோ பெரிய மீன், அல்லது வேறு வகை நீர்வாசியாயிருக்கலாம்.

* * *

துப்புரவாய்ப் பெருக்கிச் சாணம் தெளித்த தெருக்களின் வழியே பெண்கள் போகிறார்கள். வருகிறார்கள். தலையிலும் இடுப்பிலும் நெல் கூடைகள், தண்ணீர்க் குடங்கள், மூக்கு வழியும் பிள்ளைகள். திண்ணைகளில் அழுக்குச் சேலையும் பரட்டைத் தலையுமாய்த் தவிடு சலிக்கிறார்கள்; அரிசி அளக்கிறார்கள்.

"மந்தை மாடு போயிருச்சா, அக்கா?"

"அடியெ பாதகத்தி, எப்பவே போயிருச்சு! மதுரை வண்டி வந்திருச்சு, போ."

மந்தை மாடுகள் வருவதும் போவதுமே சின்னமங்கலம் பெண்களின் காலக்கோல். மாடுகள் என்றும்போல், அன்றும் இன்றும், குறிப்பிட்ட நேரத்தில், காலையில் ஆற்றுக்கு வடக்கே உள்ள மேய்ச்சல் புலத்தை நோக்கிச் செல்வதும், மாலையில் வீடு திரும்புவதும் தலைமுறை தலைமுறையாகக் கண்டறியப்பட்ட உண்மை. ஆனால் யூனியன் ஆபீஸ் பெரிய கடிகாரத்தை அவ்வளவு திண்ணமாய் நம்ப முடியாது. ஒரு நாள் உச்சிப் பொழுதில் அது ஆறு மணி அடித்தது. ஊரெல்லாம் அறிந்து சிரிப்பாய்ச் சிரித்த பெருங்கூத்து. சாவி கொடுக்க மறந்து போனதால் கடிகாரம் இடக்குப் பண்ணி விட்டதென்றார் பில் கலெக்டர் காடுவெட்டி சேர்வை. 'ஓவராய்லிங்' செய்யாததால் வந்த வினை என்றார் யூனியன் தலைவர் சேவுகமூர்த்தி அம்பலம்... இந்தச் சாக்குப் போக்குகளையெல்லாம் நம்புவதற்குச் சின்னமங்கலம் பெண்கள் சித்தமாயில்லை.

அன்று தொட்டு, காலை மாலையில், தலையில் ஒரு குடமும் இடுப்பில் ஒரு குடமுமாய் நல்ல தண்ணீர்க் கிணற்றுக்குப் போய் வரும் பெண்கள் தெற்கே யூனியன் ஆபீஸ் திசையில் – பார்வையைச் செலுத்திப் பகடி பேசுவது அன்றாட நிகழ்ச்சி.

"இப்ப என்ன அதில, உச்சிப் பொழுது அடிக்யுமா, இல்லாட்டி நடுச் சாமமா?"

"நல்லாச் சொன்னாருடியாத்தா! சாவி கொடுக்கலையாமுல சாஅவி! சோறு போடலையினு சொல்லாம விட்டாரே, மனுசன்!"

நாடார் பேட்டைத் தெருக்களிலும், பேட்டையை அடுத்து வடக்குத் தெற்காக ஊருக்குள் செல்லும் சாலை நெடுகிலும் வெயில் வேளையில் நீள் சதுரங்களாய்ப் பரப்பிய புழுங்கல் நெல் காய்ந்துகொண்டிருக்கும். நெற்களத்தில் நிற்கும் பெண்கள் இடது உள்ளங்கையில் ஐந்தாறு நெல்லை வைத்து வலது உள்ளங்கையால் அழுத்தித் திருகி அரைத்து வாயில் போட்டுப் பதம் பார்த்தவாறு, ஆடி அசையும் உடலுடன் நடமாடிக் காலால் கிண்டிக் கிளறி விட்டுக்கொண்டிருப்பார்கள்.

"ஏக்கா, மதுரையில இவிய தங்கச்சியப் பார்த்திங்யளா?"

"நான் பார்க்கலை தாயே. போயி இம்புட்டு நேரங்கூட இருக்கலை... எங்க அண்ணாச்சி வீட்ல சோறு திண்டதும் நேர கல்லூரணிக்கிக் கார்ல போய்ட்டோம்."

"அவ என்னமோ மேலுக்கு முடியாம இருக்காளாம். குளிச்சி ஆறு மாசம்... ஆமா, சிறுமணியன் அரிசி என்ன விலைக்கி போட்டிங்யக்கா?"

குடிபெயர்ந்து வந்து மூன்று தலைமுறைகளாகியும் மாறாத 'தெற்கத்தி' நாடார் ராகம் தொடர்ந்து உரையாடுகிறது.

காலைநேரம், அம்மன்கோயில் பொட்டலில் சந்தை வியாபாரிகள் வெங்காயம், மஞ்சள், மிளகாயைக் குவித்துப் பரப்பிக் காற்றாட்டி அள்ளிக் கொண்டிருப்பார்கள். 'ரத்தக்கண்' அருஞ்சுனை நாடார், கோயில் தூணில் சாய்ந்து 'பெரிய எழுத்து' தேசிங்கு ராஜன் கதைப் புத்தகத்தை விரித்து வைத்துக்கொண்டு, மனப்பதிவான வரிகளைப் பாடுவார்.

குதிரைச் சேனைக்குச் சைகை ஊதினான்தாவுத்துக்காரனும்
ஊதினவுடனே சூழ்ந்துகொண்டார் சிப்பாய்மார்களும்
முப்பதினாயிரம் குதிரை வளைத்தது ராசாவையானாலும்
கலகலவென்று சிரித்தானையா ராசா தேசிங்கு
இரண்டு கையிலே பட்டா வாங்கினான் ராசா தேசிங்கு
ராமு ராமுரேதேவுரா என்று போட்டான் ஒரு வெட்டு
ரங்கு ரங்குரே தேவுரா என்று போட்டான் மறுவெட்டு
துண்டு துண்டாய்த் தூக்கி வெட்டுறான் ராசா தேசிங்கு
தலை தலையாய் உருட்டிப் போடுறான் ராசா தேசிங்கு...
டாறு டாறாய்க் கிழித்துப் போடுறான் ராசா தேசிங்கு...

பைக்கட்டைத் தூக்கிக்கொண்டு பள்ளிக்கூடம் போகிறான் பாண்டியன். சொளசொளவென்று எண்ணெய் பூசிய தலை. நெற்றியிலும் கழுத்திலும் திருநீற்றுப் பரப்பு. வாயில் சீடை அரைபடுகிறது.

மாணவர்படை சோளக்காட்டைக் கடந்து செல்லுகிறது. வட கிழக்கே, கணக்கன் குண்டு மூலையில் கற்றாழைப் புதர்கள். முட்டை வட்டமான பாசி நிற முள்முளைத்த இதழ்கள். மஞ்சள் பூக்கள், வயலட் – சிவப்புப் பழங்கள். கொண்டை முள்ளை எடுத்து விட்டுப் பழத்தைத் தின்னலாம். வீட்டுக்குத் தெரியக்கூடாது, உதை விழும். எதிரே, 'அந்தமான்' கருப்பையா கடலைப் புஞ்சை, அடுத்து ஒத்தமேடு. கல்குழி. அப்பால் பேய்க்காடு. – உச்சிப் பொழுதில் தலையில்லா முண்டம் கெக்கலித்துத் திரிவதும், நள்ளிரவில் கொள்ளிவாய்ப் பிசாசுகள் குதியாட்டம் போடுவதும் அங்கேதான்... பின்னால் வள்ளிமுத்து பாடுகிறான்!

கரட்டானைப் பிடித்து
காதுக்கு ரெண்டு சோடி
கடுக்கானை மாட்டி
அடியிடாப்பா கோடாங்கி அடி
அடியிடாப்பா கோடாங்கி அடி

அவன் கையில் சின்னஞ்சிறு கரட்டான் குஞ்சு துள்ளுகிறது.

கணக்கன் குண்டுக்கும் நாடார் உறவின் முறை நந்தவனத்துக்கும் இடையே உள்ள பாதையில் வேலியைத் தோண்டிக்கொண்டே போகிறார்கள்.

"ஐசரே! ஐயாபிள்ளை ரெண்டு தட்டான் பிடிச்சிட்டாரு!" தேரியப்பன் குதிக்கிறான்.

"டேய்! எனக்கு ஒண்ணு கொடுராப்பா." பல கைகள் நீண்டு கெஞ்சி அசையாமல் நிற்கின்றன.

தேரியப்பன் திரும்பவே இல்லை. 'சிலேட்டுக் குச்சி'ப் பெட்டியைத் திறந்து, நூல் எடுத்து தட்டான் பூச்சிகளின் வாலில் கட்டி பட்டம்போல் பறக்கவிடுகிறான்.

"ஐசரே! ஐசரே! ஐசரே!"

சிறுவர்கள் மகிழ்ச்சி பொங்கக் கத்திக் குதிக்கிறார்கள்.

சூரிய வெளிச்சத்தில் நந்தவனத்து வேலி மின்னுகிறது. கரும்பச்சை ஆறுமுகக் கள்ளிச்செடிகள் தூண்தூணாய் நிற்கின்றன; துணியிலிருந்து கவர்த்த தூண் கிளைகளில் வெள்ளை வெள்ளையாய்க் குண்டு குண்டாய்ப் பெரிது பெரிதாய் மலர்கள் அரும்பியும் முகைத்தும் மலர்ந்தும் சிரிக்கின்றன. இடையிடையே காய்கனிகளை இழந்த பழுபாகல், கோவைக் கொடிகள், ஆதாளை, இண்டன், தும்பைச் செடிகள். உள்ளே கொழுமிச்சை, கொய்யா, மாதுளை மரங்களில் பழம் பழமாய்த் தெரிகிறது. காவல்கார மயிலேறி இல்லை என்றால், வேலி இடுக்கில் நுழைந்துபோய் இரண்டு பழம் பறிக்கலாம். உள்ளேயிருந்து பாட்டு வருகிறது:

பட்டதுயர் மெத்த உண்டடி - நான்
பட்டதுயர் மெத்த உண்டடி
கொட்டி முழக்கோடு தாலி
கட்டிய கணவனாலே
பட்டதுயர் மெத்த உண்டடி - நான்
பட்டதுயர் மெத்த உண்டடி

"டேய்! அந்தா இருக்கார்ரோ." நடக்கிறார்கள். நந்தவனத்துக்கு வடபுறம், கல் பாவிய சுற்றுத் தளத்துடன் கூடிய துலா–இறவைக் கிணறு–இருவர் தண்ணீல் இறைத்துக் கல் தொட்டிகளை நிரப்புகிறார்கள்; பலர் குளிக்கிறார்கள்; கட்டுமானக் கல்லில் வேட்டி துவைக்கிறார்கள்; சொரசொரப்பாய்ப் பொழிந்து பதித்து நிறுத்திய ஆளுயரத் தகட்டுக் கல்லில் – முதுகு தேய்க்கிறார்கள். கிணற்றுக்கு இப்பால், ஓங்கி வளர்ந்த குன்றிமுத்து மரம்.

கண்ணாடி முள்ளிவரப்புகளுக்குள் பொன்னரளி, வாடா மல்லிகை, நந்தியாவட்டைச் செடிகள், பின்னி நிற்கும் வேம்பரசு மரத்தடியில் பிள்ளையார் கோயில். ஈர வேட்டியும் விபூதிப் பூச்சுமாய் 3 பேர் தோப்புக்கரணம் போடுகிறார்கள்...பிள்ளையார் கோயிலுக்கு வடபுறத்தில் பள்ளிக்கூடம் – எல்லாம் கணக்கன் கண்டுக்கரை வேலி இடுக்குகளில் தெரிகிறது.

வடகரை வழியாக, ஜடை போட்டு மல்லிகைப் பூச்சூடிய கோமுட்டி தெருப் பையன்கள் வந்து சேருகின்றனர். வலப்புறம் சாலையில் திரும்பினார்கள்.

தென்பக்கத்தில் வேதக்காரர் பள்ளிக்கூடம் – கட்சிப் பூசல் காரணமாய்க் கட்டிடத்தோடு கைமாறிய மாஜி 'சின்னமங்கலம் நாடார் உறவின்முறைக்குப் பாத்தியப்பட்ட' பழனியாண்டவர் பாடசாலை. பெரிய வாத்தியார் அருமைநாயகம், மூக்கில் வெள்ளிக் கம்பிக் கண்ணாடியும் கையில் முரட்டுப் பிரம்புமாய் நிலைப்படியில் உட்கார்ந்திருக்கிறார். பையன்கள் தலை குனிந்தவாறு அரவமின்றிப் படியேறி உள்ளே போகிறார்கள்.

முதன்முதலில் வேதாகம வகுப்பு. பையன்கள் சுவரோரம் கைகட்டி நின்று மனப்பாடமான கிறிஸ்துவ மதப் பாடலைப் பாதிரி ராகத்தில் பாடுகிறார்கள்:

தேவபிதா எந்தன் மேய்ப்பனல்லோ
சிறுமை தாழ்ச்சி அடைகிலனே
ஆவலதாய் எனைப் பைம்புல்மேல்
அவர் மேய்த்தமர் நீர் அருளுகின்றார்.

பாட்டு முடிந்ததும் பெரிய வாத்தியார் ஜெபம் நடத்துவார். எல்லாரும் உடன் சேர்ந்து கத்துவார்கள்:

"பரமண்டலங்களில் இருக்கிற எங்கள் பிதாவே! உம்முடைய நாமம் பரிசுத்தப்படுவதாக. உம்முடைய ராஜ்யம் வருவதாக. உம்முடைய சித்தம் பரமண்டலத்திலே செய்யப்படுவதுபோல பூமியிலேயும் செய்யப்படுவதாக. அன்றன்றுள்ள அப்பத்தை எங்களுக்கு இன்று தாரும். எங்களுக்கு விரோதமாய்க் குற்றம் செய்கிறவர்களுக்கு நாங்கள் மன்னிக்கிறதுபோல எங்கள் குற்றங்களை எங்களுக்கு மன்னியும். எங்களைச் சோதனைக்குள் பிரவேசிக்கப் பண்ணாமல் தீமையிலிருந்து எங்களை ரட்சித்துக்கொள்ளும். ராஜ்யமும் வல்லமையும் மகிமையும் என்றென்றைக்கும் உம்முடையவைகளே. ஆமென்."

மாதத்துக்கு ஒருமுறை மதுரையிலிருந்து வெள்ளைக்காரப் பாதிரியார் உயரமான ஊதாக் காரில் வருவார். சமயங்களில் மனைவி மக்களும் உடன் வருவார்கள்.

"டேய், சீமையில் சின்னப் பிள்ளைஎல்லாம் இங்கிலீசு பேசுமாம்டாப்பா, தொரை மகள் இம்புட்டுக்காணா இருக்கு. என்னமா இங்கிலீசு பேசுது பாத்தியா!"

"போடா இங்கிலீசு பேசுதாம்ல, இங்கிலீசு! அது வேற என்னமோ பேசுது...பீயே படிச்சால்தான் இங்கிலீசு பேசலாம்னி எங்க மாமா சொன்னாரே!"

பகல் சோற்றுக்கு ஓட்டமும் நடையுமாய்க் கடைவீதிப் பாதை வழியாக விரைகிறார்கள். சங்கரன் ஆசாரி கொல்லுப் பட்டறை. துருத்தி ஊதுகிறது. தீ எரிகிறது. ஆசாரியார் வண்டிப் பட்டா அடிக்கிறார். எருமைக்கார நாய்க்கரம்மா வீடு. மராட்டியன் மில்ட்டேரி கிளப்பு. குண்டு ராவுத்தர் லாடக் கொட்டகை. சாலையோரம் கயிற்றுக் கட்டுடன் விழுந்து கிடக்கும் மாட்டுக்கு ராவுத்தர் லாடம் கட்டுகிறார். நல்லதண்ணீர்க் கிணற்றுப் பாதை. முன்குடுமி மலையாளி வேலாயுதத்தின் ரம்பக் கிடங்கு. வீடுகள், யூனியன் ஆபீஸ். பில் கலெக்டர் காடுவெட்டி சேர்வை காக்கிச் சட்டையும் சந்தனப் பொட்டும் கட்கத்தில் காகிதக் கட்டுகளுமாய் நிற்கிறார்.

தெற்கே, ஊருக்குள் செல்லும் சாலையில் திரும்பியதும், 'ஈப்போ' முத்துராக்குபிள்ளை பலசரக்குக் கடை. தண்டாயுதம் செட்டியார் கமிஷன்கடை. 'மைனர்' கடற்கரை நாடார் சந்தனக் கடை...'கோனக்கிராம்' வைத்திருக்கிறார். ஒரு 'பிளேட்டு' கேட்டுவிட்டுப் போகலாம். 'அமராவதி உந்தனுக்கு அழகான கல்யாணமாம்' அப்போதுதான் முடிந்தது. பையன்கள் அடுத்த பாட்டை எதிர்பார்த்து ஆவலுடன் நிற்கின்றனர். பிளேட்டு வைத்துக்கொண்டிருந்த பெரியசாமி பிள்ளை அதை மறந்து, சட்டையை நீவி விசிறிக் காம்பினால் முதுகைச் சொறிகிறார்.

கடைக்காரருக்கு எதிரே உட்கார்ந்து வெற்றிலை போட்டுக்கொண்டிருந்த 'சாப்புக் கடை' செல்லையா பையன்களின் பக்கம் பார்வையைத் திருப்புகிறார்.

"ஏண்டா, படிக்கிற பயகளுக்குக் கடைவீதியில என்னடா வேடிக்கை, ஓடுங்கடா."

பையன்கள் வீடு நோக்கி ஓடுகிறார்கள்.

13. கடற்கூத்து

அன்று நாலாவது நாள். புகையிலைச் சிப்பங்களின்மீது பச்சை ரெட்டை விரித்தமர்ந்து '504' சீட்டு விளையாட்டில் ஈடுபட்டிருந்தனர்.

"அவனுக்குப் பெரிய சீட்டப்பா." பனியனைக் கழற்றிக்கொண்டே சண்முகம் பிள்ளை குறிப்பிட்டார்.

"என்னங்காணும் பெரிய சீட்டு. ஆனைக்குப் பிறந்ததோ!"

கிண்டலும் நையாண்டியும் கலந்த பேச்சு ஒன்றையொட்டி மற்றொன்றாய்க் கிளம்பி கலகலத்தது.

திருப்பத்தூர்க்காரர்களின் நையாண்டி முறையே தனி வகை. பேச்சில் தடிச் சொற்கள் அறவேயின்றி, வார்த்தைகளை வளைத்திழுத்து நீட்டும் வகையாலேயே விறுவிறுப்பை ஏற்றுவார்கள். அவர்களின் பேச்சு நயத்தை அந்த ஊர் 'கார் ஸ்டாண்ட்'டில் கேட்க வேண்டும்.

கார்கள் இங்கொன்றும் அங்கொன்றுமாய் நிற்கின்றன. "கார் ஏசண்டுகள்" காதில் பென்சிலும் ட்ரிப் ஷீட்டுமாய்ப் பீடிப் புகையுடன் திரிகிறார்கள். வாய்கள் கார் ஸ்டாண்ட் ராகத்தில் கூவுகின்றன. "குன்னடி–காரடி–தேவோட்டை! தேவோட்டை!" "சிங்கம்பிடாரி–கொட்டாம்பட்டி நத்தம்! நத்தம் நத்தம்." உசேன் கடைக்குள்ளிலிருந்து ஓடிவரும் வண்டு மீசை கானா ரூனா கத்துகிறார்: "விலகு! விலகு! ஒன் டன் ராயல் மெயில் வருது. புதுக்கோட்டை போறவுகெல்லாம் ஓடியாங்க. அஞ்சு நிமிசம்தான் டயம் இருக்கு." கண்ணாயிர விலாஸ் கார் வந்து நிற்கிறது. டாப்பில் ஆள் உயரத்துக்கு அடைத்துக் கட்டிக் கிடக்கும் மூட்டை–முடிச்சு சட்டிபானைகளைத் தூக்கித் தரையில் வீசுவதற்காக 'கிளீனர்' மேலே ஏறுகிறார். டிரைவர் சுல்தான் கீழே தாவி ஏசண்டின் முதுகில் ஓர் பூசை போடுகிறார், "இந்நேரத்திலேயே கண்ணு ரெண்டும் டேஞ்சர் போடுதே. மச்சான்! என்ன சேதி!" என்ற கேள்வியுடன். "கானா ரூனாவுக்கு வயிறு ஒரு மாரியா மக்கர் பண்ணதுல, அதுதான் காலையில காலையில முதல் வேலையா நடுமரத்துக் கசாயம் சாப்பிடுறாக!" என்ற இரக்க பாவத்துடன்

குறிப்பிடுகிறார் அருகில் நிற்கும் நாடக 'கண்ராக்கிட்' நல்லகுடியான் சேர்வை. முறுக்கு, சீவிய இளநீர், வாழைப்பழச் சீப்புத் தட்டுகளும் சிறுவர்கள் காரைச் சூழ்ந்து கொண்டு வியாபாரக் கூச்சல் கிளப்புகிறார்கள். வடமேற்கு மூலைக் கீற்றுக் கொட்டகைக் கடையிலிருந்து தகரத் தாளத்துடன் நொண்டி முத்தையாவின் வணிகப் பாட்டுக் கிளம்புகிறது:

சாவன்னா லேனாக் கலரு – ஐயா, சாப்பிட்டுப் பார்த்துப் போங்க, ஐசு போட்டுத் தாறேன் – ஐயா, அச்சாவான கலரு..."

"பெரியவுகளே, எங்கெ போகணும்?"

"நத்தம்"

"என்னது, நத்தத்துக்கா? இந்தாங்கப்பு, நத்தத்துக்குப் போறவுக இதில் ஏன் கட்டி ஏறுறிங்ய? அந்தாந்தப் புளிய மரத்தடியில் நிக்கிது பாருங்க, ஓட்டை ராட்டுக் குப்பைவண்டி, அதுல போயி விழுங்க... நத்தத்துக்குப் போறாகளாமுல நாத்தத்துக்கு."

தரையில் குந்தி உட்கார்ந்திருக்கும் சிவகங்கை கார் ஏசண்டு மீராசா, விரல்களால் நசுக்கிக்கொண்டிருந்த பீடியை வாயில் வைத்துக் காம்பைக் கடித்துத் துப்பிவிட்டுப் பற்ற வைக்கிறார்.

"நத்தத்தில நாய் சவதமும்பாகளே, கொள்முதலுக்குப் போறாகளோ அவுக." தோளில் கிடந்த துண்டை எடுத்துத் தலையில் கட்டிக்கொண்டே குறிப்பிடுகிறார், பாகனேரி கார் ஏசண்டு வீரப்பன்.

"எதுக்குப் போறாகளோ போக்கத்தவுக. முதமுதல்ல வந்து சைத்தான்போல ஏறி இறங்கீட்டாக. இன்றைக்கி வசூல் கிசூல்தான்... நத்தத்துக்குப் போறாகளாமுல நாத்தத்துக்கு... கர்ர்ர்" காறித் துப்பிவிட்டுப் பீடியை வாயில் வைத்துக் கண்ணை மூடிச் சுண்டி இழுத்து ஊதுகிறார்.

"நத்தத்துக்காரவுக போற ஜோரைப் பாருங்க மாப்பிள்ளை." பாகனேரி ஏசண்டு மடியை அவிழ்த்துப் பீடிக்கட்டு நெருப்புப் பெட்டியை எடுக்கிறார். "செவி ரெண்டும் கசாப்புக் கடைச் சிங்கத்துக்குப்போல நட்டமாய் நிக்கிது."

"மீராசா! அட பலே! அங்கே பார்ரா, சோவன்னா மானா போற போக்கை. கிஜுஜு கிஜுகிஜுனு போட் மெயிலாட்டம் பரிஞ்சு போறாக." வந்தேமாதரம் ஐயர் கிளப்புக் கடையை அடுத்த நாகப்பன் 'பெட்டிக்கடை'க்கு முன்னால், வெற்றிலைச் சிவப்பு வாயில் மட்டைப் புகையிலையைத் திணித்தவாறு நின்ற டிரைவர் ஆணிமுத்து சேர்வை கத்துகிறார்.

“அவுக போயிட்டுப் போறாக, மாமு, பாவம்! வைக்கல் திங்கிற வயசு. தொழுவத்துக்குக் கிளம்பீட்டாக போலயிருக்கு.’”

“போங்க போக்கழிஞ்சவுகளே!” ‘சொல்மாரி’ சோமசுந்தரம் பிள்ளையின் பார்வை மீராசா பக்கம் திரும்ப, அவரது மணிநாதக் குரல் ஒலிக்கிறது. “ஏன் மான ரோசத்தை வித்துப்பிட்டு இங்கின நாலு பேர் நல்லவுக பெரியவுக வருகிற பிளேஸ்ல வந்து பப்பரப்பான்னிக் கப்பைப் பிளந்துக்கிட்டு இருக்குறிங்ய? சிங்கம்பிடாரிக் கோயில் மாடுபோல பூமிக்கிப் பாரமாய்த் திரிஞ்சது போதும். மணமேட்டுப்பட்டிப் பம்மையனுக்கு மட்டையடிக்க ஆள்வேணுமாம்; அங்கெ டேராவைத் தூக்குங்க.”

“சோவன்னா மானா! கொஞ்சம் பெரிய மனசு பண்ணி என் மருமகளை கொழும்புக்குக் கப்பலேத்தி விட்ருங்க.”

“*அபிசீனியாச் சக்ரவர்த்தி அங்கெ சாயாக்கடை போட்ருக்காராம். அவர்ட்டப் போயி சிங்கிள் அடிக்யட்டும். அப்படியாவது நல்லது வழிக்கு வாறாகளான்னிப் பார்ப்பம்.”

“இவுக அங்கெயெல்லாம் போனால், குச்சித் தாடியும் குல்லாத் தொப்பியுமாய் மாறிப் போவாக. கொட்டடிச் சேலையை இடுப்புல சுத்தி, மஞ்சள் சட்டையும் பச்சைக் கோட்டுமாய் வந்தாகன்னா, நம்ம சீதளிக்கரை சக்கரை ராவுத்தர் மகனா, இல்லை, ஐதராபாத் நிஜாம் பகதூரான்னிச் சந்தேகமாய்ப் போகும். பம்மையன்கிட்ட ரெண்டு மாசம் மட்டை அடிக்யட்டும் அப்புறம்...”

(கிளப்புக் கடைக்குள்ளிருந்து இடுப்பில் எண்ணெய் அழுக்குத் துண்டும் முகத்தில் பத்துநாள் ரோமமுமாய் வெளியேறிப் பெட்டிக்கடையை நோக்கி நடக்கும் சரக்கு மாஸ்டர் மணி ஐயரின் வாய் முனகுகிறது:

‘அட யாரப்பா இந்நேரத்தில் சொல்மாரியா பிள்ளைக்கிச் சாவி கொடுத்தது. லேசில நிறுத்த முடியாதே.’)

“அவுகளைப் போகவிடுங்க, மாமு. களனித் தண்ணி குடிக்கிற நேரம். நீங்ய ஒரு பக்கம் அமயம் சமயம் தெரியாமல்...”

“எலும்பை ஒளிச்சு வச்சிப்பிட்டு இடம் தெரியாமல் நின்னு ஊளையிட்டவுகளே! பின் குஞ்சத்தை மடக்கிக்கிட்டு ஓடுங்க. அந்தா! யூனியன் ஆபீஸ் எமதூதர் பாசக்கயிறும் தடிக்கம்புமாய் ஓடியாறார். சுணங்குனிங்களோ, அப்புறம் உங்களைச் ‘சந்தாக்’குல

---

* அபிசீனியா இத்தாலி வசமானதைத் தொடர்ந்து நாட்டைவிட்டு வெளியேறி சக்ரவர்த்தி ஹெய்லி செலாசி கொழும்பு நகரில் ரெஸ்ட்டாரண்ட் வைத்து நடத்துவதாக செய்தி வெளியாகியிருந்தது.

ஏத்த வேண்டியதுதான். கழுத்து வில்லையைக் காணமே. எங்கே? சரி சரி, மேற்படி சாமான்னிக் கடிச்சுத் தின்னுப்பிட்டிங்யளாக்கும். ம்ஹ்ற. நீங்யெல்லாம் தலையெடுத்து ட்ரிப் சீட்டைப் கையில தூக்கப் போயித்தானே கார்க்காரங்யன்னால் பெண்பரசுக காறித் துப்புது. *மானாமதுரைச் சீனி உங்க வண்டவாளத்தை எல்லம் பிளேட்டில அவுத்துவிட்டும் புத்தி வரலையே...! நீங்ய செய்யிற அக்கிரமம் பொறுக்காமல் மழையும் சத்தியாக்கிரகம் பண்ணுது. அரிசி ரூபாய்க்கு நாலே முக்கால் படியாப் போச்சு. மதுரைக்கு வடக்கே பொம்பளை...”

மூட்டை – முடிச்சுகளுடன் வந்தவரின் கேள்வி குறுக்கிட்டது...

“என்னப்பு... சிவசங்கை போற காரா? கார் என்னத்துக்கப்பு. காரு... நான் சொல்றதைக் கேளுங்க. ஒண்ரத் துட்டுக்குப் பொரிகடலை வாங்கி மடியில கட்டிக்கிட்டு, காலை ஓர் உதறு உதறிக் கைய வீசி நடையைக் கட்டுங்க...

(“சிவசங்கை! சிவசங்கை! வண்டி புறப்படப் போகுது. ரெண்டு நிமிசம்தான் இருக்கு.” மீராசாவின் வாய் உச்சக் குரலில் கத்துகிறது. “சிவசங்கை! சிவசங்கை! ஓடியா ஓடியா!”)

...பொடி நடையாய்ப் போனால், பொழுது சாயிறதுக்குள்ள சிவசங்கை எதுக்க வந்து நின்று கூப்பிடும். கார்க்காரங்ய சாவகாசம் நமக்கு வேண்டாம்ப்பு. அவங்ய தள்ளு மாடல் தகர டப்பாவுல ஏறுனிங்யளோ, அம்புட்டுத்தான்.” வலக்கை சிவகங்கை சாமிநாத விலாஸ் காரையும் மீராசாவையும் சேர்த்துச் சுட்டுகிறது. “ஆலமரத்துப் பொட்டல் போனதும் ‘லாடம் ’ சுட்டணுமுனு வண்டிய அவுத்துப் போட்ருவாங்ய. அப்புறம் நீங்ய முழங்காலைத் தலைக்கு வச்சுக்கிட்டு ஓரே உறக்கமாய் உறங்க வேண்டியதுதான்... அப்பூ... சொல்றதைக் கேளுங்கப்பு...”

கொளுத்திக்கொண்டிருந்த வெயில் இமை நேரத்தில் மறைந்து விட்டது. புழுங்கிற்று. பாண்டியன் எழுந்து போய் அண்ணாந்து பார்த்தான். மேகப் பொதிகள் பரந்து திரண்டொன்றிக் கும்மிருட்டாய் இறுகி நின்றன. அலைகள் எண்ணெய் பூசியவைபோல் மொழுமொழுவென நெளிந்தன. காற்றையே காணோம். ஒரே இறுக்கம். எதிர்க்கோடியில், வானையும் கடலையும் மாறி மாறிப் பார்த்தவாறு கப்பித்தானுடன் பரபரப்பாகப் பேசிக்கொண்டிருந்த மாலுமிகள் திடுமெனப் பாய்மரத்தை நோக்கி ஓடிச்சென்று கட்டுக் கயிறுகளை இறுக்குகிறார்கள். விவரிக்க

---

* ஹார்மோனிஸ்ட் சீனிவாசகத்தின் இசைத்தட்டுப் பாட்டு: மோட்டாரில் டிக்கெட் போடும் ஏசண்டுகள் மோசம் கேளடி – பெண்ணே, மோசம் கேளடி.

இயலாத ஓர் உறுத்தல் ஒவ்வோர் உணர்விலும் பட்டது. எல்லோரும் எழுந்து ஒருவர் முகத்தை ஒருவர் பார்த்து மிரண்டு விழித்தனர்.

கிடுகிடுக்கும் இடிமுழக்கத்துடன் மின்னல்கீற்றுகள் வானைப் பிளந்தன. அதேசமயம், மதிப்பிட முடியாத விரைவும் பளுவும்கொண்ட மோதல் தொங்கானையும், அதிலிருந்த நடப்பன கிடப்பனவற்றையும் உலுக்கிற்று. வானம் உடைந்து கொட்டு கொட்டென்று வெள்ளம் கொட்டியது. சூறாவளி. மாரியும் காற்றும் கூடிக்கலந்து ஆடிக் குதித்துக் கெக்கலித்தன. அலையோட்டம் தெரியவில்லை –வானுடன் கடல் கல்ந்துவிட்டது. மழை தெரியவில்லை– வளியுடன் இணைந்துவிட்டது. தொங்கான் தாவிக் குதித்து விழுந்து பம்பரமாய் சுற்றுகிறது. வலப்புறம் இடப்புறம். வலப்புறம் இடப்புறம். அப்படியும் இப்படியுமாய்த் தாவிக் குதித்து விழுந்து திணறித் தத்தளிக்கிறது. எலும்புகள் முறிவதுபோல் நொறுநொறு நொறுங்கல் ஒலி. தலைக்குமேல் கடல்... சாகிறோம் சாகப் போகிறோம். மூழ்கி முக்களித்து மீன் கொத்தி அழுகித் தடம் தெரியாத சாவு. இருளிருட்டு, இருட்டிருட்டு, கடல் மழை புயல் வானம்... எங்கிருந்தோ தொங்கிய வடக்கயிற்றை வலக்கையால் பற்றிக் கிடந்தான். அருவியருவி உப்பருவி கடலருவி. மற்றவர்கள் எங்கேயெங்கே. மின்னொளி, கப்பித்தான் பொந்து, தாவும் பேயுருவங்கள், சுறாமீன், ரம்பப்பல், காற்றோலக் கடல் சீற்ற மழை. உடலயர்வுப் புலன் மயக்கம், தொங்கான் சுழன்று மலைத்துக் குதித்துக் கூத்தாட்ட மருளாட்டப் பேயாட்டம். நொறுநொறு நொறுங்கல் ஒலி. மூழ்கி முக்குளித்து மீன்கொத்தி அழுகித் தடம் தெரியாத சாவு சாகிறோம். சாகப் போகிறோம் சாகமாட்டோம் சாகிறோம்...

திடுமென அமைதி பாய்ந்து வந்து மிரட்டியது. வானும் கடலும் பிரிந்து தனித்துத் தென்பட்டன.

பலகை அடைப்புக்குள்ளிருந்து கப்பித்தான் கத்துகிறான்:

“ஓடி வாருங்கள்! இங்கே ஓடி வாருங்கள்! லெக்காஸ், லெக்காஸ்!”

பாண்டியன் எழுந்தான். எங்கெங்கோ இடுக்குகளில் முடங்கிக் கிடந்த உருவங்கள் தலை தூக்கின. தொங்கான் தள்ளாடுகிறது – அலைகள் – மலைத்தொடர் போன்ற அலைகள் மோதித் தாக்குகின்றன. தட்டுத் தடுமாறி நடந்தோடினர்.

வானும் கடலும் வளியும் மழையும் மீண்டும் ஒன்று கூடிக் கொந்தளிக்கின்றன. வானம் பிளந்து தீக் கக்கியது. மழை வெள்ளம் கொட்டுகிறது. வளி முட்டிப் புரட்டுகிறது. கடல் வெறிக் கூத்தாடுகிறது. தொங்கான் நடுநடுங்கித் தாவித்தாவித்

குதிகுதித்து விழுவிழுந்து நொறுநொறு நொறுங்குகிறது. சாகிறோம். சாகப் போகிறோம். மூழ்கி முக்குளித்து மீன் கொத்தி அழுகித் தடம் தெரியாத சாவு சாவு சாவு. முகத்தில் வெள்ளம். உடலில் வெள்ளம். கால் கையில் வெள்ளம். உடை உடலை இறுக்கிறுக்கி ரம்பமாய் அறுக்கிறது. சாவு சாவு சாவு. மரத்தூண் கல்தூண் இரும்புத்தூண் உயிர்த்தூண். தொங்கான் தாவி விழுந்து சுழல்கிறது. மூழ்கி நீந்துகிறது. தாவி நீந்துகிறது. இருட்டிருட்டு கும்மிருட்டுக் குருட்டிருட்டு. கை கை கை கடலில் மிதக்கிறது. சிலுசிலு மரமரப்பு,நொய்ங் புய்ங் நொய்ங் புய்ங் நொய்ங் புய்ங். இடிமுழக்கச் சீனப் பிசாசுகள் தாவி வீசுகின்றன. மூடைகள் சிப்பங்கள் நீந்தியோடி மறைகின்றன. தொங்கான் குதித்து விழுந்து நொறுநொறு நொறுங்குகிறது. கழன்று கிறுகிறுத்துக் கூத்தாடுகிறது. கடலலை அடிக்கிறது.

என்னயிது! சூரிய வெளிச்சம்! சூரியன் சூரியன் சூரியன்... தொங்கானில் நீர் நெளிகிறது. பாய்மரம் ஒடிந்து கிடக்கிறது. பொத்துக் கொப்பளிக்கும் பவ்வ நீரை மாலுமிகள் இறைத்து ஊற்றுகின்றனர். ஓட்டையை அடைக்கிறார்கள். ஆப்பு அடிக்கிறார்கள். மரம் வெட்டுகிறார்கள், செதுக்குகிறார்கள்...

தொங்கானின் இருபுறமும், பின்னேயும் தேயிலைப் பெட்டிகளும், புகையிலைச் சிப்பங்களும் மிதந்து வருகின்றன.

பாண்டியன் நாற்புறமும் கடலைப் பார்த்து மலைத்து நின்றான்.

கடற்கூத்து எவ்வளவு நேரம் நீடித்ததென்று கணக்கிட முடியவில்லை. தொடங்கியபோதோ, முடிந்தபோதோ, முடிந்து வெகுநேரம் வரையிலோ யாரும் கடிகாரத்தைப் பார்க்கவில்லை. பார்த்தபோது எல்லாக் கடிகாரங்களும் நின்றுபோயிருந்தன.

தொங்கான் தன் வசமின்றித் தடுமாறிச் செல்கிறது. கடற் கூத்தின்போது மாலுமிகளால் தூக்கி எறியப்பட்ட பெட்டிகளும் சிப்பங்களும் மூடைகளும் மிதந்து உடன் வந்தன. புயல் மயக்கத்திலிருந்து யாரும் இன்னும் முற்றாகத் தெளிச்சி பெறவில்லை. கப்பித்தான் ஐ லியாங் தனது பொந்துக்குள் புகுந்து சண்டு புகைத்துக் கொண்டிருந்தான். பினாங் எவ்வளவு தொலைவில் இருக்கிறது. எப்போது போய்ச் சேரலாம்? பதில் சொல்வார் யாருமில்லை.

இரவில் மேல்தட்டுக்கு வந்து கப்பித்தான் வானையும் கடலையும் ஒரு சுற்றுப் பார்த்துவிட்டுத் தலையைச் சொறியலானான். பாண்டியன் நெருங்கிச் சென்று நிலவரத்தைக் கேட்டான். கப்பித்தான் சீனமும் மலாயும் கலந்த மொழியில் சொன்னான்:

"இனிமேல் பயமில்லை. இரண்டு நாளில் கரையைப் பார்க்கலாம்."

அன்றிரவு யாரும் உண்ணவில்லை; பேச்சாடவில்லை.

மறுநாள் காலையில் சூரியன் உதித்தான். கடல் அலைகள் ஒன்றன்பின் ஒன்றாய், முந்தியதைத் தொடர்ந்த பிந்தியதாய் வந்து மொத்து மொத்தென்று தொங்கானை மோதின. பறவை – மீன்கள் – இருபுறமும் கூட்டம் கூட்டமாய்ப் பறந்து விளையாடின.

தொங்கான் மிதந்து சென்றது, கடலின் இழுவைக்கிணங்கி.

பகல் இரவாகிப் பகலாகி இரவாகியது. பிறைமதி வெளிச்சம் சிந்திற்று. கருநீல வானில் சிமிட்டி நின்றன. உப்பங்காற்று உடலை வருடியது. அவுலியா மீன்கள் கூட்டம் கூட்டமாய், கண்மாயில் முதுகு தெரிய மூழ்கி நீந்தும் எருமைகளென முனகல் ஒலியோடு பின் தொடர்ந்தன. அலைகள் நெளிந்தோடின.

கடற்கூத்துக்குப் பின் ஐந்தாம் நாள் மாலையில் வானோடு வானாய்க் கடலோடு கடலாய் மரப்பச்சை தெரிவது போலிருந்தது. சுமார் அரைமணி நேரத்துக்குப் பின் மீன்பிடி படகின் விளக்குகள் தென்பட்டன.

கரை! கரை! கரை!

அடுத்த நாள் முற்பகலில் பினாங் துறைமுகத்தை அணுகினார்கள். மணிக்கூண்டு தெரிகிறது. வெல்ட்கீ கட்டிட வரிசைத் தெருவில் திரியும் வண்டிகள், ஆட்கள்...

தொங்கான் கரையை நெருங்கிப் போய் நின்றது. தொலைதூர நாவாய்கள் கரையை மொய்த்திருந்தன. ஒவ்வொன்றிலிருந்தும் கேள்வி எழுந்தது.

"எங்கிருந்து வருகிறீர்கள்? எங்கிருந்து வருகிறீர்கள்?"

"பிலவான்... பிலவான்."

சுமத்ரா பிரயாணிகள் துடுப்புப் படகில் இறங்கிப் போய் நடை பாலத்தில் ஏறி நடந்து சுங்க அலுவலகத்திற்குச் சென்று பிரயாண அனுமதிச் சீட்டுகளை நீட்டினர்.

"தமிரோ?" ஜப்பானிய அதிகாரி உறுமினார்.

"யா, மஸ்தா" தமிழர்கள்தாம் என்று தலைகுனிந்து வணங்கித் தெரிவித்தனர்.

பிரயாணிகளைச் சில விநாடிகள் நோட்டமிட்ட அதிகாரி, சீட்டுகளில் முத்திரை வைத்துத் திருப்பிக் கொடுத்தார்.

மார்க்கெட் தெரு வழியாகச் சென்று செட்டித் தெரு என்ற பினாங் ஸ்ட்ரீட்டில் நுழைந்தனர். தெருவில் இரண்டொருவர் நடமாட்டமே தெரிந்தது.

சீனி முகமது ராவுத்தர் கடைக்குக் கிளம்பினான் பாண்டியன். குவீன்தெரு சீனாக்காவன்னா கடைக்குப் போவதாகக் கூறினர். ஆண்டியப்ப பிள்ளையும் நல்லகண்ணுக் கோனாரும். மற்றவர்கள் மானரூனா கடையில் போய்க் கலந்துபேசிய பின், சரக்கை எங்கே இறக்குவதென்று முடிவு செய்யவிருப்பதாகச் சொன்னார்கள்.

"சோத்துக்குமேல் எல்லாரும் அங்கிட்டு வாங்க. கடல்ல போனதை அவுகவுக சரக்குக்கு மதிப்புப் போட்டு ஈவிச்சிக்கிடுவம்" ஆண்டியப்ப பிள்ளை வடக்கே நடக்கலானார்.

"அதுக்கென்ன, அப்படியே செய்துக்கிறது." எல்லார் பதிலையும் சேர்த்துச் சண்முகம் பிள்ளை கூறினார்.

14. பினாங்

சீனி முகமது ராவுத்தர் கடை.

தடித்த கண்ணாடித்தகடு போட்ட மேசைக்குப் பின்னே மகன் அப்துல் காதர் அமர்ந்திருக்கிறான். தலைமுடி வழிப்பாய் பின்னோக்கிச் சீவப்பட்டிருக்கிறது. வெண்பட்டு முழுக்கைச் சட்டை. பச்சை மஞ்சள் கொட்டடிக் கைலி. மேசைமீது பேரேடு திறந்து கிடக்கிறது.

பாண்டியன் உள்ளே நுழைந்தான்.

"வாங்க இரிங்ய."

எதிர்ப்புறச் சுவரோரர மேசைமீது கைமேசைக்குப் பின்னே உட்கார்ந்து சிட்டையில் எழுதிக்கொண்டிருந்த ஊதாத் தொப்பிக் கணக்கர் வரவேற்றார்.

"சலாம். மைடானிலிருந்து வருகிறேன். பீயன்னாக் காவன்னா கடை"

"சலாம், இரிங்ய." அப்துல்காதர் எழுந்து பக்கத்தில் கிடந்த நாற்காலியை இழுத்துப் போட்டான். "ஏய் காசிம்! தண்ணிகொண்டா, ஓடு... இரிங்ய, படகுல வந்தியங்யளா, பயணம் எப்படி?'

"படகில்தான், பயணம் பரவாயில்லை. பெரியவுக இருக்காகளா... முதலாளி கடிதம் கொடுத்துவிட்டிருக்கிறார்."

"வாப்பா மேல இருக்காக, சொல்லி அனுப்பலாம்."

பாண்டியன் உறையை எடுத்து மேசையில் வைத்தான். பிரிப்பதற்காக அதைத் தூக்கிய அப்துல் காதர், பிரிக்காமலே கீழே வைத்தான் – தலைப்பில் 'தனது பார்வை' என்று எழுதப்பட்டிருந்தது.

தட்டில் தேநீர்க் கூஜாவையும் பைகளையும் கொண்டு வந்து வைத்தான் காசிம்.

"இந்தாம்பிளா, இவுஹ குளிக்யணும், ஜல்தியா வெந்நி போடு. இந்த பெட்டி படுக்கை எல்லாத்தையும் மேலே கொண்டு போ.

வாப்பாகிட்ட மைடான் பியன்னாக் காவன்னா கடையில இருந்து இவுஹ வந்திருக்காஹனு சொல்லு."

"வெந்நீர் வேண்டாம். பச்சைத் தண்ணீரே போதும்."

"நல்லாக்கிதே, கப்பல் அலுப்புக்கு..." கணக்குப் பிள்ளை குறுக்கிட்டார்.

"சரி."

தேநீர் அருந்தினார்கள்.

சிறுவன் வந்து கூஜாவையும் கோப்பைகளையும் எடுத்துச் சென்றான்.

கட்டை மிதியடி மரப் படிக்கட்டில் இறங்கி வரும் ஓசை கேட்டது. நரைத்த நீண்ட தாடியும் வழுக்கச் சிரைத்த தலையில் ஒட்டிப் படிந்த வெள்ளைத் துணித் தொப்பியுமாய் ராவுத்தர் வந்தார்.

"சலாம்." பாண்டியன் எழுந்தான்.

"சலாம், சலாம், இரிங்ய தம்பி, இரிங்ய." உட்கார்ந்தார். "ஏப்பா தம்பிக்குத் தண்ணி கொண்டாரச் சொல்லு."

"இப்பத்தான் தேத்தண்ணி குடிச்சோம்." பாண்டியன் உட்கார்ந்து கடித உறையை எடுத்து நீட்டினான்.

"வென்னி போடச் சொன்னியா?" உறையை வாங்கிப் பிரித்துக் கடிதத்தை எடுத்துக் படிக்கலானார்.

"ஆகுது"

ராவுத்தர் கடிதத்தை மடித்து உறைக்குள் போட்டு, பெட்டகத்தில் வைக்கும்படிக் கட்டி, மகனிடம் நீட்டினார்.

"ஒன்பது நாள் சபரா?"

ஆம், இடையில் காற்று அடித்ததில் சுணங்கிவிட்டது. கொஞ்சம் சரக்கைக்கூடக் கடலில் எறிந்துவிட்டோம்."

"இன்ஷால்லாஹ், நல்லபடியாய் வந்துசேர்ந்ததே போதும். பணம் என்றைக்கும் தேடிக்கலாம்..."

'மைடான் ஆள்' பற்றிக் கேள்விப்பட்டு வந்து கூடிய கடை ஆட்களும் வங்குசாக் கடைக்காரர்களும் மைடானில் உள்ள உற்றார் உறவினர் பற்றித் தகவல் கேட்டார்கள். சொன்னான். குண்டு வீச்சு, கொள்ளை பற்றிப் பேச்சுக் கிளம்பி நீண்டுகொண்டிருந்தது. ராவுத்தர் செருமினார்.

"தம்பி, நேரமாகுது, முதல்ல குளிச்சிப் பசியாறுங்க." மைடான்

ஆளைப் பார்க்க வந்த கூட்டம் கலைந்தது.

பாண்டியனை உள்ளே குளியல் அறைக்கு அழைத்துச் சென்றான் அப்துல் காதர்.

"தானா மேரா எஸ்டேட் கிராணி மாணிக்கம் என்பவருக்கு நண்பர் கடிதம் கொடுத்துவிட்டிருக்கிறார். கோலக்கங்சார் அடுத்தாள் ஒருவர் பற்றியும் விசாரிக்க வேண்டும்."

"ரப்பர் தோட்டங்கள் எல்லாம் லாலான்புல் மண்டிக் கிடக்கின்றன... மாணிக்கம் எனக்குப் பள்ளித் தோழன். இப்போது இங்கே ரேடியோ நிலையத்தில் வேலை செய்கிறார். அப்புறம் பார்க்கலாம்... கோலக்கங்சாரில் எங்கள் கடை இருக்கிறது. நாளை நின்று கணக்குப் பிள்ளை போவார். விசாரிக்கச் சொல்வோம்."

மாலையில் பாண்டியனும் அப்துல் காதரும் வெளியே கிளம்பினார்கள். செட்டித் தெருவிலும், குறுக்கிட்ட மார்க்கெட் தெருவிலும் குண்டு வீச்சில் இடிந்த கட்டிடங்கள் குட்டிச் சுவராய் நின்றன. லேவாதேவிக் கிட்டங்கிகள் சிலவற்றில் பலசரக்கு மூடை அடுக்குகள் தென்பட்டன.

"அத்தா! எங்கு பயணம்!" ஆனாச் சீனா வானா யீனா மார்க்கா கிட்டங்கியைப் பூட்டிவிட்டுத் தெருவில் இறங்கிய அடுத்தாள் செல்லையா கேட்டான்.

"என்னாம்பிளா, பார்த்தாக்கா அசல் வங்குசாக் கடைக்காரன்லாம் பிச்சை வாங்கணும்போல இருக்கு. வட்டிக்கடை ஆளுக்கெல்லாம் எங்களுக்குப் போட்டியாக கிளம்பீட்டிங்ய... சித்தப்பா போய்ட்டாஹளா!"

"உங்கள் கடைக்கு வந்தவர் அப்படியே வீட்டுக்குப் போயிருப்பார்."

இரண்டொரு அடுத்தாட்களும், பலசரக்குக் கடை முஸ்லீம்கள் சிலரும் கடந்து மேற்கே சென்றனர். எதிர்வரிசைக் கடைகளில் பூட்டை மாறிமாறி இழுத்துச் சரிபார்க்கும் ஓசை கேட்டது.

"சுமத்ராவிலிருந்து எங்களுக்கும் சரக்கு வந்திருக்கிறது. இவர் பாண்டியன், இன்றுதான் மைடானிலிருந்து வந்தார்."

செல்லையாவும் பாண்டினும் கைகூப்பி முறுவலித்து வணக்கம் தெரிவித்துக்கொண்டனர்.

"இவன் செல்லையா, இவுக முதலாளி எங்களுக்கு ரொம்ப வேண்டியவர். எனக்குச் சித்தப்பாமுறை. என் தங்கச்சிய – சித்தப்பா மகளை இவனுக்குத்தான் கட்டிக் கொடுக்கப் போகிறோம்."

"சரி சரி நடம்பிளா, கதை சொன்னது போதும்."

மேற்கே நடந்தார்கள். கடைகள், குட்டிச் சுவர்கள். தண்டாயுத பாணி கோயில் தேர் வீடு அரைகுறையாய் நொறுங்கிக் கிடக்கிறது. அசனுசன் கடை இருந்த இடமே தெரியவில்லை. *சூலியா தெரு. வடக்கே திரும்பினார்கள். சையது கடை திறந்திருந்தது. உள்ளே பலகாரத் தட்டுகள், தேநீர்க் கோப்பைகள் அலறின. மூன்று சகோதரர்களும் பரிமாறுகிறார்கள். இடையிடை சமையல் கட்டுக்குக் கச்சாத்து தெரிவிக்கப்படுகிறது. "ஆப்பம் – கோழிக் கறி மூணு...! தோசை – மீன்கறி ரெண்டு! இடியாப்பம் – தேங்காய்ப் பால் அஞ்சு!

மர வரிசை மேடையுடன் தூங்கி வழிந்த பிட் தெரு குறுக்கிட்டது. கருங்குருவிகள் மரக்கிளைகளை மொய்த்தும், தந்திக் கம்பிகளின் மேலும் கீழுமாய்ப் பறந்தும் கரைந்தன. கப்பித்தான் மசூதிப் புறாப் பட்டாளம் குமுகுமுத்தது.

"பேச்சாவில் போகலாம்." – அப்துல்காதர் நின்றான்.

"நடக்கலாம், தொங்கானில் இத்தனை நாள் அடைப்பட்டுக் கிடந்ததற்கு..."

"நடக்கலாம்." செல்லையா சொன்னான்.

சூலியா தெருவைத் தொடர்ந்தனர். இட மூலைக் கட்டிடத்தின் கீழே கெடே காபி; மேலே ஹோட்டல். ஜன்னல்களுக்குப் பின் ஆண்பெண் உருவங்கள் தென்பட்டன; படிக்கட்டில் ஏறி இறங்கின.

"எல்லா வியாபாரமும் படுத்துவிட்டது. இதுதான் எப்போதும்போல் மளமளப்பாய் நடந்துகொண்டிருக்கிறது." மேற்கே பார்வையைத் திருப்பிய அப்துல்காதர் சொன்னான்.

"எது என்ன ஆனாலும் இந்தத் தொழில் நடந்துகொண்டுதான் இருக்கும்." மெடானிலிருந்து கொண்டுவந்த மூராட் சிகரெட் பெட்டியை நீட்டினான். "இது மனிதனுடன் பிறந்து வந்த தொழில், மற்றவை எல்லாம் நாம் உண்டாக்கிக் கொண்டவை."

"வேண்டாம், பழக்கமில்லை." செல்லையா கையை அலைத்தான்.

அப்துல்காதரும் பாண்டியனும் ஆளுக்கு ஒன்றை உருவிப் பற்ற வைத்தனர்.

"சலாம் அலைக்கும்."

துருக்கிக் குல்லா–பச்சை பிளேசர் கோட்–கெம்புக் கைலியாய்

* சூலியா – சோழன், சீனமொழியில் ட்ஜூலியன், சோழ நாட்டாரைக் குறிக்கும் சொல்லாக மாறி பின்னர் தமிழ் பேசும் முஸ்லிம்களைக் குறிக்கும் சொல்லாக வழங்கியது.

எதிரே வந்தவர், கைகளை மடக்குக் குறுக்காய் மார்போடணைத்து வந்தனை செய்தவாறு போனார்.

"அலைக்கும் சலாம்." அப்துல்காதர் பதில் வந்தனை கூறினான்.

இருபுறமும் செருப்பு, மருந்து, தையல், தகரக் கடைகள், புல்மண்டிய குட்டிச்சுவர்கள், சுற்றிலும் சீன மொழியின் ஙொய்ங் புய்ங் இரைச்சல் காதைத் துளைத்தது. ஹாங்கோ ஹோட்டல் வாசலில் வந்த நின்ற ரிக்ஷாக்களிலிருந்து வர்ணம் பூசிய சீன மேசைகள் இறங்கி, பூ முளைத்த சாட்டின் ஆடை மடிந்து பகட்ட உள்ளோடி மறைந்தனர். மாடியிலிருந்து மாஜோங் விளையாட்டோசை வந்தது... பல்லாண்டு காலமாய் ஊர் திரும்பும் தமிழர்களுக்குப் பேனா, கடிகாரம், தோல் பெட்டி முதலியன விற்றுப் பிரபலமான 'சீமைச் சாமான் வியாபாரம் புவாக்கூய் செங்கின் கடை தரையோடு தரையாகிக் கிடந்தது.

"இதுதானே புவாக்கூய்செங் கடை?"

"ம்"

"ஊருக்குப் போகும்போது புவாக்கூய்செங் கடையில்தான் இந்தக் கடிகாரம் வாங்கினேன்." பாண்டியன் இடக்கையைத் தூக்கிக் காட்டினான்.

"ஒரே குண்டு, அவன், பெண்டாட்டி, பிள்ளை, வேலையாள்கள் எல்லாரும் காலி, மாடியிலேயே வீடு."

பினாங் ரோடில் ஏறித் திரும்பினார்கள். ஓடியோன் தியேட்டர் மூளியாய் நிற்கின்றது. எதிரே, மல்லிகை மணமும் பச்சை கெமெஜாவுமாக வந்தவள், தோளைக் குலுக்கி நெளிந்தாள். குவீன்ஸ் தியேட்டர் கும்பல் கலைந்து சாலையில் சிதறிக்கொண்டிருக்கிறது.

கறுப்பு ஜாகுவார் வண்டி கிழக்கு முகமாய் அலறிச் சென்றது.

" *கெம்பித்தாய் மேஜர் இச்சியாமா." அப்துல்காதர் தெரிவித்தான். "கெட்ட நாமுருதமாப் பயல்."

பாண்டியன் திரும்பினான். அதற்குள் லெய்த் தெருவில் மறைந்துவிட்டது கறுப்புக் கார்.

மேற்கே நடந்தார்கள்.

சைக்கிள் ரிக்ஷாக்களின் மணியோசைக் கிணுகிணுப்பு பெருகியது. போலீஸ் தலைமையக காங்க்ரீட் மாளிகை குண்டு வீச்சுக் காயங்களுடன் நிற்கிறது. விங்லொக் ரெஸ்டாரன்ட் தமிழ்ப் படங்கள் திரையிடப்படும் சிமிந்தி நிற வின்சர் கூத்து

---

* கெம்பித்தாய் – ஜப்பானிய ராணுவபோலீஸ்

மேடை, அடுத்த காட்சிக்காக சினிமா ஜோடனையுடன் தவம் செய்கின்றது ஆண் பெண் தமிழர் கூட்டம்.

பர்மா ரோடில் திரும்பினார்கள். ரெக்ஸ் தியேட்டர், மெட்ராஸ் தெரு, செடித் தொட்டிகள் நிறைந்த நீலநிற வீடு, படிக்கட்டில் ஏறி மாடிக்குச் சென்றனர்.

வெள்ளைச் சட்டை – சந்தன நிறச் சாராய் தரித்து நிலைக் கண்ணாடிமுன்னே சீப்பும் கையுமாக நின்ற இளைஞன் திரும்பினான். பொது நிறம், முகத்தில் அறிவுக் களை வீசியது.

பாண்டியனை அப்துல்காதர் அறிமுகம் செய்து வைத்தான்.

"சின்னமங்கலமா! என் தாயார் பிறந்தது அடுத்த ஊர் – வேங்கைப்பட்டி – '*ரங்கத்தார்' மச்சக்காளைக் கோனாரைத் தெரியுமா? எனக்கு அம்மான், உட்காருங்கள்"

"அப்படியா! எனக்கும் அம்மான் முறைதான். எங்கள் கடைக்கு அடிக்கடி வருவார்."

வட்டமேசையைச் சுற்றி அமர்ந்தனர்.

பாண்டியன் தங்கையாவின் கடிதத்தை எடுத்து நீட்டினான்.

மாணிக்கம் உறையைப் பிரித்துக் கடிதத்தை எடுத்துப் படித்துப் பார்த்தான்.

"தங்கையா என் பள்ளித் தோழன். இவனும்தான்..." அப்துல்காதரைச் சுட்டிவிட்டுக் கடிதத்தை மேசையில் போட்டான்.

சுமத்ரா தமிழர்கள் பற்றியும், தொங்கான் பயண விவரத்தையும் மாணிக்கம் கேட்டான். பாண்டியன் சொன்னான்.

"பாய்மரக் கப்பலில் பயணம் செய்து பார்க்கவேண்டுமென்று எனக்கு ஓர் ஆசை. 'கெக் செங்'கில் போய் காபி குடிக்கலாம்."

"சரி, கிளம்பலாம்." செல்லையா நகர்ந்தான்.

படிக்கட்டில் இறங்கிப் புறப்பட்டார்கள்.

---

* ரங்கத்தார் – ரங்கூன்காரர்

15. கேளிக்கை

பினாங் நகரின் போர்த்தழும்புகள் ஆறி மறைந்து கொண்டிருந்தன. துறைமுகத்தில் பாய்மரக்கப்பல்கள் கூட்டம். வெவ்வேறு இடங்களிலிருந்து சரக்கேற்றி வந்த தமிழர்கள் கடைவீதியில் சந்தித்துத் தகவல் பரிமாறிக் கொண்டனர். எதிர்பாராது சந்தித்துக் கொண்ட நண்பர்கள், சென்றகால ஊர் நிகழ்ச்சிகளைப் பேசி நிகழ்காலத் தொல்லைகளை மறந்து மகிழ்ந்தனர்.

நாள்கள் வாரமாகி மாதமாகி உருண்டன. யுத்த பீதி கொஞ்சம் கொஞ்சமாய்க் குறைந்து மறையலாயிற்று. பினாங் மக்கள் மீண்டும் முழு மூச்சாய்க் கேளிக்கை வெறியில் ஈடுபடலாயினர். களியரங்கங்களிலும் சினிமா கொட்டகைகளிலும் நெரிசல். ஹோட்டல்களில் இட நெருக்கடி, சூதாட்டக் தொட்டிகளில் பண நோட்டுகள் கத்தை கத்தையாய்க் கைமாறின.

பாண்டியன் – மாணிக்கம் ஜோடியை நாள் தவறாமல் வின்சர் கூத்து மேடையில் காணலாம். யுத்தத்துக்கு முந்திய தமிழ்ப்படங்கள் மாறிமாறித் திரையிடப்பட்ட காலம் அது. தாழ்வாரத்தில் இளைஞர்கள் விலகாத புகைத்திரையினூடே வசுந்தரா, ராஜகுமாரி, வசந்தா பற்றி விமர்சித்து நிற்பார்கள். உள்ளூர்ப் பெண்கள் தாய்நாட்டு முறையில் தலைகுனிந்து கொட்டகைக்குள் விரைவர்.

படம் தொடங்கிச் சிறிது நேரமானதும் நண்பர்கள் இருவரும் வெளியேறி நியூ பீச்சுக்கு நடப்பார்கள். அங்கு நீலமணி விளக்குகள் அணைந்து வெகுகாலமாகிவிட்டது. கண்ணாடி மண்டப ஹோட்டல் அடைபட்டுக் கிடக்கிறது. மண்டபத்திலிருந்து மெல்லிசை மிதந்து வர, மங்கல் வர்ண விளக்குகளின் கலவை வெளிச்சத்தால் மோன ஒளிபெற்ற கடலோரத் தோட்டத்தின் பிரம்பு நாற்காலிகளில் அமர்ந்து காபி பருகியவாறே, குறுக்கு மறுக்காய் நடந்து பகட்டித் திரியும் தங்கநிறப் பெண்டிரை நோட்டமிட்ட காலம் மறைந்துவிட்டது.

கடற்கரைக்குப்பின் நியூ ஓர்ல்ட், அல்லது வெம்ப்லி களியரங்கம். நாடகம், சர்க்கஸ், நாட்டியம் மற்றும் பல கேளிக்கைகள் உண்டு.

ப.சிங்காரம் | 147

தொன்மையான ரத்தப் பாஞ்சாங் லீலா விநோதகான சபையாரின் பழங்கால நாடகங்களில், தமிழ் நாட்டில்கூட உருக்குலைந்து போன நந்தவன சீன், வேட்டை சீன், சிங்காசன சீன்களை அசல் உருவத்தில் காணலாம்.

“மந்திரீ!”

“பிரபோ.”

“நம் ராஜ்யத்தில் மாதம் மும்மாரி பெய்கிறதா?”

“ஆம், பிரபோ.”

“பிராமணர்கள் முறைப்படி வேதம் ஓதி வருகின்றனரா?”

“ஆம் பிரபோ.”

“பெண்கள் கற்பு நெறி தவறாது ஒழுகுகிறார்களா?”

“ஆம், பிரபோ,”

“சந்தோஷம், சந்தோஷம்.”

வெம்ப்லி நாட்டிய அரங்கில் புகழ்பெற்ற சீனக் கட்டழகி ஒருத்தி இருந்தாள். அவளை முக்காலே மூன்று வீச அம்மணக் கோலத்தில் பார்க்கலாம். புள்ளி விளக்குப் போட்டுப் பெண் அவயவங்களைக் காட்டும் அரங்கமும் உண்டு. அங்கே கிழவர்கள் கூட்டம் எப்போதும் முண்டியடித்துக்கொண்டு நிற்கும்.

இடையிடையே, மலேயாத் தமிழர்கள் மத்தியில் பிரபலமான நான்யாங் ஹோட்டலுக்கும் செல்வார்கள். உடல் வியாபார நிலையமான அங்கு, தமிழர்கள் உள்ளொன்று வைத்துப் புறமொன்று பேசாத அரிய காட்சியைக் காணலாம். முதலாளிகளும் தொழிலாளிகளும் படித்தவர்களும் தற்குறிகளும் சரிநிகர் சமானமாய் உரையாடிக்கொண்டிருப்பார்கள்.

பல்லாண்டுக்காலமாய்த் தமிழர்களின் விருப்பு வெறுப்புகளை அறிந்து பழகிய ஹோட்டல்காரன் பாஞ்சாங், அவரவர் குறிப்பறிந்து ஆவனசெய்து இங்குமங்கும் பம்பரமாய்ச் சுற்றிக் கொண்டிருப்பான். யாருக்கு என்ன பிடிக்கும், இளமையா முதுமையா, ஒல்லியா பருமனா, ஆடா, மாடா, வாடிக்கைக்காரர்களில் யார் முகத்தில் விழிக்க யார் விரும்புவதில்லை – எல்லாமறிந்த சூரன்!

“தேத்தே புசார் புசார், தவ்க்கே!” என்று கூறிக் கண்களை உருட்டிக் கைகளைக் குவித்துக் காட்டி ஆட்களை விழத்தாட்டும் அவன் திறமையை எழுத்தில் விளக்க முடியாது. மலாய் அறவே தெரியாதவர்களுக்கும் சைகைமொழியாலேயே அடிப்படை

விவரங்கள் அனைத்தையும் தெள்ளத்தெளியத் தெரியவைக்கும் திறனாளி பாஞ்சால்.

மலேசியாவில் வாழும் விநோத விபரீதத் தமிழர்களில் சிலரையும் நான்யாங் ஹோட்டலில் சந்திக்கலாம். காலை ஆறு மணிக்குப் படுத்து, மாலை ஆறுக்கு எழுந்து, பல் துலக்கிப் பசியாறி, 'அன்றாட அலுவல்களை'த் தொடங்கும் 'இராப் பறவை!' உற்சாக மருந்து ஒரு அவுன்ஸ் தொண்டைக்குள் இறங்கியதும் 'பறவை'யாகிக் கைகளை அலைத்துப் பறக்க முயலும் டபுள் வீ! முகமது நபி காயல்பட்டினத்தில் பிறந்து வளர்ந்தவரென்று 'தக்கசான்று'களுடன் மெய்ப்பிக்கும் அல்ஹாஜ்! படுக்கையில் தூவவென்று பெரிய துணிப்பை நிறையக் காம்பரிந்த மல்லிகையுடன் வரும் பானா மூனா! பிறருக்காகப் பணம் கட்டி மகிழும் தவ்க்கே புசார்! சேலை கட்டிக்கொண்டு கண்ணாடி முன்னே நின்று பார்ப்பதில் நாட்டமுடையவரெனக் கூறப்படும் கானா...! இப்படிப் பலர்...

சொக்கலிங்கபுரம் ஆள் ஒருவரைப் பார்ப்பதற்காக *அக்கரைக்குப் போயிருந்த பாண்டியன், மறுநாள் காலையில் பினாங் திரும்பினான். படகு ஒன்பது மணிக்குப் பாலத்தில் அணைந்தது. இறங்கிச் சைனா தெரு வழியாகச் சென்றுகொண்டிருந்தான்.

"பாவன்னா! பாவன்னா!"

வலப்புறம், நகரத்தார் விடுதியிலிருந்து குரல் வந்தது. நாவன்னாவோ... திரும்பிப் பார்த்தான். படிக்கட்டில் நின்றார்.

"அடடே, வருக வருக. என்ன திடீர்த் தோற்றம், எப்போது வந்தீர்கள்?"

"நேற்று, ராவுத்தர் கடையில் கேட்டேன். அக்கரைக்குப் போயிருப்பதாகச் சொன்னார்கள். என்ன சேதி, நலம்தானே?"

"ஒரு குறையுமில்லை, சரக்கு ஏதாவது?"

"அங்கே பொழுதெழுவு போகவில்லை. கொஞ்சம் சரக்குப் போட்டுக்கொண்டு வந்தேன். உங்களுக்கு இனிமேல் பினாங்தானோ?"

"இப்போதைக்கு இங்கேதான்."

"உள்ளே போகலாம்."

நுழைந்தார்கள்.

பல திறப்பட்ட செட்டியார்கள் அமர்ந்தும் சாய்ந்தும், சின்னஞ்சிறு துண்டுக் காகிதங்களில் செலவுச் சிட்டை எழுதியும்,

* பினாங் சுற்றிலும் கடலால் சூழப்பட்ட தீவு

யுத்த வதந்திகளைப் பேசியும் இருந்தனர். தார்மடி வேட்டியும் மழித்த தலையுமாயிருந்தோர் ஐயக்கண்ணுடன் ஒரு விநாடி உற்றுப் பார்த்துவிட்டு முகத்தைத் திருப்பிக்கொண்டார்கள். கிராப்புத் தலையும் தட்டுவேட்டியுமாய் இருந்தவர்களில் சிலர் வரவேற்றார்கள்.

“வாங்க, இருங்க.”

பாண்டியனைத் தனது நண்பர்களுக்கு அறிமுகம் செய்து வைத்தார் நாவன்னா.

“சின்னமங்கலம் மளிகைக் கடை சிவலிங்க நாடார் தெரியுமல்லவா? அவர் மகன், மைடானில் எங்கள் அம்மான் கடையில் ஒரு கணக்கு இருந்தார். இப்போது வேறு கடையில் கொண்டு விற்கிறார்.”

சிவந்த மேனி இளைஞர் ஒருவர் நெருங்கி வந்தார்.

“உங்கள் தகப்பனார் எங்கள் அப்பச்சிக்கு ரெம்ப வேண்டியவர். நாங்கள் நெற்குப்பை. சின்னமங்கலத்தில் உங்கள் கடையில்தான் சரக்குக் கட்டுவோம்.”

சின்னமங்கலம் பற்றிய பேச்சு விரிந்தது. பாலாற்று ஓடுகால் குளிப்பு. ஆறாம் திருவிழாவில் குடல்மாலை அணிந்த கழுவனின் அஞ்சுவரு ஆட்டம். ஆவண எழுத்தர் அகமது ஜலாலுதீனின் வில்லி பாரதப் புலமை.

(யூனியன் போர்டு தலைவர் சேவுகமூர்த்தி அம்பலம்: “அண்ணன் மகனே! அந்த ‘நீல நெடுங்கிரியும் மழை முகிலும்’ ஒருங்கச் சொல்லி விரிவாய் வியாக்கியானம் பண்ணனும். கேட்டு ரொம்ப நாளாகுது.”)

‘ரோட்டடி’க்குப் போகும் அடைக்கலங்காத்த நாடாரின் கம்பீரத் தோற்றம்: கிளாஸ்கோ மல்வேட்டி–ஃபியூஜி பட்டுச்சட்டை–புலித்தோல் இடைவார்–வெஸ்ட் எண்ட் கடிகாரம்–‘கிரிச்’ மிதியடி.

(நாடார் தெருப் பெண்களின் கருத்து: “பாலையம்பட்டி நாடான்! தலைகொடுத்து அடைக்கலம் காத்த தேரிமுத்து முன்னோடி வம்சத்தில் பிறந்த பயல்! இப்படிக் களவாணிப் பயகளோட சேர்ந்துக்கிட்டு வழிப்பறிக்குப் போறானே. இது காலக் கோலமில்லாமல் என்னடி தாயே!”)

திருநெல்வேலி சைவ ஆச்சி கடை இட்லி – மல்லிக் காப்பி, துப்புரவாய்ச் சாணமிட்டு மெழுகிய தரை, பளபளக்கும் பித்தளைத் தம்ளர்கள்.

("கோமதி விலாஸ்' சங்கரமூர்த்தியா பிள்ளை குறிப்பு: "கீழ்சாதி முண்டைக. சைவமாவது ஆச்சியாவது. அவளுக சாதியச் சொல்லவே நாக் கூசுது. கண்காணா ஊர்ல வந்து வேசம் போடுதாளுக.")

பினாங் நகரையும் தாயகத்தையும் மறித்த கடலையும் மறந்து, மனத்திரையில் செட்டிநாடு வட்டகையைக் கண்டார்கள்.

தெக்கூர் விலக்குப் பாதை. மயில்கள் உலாவுகின்றன; ஆலுகின்றன; ஆடுகின்றன. செட்டிநாட்டின் பல்வேறு ஊர்களிலிருந்து பழனி வேல்முருகனின் அருளை நாடிச் செல்கின்றன, காவடிகள். பக்தி வெறி ஏறிய காவடிக்காரர்களின் கண்கள் அண்டசராசரங்களை ஊடுருவிப் பார்க்கின்றன. உடல்கள் நிலைகொள்ளாமல் துள்ளுகின்றன. "வேல்! வேல்!" முழக்கம் வானளாவி எழுகின்றது...

நாட்டரசன் கோட்டையில் கண்ணாத்தாள் திருவிழா; கொன்னையூரில் மாரியாத்தாள் திருவிழா; காரைக்குடியில் கொப்பாத்தாள் திருவிழா. கோடாலிக் கொண்டையும், கண்டாங்கிச் சேலையும், முகத்திலகு பசு மஞ்சளும், மெட்டிஒலியுமாய்ப் பெண்கள் நடமாடுகின்றனர். பட்டுவண்ணங்களிடையே வெள்ளை வெள்ளை வெள்ளை: மலர் வெள்ளை, வயிர வெள்ளை, துணிவெள்ளை, மணம் மணம் மணம்: மல்லிகை மணம் ஜவ்வாது மணம், 'பம்பையா' மணம். நாதசுரத் தேனோசை நிலாவொளியில் மிதந்து வந்து தாலாட்டுகிறது. திருவாவடுதுறை ராஜரத்தினம், திருவிடைமருதூர் வீருசாமி, திருவெண்காடு சுப்பிரமணியம், நடன சரஸ்வதிகளின் சதிர்க் கச்சேரி கலீரிடுகிறது; திருப்பத்தூர் பாக்கியம், திருக்கோகர்ணம் சேது, திருக்கோஷ்டியூர் செல்லம்...

பெரிய கரிய பியூக் வண்டிக்கு முன்னே நச்சாந்துபட்டி 'மைனர்' சீனாத்தானா நிற்கிறார். வலக்கையில் திருக்கை வால் சவுக்கு. இடக்கை தலைமுடியைத் தடவி அமுக்கிவிடுகிறது. பக்கத்தில் அவர் புதிதாக எடுத்து வைத்திருக்கும் வைத்தீசுவரன் கோயில் சொர்ணம் வயிர ஒளி வீசி நிற்கிறாள். பெட்டிக் கடைக்கு அருகே வெற்றிலையும் கையுமாய்த் தென்படுகிறாரே, அவர்தான் சத்தியக்குடி பெரிய அம்பலக்காரர். இந்த வட்டகையிலேயே தலையாய பட்டாதார். அம்பலகாரரின் நிலபுலன்களில் பெரும்பாலானவை உருட்டி மிரட்டியும், அடித்துப் பறித்தும் சேர்த்தவை என்றாலும், பரம்பரையாக வரும் சில பொட்டல் காடுகளும் உண்டு. அவருக்குப் பின்னால் ஏழெட்டுப் பேர் கைகட்டி நிற்கிறார்களே, அவர்களைப் பற்றி எல்லாருக்கும் தெரியும். ஆனால், வாய்விட்டுச் சொல்ல மாட்டார்கள்.

சொன்னால் கை காலுக்கு ஆபத்து; மாடுகன்றுக்கு ஆபத்து; வீடு வாசலுக்கு ஆபத்து... தென்புறத்தில், எடுபிடி ஆட்கள் புடை சூழ கோலா மல்வேட்டி – முட்டை மார்க் பனியன் – டைமன் துண்டு கோலத்தில் நிற்பவரே 'பவுண்' ராவன்னாமானா. தாசிகளுக்கு பவுண் காசுகளாய்க் கொடுப்பவர் அவர்தான். அவரிடம் 'சார்ஸ்' பேசும்போது பவுண் கணக்கிலேயே சொல்ல வேண்டுமாம். கோயிலுக்கு முன்னால் கைகூப்பி நிற்கிறாரே ஒரு நரைத்தலை மூதாட்டி, அவர் 16 – 18 வயதுப் பையன்களுக்கு வாரி வாரிப் பணம் வழங்குவார் என்று கேள்வி. அம்மையாரிடம் வயதை ஏய்க்க முடியாது. முதுகெலும்பைத் தட்டிப் பார்த்தே சரியான வயதைக் கணித்துவிடுவாராம். சாமிக்குப் பின்னே, ருத்திராட்ச மாலையும் விபூதி வரிகளுமாய்த் தேவாரம் பாடிக்கொண்டு வருபவர்தான் தாதன்குளம் சேனா. நம்பி அனுப்பிய செட்டியாரின் சியாந்தார் கடையை வேரோடு விழுங்கி ஏப்பம்விட்ட கபந்தன். இப்பொழுது பத்துப் பதினைந்து லகரம் தேறும். அஞ்சானூர் சிவன் கோயிலை எடுத்துக் கட்டிக்கொண்டிருக்கிறார். அந்தத் தெம்மாடிச் செட்டியார்தான் பாவம்! பழனியில் காவி வேட்டியும் திருவோடுமாய்த் தானா தினா தந்தினாதா போட்டுக்கொண்டு திரிகிறாராம்.

திருவிழாக் கூட்டம் நெருங்கி இறுகி உராய்ந்து அலைமோதும் நள்ளிரவு நேரம். திடுமெனக் கும்பலோசையைக் கிழித்துக்கொண்டு ஒரு பெண்குரல் அலறுகிறது:

"அடியெ தேனம்மா! இங்கெ பாருடியோஓஓ! அந்தாந்தத் திருப்பத்தூருப் பட்டுக் கிடப்பான் இடிச்சுக்கிணே வாறாண்டி."

பையன் காபி தம்ளர்களைக் கொண்டுவந்து வைத்தான். செட்டிநாட்டுப் புகழ் தாசிகளைப் பற்றி பேச்சுக் கிளம்பியது.

"மூனா ரூனா, உங்களுக்குப் பிரான்மலைக் கல்யாணியைத் தெரியுமா?"

"யாரவள், அந்த வடக்குவீதியில இருக்காளே, அவளா? அவள் என்னமோ ம்ம்... சானா மூனா வகையில யாரோ ஒருத்தர்ட்ட..."

"அது எந்தக் காலத்தில?" நாவன்னாவின் முகம் சிவந்தது.

"சரி சரி. கலியாணிக் குட்டிய இப்ப நினைச்சு என்ன ஆகப்போகுது." 'மோல்மீன்' நாச்சியப்பன் கொட்டாவியோடு குறிப்பிட்டார். "வாங்க, ரெண்டு ஆட்டம் சீட்டுப் போடலாம்."

நாவன்னா வேட்டியை இறுக்கிக் கட்டிக்கொண்டே எழுந்தார்.

"எனக்குக் கொஞ்சம் வேலையிருக்குது. பிறகு சந்திப்போம்." பாண்டியனும் எழுந்தான்.

"ஏன், ரெண்டு ஆட்டம் போட்டுப் பாக்கிறது... சரி சரி. உங்களுக்குத்தான் இது ஒத்துக்கிடாதோ... ம்ம்... சரி... பொழுது சாய்ந்ததும் ராவுத்தர் கடைப் பக்கம் வருறேன்."

வட முகமாய் நடந்தான். சோபாராம் மளிகைக் கடையில் ஹிந்துஸ்தானி இசைத்தட்டு ஓலம். இடப்புறக் கடைத் தாழ்வாரத்தில் மூங்கில் முக்காலிகளில் இருந்த நான்கு சீனர்கள் ஒரே சீராய்ப் பல் குத்தித் துப்பிக்கொண்டிருந்தார்கள். துறைமுகத்தில் மூடைதூக்கும் தமிழர்கள் அழுக்கு வேட்டியும் பரட்டைத் தலையுமாய்த் தெற்கே ஓடினார்கள்.

பிட் தெருவில் திரும்பினான். கேட்ட வரம் கொடுக்கும் கீர்த்தியுள்ள குவான்யின் தேவதை கோயிலில் சீனர்களும் தமிழர்களும் கைகூப்பி வணங்கி நின்றனர். ஊதுவத்தி சாம்பிராணி மணம் மிதந்து வந்தது. நடைபாதையில் உடனுக்குடன், உத்தரவுப்படி உண்டி சமைத்துக்கொடுக்கும் சீனர்கள் தீ கனன்ற அடுப்பையும் சமையல் பண்டங்களையும் காவடி கட்டித் தோளில் சுமந்து திரிந்தனர்.

சன்லைட் புத்தகக் கடையைக் கருதி நடந்தான்.

ப.சிங்காரம் | 153

16. நான்யாங் ஹோட்டல்

நான்யாங் ஹோட்டலில் கிம்பர்லி தெருவைப் பார்த்த பெரிய அறை – 'கல்யாண மண்டபம்' – மாணிக்கத்துக்காக நாள் குறித்து இருப்பு வைக்கப்பட்டிருந்தது.

அக்கரையிலிருந்து வந்த தோட்ட முதலாளி முத்தழகுப் பிள்ளை அந்தத் தேதியில் கல்யாண மண்டபம் வேண்டுமென்று கேட்டார்.

"சூடா லிசல்வ்."

மார்க்கெட் தெரு ஜக்கரியா மரக்காயர் தலைகீழாய் நின்று கேட்டுப் பார்த்தார்.

"சூடா லிசல்வ்."

பீச்தெரு பன்சியாங் தவ்க்கே கெஞ்சினார் – பேங்காக் வியாபாரிகள் வந்திருக்கிறார்கள் என்று.

"சூடா லிசல்வ்."

இரவு எட்டே முக்கால் மணி. மாணிக்கம், ஆடிட்டர் ஜெயராமன், அன்பானந்த அடிகள், கைலிக் கடை குமாரவேல் ஆகியோர் ரிக்ஷாவில் வந்திறங்கிப் பின் வாசலில் நுழைந்து படிக்கட்டில் ஏறினார்கள்.

படிக்கட்டுக்குப் பின்னே மூங்கில் முக்காலிமீது உட்கார்ந்திருந்த லிங்வான் எழுந்து, முகத்தில் மவுடீகச் சிரிப்புப் படர வந்தனை கூறினான்:

"தபே துவான் துவான்."

முன்புறக் 'கொடே காப்பி'யிலிருந்து மங்குகளின் ஒலியும் சீனர்களின் நொய்ங் புய்ங் இரைச்சலும் கலந்து குழம்பிய ஓசை வந்துகொண்டிருந்தது.

படிக்கட்டுத் தலைப்பில் நின்ற ஹோட்டல் முதலாளி பாஞ் சாங் வரவேற்றான்.

"தபே, துவான் துவான்."

படிக்கட்டை அடுத்து பளிங்கு பதித்த மேசையும் அதைச் சுற்றி வெற்று நாற்காலிகளும் கிடந்தன. நேர் மேலே, முகமூடியிட்ட

மின்விளக்கு தொங்கியது. இடக்கையால் தலைமுடியைக் கோதியவாறு மாணிக்கம் முன்னே நடந்தான். ஓர் உருப்படியையும் காணோமே. மும்முரமான வியாபாரம் போலிருக்கிறது. ஓ, சனிக்கிழமை... கிச்சுக் காட்டிச் சிரித்து விளையாடும் இரைச்சல், வாடிக்கைக்காரர்களால் 'அந்தப்புரம்' என்று குறிக்கப்படும் பின்புறத்துப் பெரிய அறையிலிருந்து வந்தது... படிதாண்டாப் பத்தினிகள் கூப்பிட்டனுப்பினால்தான் தலையைக் காட்டுவார்கள்...

இருபுறமும் அறைகளில் ஆள் புழக்கம் இருந்தது. நடித்தெழும் அவசரக் குரல்களும், தட்டுமுட்டுச் சாமான்கள் இடம்பெயரும் ஒலியும் பலகைச் சுவர்களைத் தாண்டி வந்தன. கொஞ்சம் இடைவெளிவிட்டுச் சாத்தப்பட்டிருந்த 16ஆம் நம்பர் அறைக் கதவு தடாலென்று அடைப்புண்டு கொண்டி போடப்பட்டது.

"கூலவாணிகன் சாத்தையா!" அடிகள் தாடியை உருவியவாறு முனகினார்.

இப்படி இடங்களில் அன்பானந்தருக்குப் பார்வைத் திறன் மிகுதி. சுண்டுவிரல் தெரிந்தாலே போதும். ஆளைக் கணித்து விடுவார்.

கல்யாண மண்டபத்தில் போய் உட்கார்ந்தார்கள். காபி கூஜாவும் மங்குக் கோப்பைகளுமாக வந்த பாஞ்சாங், அவற்றை மேசைமீது வைத்துவிட்டுத் தலையைச் சொறிந்து நின்றான். போகலாமென்று மாணிக்கத்தின் கை சைகை காட்டியது. பாஞ்சாங் போகிறபோக்கில் ஈப்போவிலிருந்து மரியம் வந்திருப்பதாகத் தெரிவித்தான். பதில் இல்லை.

கைலிக் கடைக்காரர் வலக்கையைப் பிசைந்துகொண்டிருந்தார்... அந்தப்புரத்தில் புது உருப்படிகள் இருக்கும் போலிருக்கிறது. வரவழைத்துப் பார்க்கலாம். நேரம் வீணாகிறது...இவன் ஒரு முரண்டுபிடித்த பயல். சொன்னாலும் கேட்க மாட்டான்... ஈப்போ மரியம்... யாரது... மரியம்... மரியம்... ஈப்போ மரியம்... அம்மாடியோ...! அந்த எருமையா... நம்மால முடியாது சாமி. அவளுக்குத் தாடிக்காரன்தான் லாயக்கு. அலோர்ஸ்டார் சீனத்தி... என்ன பெயர்... சிம்லான் வந்திருப்பாளா... எதற்கும் கொஞ்சம் பொறுத்துப் பார்க்கலாம்.

"சுமத்ராக்காரர்கள் பாண்டியன், நாவன்னா, வருகிறார்கள்." காபியை மங்குகளில் ஊற்றிய மாணிக்கம் தெரிவித்தான்.

"சாத்தையாவையும் சேர்த்துக்கொள்வோம்." அடிகள் சொன்னார்.

“தண்டமிழாசான் சாத்தான் இப்பொழுது ‘மணிமேகலை’யின் பிறப்பு மர்மத்தை நேர்முகமாய் ஆராய்ந்து கொண்டிருக்கின்றான்.” மாணிக்கத்தின் வலக்கை பின்னே சுட்டியது. “அவனைப் பதினாறாம் இலக்க அறையிலிருந்து வெளியேற்றுவது கடினம்.”

ஆடிட்டரின் கொடுங்குரல் இழுவையாகக் கிளம்பி ஒலித்தது.

புத்தம் சரணம் கச்சாமி
தம்மம் சரணம் கச்சாஅமி
சங்கம் சரணம் கச்சாஅஅமி

“*சாத்தனார் பற்றிய இளக்காரப் பேச்சை நான் வன்மையாகக் கண்டிக்கிறேன்.” அடிகள் ஆவேசமாய்க் கத்தினார். “பண்டைச் சான்றோரை இங்ஙனம் நையாண்டி செய்தால் தமிழ் எவ்வாறு வளரும்?”

“அடிகாள்! சினவல் ஓம்புமதி.” மாணிக்கம் அமர்த்தல் குறியாகக் கையை அலைத்தான். “தமிழ் வளராததற்கு சீரழிந்ததற்குக் காரணம், பண்டைச் சான்றோரும் மானிடரே என்பதை நாம் மறந்ததுதான்.”

அடிகள் கண்ணை மூடிக்கொண்டு தாடியை உருவலானார்.

“உன் கூற்றானதால் இத்தோடு போயிற்று. நான் சொல்லி யிருந்தால், என் தலையைச் சீவியிருப்பார்.” ஆடிட்டர் பொய் அச்சத்துடன் கழுத்தைத் தடவலானார்.

“தமிழன்னை ஆணையிட்டால் யார் தலையையும் சீவுவோம்.” அடிகள் உறுமினார். “உற்றார் உறவினராயினும் சரி, மனைவி மக்களே ஆயினும் சரி.”

அடுத்த அறையிலிருந்து கட்டில் அசைவு ஒலியும் முனகல் குரலும் வந்தன.

“பிறப்பின் தொடக்கம் மிக மிக அருவருப்பானது.” ஆடிட்டரின் இமைகள் பொருந்தின.

“நினைத்தாலே வயிற்றைப் புரட்டுகிறது.” அடிகள் இடக்கையால் மூக்கைப் பொத்தினார்.

“சரி, அதற்கு என்ன செய்யச் சொல்கிறீர்கள்?” கைலிக் கடைக்காரர் சீறினார். “வேட்டியை அவிழ்த்தெறிந்துவிட்டு, பீலாஸ் காட்டுக்கு ஓடிப்போய்விடலாமா?”

---

* மணிமேகலை ஆசிரியரான தண்டமிழாசான்’ கூலவாணிகன் சாத்தன் புத்த மதத்தைச் சேர்ந்தவர் (கூலவாணிகன் – தானிய வியாபாரி)

"குமாரவேல்! பொறுங்கள், பொறுங்கள்." பேராபத்தைத் தடுக்க முயல்பவர் போன்று, ஆடிட்டர் உணர்ச்சிப் பெருக்குடன் சொன்னார். "நான் எப்போதுமே அவசர முடிவுகளை வெறுப்பவன்... அருவருப்பான செயல்களில் ஈடுபடுவோர் அருவருப்பாகவே ஆகிவிடுகிறார்கள் – மாடு தின்போர் மாடாகவும், கீரை தின்போர் கீரையாகவும் ஆகிவிடுவது போல். ஆகவே, அருவருப்பான செயலில் ஈடுபடுவதாயிருந்தால், அதன் விளைவுகளைத் தடுக்கும் முன்னெச்சரிக்கை நடவடிக்கையாக... சோமபானம்..."

படிக்கட்டில் ஆள்கள் ஏறிவரும் ஓசை கேட்டது.

பாண்டியனின் குரல் கிளம்பி வந்தது.

"கலைநாடிய தமிழ்நாடுடை செழியற்கிடுதிறையா மலைநாடியர் மங்கோலியர் மனையிற்கடை திறமின்!"

அடுத்து நாவன்னாவின் குரல்.

"மழலைத் திருமொழியிற் சில மலாயும் சில தமிழும் குழறித்தரு குணநாடியர்* குறுகிக் கடை திறமின்!"

இருவரும் சிரிப்பொலியோடு கல்யாண மண்டபத்தில் புகுந்தனர்.

"நாவன்னாவின் தமிழ்ப் புலமையை இப்பொழுதுதான் அறிகிறேன்." மாணிக்கம் நிமிர்ந்து உட்கார்ந்து முறுவலித்தான்.

"கிட்டங்கியில் நிறைய சரக்கு உண்டு. 'கலிங்கத்துப் பரணி' தலைகீழ்ப் பாடம்." நாவன்னாவைப் பாண்டியன் சுட்டினான். "காபி கொண்டு வரச் சொல்."

மாணிக்கத்தின் கை மணியை அழுத்திற்று. பையன் ஓடிவந்தான். காபி கொண்டுவரும்படி உத்தரவாகியது. வந்தவர்கள் அமர்ந்தனர்.

பாண்டியன் சட்டைப் பையிலிருந்த சிகரெட் பெட்டியை எடுத்து ஒன்றை உருவிக்கொண்டு, பெட்டியை மேசையில் போட்டான்.

பையன் காபிக் கூஜாவையும் கோப்பைகளையும் கொண்டு வந்து வைத்துவிட்டுச் சென்றான்.

பாஞ்சாங் ஓடிவந்து, ஒரு நிமிஷம் கதவைச் சாத்தி வைக்கும்படி வேண்டினான்.

---

* கீழ்த்திசை நாட்டுப் பெண்கள்

“பீக்கிலூ, பூசோ பூஞா ஓராங்.” மாணிக்கம் சீறினான்.

ஹோட்டல்காரன் குனிந்து கிசுகிசுவென்று ஏதோ சொல்லவே, மாணிக்கத்தின் தலை அசைந்து அனுமதி கொடுத்தது. கதவைச் சாத்திவிட்டு நகர்ந்தான் பாஞ்சாங்.

“மெய்யன்பர்களே, கேளுங்கள்.” மாணிக்கம் காலை நீட்டிச் சாய்ந்தான்.

‘மலேயா திருவள்ளுவர்’ சுப்பிரமணியனாரும், டத்தோ கிராமட் சாலையில் வீடுகொண்டு ஆன்றோர் விதித்த கற்பு நெறி தவறாதொழுகி, ‘கலியுகக் கண்ணகி’ என்ற பட்டத்துடன் வாழ்ந்துவரும் வள்ளியம்மையாரும் இப்பொழுது ரதிகேளி விலாசம் என்ற சிறப்புப் பெயருடைய ஒன்பதாம் இலக்க அறைக்குள் சென்றுகொண்டிருக்கின்றனர்.”

“கோவலனார் எங்கோ?” கைலிக் கடைக்காரர் முன்னே குனிந்தார்.

“வாணிப அலுவலாய் அயலூர் அதாவது திருக்கடையூர் மாதவி வீட்டுக்குச் சென்றிருக்கிறார்.”

“அஅஆஅ...” அடிகள் தாடியைக் கோதியவாறு கெக்கலித்தார்.

“நல்ல பெயர்ப் பொருத்தம்.” கைலிக் கடைக்காரர் குறிப்பிட்டார். “சுப்பிரமணியனார்–வள்ளியம்மையார்.”

“பட்டப் பொருத்தம் அதனினும் சிறப்பாக அமைந்துள்ளது. திருவள்ளுவ நாயனார் – கண்ணகி நாச்சியார்!” ஆடிட்டர் முகட்டை நோக்கிக் கைகளை உயர்த்தினார்.

திடுக்கிட்டுத் தலையைத் திரும்பிய அடிகள், சிரிப்பதா சினப்பதா என்று முடிவு செய்ய இயலாமல் ஓரே பார்வையாய் ஆடிட்டர் முகத்தைப் பார்த்தவாறு இருந்தார்.

கைலிக் கடைக்காரர் எங்கோ அவசர வேலை இருக்கிறதென்று சொல்லி விடைபெற்றுக்கொண்டு புறப்பட்டார்.

சாத்தையாவின் கட்டைச் சிவப்புடல் உள்ளே வந்தது.

“வருக, வருக. நல்வரவாகுக.” அன்பானந்த அடிகள் வரவேற்றார்.

“தண்டமிழாசான் சாத்தன் வருக.” ஆடிட்டர் ஜெயராமனின் கண்கள் குறுகின. “அவர் உடல் நலம் வளர்க.”

“கூழை வாணிகன் அமர்ந்தருள வேண்டும்.” மாணிக்கம் நாற்காலியைச் சுட்டினான்.

“வந்தோம், அமர்ந்தோம்.”

படிக்கட்டில், அழுத்தி மிதித்த காலடிகள் ஏறிவரும் ஓசை காதில் விழுந்தது.

"கெம்பித்தாய்!" வாயிலிருந்த சிகரெட்டைக் கையில் எடுத்த மாணிக்கம் அறிவித்தான். "மேஜர் கெனியோச்சி இச்சியாமாவின் கிங்கரர்கள்."

பையன் ஓடிவந்து, "கெம்பித்தாய்! கெம்பித்தாய்!" என்று சன்னக் குரலில் அலறி எச்சரித்துவிட்டு வெளியோடினான்.

அரவமின்றிச் சில விநாடிகள் கழிந்தன.

கெம்பித்தாய் லெப்டினன்ட் அறைக்குள் புகுந்தான். இரண்டு கார்ப்பொரல்கள் வெளியே கதவையொட்டி நின்றனர்.

"சீக்கு?"

அடிகளின் முகத்தை–கருந்தாடியைக்–கூர்ந்து நோக்கியவாறு லெப்டினன்ட் உறுமினான்.

'தமிரோ, மஸ்தா!" எழுந்து, தலைவணங்கி நின்று அறிவித்தார்.

"ஓஓஓ! தமிரோ...! தமிரோ ஜோத்தோ!"

அறையிலிருந்த ஆள்களையும் பண்டங்களையும் ஒரு சுற்று நோட்டமிட்டபின், மேற்கொண்டு ஒன்றுமில்லை என்ற பாவனையாய்க் கையை அலைத்துவிட்டு வெளியேறினான்.

மற்ற அறைகளில் பலத்த உறுமலும் காலடி ஓசையுமாய் விசாரணை நடத்தி முடித்தபிறகு, ஜப்பானியர் படிக்கட்டில் இறங்கி காரில் ஏறிக் கிளம்பின சத்தம் கேட்டது.

அடிகள் எழுந்தார். கைகள் நீண்டுவளர்ந்த தாடியை உருவிக்கொண்டிருக்க, வாய் பாடியது.

> "ஏற்றுக உலையே ஆக்குக சோறே!
> கள்ளும் குறைபடல் ஓம்புக! ஒள் இழைப்
> பாடுவல் விறலியர் கோதையும் புனைக!"

ஆடிட்டர் எழுந்து உரத்த குரலில் கூவினார்.

"பாஞ்சாங்"

அடிகளின் பாட்டுத் தடைப்பட்டது.

"பாஞ்சாஅஅங்!"

அழைப்புக் குரல் ஹோட்டல் முழுவதும் பரவி எதிரொலித்தது.

17. தமிழ்ப் பேரவை

(வருபுனல் வையை வார்மணல் அகன்துறைத் திருமருதோங்கிய விரி மலர்க்காவில் வெள்ளை வட்டமதி பட்டப் பகல்போல் நிலவுவீசத் தமிழ் மருத் தென்றல் விளையாடுகிறது. அங்கு கூடல் மாநகர மைந்தரிற் சிலர் மகிழ்ந்திருக்கின்றனர். யவனர் நன்கலம் தந்த தண் கமழ் தேறல் நிறைந்த தங்கக் கிண்ணங்கள் மின்னிச் சிரிக்கின்றன. பல்லியம் கறங்கப் பாவலர்கள் பாடுகின்றனர்; விறலியர் ஆடுகின்றனர்...

பாடலும் ஆடலும் ஓய்ந்து இப்பொழுது அறிஞர்கள் தத்தமது சிந்தைக்கெட்டிய உண்மைகளை விளம்பி உரையாடிக்கொண்டிருக்கிறார்கள் –

திடுமெனப் போர் முரசம் முழங்குகிறது–கன்னட–ஆந்திர ஈட்டி வீரர்களும், பட்டாணிய மராட்டியக் குதிரைச் சிப்பாய்களும், பிரெஞ்சு–பிரிட்டிஷ் பீரங்கித் துருப்புகளும் அடுத்தடுத்துத் தோன்றிப் பாய்ந்து வருகின்றனர்–

அவையோர் கலைந்தோடுகின்றனர். ஓடுகின்றனர், ஓடுகின்றனர், ஓடி மறைந்து போயினர்.

காட்சி தேய்ந்து கரைகிறது, தேய்ந்து கரைகிறது, தேய்ந்து கரைந்து மறைகிறது.)

(பினாங் நான்யாங் ஹோட்டல் ஜன்னல்களுக்கு அப்பாலான கீழ்வானில் பசுமஞ்சள் வண்ணப் பொன்னொளி பரப்பும் குளிர்மதி மெல்லென ஊர்ந்து மேலேறுகிறது. சுற்றி நிற்கும் ஒளி மீன்கள் நகைத்து மின்னுகின்றன –

மண்டபத்துள்ளே சாயைகள் – சாயைகள் – தமிழ்ச் சாயைகள்.)

நாவன்னா பாடுகிறார்:

மைந்தரோடுடி மகளிர் திமிர்ந்திட்ட
குங்கும ஈர்ஞ்சாந்தின் சேறிழிக்கி எங்கும்
தடுமாறல் ஆகிய தன்மைத்தே
தென்னன் நெடுமாடக்கூடல் அகம்

ஆடிட்டர் பாடுகிறார்:

மாலை விலை பகர்வார் கிள்ளிக்களைந்த பூச்
சாலமிகுவதோர் தன்மைத்தாய் காலையே
வில்பயில் வானகம் போலுமே வேல்வளவன்
பொற்பார் உறந்தை அகம்.

அடிகள் பாடுகிறார்:

களிகள் களிகட்கு நீட்டத்தம் கையால்
களிகள் விதிர்த்திட்ட செங்கல்துளி கலந்து
ஓங்கெழில் யானை மிதிப்பச் சேறாயிற்றே
பூம்புனல் வஞ்சி அகம்.

மாணி: தமிழர்களே, முத்தொள்ளாயிரத்திற் காணும் இந்த மூன்று பாடல்களும் தமிழ்நாடு சீரழியத் தொடங்கிய காலத்தைப் புள்ளியிட்டுக் காட்டுகின்றன. அவற்றை ஒருமுறை மனதிற்குள் பாடிப்பாருங்கள். போகம் போகம் போகம் என்றே அவை போக முழக்கம் செய்கின்றன.

பாண்: எந்த ஒரு இனம் செல்வச் செருக்கால் வரம்பு கடந்து போக நுகர்ச்சியில் திளைக்கிறதோ, அது சீரழிவது திண்ணம்.

மாணி: போகத்தின் உடன்பிறவி டம்பம்; அதன் விலை ஒழுக்கக்கேடு; விளைவோ அழிவு.

பாண்: சீரழியவிருக்கும் ஓர் இனத்தாரிடையே முதலில் அளவிருந்த போகஆசை தோன்றும். போகநுகர்ச்சிக்கு அடித்தேவை பணம். ஆகவே, பணத்துக்காக எதுவும் செய்யலாம் என்ற கொள்கை பிறக்கின்றது. பணமே எல்லாம் என்ற எண்ணத்தின் தொடர்பாய்ச் சமுதாயத்தின் கட்டுத் திட்டங்கள் நைந்து ஒழுக்கநெறிகள் மறைந்துபோகின்றன. அதன்மேல் மனிதப் பண்புகள் மங்கிவிடும். இதற்குச் சரியான எடுத்துக்காட்டு, பாபிலோனின் வீழ்ச்சியே!

அடிக: இன்ப நாட்டமும், பொருள் தேட்டமும் அடியோடு இழுக்கென்று கூறுகின்றனையோ? இன்பம் காரணமாகப் பொருள் தேடுமாகலானும் பொருளானே அறம் செய்யுமாகலானும் இன்பமும் பொருளும் ஏற்றமென ஓதினாருணர்க.

பாண்: அடிகாள், அவர் குறிப்பிடுவது இல்லறம், ஈத்துவத்தல் முதலான நல்லறங்களாலே பெறப்படும் இன்பமும் பாடுபட்டு உழைப்பதனாலும் தீதற்ற திறமைப் பயனாலும் அடையக் கூடிய பொருளுமாம், அறிக.

மாணி: உலகின் ஒளி விளக்காய்த் திகழ்ந்த பாபிலோன் அழிந்து வீழ்ந்தது ஏன்? போகம், போகம், போகம் என்று வரலாறு கூவுகின்றது. அம்மாநகரத்து இறுதிக் காலத்திலே, இளைஞர்கள் கன்னத்தில் அரிதாரம் பூசிக் கண்ணுக்கு அஞ்சனமும் உதட்டுக்குச் சாயமும் தீட்டிக்கொண்டு, பொன் மாலையும் பூமாலையுமாய்ப் பாட்டிசைத்து நாட்டியமாடித் திரியலாயினர். நெறிமுறையில் அடங்காத சேர்க்கை முறைகள் தலை எடுத்தன. அவற்றிற்கு ஒளிவு மறைவு தேவையில்லை என்ற நிலைமையும் ஏற்பட்டுவிட்டது.

பாண்: பாபிலோனியர் அவ்வாறு போகக் கடலில் நீந்தியிருந்த வேளையில், அவர்களின் பரம வைரியான பாரசீக வேந்தன் சைரஸ் படை எடுத்துவந்தான். எதிரி கோட்டை வாயிலை இடிக்கின்றான். தடுப்பதற்கு நாதியில்லை. தடுக்கும் பொறுப்புடைய ஆடவரோ அஞ்சன அரிதாரராய்ப் பொன்மாலையும் பூமாலையும் அணிந்து தெருச்சந்திகளில் பேடிக்கூத்து ஆடிக்கொண்டிருந்தனர். ஏற்கெனவே பாபிலோனிய மன்னனைத் தொலைக்கத் திட்டம் தீட்டியிருந்த பெரிய கோயில் பூசாரிகள், எதிரிக்குக் கோட்டை வாயிலைத் திறந்து விட்டனர்... பாபிலோனின் வீழ்ச்சி மன்பதைக்கு என்றென்றும் நல்லதொரு படிப்பினையாக இருக்கட்டும்.

மாணி: சுமேரியாவும் அசீரியாவும் பினீசியாவும் நிலைகெட்டு அழிந்து போனது ஏன்? ஊர், நினேவா, டயர் நகரங்கள் செத்துப் புதைந்துபோனது என்? போகம், போகம், போகம்! போகத்தின் உடன்பிறவி டம்பம்; அதன் விலை ஒழுக்கக் கேடு; விளைவோ அழிவு.

பாண்: ஆயிரம் ஆண்டுகளாகத் தமிழகம் எடுத்தார் கைப்பிள்ளையாக இருக்க நேர்ந்திருப்பது ஏன்? மாலிக்கபூரும் ஜுல்பிக்கர்வானும், கம்பண உடையானும், லட்சுமண நாய்க்கனும், ஷாஹாஜியும் வெங்கோஜியும், டூப்ளேயும் கிளைவும் விருப்பம்போல் வலம்வந்து தமிழ்நாட்டைச் சூறையாட முடிந்தது ஏன்...? நம் மூதாதையர் போக வாழ்க்கையின் விளைவு! – நான் குறிப்பிடுவது ஆட்சி மட்டத்தில் இருந்தவர்களை. பெரும்பாலான தமிழர்கள் அன்றும் இன்றும் பஞ்சையரே–அளவிறந்த போகம் ஆண்மையின் எதிரி; அறிவின் வைரி. சுமேரியரையும் ஆசீரியரையும் பீனீசியரையும் போன்று நாமும் வேரோடு அழிந்து போகாமல் தப்பியது வியப்பிற்குரியதே!

அடிக: தமிழ் இனத்தின் ஒப்புயர்வற்ற தனிச்சிறப்புக்கு இதுவும் ஓர் எடுத்துக்காட்டு. நண்பர்களே, கண்கூடான ஓர் எடுத்துக்காட்டு! சுமேரியாவும் ஆசிரியாவும் பினீசியாவும் வீழ்ந்தழிந்தன. ஆனால், தமிழகமோ கல்தோன்றி மண் தோன்றாக்

கால முதல் இன்று வரையும் தொடர்ந்து வாழ்கின்றது! ஏன்? இதுவே தமிழினத்தின் தனிப்பெரும் சிறப்பு.

சாத்: தமிழினம் தொடர்ந்து வாழ்வதற்குக் காரணம் யாதோ வெனின், தமிழ்மொழியே என்று கூசாமல் பகர்வேன். கண்ணுதற் பெருங்கடவுளும் கழகமோடமர்ந்து பண்ணுறத் தெரிந்தாய்ந்தது எதை? பொருப்பிலே பிறந்து தென்னன் புகழிலே கிடந்து சங்கத்திருப்பிலே வளர்ந்தது எது? வள்ளுவனை இளங்கோவனை செயங்கொண்டானை உலகினுக்கீந்தது எது? செந்தமிழ், பழந்தமிழ், பசுந்தமிழ்! அதுவே தமிழ் இனத்தின் உயர்வு; தமிழகத்தை நிலையாகக் காத்துநிற்கும் கன்னித் தெய்வம்!

மாணி: தமிழ் மக்கள் முன்னேற வேண்டுமானால் முதல் வேலையாகப் ‘பொதியமலை போதை’யிலிருந்து விடுபட வேண்டும். அதுவரையில் முறையான மேம்பாட்டு முயற்சிகளுக்கு வழி பிறக்காது. ‘திருக்குறளைப் பார்! சிலப்பதிகாரத்தைப் பார்! தஞ்சைப் பெரிய கோயிலைப் பார்! காவேரிக் கல்லணையைப் பார்!’ என்ற கூக்குரல் இன்று பொருளற்ற முறையில் எழுப்பப் படுகிறது.

அடிக: எது பொருளற்ற கூக்குரல்? அதற்கு முன் எந்த இனம் அத்தகைய எழுத்து மேன்மையையும், செயல்திறனையும் காட்டியிருக்கிறது? சொல் சொல் சொல்!

பாண்: உலக வரலாற்றுப் பயிற்சி எவ்வளவு முக்கியம் என்பதற்கு அடிகளாரே சரியான உதாரணம். பெரிய கோயிலுக்கும் கல்லணைக்கும் பற்பல நூற்றாண்டுகளுக்கு முன்னரே, ஃபேரோ மன்னர்கள் பிரமித் கோபுரங்களைக் கட்டிவிட்டனர். பாபிலோனியர், எப்போதும் நீர்நிறைந்த – அகன்ற யூபிரத்தீஸ் நதிக்கு அடியில் பதினைந்து அடி அகலமும் பன்னிரண்டு அடி உயரமும் கொண்ட சுரங்கப் பாதை ஒன்றை அமைத்திருந்தார்கள்.

மாணி: இலக்கியத் துறையிலும் தமிழர்கள் தனிச் சிறப்புக் கோர இடமில்லை. ஏறக்குறைய திருக்குறளையொத்த பல நீதிநூல்கள் பல்வேறு நாடுகளில் தோன்றி இருக்கின்றன. காப்பியங்களைப் பற்றிச் சொல்ல வேண்டியதே இல்லை.

பாண்: எகிப்திய அமைச்சன் *ப்தாஹோத்தப் தன்னுடைய மகனுக்கு எழுதிய அறிவுரைக் கடிதம் ஒன்றின் மொழிபெயர்ப்பைச் சமீபத்தில் படித்தேன். திருக்குறளைக் கரைத்துக் குடித்தவன்

---

* ப்தாஹோத்தப் – பண்டைய எகிப்தின் 5வது ராஜ (ஃபேரோ) வம்சத்தைச் சேர்ந்த அலோசிஸ் மன்னனின் மந்திரியும், மெம்பிஸ் பிரதேசக் கவர்னருமான ப்தாஹோத்தப் (சுமார் கி.மு.3000)

எழுதியதுபோல் இருந்தது. காலத்தில்தான் பெரிய ஏமாற்றம். திருவள்ளுவருக்கு மூவாயிரம் ஆண்டுகளுக்கு முன்னர் எழுதப்பட்ட கடிதம் அது!

அடிக: தமிழகத்தில் நீருக்கும் நெருப்புக்கும் இரையாகி மறைந்த மாநூல்களையும், இடிந்து மண்ணாகிவிட்ட மாடகூடங்களையும், நீவிர் இருவரும் அறிவீராயின் இவ்வாறு பேசத் துணியீர். துணியீர்...! ஆ! 'யாரறிவார் தமிழ்ப் பெருமை, மதுரை மூதூர் நீரறியும் நெருப்பறியும்...'

பாண்: எத்தனையோ நாடுகளில் பலப்பல தொன்னூல்களும் மாமாளிகைகளும் அழிந்துபோயிருக்கின்றன. அது தமிழகத்துக்கு மட்டுமே உடைமையான சிறப்பு நிகழ்ச்சியல்ல. எனவே, அதை வைத்துப் பெருமை பாராட்டுவது மடமை... *சாஃபக்லீஸ் எழுதிய நூற்றுக்கும் அதிகமான நாடகங்களில் எழு மட்டுமே கிடைத்திருக்கின்றன.

அடிக: சாஃபக்லீஸ்? யாரவன்?

பாண்: அடிகளாருக்குத் தெரிந்திருக்க முடியாது. தெரிந்திருந்தால் அவருடைய இலக்கியப் பார்வை...

சாத்: தமிழராய்ப் பிறந்தும் தமிழ் உணர்ச்சியற்ற நீவிர் இருவரும் என்ன சூதுக் கருத்துடன் இப்படிப் பேசுகின்றீர்? உலகில் தமிழே தாழ்ந்த மொழி என்றும், உலகில் தமிழர்கள் உருப்படியாக எதையும் செய்ததில்லை என்றும் கூறுகின்றீரோ?

மாணி: இலக்கியத் துறையிலும் மற்ற சில வகைகளிலும் தமிழனின் சாதனை சிறப்பானதே. ஆனால் ஒரே போடாகத் தமிழைப் போன்றதொரு சிறந்தமொழி வேறில்லை என்பதும், தமிழனைப்போன்ற திறனாளி வேறு எங்கணுமே இல்லை என்பதும் பிழை. ஒவ்வொருவனும் அவனது இனத்தின் தொன்மையையும் சாதனைகளையும் எண்ணிப் பெருமை பாராட்டுவது குற்றமில்லை. ஆனால், அது உண்மையின் அடிப்படையில் இருக்க வேண்டும்.

பாண்: தவறான நம்பிக்கைகளின்மீது எழும் தற்பெருமை, உண்மையைச் சந்திக்க நேரிடின் தன்னிளப்பமாக மாறிவிடும்.

ஆடிட்: உண்மை, உண்மை, உண்மை.

நாவ: சரி! தமிழ்மக்களும், அவர்களோடு சேர்ந்து பாரத கண்டத்தினர் அனைவரும் முன்னேற்றப் பாதையில் செல்வதற்கு வழி என்ன? சொல்லுங்கள்.

மாணி: முன்னேற்றத்துக்கு முழு முதல் தேவை நம்பிக்கையே. இரண்டாவது, காலத்திற்கு ஒவ்வாத கொள்கைகளையும்

---

* சாஃபக்லீஸ்(கி.மு.495–406) – கிரேக்க மகா நாடகாசிரியர்களில் ஒருவர்.

பழக்கவழக்கங்களையும் கைவிட்டுப் புதியவற்றைக் கைக்கொள்ளுதல்.

அடிக: தமிழன் என்றுமே கண்மூடித்தனமாகப் பழமையைக்கட்டி அழுதவனல்லன். 'பழையன கழிதலும் புதியன புகுதலும் வழுவல, காலவகையினானே' என்ற சான்றோர் வாக்கை உனக்கு நினைவுபடுத்த விரும்புகிறேன்.

மாணி: நன்று. ஆனால், அந்தப் பொன்வாக்கை நாம் என்ன அளவுக்குக் கடைப்பிடித்து வருகிறோம்? நம் நாட்டைப் பற்றி நிற்கும் சனியன்கள் எவை? அவை மறையாததற்கு காரணம். அவற்றை ஒழிப்பதற்கான வழிமுறை என்ன, அவற்றை எடுத்துச் சொல்வோர் நம்மில் எத்தனை பேர்.

நாவ: நம்மைப் பிடித்திருக்கும் சனியன்களிலெல்லாம் தலையாயது ஜாதிமுறை. முதல்வேலையாக அதை ஒழிக்க வேண்டும்.

சாத்: ஜாதிமுறை காரணமாகவே ஒரு ஜாதி பிற ஜாதிகளைச் சுரண்டி வாழ முடிகிறது.

மாணி: ஜாதிக்கும் சுரண்டலுக்கும் சம்பந்தமே இல்லை. எவன் எந்தத் தொழிலைச் செய்கின்றானோ, அவன் அதன் தன்மையைப் பெற்று அதற்கேற்ப நடந்துகொள்கிறான். வக்கீலாயிருப்பவன் பார்ப்பனனாயினும், முதலியாயினும் அவனுக்கு ஒரே லட்சியம், வழக்குகளில் வெற்றி காண்பதும் கட்சிக்காரனிடம் இயன்றவரை பணத்தைக் கறப்பதும். தொழிற்சாலை நடத்துபவன் செட்டியாயினும் நாய்க்கனாயினும் அவனுடைய குறிக்கோள் ஒன்றே ஒன்றுதான்; குறைந்த செலவில் பண்டங்களைத் தயாரித்துக் கூடுமான அளவு உயர்ந்த விலைக்கு விற்று லாபத்தைப் பெருக்குவது.

பாண்: செருப்பு செய்து விற்பவன் சக்கிலியனாயினும் சமணனாயினும் அவனுடைய வேண்டுதல் – மாடுகள் சாகட்டும் தோல் விலை இறங்கட்டும்!

ஆடிட்: ஜாதிவெறி தொலையும் வரையில் நம் மக்களுக்கு விமோசனம் இல்லை.

மாணி: ஜாதிமுறை ஜாதிவெறியாகத் தலைதூக்கியதற்குக் காரணம், பொதுமக்களின் பாதுகாப்புக் கூட்டுறவுத் தேவை. நம் தேசத்தில் முறைதுறை இல்லாத அரசர்களும், பச்சைக் கொள்ளைக்காரர்களும் தொடர்ச்சியாய் வெகுகாலம் ஆட்சி நடத்தி வந்ததால், சாதாரண மக்களின் தற்காப்புக் கூட்டுறவு ஏற்பாடாக ஜாதிப்பற்று தலைமுறைக்குத் தலைமுறை வலுப்பெற்று

வந்துள்ளது. தனியாகச் சென்று கோரினாலும், கூட்டமாகச் சென்று கோரினாலும் ஒரு மாதிரியான நீதியையே எதிர்பார்க்க முடியும் என்ற நிலைமை ஏற்படின், ஜாதிமுறையின் பிடிப்புத் தளர்ந்துவிடும்.

பாண்: இன்னும் கொஞ்சகாலத்தில் ஜாதியின் முக்கியத்துவம் குறைந்துவிடும். புதிய தொழில் நகரங்களை நோக்கிக் கிராம மக்கள் படை எடுத்துச் சென்றுகொண்டிருக்கிறார்கள். ஒரே மாதிரியான தொழில்கூடங்களில் ஒரே மாதிரி ஆடை அணிந்த ஆள்கள், ஒரே மாதிரியான வேலையைப் பார்க்கும் சூழ்நிலையில், 'என்ன ஜாதி என்ற கேள்விக்கே இடமிராது.

சாத்: அந்த நிலைமை ஏற்பட நாளாகும். கலப்புமணம் ஒன்றே ஜாதிமுறையை உடனடியாக வெட்டி வீழ்த்தக்கூடிய ஆயுதம்.

அடிக: ஆம், ஆம், ஆம்.

நாவ: என் கருத்தும் அதுவே.

ஆடிட்: நானும் அப்படியே நினைக்கிறேன்.

பாண்: ஆதனூர் நந்தனார்களும், தில்லை மூவாயிரத்தாரும் கொள்வினை கொடுப்பினை செய்துகொள்வதால் மட்டும் ஜாதி முறையை ஒழித்துவிட முடியாது. சீர்திருத்த மாற்றங்களுக்கு எண்ணத் தெளிவே முதல்படி.

சாத்: தேவையற்ற – நம் மக்களின் சக்தியை வீணடிக்கும் – ஜாதிமுறை தோன்றியதற்குக் காரணம் என்ன?

பாண்: கால – இடத் தேவைகளுக்கேற்பச் சமுதாய அமைப்பு முறை தோன்றுகிறது. மாறுகிறது. ஜாதிமுறை வெவ்வேறு பெயர்களுடன் எல்லாச் சமுதாயங்களிலுமே இருந்திருக்கிறது; இருந்து மாறியிருக்கிறது. எனவே, நமது ஜாதிமுறை பற்றி நாம் வெட்கப்படத் தேவையில்லை. இன்றைய சூழ்நிலையில் இப்போதிருப்பது போன்ற ஜாதிமுறை தேவையா என்பது கேள்வி.

மாணி: ஜாதிமுறையைத் தாங்குவோர் அதற்காகப் போராடுவது, அதன் தன்மையினால் நன்மை ஏற்படுகிறது என்று கருதி அல்ல; அதை வைத்துப் பெறக்கூடிய பயனை எண்ணி... இன்றைய தமிழன் தனது பெருந்தேவைகளாகக் கருதுவது பணம், பதவி, பள்ளிப் பட்டம் மூன்றையுமே – இந்த லட்சியங்கள் சரியானவையா என்ற ஆராய்ச்சி இப்போது வேண்டாம் – அவற்றை அடைவதற்கு ஜாதியின் துணை தேவையில்லை; ஜாதியின் துணையால் மட்டும் அவற்றைப் பெற்றுவிட முடியாது என்று ஏற்பட்டு விடுமாயின், ஜாதிப் பிரிவை யாரும் வற்புறுத்தப் போவதில்லை. ஜாதிப் பேய் தானாகவே மரித்துவிடும்.

நாவ: ஜாதிப் பேயை ஒழிப்பதில் கருத்து வேற்றுமைக்கு இடமில்லை. ஆனால், சீரான முன்னேற்றத்துக்கு ஜாதி ஒழிப்பு மட்டும் போதுமா?

பாண்: போதாது. எனக்குத் தெரிந்தவரையில் ஜாதி ஒழிப்பு வேலையல்ல முதற்கடமை. நம் மக்களிடையே பரந்த மனப்பான்மையை வளர்ப்பதையே முதல் வேலையாகக் கொள்ள வேண்டும். அறிவுவளர்ச்சி காரணமாகத் தோன்றும் பரந்த மனப்பான்மைக்கு, ஜாதி சமய இனமொழிப் பிரிவுகள் யாவுமே வெறும் விளையாட்டு வேலிகள்...

அடிக: அது கிடக்கட்டும்; தமிழ் இனத்தின் சீர்கேட்டுக்கு உண்மையான காரணம் என்ன? பல வகைகளில் தாழ்ந்துள்ள வேறு இனங்கள் முன்னேற்றப் பாதையில் செல்லும்போது நாம் பின்தங்கி நிற்பது ஏன்?

மாணி: தனி மனிதனுக்குப்போலவே சமுதாயங்களுக்கும் பிறப்பு – வளர்ச்சி, முதுமை – அழிவு உண்டு. காலத்திற்கேற்ப மாறிப் புது வலுப்பெறாத சமுதாயங்கள் செக்குமாட்டுத்தன்மை பெற்று நடைப்பிணங்களாய் காலந்தள்ள நேருகிறது; மாய்ந்து போவதும் உண்டு.

அடிக: நம் மக்களின் மேம்பாட்டுக்கு முதல் நடவடிக்கையாக என்ன செய்ய வேண்டும்?

பாண்: தமிழர்களின் கிணற்றுத் தவளை மனப்பான்மையை மாற்ற வேண்டும். அத்துடன் ஆய்ந்துதேர்ந்து மேற்கொண்ட நடவடிக்கைகளை வழுவாது நிறைவேற்றும் கடமை உணர்ச்சியையும் பரப்ப வேண்டும்.

அடிக: ஆம், ஆம், ஆம். அது நிற்க. நண்பர்களே, வெகுகாலமாக எனக்கு ஓர் ஐயம்... வினைநவில் யானை விறற் போர் தொண்டையர்! மழைமருள் பல்தோல் மாவண் சோழர்! சேண்பரல் முரம்பின் ஈர்ம்படைக்கொங்கர்! ஒளிறு வாட்தானைக் கொற்றச் செழியர்! இவர்களின் கொடிவழியில் வந்தோரெல்லாம் இப்பொழுது எங்கே, என்ன செய்துகொண்டிருக்கிறார்கள்?

பாண்: மலேயாவில் ரப்பர் வடிக்கிறார்கள்.

மாணி: இலங்கையில் தேயிலை கிள்ளுகிறார்கள்.

நாவ: பர்மாவில் மூட்டை தூக்குகிறார்கள்.

சாத்: கயானாவில் கரும்பு வெட்டுகிறார்கள்.

ஆடிட்: பாரத கண்டம் எங்கும் பரவிப் பிச்சை எடுக்கிறார்கள்.

அடிக: தமிழர்களே, இந்த இழிநிலை மாற ஒரு வழி இல்லையா?

பாண்: உண்டு

நாவ: தமிழர்களே, பொழுது புலர்கிறது. புட்கள் கரைகின்றன; சீனர்களின் வர்த்தக இரைச்சல் கிளம்பிவிட்டது. நாம் போகலாம். புறப்படுங்கள்.

பாண்: ஆம். போகலாம்.

அடிக: நேற்றைய இருள் மறைந்து புதுநாளின் ஒளி தோன்றுகிறது. நாம் சொல்வோமாக.

மாணி: போகலாம், நேரமாகிறது.

சரத்: விடிந்துவிட்டது. புதுநாள் நமக்காக வைத்திருப்பது என்ன என்பதைப் பார்க்க வேண்டும். புறப்படுவோமாக.

ஆடிட்: செல்வோம், சென்று உழல்வோம். வாருங்கள்.

(பினாங் நான்யாங் ஹோட்டல் கல்யாண மண்டபக் காட்சி தேய்ந்து கரைகிறது. கரைந்து தேய்கிறது. கரைந்து தேய்ந்து மறைகிறது.)

18. மிட்வே

ஜப்பான்-அமெரிக்கா யுத்த முடிவு பசிபிக் ஆழி அரங்கிலேயே தீர்மானமாக வேண்டும். இதை நன்குணர்ந்த ஜப்பானியக் கடற்படைகளின் தலைவர் யாமமோத்தோ கலங்கினார். அமெரிக்காவின் கப்பல், விமான பலம் நாளுக்கு நாள் வெகு விரைவாய்ப் பெருகிக் கொண்டிருந்தது. ஆனால், ஜப்பானின் நிலைமையோ இதற்கு நேர்மாறுதல். ஒப்பற்ற பொருள் வளமும் உண்டாக்க வசதிகளும் கொண்ட எதிரியின் படைபல வளர்ச்சியுடன் போட்டியிட ஜப்பானுக்கு வகையே இல்லை.

அமெரிக்காவின் பசிபிக் ஆழிக் கப்பற்படை பலம், தகர்க்க முடியாத அளவில் உச்சம் பெறுவதற்கு முன்னரே, அதை உள்ளிழுத்து ஒழிக்கும் உபாயமாகவே மிட்வே - அலூஷியன் தாக்குப் போர்த் திட்டத்தை யாமமோத்தோ வகுத்தார். அதன்படி, அட்மிரல் நகுமோவின் அதிரடி அணியும், களத்தை நோக்கிப் புறப்பட்டன. யாமமோத்தாவின் நேரடித் தலைமையில் இருந்த போர் அணி, தேவை ஏற்படின் நடவடிக்கைகளில் கலந்து கொள்ளும் நோக்கத்துடன், மாரியானி தளத்தையொட்டி லாந்திக் கொண்டிருந்தது.

பெர்ள் ஹார்பர் நொறுக்கடிப் போரில்போலவே, நகுமோவின் விமான அணிகள், கமாண்டர் புச்சிடா தலைமையில் மிட்வே தீவுத் தளத்தின்மீது பாய்ந்தன. ஆனால் இந்தத் தடவை, ஜப்பானிய அதிரடி அணி வருவதையும், அதன் போர்த் திட்டத்தையும் தெரிந்திருந்த அமெரிக்கப் போர் விமானங்களும் பீரங்கி வரிசைகளும், புச்சிடாவின் கழுகுகளை வரவேற்கச் சித்தமாயிருந்தன.

குண்டுகள் வெடித்தன. பீரங்கிகள் முழங்கின. விமானங்கள் எரிந்தன. கப்பல்கள் கவிழ்ந்தன.

புச்சிடாவின் விமானங்கள் தாக்கு நடவடிக்கையில் மும்முரமாய் ஈடுபட்டிருந்தபோது, மிட்வே தீவுக்குத் தெற்கே வலிமைமிகு அமெரிக்க 'டாங்க்' அணிகள் தோன்றி, எதிரி விமானங்களில் ஒரு பாதி தாக்கு நடவடிக்கையிலும், மறுபாதி தாய்க் கப்பல்களில் பெட்ரோல் குடிப்பதிலும் முனைந்திருந்த நேரத்தைத் துல்லியமாய்

ப.சிங்காரம்

கணக்கிட்டுத் தம் குண்டு விமானங்களையும் டார்பிடோ விமானங்களையும் சண்டை விமானங்களையும் பறக்க விட்டன. வியப்படி வாய்ப்புக் கிட்டியதாகக் கருதியிருந்த நகுமோ, சுற்றுக் காவலுக்குத் தேவையான விமானங்களைக்கூட நிறுத்திக் கொள்ளாமல், அனைத்தையும் போரில் ஈடுபடுத்தி இருந்ததால், அமெரிக்க விமானங்களின் வேலை சுளுவாய் அமைந்துவிட்டது.

மிட்வே தீவைச் சுற்றியுள்ள கடற்பரப்பில் அல்லும்பகலும் மூன்றுநாள் நடந்த அஞ்சுவரு போரில் அட்மிரல் நகுமோ 4 விமானந் தாங்கிக் கப்பல்களையும், பல குரூசர்களையும், டெஸ்ட்ராயர்களையும், ஏராளமான–ஏறக்குறைய எல்லா விமானங்களையும் இழந்துவிட்டார்.

முதலில் வந்த ரேடியோ தகவல்களை வைத்து, அமெரிக்க விமானந்தாங்கிக் கப்பல் ஒன்று மட்டுமே மிஞ்சியிருந்ததாகக் கருதிய யாமமோத்தோ, அட்மிரல்கொண்டோவும், அட்மிரல் ஹோசகாவாவும் அதிரடி அணியின் உதவிக்கு–எதிரி டாஸ்க் அணிகளை துடைத்தொழிக்க – விரைந்து செல்லுமாறு கட்டளை பிறப்பித்துவிட்டுத் தனது அணியுடன் களத்துக்குச் செல்லத் தயாரானார். அப்பொழுது அதிரடி அணித் தலைவரிடமிருந்து இறுதி நிலவர அறிக்கை வந்தது. "எதிரியின் 4 விமானந்தாங்கிக் கப்பல்கள் களத்தில் திரிகின்றன. என்னிடம் உருப்படியாக ஒன்றுகூட இல்லை."

பேராபத்து நிலைமையை உணர்ந்த யாமமோத்தோ அவரிடம் ஒரேஒரு சிறு விமானந்தாங்கிக் கப்பலே இருந்தது–போர்ப் பிடியிலிருந்து நழுவி மறையும்படி 3 தாக்கடி அணிகளுக்கும் உத்தரவு பிறப்பித்தார்.

யாமமோத்தாவின் மிட்வே போர்த்திட்டம் தோற்றதற்கு முக்கியக் காரணம், ஜப்பானியக் கடற்படையின் கூகமொழி அமைப்புமுறையை அமெரிக்க வேவுத் துறையினர் கண்டு பிடித்துவிட்டதேயாகும். போர்த் தேதி, கலந்துகொள்ளும் அணிகள், தாக்குமுறைகள் முதலான எல்லா விவரங்களும், ஜப்பானியக் கடற்படையின் ரேடியோ செய்திப் போக்குவரத்தை ஒற்றுக்கேட்டு வந்த அமெரிக்கக் கடற்படைத் தலைவர்களுக்கு ஒரு மாதத்திற்கு முன்னரே தெரிந்திருந்தது.

பசிபிக் அரங்கில் மிட்வே யுத்தமே திருப்புமுனை... பிறகு சாலமோன் தீவுக் கூட்டத்துக்காக சண்டைகள் மூண்டன. பிணமாலைகள் உயர்ந்து குருதிவெள்ளம் பரந்தோடிய குவாடல்கனால் தீவு அமெரிக்கர் வசமாகி, மாபெரும் போர்த்தளமாக மாறிக் கொண்டிருந்தது.

மாஸ்கோ நகர் வாயிலில் ஹிட்லரின் சேனைகள் மறித்து நிறுத்தப்பட்டது உலக வரலாற்றில் முக்கியமானதொரு நிகழ்ச்சி. நகரின் தென்புறத்தைத் தொட்ட ஜெர்மன் சூறாவளித் துருப்புகள் கம்யூனிஸ்ட் அகிலத்தின் பிரச்சார பீடமான பிராவ்டா மாளிகையைக் கைப்பற்றி விட்டார்கள்; அதன் தலைமீது நாஜி சுவாஸ்திகா கொடி பறக்கிறது! வடக்கே, நகர ட்ராம் தட எல்லையான 'கிம்கி'யில் ஜெர்மன் டாங்கிகள் புகுந்துவிட்டன.

கிழக்கு வெளுக்கும் நேரம். இன்னும் சில நிமிஷங்களில் நகரை வளைத்து நசுக்கிக் கைக்கொள்ள, ஜெர்மன் வெற்றிக்கு அறிகுறியாக க்ரெம்ளின் அரசகத்தை வெடிவைத்துத் தகர்த்தெறிவதற்கான 'இறுதிப் பாய்ச்சல்' உத்தரவு பிறக்கவிருக்கின்றது.

பான்சர் அணிகளும் அதிரடிப் படைகளும் சித்தமாய் நின்றன.

அப்பொழுது –

திடுமெனச் செஞ்சேனையின் போர் முரசம் முழங்கிற்று; விண்ணும் மண்ணும் அதிரப் பீரங்கிகள் கொக்கரித்தன; பனி வர்ணம் பூசிய டாங்கிப் பூதங்களின் உருளோசை கடகடத்தது; வெண்கம்பளி ஆடை தரித்த கீழ்த்திசை வீரர்களுடன் சறுக்கு வண்டிகள் பாய்ந்தோடி வந்தன – *ரொகொசாவ்ஸ்கியின் சைபீரியச் சேனை களத்தில் குதித்துவிட்டது.

"சைபீரியர் வந்துவிட்டார்கள்! சைபீரியர் வந்துவிட்டார்கள்!"

ரஷியப் போர் வரிசைகளிலெல்லாம் மகிழ்ச்சி. ஆரவாரம் பொங்கி எழுந்தது.

ரெழேவ் நெடுஞ்சாலைப் பிரதேசத்தில் விரைந்து வந்த ஜெர்மன் அதிரடிப் படைகளை மடக்கும்படி சைபீரியரை ஏவியபின், அதுவரை காப்புப் போரில் ஈடுபட்டிருந்த படைகளை எல்லாம் அலை அலையாகத் தாக்குப் போரில் வீசி எறிந்தார் ஜூக்காவ்.

வெர்மாக்ட் அணிகள் களத்தைக் கைவிட்டு ஓடுகின்றன.

நெப்போலியன் போனபார்ட்டின் கிராண்ட் ஆர்மிக்கு நேர்ந்த கதி, அடால்ஃப் ஹிட்லரின் வெர்மாக்ட்டையும் எதிர்ந்துவிட்டதென உலகம் கருதியது. ஆனால் ரஷிய ஜெனரல்களில் பலருக்கு, மாறுபடும் களநிலவரத்திற்கேற்பத் தன்னிச்சையாய், துணிச்சலோடு புது நடவடிக்கைகளை

---

* மார்ஷல் கொன்ஸ்தாந்தின் ரொகொசாவ்ஸ்கி – கம்யூனிஸ்ட் ஆட்சியைக் கவிழ்க்கச் சதி செய்ததாக கைதாகி 4 ஆண்டு காலம் சிறைப்பட்டிருந்த இவர், ஜெர்மன் படையெடுப்புக்குப்பின் விடுதலை பெற்று, சைபீரிய 1ஆம் சேனையின் தலைமையை ஏற்றார். பிறகு, சேனைத் தொகுதி ஒன்றுக்குத் தலைவராகி, ஸ்டாலின்கிராட் வெற்றிக்குப் பின்னர் மார்ஷல் பட்டம் பெற்றார்.

மேற்கொள்வதற்கான தன்னம்பிக்கை இன்னும் பிறக்கவில்லை. தவிரவும், குலைந்துபோன ஜெர்மன் போர்வரிசைகளை நிலைப்படுத்திச் சீரமைப்பதற்காகத் தென் அரங்கிலிருந்து வரவழைக்கப்பட்ட *மான்ஸ்டைனின் காப்புத் தாக்கு நடவடிக்கைகள் பலனளிக்கத் தொடங்கிவிட்டன. எனவே, பேராபத்து சூழ்ந்து நின்ற அந்தப் பனிமாரிக் காலத்தில் ஜெர்மன் கீழைச் சேனைகள் கரைந்தழிந்து போகாமல் தப்பிப் பிழைக்க முடிந்தது.

பனிமாரிக் காலம் போய் வசந்தம் பிறந்தது. ரஷிய பூமி வெயிலில் காய்ந்து ஈரமிழந்து இறுகத் தொடங்கியது. மாஸ்கோ புதை சகதியில் சிக்கித் தப்பிய ஜெர்மன் ராணுவம் வியத்தகு முறையில் புதுத்தெம்பு பெற்றுப் புதுப் பாய்ச்சலுக்குச் சித்தமாகியது.

தென் அரங்கில் பாயும்படி உன்னத சேனாதிபதி ஹிட்லரின் கட்டளை பிறந்தது.

ஃபீல்ட் மார்ஷல் பெடோர் வான்போக் தலைமையில் 20 லட்சம் துருப்புகள் அடங்கிய வலிமை மிகு சேனைகள், எதிர்த்த படைகளை எல்லாம் நொறுக்கி வீழ்த்தியவாறு கிழக்கு முகமாய்ப் பறந்து சென்றன. 6வது வாரத்தில் ஜெர்மன் வலச்சிறகு – கிலய்ஸ்ட் பான்சர் கணம், காகசிய எண்ணெய் வயல்களில் புகுந்துவிட்டது. இடச் சிறகோ–பவுலஸ் தலைமையில் சென்ற 6வது சேனை–ஓல்கா நதிக்கரையை அடைந்து, ஸ்டாலின் கிராட் நகருக்கான போரைத் தொடங்கியது.

நகரைக் காத்து நின்ற சுய்க்கோவ்வின் படைகள், வெர்மாக்ட்டின் சிந்தை கலங்கும் கொடூர அடிகளைத் தாங்கித் தாங்க முடியாமல் திணறின.

"உதவி உதவி" என்று கதறினார் ஸ்டாலின்கிராட் தளபதி. 'இல்லை' என்று கைவிரித்தார் தென்போல் மண்டலத்தின் புதிய தலைவர் ஜுக்காவ்.

தெருவுக்கு தெரு, வீட்டுக்கு வீடு, அறைக்கு அறையாய் இரவும் பகலும் பல நாள், பல வாரங்கள் இடையறாப் போர் நிகழ்ந்தது.

எங்கு பார்க்கினும் பிணக் குவியல்கள்; கட்டிட இடிவுகள்; எரிந்து நொறுங்கிய விமானங்கள், பீரங்கிகள், வாகனங்கள், டாங்கிகள்...

---

* ஃபீல்ட் மார்ஷல் எரிக்வான் மான்ஸ்டைன் – ஜெர்மன் சேனாதிபதிகளில் தலை சிறந்தவர். தாக்குப் போர், காப்புப் போர்த் துறைகளிலும் போர்த் திட்டம் வகுப்பதிலும் வல்லவர். உலகை நடுக்கிய மேற்கு ஐரோப்பிய பாய்ச்சல் (1940) திட்டத்தை வகுத்தவர் இவரே! (ஸ்டாலின்: "மான்ஸ்டைன், ஹிட்லரின் ஜெனரலாக இல்லாதிருப்பின், அவரை ரஷிய யுத்தக் கழகத்தின் தலைவராக நியமித்திருப்பேன்")

கள வீரர்கள் மெய்மறந்து மனங்குழம்பும் 'தமர் பிறர் அறியா அமர் மயங்கு' நேரம் – இறுதி நெருக்கடி வேளை வந்துவிட்டது.

அப்பொழுது –

வடதிசையிலிருந்து வடூத்தின் படைகளும், தென்புறத்தேயிருந்து எரமெங்க்கோ படைகளும் மின்னலெனத் தோன்றி, ருமேனிய 3 ஆம், 4 ஆம் சேனைகளை அடித்து நொறுக்கி அடிபணியச் செய்தபின், முன்னேறிப் போய் ஜெர்மன் சிறகுகளைப் பிடித்துக் கடித்துக் குதறலாயின. மேற்கே, ஜெர்மானியர் முதுகுப்புறத்தில் ரொகொசாவ்ஸ்கி சேனை மாயவித்தைபோல் முளைத்துப் படர்ந்து வளைத்துச் சாடிற்று. சுய்க்கோவ்வின் வீரர்கள் நாஜிகளின் குரல்வளையைப் பிடித்து நெரிப்பதற்காகத் தாவிப் பாய்ந்தனர்.

முற்றுகையிட வந்தவர்கள் முற்றுகைக்குள்ளாகிவிட்டனர்!

ஜுக்காவின் வளைய வியூகம் இறுகத் தொடங்கியது; இறுகிக்கொண்டே இருந்தது. சேனைமடிகளங்கள் பலவற்றில் வாகைசூடிப் பெரும் பெயர்பெற்ற ஜெர்மன் 6வது சேனை இடுப்பொடிந்து துடிக்கலாயிற்று.

ரஷியரின் முற்றுகையை உடைத்து, 6வது சேனைக்குத் தொடுவழி பிளக்கும்படி டான் பிரதேச சேனாதிபதி மான்ஸ்டைனைப் பணித்தது ஜெர்மன் போர் வாரியம். மான்ஸ்டைன் தனது படைகளில் ஒரு பகுதியை வடக்கே திருப்பிவிட்டார்.

உதவிப் படைகள் ஸ்டாலின்கிராடுக்கு 35 மைல்வரை நெருங்கிவிட்டன.

அப்பொழுது –

மான்ஸ்டைனின் வருகையை எதிர்பார்த்துநின்ற மாலினோவ்ஸ்கியின் உக்ரைனிய சேனை குறுக்கே பாய்ந்து மறித்தடித்தது.

கோதல் நிக்கோவ் பறந்தலையில் மான்ஸ்டைனும் மாலினோவ்ஸ்கியும் பொருதிப் பத்து நாள் மல்லாடினார்கள். 'டான்' சேனாபதி, அவரது உலகு புகழ் போர்த்திறனை எல்லாம் பயனித்துத் தன்னினும் பன்மடங்கு பலம்கொண்ட எதிரியைச் சிதறடிக்க–சிதறடித்து ஊடுருவ முயன்றார்; முடியவில்லை. இந்நிலையில் செஞ்சேனை முதல் முறையாகப் பெருமளவில் உபயோகித்த ஜ்தொர்மோவிக் விமானங்களும், ஏரியல் ராக்கெட்களும் பீரங்கிகளில் பெரும் பகுதியை அழித்துவிடவே, காகசியாவில் வளைத்தழிப்பு அபாயத்திற்கு உள்ளாகிவிட்ட

பான்சர்களைக் காப்பாற்றியாக வேண்டிய கட்டாயம் ஏற்படவே, களத்தை எதிரியிடம் விடுத்துத் தெற்கே பின்வாங்கலானார், விமான பலம் அறவே இல்லாதிருந்த மான்ஸ்டைன்.

ஸ்டாலின்கிராட் போர் முடிவடைந்தது.

ஜெர்மன் சேனாதிபதி ஃபீல்ட்மார்ஷல் ஃப்ரீட்ரிக் வான் பவுலஸ், மற்றும் 23 ஜெனரல்கள் உட்பட 96 ஆயிரம் ஜெர்மனியர் கர்னல் ஜெனரல் ரொகொசாவ்ஸ்கியிடம் சரண் அடைந்தார்கள். களத்தில் பொறுக்கி – எரிக்கப்பட்ட ஜெர்மன் உடல்கள் 147 ஆயிரம். தகவலின்றி மறைந்து போனவர்கள் சுமார் 100 ஆயிரம் பேர்.

அதன்பிறகு 2 வது உலகப் போரிலேயே மிகக் கொடூரமானதென ராணுவ நிபுணர்களால் வர்ணிக்கப்படும் குர்ஸ்க் யுத்தம். 8 நாள் யுத்தத்தில் இரு தரப்பாருமாகச் சேர்ந்து 3 ஆயிரம் விமானங்களையும் 4 ஆயிரம் டாங்குகளையும், பல்லாயிரம் வீரர்களையும், இழந்தது அந்தச் செதில் களத்திலேதான்.

அதுவே ரஷிய அரங்கில் ஜெர்மன் ராணுவத்தின் கடைசிப் பெரிய தாக்கடிப்போர்.

வட ஆப்பிரிக்காவில், சூயஸ் கால்வாயைப் பிடிக்கத் தயாராகிக் கொண்டிருந்த ஃபீல்ட் மார்ஷல் எர்வின் ரோமலின் ஆஃப்பிரிக்கா கோர், புது வலுப்பெற்ற பிரிட்டிஷ் 8வது சேனையால் எல் அலாமீன் களத்தில் முறியடிக்கப்பட்டுப் பின் திரும்பி ஓடிக்கொண்டிருக்கிறது.

அமெரிக்கத் துருப்புகள் மொராக்கோவில் கரை இறங்கிப் போர்த் தளங்கள் அமைக்கலாயின.

போர் காரணமாக நிலைகுலைந்து கலங்கிநின்ற தென் கிழக்காசியத் தமிழரின் கவலையை ஓரளவுக்கேனும் போக்கும் அருமருந்தாக இந்தியச் சுதந்திரச் சங்கம் தோன்றியிருந்தது. அதன் போர் உறுப்பான ஆஸாத் ஹிந்த் ஃப்வ்ஜில் ஆயிரக்கணக்கான தமிழ் இளைஞர்கள் சேர்ந்து போர்ப் பயிற்சி பெற்று வந்தனர்.

முகை

19. நீசூன்

நீசூன் ராணுவ அதிகாரிகள் பயிற்சிப் பள்ளியில் சேர்ந்த பாண்டியன், யுத்தக் கலைக் கல்வியிலும், கள நடவடிக்கைப் பயிற்சிகளிலும் ஆர்வத்துடன் ஈடுபட்டான். ஆயுதப் பயிற்சி, தலைமைப் பயிற்சியோடு, நெருக்கடி நேரங்களில் சிந்தனை, தீர்வு, செயல் துரிதத்தின் அவசியத்தை, முக்கியத்தை பள்ளி ஆசிரியர்கள், கர்னல்கள், மேஜர்கள், காப்டன்கள் குறுகிய காலப் பயிற்சித் திட்டத்தின்கீழ், இயன்ற அளவு மாணவ அதிகாரிகளுக்குப் புகட்டினார்.

கே.கே.ரேசன்–கார்மேக வேளார் மகன் கதிரேசன், ஆர்.சி.மாசானம் போன்ற சில இனிய நண்பர்களின் அறிமுகம் பாண்டியனுக்குக் கிடைத்தது, நீசூன் முகாமிலேதான். முன்னையோன் மலேயாவிலேயே பிறந்து வளர்ந்து படித்து வேலை பார்த்தவன். பின்னையவனோ தென்கிழக்கு ஆசியப் போர் தொடங்குவதற்கு ஒரு வாரம் முன்னதாக அண்ணன் தேடி வைத்திருந்த வேலையை ஏற்க, மலேயா வந்து சேர்ந்தவன். பரந்த கல்வி அறிவும் சிந்தனைத் திறனும் கொண்டவன் ரேசன். தமிழ் எழுதப் படிக்கத் தெரியாதவனாயிருந்தும், தமிழ்நாடுபற்றி ஆங்கில நூல்கள், பத்திரிகைகள் வழியாக நன்கு அறிந்திருந்தான். மாசானமோ இதற்கு நேர்மாறானவன். தேவை – இன்றியமையாத் தேவை – எவ்வளவோ அந்த அளவோடு கல்வியைச் சுருக்கிக் கொள்ளும் இயந்திர யுக குணம் அவனிடம் பூரணமாகக் குடி கொண்டிருந்தது. ஆனால் ரேசனைப்போல அஞ்சா நெஞ்சமும் செயலாற்றலும் உள்ளவன்.

நீசூன் காலத்தில் மாணிக்கத்துடன் ரேசனுடனும் பாண்டியன் நடத்திய வாதப் பிரதிவாதங்கள் பலப்பல. சுதந்திரம், ஜனநாயகம், சமத்துவம், கடமை, ஒழுக்கம் முதலான கோட்பாடுகள் பற்றி அவர்கள் துருவித்துருவி ஆராய்வதுண்டு.

இந்திய சமுதாயத்தையே மாற்றித்திருத்தி அமைக்கப் போவதாகவும், அதற்குத் தேவையான தகுதியும் திறமையும் தம்மிடம் இருப்பதாகவும், இளமைத் துடிப்போடு அவர்கள்

நம்பினார்கள். அது சம்பந்தமான வேலைத் திட்டங்கள் பற்றி ஆர்வத்துடனும் அக்கறையுடனும் ஆராய்ந்தார்கள். எழுதப் படிக்கத் தெரியாத மக்கள் மிகுந்த இந்தியாவுக்குப் பொருத்தமான வாக்குரிமை முறை என்ன? தலைக்கு ஒரு ஓட்டா, தகுதிக்குத் தகுந்த அளவில் ஓட்டா? தகுதியை எப்படி – எந்த அடிப்படையில் வரையறுப்பது? வழக்கு நோய் பிடித்த எளியவர்கள் அதிகமாயுள்ள நம் நாட்டுக்கு உகந்த நீதி பரிபாலன முறை எது...? இந்தியாவின் தலைவிதியே தம்மிடம் ஒப்படைக்கப்பட்டுவிட்டதுபோல் அவர்கள் பேசினார்கள்; ஆராய்ந்தார்கள்; கனவு கண்டார்கள். அது இளமையின் நம்பிக்கை மேலோங்கி நின்ற காலம்; யுத்த நெருக்குதல் காரணமாகக் கனவுப்பான்மை மிகுந்திருந்த சமயம்.

இந்தியா விடுதலை பெற்றதும், முதல் வேலையாக எல்லாருக்கும் உணவு, உடை, வீடு! மூவருக்கும் விருப்பமான இந்த லட்சியத்தைப் பற்றிப் பேசுவதும், அதை அமலாக்குவதற்கான திட்டங்களை வகுப்பதும், அவர்களின் மனதுக்கினிய பொழுதுபோக்காக இருந்தது. சுதந்திரம் கிடைத்ததுமே, எவ்விதச் சிக்கலுமின்றி, அந்த மூன்றும் எல்லாருக்கும் கிட்டிவிடுமென அவர்கள் நம்பினார்கள். ஓர் உத்தரவு; எல்லாருக்கும் உணவு, உடை, வீடு! அது நம்பிக்கைக் கனவுகள் மிகுந்திருந்த இளமைப் பருவம்.

வாரத்துக்கு ஒரு நாள் நகருக்குப் போய் வரலாம். சிங்கப்பூரின் பெயர் இப்போது சியோனன் தோ–தென் கடல் பட்டணம் – என்று மாற்றப்பட்டிருக்கிறது. ராஃபிள்ஸ் சதுக்கத்தில் முன்போல் பளபளக்கும் பெண்களையும், புதுப்புது ஊர்திகளையும் பார்க்க முடியாது. தெருக்களில் கழுகுப் பார்வையுடன் வேசையர் திரிகிறார்கள். பிரிட்டிஷ் 'ஜானி'களின் காலம் மறைந்துவிட்டது. இப்பொழுது நிப்பன் சிப்பாய்களுக்குத் தனி விடுதிகள், தனி வேசைகள்.

தமிழ் மாணவர்களின் ஊர்வலம் சிராங்கூன் சாலை கச்சி மொய்தீன் உண்டிக் கடையில் போய் முடியும்.

அரைச் சைவன் செல்லையா வேண்டாவெறுப்புடன் தட்டுக்களைக் கிண்டுகிறான். முழுச் சைவன் மணி வெறும் ரசத்தில் சோற்றைப் பிசைந்து தின்கிறான்.

"மணி!" கையில் கோழித்துண்டைத் தூக்கிப் பிடித்திருந்த பாண்டியன் கூப்பிட்டான். "ஜனகனின் குலகுரு யாக்ஞுவல்கியன் மாட்டிறைச்சி தின்பது பற்றி என்ன சொன்னான், தெரியுமா?"

"தெரியாது."

“ ‘மாட்டுக் கறி தின்பது பாபமாக இருக்கலாம். இருப்பினும் பல்லுக்கு மெதுவாக இருந்தால் தின்னவே தின்பேன்.’ – என்றான் அந்த பிராமணோத்தமன்.”

ஐந்தாறு கைலிக் கடைக்காரர்கள் – புதுச்சேரி ஆட்கள் – சளசளவென்று பேசிக்கொண்டே நுழைந்தனர். நாற்காலிகள் இடம் பெயர்ந்தன. தீனிக் கச்சாத்து ஒலி கிளம்பியது.

“மாணிக்கம், பாண்டி சொல்வது உண்மையா, இட்டுக் கட்டின கதையா ?”

“யாக்ஞவல்கியன் மாட்டுக் கறி தின்றானோ என்னவோ, அவன் அவ்வாறு சொன்னதாக நம்பப்படுவது உண்மை. பல்லுக்கு மெதுவாக இல்லாதது உடலுக்குக் கெடுதல்; எனவே விலக்க வேண்டும் என்பது அவன் கூற்றின் உட்கிடை... வேத காலப் பிராமணர்களுக்கு மாட்டுக்கறி இன்றேல் தொண்டைக்குள் சோறு இறங்காது. இதை விலக்கியது பின்னர், நம் தேச வெக்கைக்கு மாவன்னாக் கானா உகந்ததல்ல என்று தெரிந்த பிறகு.”

“தமிழ்நாட்டிலேயே நம் மூதாதையர் மாட்டுக்கறி தின்றிருக்கிறர்கள்.” பாண்டியன் குறிப்பிட்டான்.

“என்ன ?”

“நீ பேசாமலிரு.” மணியிடம் செல்லையா சொன்னான். “இருவரும் கூடிப் பேசிக்கொண்டு கதை கட்டுகிறார்கள்.”

“தமிழர்களே !” பாண்டியன் கைகளை அகல விரித்தான். “மாடு தின்ற நம் முன்னோரின் பீடு பற்றிக் குடவாயில் கீரத்தன் கூறுகிறான், கேளுங்கள் –

> கல்சேர்பு இருந்து கதுவாய்க் குரம்பை
> தாழிமுதழ் கலித்த கோழிலைப் பருத்தி
> பொதி வயிற்றிளங்காய் பேடை ஊட்டி
> போகில் பிளந்திட்ட பொங்கல் வெண்காழ்
> நல்கூர் பெண்டிர் அல்கற்கூட்டும்
> கலங்கு முனைச் சீறூர் கைதலை வைப்பக்
> *கொழுப்பாத் தின்ற கூர்ம்படை மழவர்...

பாட்டு புரிகிறதா ? இது சங்க காலத்தில் நிகழ்ந்தது.”

“பாட்டு புரியவில்லை. ஆனால் நீ சொல்வது பொய். தமிழனாவது மாட்டுக்கறி தின்பதாவது.” அப்துல் காதர் முகத்தைச் சுளித்தான். “யாராவது வட நாட்டுக்காரர்களாக இருக்கும்.”

---

* கொழுத்த பசுமாடு

“கிரத்தன் குறிப்பிடுவது தமிழ்நாட்டுப் போர் வீரர்களை – கூர்ம்படை மழவரை.”

“அதற்குமுன்னர் நம் மூதாதையர் யானைக் கறியும் தின்றார்கள்.” மாணிக்கம் கூறினான். “தொண்டியாமூர் சாத்தன் சொல்கிறான், கேளுங்கள் –

...புலி தொலைத்துண்ட பெருங் களிற்றொழி ஊன்
கலி கெழு மறவர் காழ்க்கோத் தொழிந்ததை
ஞெலி கோறிசிறு தீமாட்டி ஒலிதிரைக்
கடல் விளை அமிழ்தின் கணம்சால் உமணர்
சுனை கொள் தீம்நீர் சோற்றுலைக் கூட்டும்...

என்பது அந்த பாட்டின் ஒரு பகுதி. இதில் மறவர்களும் உப்பு வியாபாரிகளும் யானைக் கறி தின்பதைக் காண்கிறோம்.”

“யாரோ ஒருத்தன் கள்ளைக் குடித்துவிட்டுக் கைக்கு வந்ததை எழுதி வைத்திருப்பான்.” அப்துல் காதர் சொன்னார். “மாட்டுக்கறி, யானைக் கறி... இடைச்செருகல் என்று புலவர்கள் சொல்கிறார்களே, அந்த மாதிரிப் பாட்டோ, என்னவோ?”

“அசல் பத்தரை மாற்றுப் பசும்பொன் என்று புலவர் பெருமக்களால் ஒப்புக் கொள்ளப்பட்ட பாட்டு இது. யானைக் கறி தின்றவன் வேறு என்னென்ன செய்திருப்பான் என்பதை நீயே யூகித்துக் கொள்.”

“உனக்கு இதுதான் வேலை. ஏதாவது குப்பையைக் கிளறிப் பார்த்துவிட்டுக் கதை சொல்வாய்... சரி, கிளம்பலாம்.”

“பாண்டி! காரைக்குடிக் கீழையூரணிக் கரையில் திருநெல்வேலி சைவாள் ஒருவர் இட்லிக் கடை வைத்திருக்கிறாரே, அங்கே இட்லி தின்று பார்த்திருக்கிறாயா?” நாகப்பன் கேட்டான்.

“ஏன், அவ்வளவு நயமா? அங்கே இட்லிகூட மண்பானைச் சமையல்தானே?”

“அகடவிகடம் பேசத்தான் தெரியும் உனக்கு. தின்று பார்த்தால் தெரியும், பஞ்சு மாதிரி இருக்கும்.”

“சரி, ஊருக்குப் போனதும் முதல் வேலையாக காரைக்குடி கீழையூரணிக் கரைக்குப் போகிறேன்.”

தென்கோடியில் கை கழுவிய தங்கவேலுவின் துன்பியல் பாட்டுகளில் ஒன்று மென்குரலில் கிளம்புகிறது.

காரைக்குடியிலே கல்லுக்கட்டி வீதியிலே
கோடிசன மத்தியிலே கொப்பாத்தாள் வாசலிலே

மாவிளக்கு வைக்கையில மச்சிமகன் வந்தானே
தாலி அறுந்திடவே தந்தியை நீட்டினானே எள

நாகப்பனின் எதிர்ப்பாட்டுக் கிளம்பிற்று...

அடியே
காரைக்குடியுமென்ன கல்லுக்கட்டி வீதி என்ன
கோடிசன மத்தி என்ன கொப்பாத்தாள் வாசலென்ன
காலன் வருகையிலே - நாமள்
கைமறிக்ய முடியா அஅதடீ

கச்சிமைதீன் கடையிலிருந்து வெளியேறுகிறார்கள். இருட்டிவிட்டது. இங்கொருவர் அங்கொருவராய் வழிப்போக்கர் நடக்கிறார்கள். கட்டிடங்களுக்குள் முகமூடி தரித்த மங்கல் வெளிச்சம் தெரிகிறது.

மாணவ–அதிகாரிகள் பள்ளி முகாமை நோக்கி விரைகிறார்கள்.

20. கோத்தா பாலிங்

ராணுவப் பள்ளிப் பரிட்சையில் தேறிய பாண்டியன், சுங்கைடுவா முகாம் 4–வது கொரில்லா படையில் செகண்ட் லெப்டினன்டாகப் பதவி ஏற்றான்.

அலோர்ஸ்டார்–சிங்கப்பூர் நெடுஞ்சாலைக்குக் கிழக்கே, கன்னிக் காட்டின் நடுவில் படை முகாம் இருந்தது. பாசிச எதிர்ப்புச் சேனையினர்–கம்யூனிஸ்டு கொரிலாக்கள்–கணக்குப்படி, அது இருந்த இடம் அவர்களின் ஒன்பதாவது படை வட்டாரத்தைச் சேர்ந்தது. இந்தியத் தேசிய ராணுவத்தினர் காட்டுப் போர்ப் பயிற்சிக்காகச் செல்லும்போது, சில சமயங்களில் கம்யூனிஸ்ட் கொரில்லாக்களைச் சந்திப்பதுண்டு. அப்போதெல்லாம் ஒருவரை ஒருவர் காணாததுபோல் ஒதுங்கிக்கொள்வது அவர்களிடையே தோன்றியிருந்த–பேச்சு எழுத்து உடன்பாடு இல்லாமலே உண்டாகி இருந்த–நடைமுறை ஏற்பாடு. ஓரோர் நேரங்களில் இட உரிமை குறித்து மோதல் ஏற்படுவதும் உண்டு. ஆயினும் உடனுக்குடன் பொறுப்பானவர்கள் சந்தித்துப் பேசுவதன் விளைவாய் மீண்டும் வழக்கமுறை நடப்புக்கு வரும். ஆனால் ஒருநாள் பொழுதுசாயும் நேரத்தில் எதிர்பாராவகையில் பெரிய சிக்கல் தோன்றிவிட்டது.

பர்மா போர்க்களத்துக்குச் செல்லத் தயாராகிக் கொண்டிருந்த 4வது கொரில்லா படைக்குக் காட்டுப் போர் நுட்பங்களில் சிறப்புப் பயிற்சி அளிப்பதற்காக அரமாக்கி என்ற ஜப்பானிய மேஜர் தனது உதவியாளர் ஐவருடன் வந்திருந்தான். ஒவ்வொரு நாளும் ஒரு பிரிவுடன் அரமாக்கி கோஷ்டி காட்டுக்குள் போய்ப் பயிற்சி அளிப்பதென்று முடிவாகியது.

முதல்நாள் பயிற்சி தடங்கலின்றி நிறைவேறியது. இரண்டாவது நாளில் பயிற்சிக்குப் போன அணி திரும்பிக் குரங்குக்கல் அருகே வரும்போது இரு புறத்திலிருந்து தோட்டாக்கள் பறந்து வந்தன. ஜப்பானிய கார்ப்பொரல் ஒருவனும், பஞ்சாபி சிப்பாய்கள் இருவரும் காயமுற்றனர். ஜப்பானியர் உடனிருந்ததால், பாசிச எதிர்ப்புப் படை அதிகாரிகளைச் சந்தித்துப் பேசி விவகாரம் வளராமல் தடுக்க முடியாத நிலைமை உண்டாகி, இந்தியர்

திருப்பிச் சுட்டனர். சிறிது நேரம் செடி கொடி மரங்களுக்கிடையே ஓடித் தாவிச் சுட்டுத் திரிந்து ஓய்ந்து பின், இரு சாரரும் அவரவர் இருப்பிடம் திரும்பினர்.

சிறப்புப் பயிற்சித் திட்டத்தை இப்போதைக்கு நிறுத்தி வைக்க விரும்புவதாக ஜப்பானிய மேஜரிடம் முகாம் கமாண்டர் சோட்டுராம் கூறினார். இந்தியத் தேசிய ராணுவ உன்னத சேனாதிபதியின் வேண்டுகோள்மீதே இந்தப் பயிற்சிக்கு ஏற்பாடு செய்யப்பட்டிருப்பதால், சீனக் குரங்குகளுக்கு அஞ்சித் திட்டத்தை நிறுத்தி வைக்க விரும்பின், முகாம் கமாண்டர் அவ்வாறே எழுதிக் கொடுக்க வேண்டுமென்று மேஜர் அரமாக்கி கூறினான். பயிற்சி பற்றி நேதாஜியிடமிருந்து திட்டமான கட்டளை வந்திருந்தது. ஆகவே, கர்னல் சோட்டுராம் தன்னை எக்கச்சக்கமாய்க் கட்டுப்படுத்திக் கொள்ள விரும்பவில்லை.

சோட்டுராம் அடுத்தபடியாகக் கம்யூனிஸ்ட் கொரில்லாக்களுடன் பேச்சு நடத்திப் பார்க்க முடிவுசெய்து பாண்டியனுக்கு ஆள் அனுப்பினார்.

மறுநாள் முற்பகல் ஒன்பதரை மணிக்குப் பாண்டியனும், ஹவில்தார் நல்லமணியும் காட்டுக்குள் சென்றனர். பாசிச எதிர்ப்புப் படைக் காவலர்கள் வழக்கமாகத் தென்படும் ஓடைக்கரையை அடைந்ததும், அங்கு அடர்ந்து வளர்ந்து நின்ற ஜாத்தி மரத்தடிக்குப் போய் நின்றார்கள்.

உரத்த குரலில் ஏதாவதொரு பாட்டுப் பாடும்படி பாண்டியன் சொன்னான். நல்லமணியின் ‘கிடை’ப் பாட்டு கிளம்பியது.

> எண்ணி ஏழு பீத்தப் படலுக்குள்ளே வச்சு
> எரநூத்தி முப்பத்தி ஆறாடு மேய்க்க
> என்னால முடியது சாமியோஓஓ
> சண்டிச் சின்னானை கூட்டிக்கோ
> சாமி நீ கூட்டிக்கோஓஓ

“ஹஹ்ஹஹ்ஹா... பாட்! பாட்! பாட்!! மரக்கொண்டையில் அமர்ந்திருந்த சீனத் தமிழ் கெக்கலித்தது.

“நாங்கள் நண்பர்கள்.” மேலே நோக்கிப் பாண்டியன் மலாயில் கூறினான். “நண்பர்களைச் சந்திக்க வந்திருக்கிறோம். இறங்கி வருக நண்பரே.”

“இதோ வருகிறேன்.” தெளிவான மலாய் பேசிய ராணுவ உடைச் சீனன் கீழே குதித்தான். அதே சமயம் மூன்று சீனர்கள் பின்பக்கப் புதருக்குள்ளிருந்து கிளம்பி வந்தனர்.

தமிழர்களின் கண்ணைக் கட்டித் தமது கமாண்டரிடம் மரங்களிடையே ஒளிந்திருந்த செடி கொடிக் குடிசைக்கு அழைத்துச் சென்றனர்.

முகமெல்லாம் அம்மைத் தழும்பும் நெடிய மேனியுமாயிருந்த கொரில்லா கமாண்டரின் தோற்றத்தில் தன்னம்பிக்கை மிகுந்த போர்த் தலைவர்களின் கம்பீரம் மிளிர்ந்தது. வயதை மதிக்க முடியவில்லை. ஹக்கா வகுப்பினனாக இருக்கலாம். மிக மிகச் செட்டாகப் பேசினான்.

“நீங்கள் காட்டுக்குள் வருவது, போவதில் எங்களுக்கு மறுப்பினை இல்லை. ஆனால் ஜப்பானியருடன் வந்தால் சுடுவோம். இன்னொன்று; உங்கள் முகாமுக்கு வந்திருக்கும் ஜப்பானியர் அனைவரும் நாளைப் பொழுது சாய்வதற்குள் வெளியேறிவிட வேண்டும். இல்லையேல் சண்டைதான். மேற்கொண்டு பேச வேண்டியதில்லை. போகலாம்.”

பாண்டியன் முகாமுக்குத் திரும்பி, கர்னலிடம் தகவல் தெரிவித்தான்.

கர்னல் கேட்டார்: “என்ன செய்யலாம்?”

“சீனப்பயல்களுடன் மோதிப்பார்த்து விடுவோமே. யாருக்கு யார் பணிந்து போக வேண்டுமென்பதை ஒரேயடியாய் முடிவு செய்துவிடலாம்.”

“ஒருநாளில் இரண்டிலொன்று முடிவாகுமென்றால் பரவாயில்லை. நாள் தவறாது அவர்களுடன் மல்லாடிக் கொண்டிருக்க நேரும். நாம் நடுவில்–குறிப்பிட்ட இடத்தில் இருக்கிறோம். அவர்களோ சுற்றிலும் காட்டோடு காடாய் இருக்கிறார்கள். ஆனால் எந்த ஓர் இடத்திலும் இல்லை. அவர்களோடு பொருதுவதாக வைத்துக் கொள்வோம். எது போர் வரிசை? எது தாக்கு மையம்? இன்னொரு முக்கிய விஷயம்; நம்முடைய பலம் அவர்களுக்குத் தெரியும். அவர்களைப் பற்றி நமக்குத் திட்டமாக எதுவும் தெரியாது. எத்தனை ஆள், என்னென்ன ஆயுதங்களோடு இருக்கிறார்கள்...? ஜப்பானியர் அவர்களைக் கண்டும் காணாததும்போல் விட்டுவைத்திருப்பது ஏன், புரிகிறதா?”

“புரிகிறது... ஜிம்பான் பாலத்தை நொறுக்கும் திட்டத்துடன் ஏராளமான கொரில்லாக்கள் வந்து குழுமியிருப்பதாக அரமாக்கியிடம் சொல்வோம். கிளம்பிவிடுவான், படையகத்துக்குத் தகவல் கொடுக்க.”

“பாலக் கதையை நம்புவானா?”

"நம்புகிறானோ இல்லையோ, இப்போதைய யுத்த நிலவரத்தில், காதில் விழுந்த செய்தியைத் தலைமையகத்துக்குத் தெரிவிப்பது கடமை என்று கருதுவான்... ஜப்பானியர் உளவு பார்க்க வந்திருப்பதாகக் கருதியே நேற்று சுட்டிருக்கிறார்கள் என்றும் சொல்லலாம்."

அடுத்த நாள் காலையில் மேஜர் அரமாக்கியும் அவனது ஆள்களும் புறப்பட்டுச் சென்றனர். அதற்கு இரண்டுநாள் கழித்து, வேறு முக்கிய அலுவல் இருப்பதால், காட்டுப் போர் சிறப்புப் பயிற்சிகளில் மேஜர் அரமாக்கி கோஷ்டி கலந்துகொள்ள இயலாதென்று ஜப்பானியப் படையகத்திலிருந்து தகவல் வந்தது.

போர்ப் பயிற்சிகளில் முதன்மையாக நின்ற பாண்டியன், 'தனிப் பிரிவு'ப் பயிற்சி பெறுவதற்காகக் கோத்தா பாலிங் ரகசிய முகாமுக்கு அனுப்பப்பட்ட 35 அதிகாரிகளில் ஒருவனாக இடம் பெற்றான்.

'மந்தியும் அறியா மரம் பயில்' கானகத்தின் நடுவே கோத்தா பாலிங் முகாம் இருந்தது.

முகாம் கமாண்டர் கத்தாரகாமா–கர்னல். யாழ்ப்பாணத் தந்தைக்கும், ஜப்பானியத் தாய்க்கும் பிறந்தவரென்று கேள்வி. பயிற்சி ஆசிரியர்கள் இருவர்: காப்டன் ஜிரோ மட்சுடாய்ரா, காப்டன் கெஞ்சி யாகவாத்தா.

கர்னலும் அவருடைய உதவியாளர்கள் இருவருமாகச் சேர்ந்து பயிற்சிக்கு வந்தவர்களை ஆறு வார காலத்தில் உருட்டிப் புரட்டி எடுத்துவிட்டார்கள்.

எதிரிப் படையினர் நடமாடும் காட்டில், அவர்களுக்குத் தெரியாமல் நம் தரப்பினருக்குச் செய்தி அனுப்புவது எப்படி; எதிரி வசமுள்ள ஊரில் குழப்படி உண்டாக்க என்னென்ன செய்ய வேண்டும்; ஆயுதத்துடன் நிற்கும் எதிரியை மருட்டித் தப்புவதற்கான வழிகள் என்னென்ன; கைச் சண்டையில் எதிரியை வீழ்த்துவதற்கான துரித நடவடிக்கைகள் யாவை? இவையெல்லாம் கோத்தா பாலிங் பள்ளியில் புகட்டப்பட்ட பாடங்கள்.

பயிற்சி முடிந்து திரும்பிய பாண்டியன், ஜாராங் முகாமில் இருந்த ஐந்தாவது கொரில்லா படைக்குப் பதவி உயர்வுடன் மாற்றப்பட்டான்.

21. ஜாராங்

ஜாராங் படை முகாமில் ரக்பீர்லால் அரோரா என்றொரு பஞ்சாபி காப்டன் இருந்தான். அவனுடைய அணியில் மலையாளி ஹவில்தார் ஒருவன் இருந்தான். பெயர்: சுகுமாரன். இருவரும் நெருங்கிய நண்பர்கள். அதே அணியில் தமிழ் ஹவில்தார் ஒருவனும் இருந்தான். பெயர்: பலவேசமுத்து; ஒல்லியான கறுப்புடலும் எஃகு நெஞ்சமும் கொண்ட துடுக்கன். முன்னையோர் இருவருக்கும் பின்னையோன் கடும் பகைவன். இந்த மூவரும் கூடி உண்டாக்கிய ஒரு வில்லங்கம், முதலில் ஜாராங் முகாமையும், பிறகு இந்தியத் தேசிய ராணுவம் முழுவதையுமே உலுக்கிவிட்டது.

5வது கொரில்லா ரெஜிமெண்ட், பயிற்சி முடிந்து போர்க் களத்துக்குப் போகத் தயாராயிருந்த படைகளில் ஒன்று. அதில் லெப்டினன்ட் பதவிக்கு மேற்பட்டோர் அனைவருமே பிரிட்டிஷ் இந்திய ராணுவத்திலிருந்து வந்தவர்கள். மற்றபடி பழையவர்களும் புதியவர்களும் சரிபங்கினராக இருந்தனர். பிளாட்டூன்கள் பெரும்பாலும் தனித்தனியே பழையவர் புதியவர் பிரிவுகளாக இருந்தன.

படை முகாமுக்கு வரும் உணவுப் பண்டங்களும் துணிமணி முதலியனவும் வழிப்பயணத்தின்போதும், வந்துசேர்ந்த பிறகும் குறைவதில் புதுமை இல்லை. அலெக்ஸாண்டர் காலமுதல் நடந்து வரும் நிகழ்ச்சியே. ஆனால் முன்பு வாணிப நிலையங்களில் வேலை பார்த்த – சரக்குப் போக்குவரத்துத் துறையில் அனுபவம் உள்ள தமிழர்கள் பலர் ஜாராங் முகாமில் இருந்தனர். தன் குறைச்சல், வண்டிக் குறைச்சல், பூச்சிக் குறைச்சல் சம்பந்தப்பட்ட கணக்கு வழக்குகள் அவர்களுக்குத் தலைகீழ்ப் பாடம். எனவே, சரக்கு அறை வரவுசெலவுகளைச் சரிபார்ப்பதையும் யுத்தக் கடமைகளில் ஒன்றாகக் கருதலாயினர்.

சரக்கு அறைப் பொறுப்பு காப்டன் ரக்பீர்லால் வசம் இருந்தது. அவனும், அவனுடைய அன்பன் சுகுமாரனும் மேலதிகாரிகளின் கூட்டுறவுடன் சரக்குகளைக் கள்ளச் சந்தையில் விற்றுப் பெரும் பணம் திரட்டி உல்லாச வாழ்க்கையில் ஈடுபட்டிருந்தனர். போக்கு வரத்துத் தடங்கல் காரணமாய் ஏற்கெனவே குறைந்திருந்த அரிசி

பருப்பு ரேஷனில் கல்லும் மண்ணும் தலைதூக்கி, முந்தியவற்றைப் பெருமளவில் விரட்டிவிட்டன.

முகாம் கமாண்டர் ஜாகர் சிங்கிடம் செய்த புகார்கள் பலனளிக்கவில்லை. ரக்பீர்பால்–சுகுமாரன் கூட்டுப் படங்கள் அருவருப்பான ரகங்களில் விளக்கக் குறிப்புகளுடன் விடுதிச் சுவர்களில் தோன்றலாயின.

பலவேசமுத்துவும் அவனுடைய நண்பர்களும் சுகுமாரனைச் சந்திக்கும்போதெல்லாம், "சுகுமாரீ ஞென்னுட பொண்ணே! ஞென்னுட குட்டீ!" என்று கேலி செய்யவும், ஆபாச சைகைகள் காட்டவும் தொடங்கினர்.

அன்று திங்கட்கிழமை. மாலை 4 மணி. பாண்டியன் படுத்திருந்தான் தலைவலி என்று. தனது அணியுடன் காட்டுக்குப் போகவில்லை. ஓய்விலிருந்த இரண்டு அணிகள்தவிர மற்றவை எல்லாம் வெளியே பயிற்சிக்குச் சென்றிருந்தன.

தென்புறத்திலிருந்து நசுங்கலான இரைச்சல் வந்தது; படிப்படியாய் அதிகரித்தது. ஹிந்தியிலும் தமிழிலும் ஏசிக் கூச்சலிடுகிறார்கள். யார்? திடுமென உடல் சிலிர்த்தது... ரக்பீர்லால்–பலவேசமுத்து...

எழுந்து, கைலி – பனியன் உடலோடு ஓடினான்.

பலவேசமுத்து மல்லாந்து பிணம்போல் கிடந்தான். அவன் நெஞ்சில் இடது முழங்காலை ஊன்றி உட்கார்ந்து, முகத்தில் இரண்டு கைகளாலும் குத்திக் கொண்டிருந்தான், ஆறடி–இருநூற்றிருபது பவுண்டு ரக்பீர்லால். பக்கத்தில் இரண்டு சிப்பாய்கள் மூங்கில் கழிகளை ஓங்கியவாறு நின்றனர்.

"காப்டன்!" ஓடிவந்து நின்ற பாண்டியன் கத்தினான். ரக்பீர்பால் பார்வையை உயர்த்தினான்.

"கெட் அப், இம்மிடீயட்லி."

"என்ன?" தீப்பறக்கும் கண்களுடன் உறுமியவன் எழுந்து, பிஸ்டலை உருவ வலக்கையை நகர்த்தினான்.

காப்டனுக்குப் பின்புறமாகத் தாவி, அவன் கைவிரல்களில் இரண்டை இடக்கையால் பற்றிச் சுண்டி இழுத்து, அதே விநாடியில் மடித்த வலக்கையைக் கழுத்துக்குமேல் அந்த இடத்தின்மீதும் பாயவிட்டான். இடக்கை, காப்டனின் இடுப்பிலிருந்த உறையைத் திறந்து பிஸ்டலை எடுத்து வலக்கைக்கு மாற்றிற்று. மறு விநாடி இடக்கை முழு வேகத்துடன் பாய்ந்தது. வலக்கால் முன்னே பாய்ந்து காப்டனின் இடுப்பை முட்டிவிட்டுத் திரும்பியது.

ரக்பீர்லால் சாய்ந்து விழுந்தான்.

சிப்பாய்கள் இருவரும் ஓட்டம் பிடித்தனர்.

கீழே பார்த்தான். பலவேசமுத்துவின் நிலைமை படுமோசம். ரக்பீர்லால் இன்னும் சிறிது நெரத்தில் மயக்கம் தெளிந்து எழுந்து விடுவான். உடனே கர்னலிடம் போய்த் தெரிவித்து நடவடிக்கை எடுக்க வேண்டும்

கர்னல் ஜாகர் சிங்கின் அலுவலகத்தை நோக்கி ஓடினான்.

பலவேசமுத்து இரு கைகளாலும் தரையைத் தடவினான். கண் விழிக்க முடியவில்லை. உடலெல்லாம் ஒரே வலி. என்ன இது... ரக்பீர்லால், சிப்பாய்கள்... எடுத்த எடுப்பிலேயே சூரியால் குத்தித் தள்ளி இருக்க வேண்டும். மடத்தனம், மடத்தனம். கண்ணில் சூரிய வெளிச்சம் பட்டது. மங்கலாக மரங்கள் தெரிந்தன. எதிரே கிடப்பது என்ன... ஆள்... ரக்பீர்லால் ? எப்படிக் கீழே விழுந்தான்? நகர முடியவில்லை. இனிப் பிழைப்பது சந்தேகம். அவனையும் தீர்த்துவிட வேண்டும். பார்வை போய்விட்டது. தலை சுற்றுகிறது. கால்களை மடக்க முடியவில்லை. எழுந்தேயாக வேண்டும். பார்வை போய்விட்டது. தலை சுற்றுகிறது. சூரிக் கத்தி எங்கே? இடுப்பு. இதோ... எழுந்திருக்க வேண்டும். கொஞ்சம் இன்னும் கொஞ்சம் இன்னும் இன்னும் இன்னும்... "ஆவோய்!" ஓலம் காதைத் துளைத்தது–அவன்தான், அவன்தான். குத்தினேன் குத்தினேன். தலை சுற்றுகிறது–பெரிய மாடு முட்டித் தள்ளியது–விழுந்தான். வலி வலி வலி...

கர்னல் ஜாகர் சிங் ஓடி வந்தான். உருவிய பிஸ்டலுடன் சில அதிகாரிகள் உடன் வந்தனர். பாண்டியன் பின்தொடர்ந்தான்.

ஜாகர் சிங் மிரண்டு போனான். பலவேசமுத்துவின் உடல் விறைத்துப் போய்க் கிடக்கிறது. கன்னத்தில் ரத்தக் கீறலும் கையில் பலவேசமுத்துவின் சூரிக் கத்தியுமாய் நின்ற ரக்பீர்லால், பாண்டியனைச் சுட்டிக்காட்டிக் கூச்சலிட்டான்.

பலவேசமுத்துவின் உடலைத் தொட்டுப் பார்த்த கர்னல், சிப்பாய்களை அழைத்துப் பின்புறமுள்ள அத்தாப்புக் கொட்டகைக்கு அதைத் தூக்கிச் செல்லுமாறு உத்தரவிட்டான். பிறகு பாண்டியன் பக்கம் திரும்பி உறுமினான்.

"நீ கைது செய்யப்பட்டிருக்கிறாய். இவ்வளவுக்கும் நீயே பொறுப்பு."

அதிகாரிகள் இருவரைக் கூப்பிட்டுப் பாண்டியனைச் சிறைக்கூடத்தில் அடைக்குமாறு சொல்லிவிட்டு அலுவலகத்தை நோக்கி நடந்தான்.

ஆஸ்பத்திரிக் கொட்டகையில் படுத்திருந்த லான்ஸ் நாயக் சின்னையா முக்கி முனகி எழுந்து தாழ்வாரத்துக்கு நடந்தான். அங்கிருந்து பம்மிப்பம்மிப் போய்த் தலைவாசலை அடைந்து, ஹவில்தார் பீர்முகம்மது தலைமையில் நின்ற காவலர்களிடம் முகாமுக்குள் நடந்ததைப் பற்றித் தனக்குத் தெரிந்ததைக் கூறினான். பீர் முகம்மது, சிப்பாய் உடையப்பனைக் கூப்பிட்டுக் காட்டுக்குள் விரட்டிவிட்டான்.

ரீமோ காட்டில் பயிற்சி நடத்தி முடித்த 3 அணிகள் முகாமுக்குத் திரும்ப வந்து கொண்டிருந்தன. முதலில் வந்த தங்கவேலுவின் அணியைப் பீசாங் ஓடைக்கரையில் மறித்து, உடையப்பன் செய்தி சொன்னான்.

“வயர்லஸ் அறையில் யார்?” தங்கவேலு கேட்டான்.

“ஞானப்பிரகாசம்.”

“எல்லாவற்றையும் கழற்றிப்போட்டுவிட்டு ஒளிந்திருக்கச் சொல், ஓடு.”

உடையப்பன் முகாமை நோக்கித் தலைதெறிக்க ஓடினான்.

பின்னால் வந்த அணிகள் இரண்டுக்கும் தங்கவேலு செய்தி அனுப்பினான்.

தங்கவேலுவின் அணி முகாமுக்குள் நுழைந்தது. வந்தவர்கள் நேரே ஆயுதச் சாலைக்குள் சென்று, அங்கு காவல் நின்ற சிப்பாய்களைப் பிடித்தடைத்துவிட்டுப் புதிய காவலர்களை நிறுத்தினர். பின்னர் சிறைக்கூடத்திற்குப் போய் காவல்காரர்களைக் கைது செய்து, பாண்டியனை விடுவித்தார்கள்.

இரண்டாவது வந்த கண்ணுச்சாமியின் அணி, கமாண்டரின் அலுவலகத்துக்குப் போய், கர்னல் ஜாகர் சிங்கையும், அங்கிருந்த மற்ற அதிகாரிகளையும், சிப்பாய்களையும் கைது செய்தது.

மூன்றாவது வந்த யாக்கூப்பின் அணியினரும் தங்கவேலுவின் அணியினருமாகச் சேர்ந்து, கேலான் காட்டிலிருந்து தனித்தனியாக வந்த இரு ‘எதிரி’ அணிகளையும் வளைத்துக் கைது செய்தனர். முகாமில் ஓய்விலிருந்த ஒரு அணி, நிலவரத்தை அறிந்து தன்னிச்சையாக நடவடிக்கை எடுத்து, மற்ற அணியினரைக் கைது செய்தது.

எல்லாம் 40 நிமிஷ நேரத்தில் முடிந்துவிட்டது. முகாம் விஸ்தாரமான நிலப்பரப்பில் இருந்தாலும், வாசல் காவலர்கள் சாதகமாக இருந்ததாலும், நடவடிக்கை எவ்வித அசம்பாவிதமின்றி நடந்தேறியது.

ஜாராங் முகாமின் புதிய கமாண்டராகப் பாண்டியன் பதவி ஏற்றான்.

காப்டன் ரக்பீர்லால், சிப்பாய்கள் போலா சிங், சேவாராம் ஆகியோருக்கு மரண தண்டனை விதிக்கப்பட்டு நிறைவேறியது.

ஞானப்பிரகாசத்தை அழைத்து, தைப்பிங் படை முகாமுக்கு வயர்லெஸ் செய்தி ஒன்றை அனுப்பும்படி பாண்டியன் சொன்னான். செய்தி போயிற்று –

'ஹவில்தார் பலவேசமுத்து அகாரணமாய்க் கொலை செய்யப்பட்டான். கட்டுக்கடங்காத கொந்தளிப்பைச் சமாளிப்பதற்காக, மேலிடத்தின் ஒப்புறுதியை எதிர்பார்த்துக் கொலைகாரர்களுக்கு உடனடியாக மரண தண்டனை நிறைவேற்றப்பட்டது. நிலைமை தீவிரம். ஜாகர் சிங், கர்னல், முகாம் கமாண்டர், ஜாராங்.'

சற்று நேரத்தில் பதில் வந்தது –

'நேதாஜி புறப்பட்டு வருகிறார். கர்னல் கலிக்குஸூமான், கர்னல் பானர்ஜி, மேஜர் ராஜப்பா ஆகியோரும் துருப்புகளுடன் வருகிறார்கள். எல்லாரும் அவரவர் இடத்தில் இருக்க வேண்டும். நேதாஜியின் கட்டளைப்படி. ரகோஜிராவ் சிட்னிஸ், மேஜர் ஜெனரல், டிவிஷன் தலைமையகம், தைப்பிங்.'

இரவு ஏழரை மணிக்குக் கார்களும், லாரிகளும் அலறி வந்து நின்றன. வாசல் திறக்கப்பட்டது. எல்லாரும் மையத் திடலில் வந்து கூடுமாறு உத்தரவாகியது. கூடி நின்றனர். கர்னல் பானர்ஜி விசாரணை நடத்தினார். குலை நடுங்கும் சூழ்நிலையில், எல்லாரும் நடந்ததை நடந்தபடியே ஐந்தாறு வாக்கியங்களில் தெரிவித்தார்கள்.

கோபத்தால் நடுங்கிய–சில சமயங்களில் குழறிய குரலில், ஆங்கிலத்திலும், ஹிந்துஸ்தானியிலுமாய்த் தண்டனைகளைப் பொழிந்து தள்ளினார் நேதாஜி. ஜாராங் முகாமிலிருந்து வயர்லஸ் கட்டளைகள் பறந்தன. இன்னின்ன முகாமில் உள்ள இன்னின்ன அதிகாரிகள் உடனே புறப்பட்டு வந்து ஜாராங்கில் பொறுப்பேற்க வேண்டும். ஜாராங் அதிகாரிகள் இன்னின்னார், இன்னின்ன முகாம்களுக்கு மாற்றம். கர்னல் ஜாகர் சிங், லெப்டினெண்ட் பாண்டியன் இருவர் பதவியும் பறிமுதல். இவர்கள் கைது செய்யப்பட்டு, ராணுவக் கோர்ட் விசாரணை நடைபெறும்.

22. விடுதலை

பசிபிக் ஆழியில் அமெரிக்கப் படைகளின் கை மேலோங்கிவிட்டது.

ஜெனரல் மெக்கார்தரின் போரணிகள் நியூகினி, சாலமோன் தளங்களிலிருந்து மார்ஷல், மாரியானி தீவுக் கூட்டங்களினூடே தாவிக் கடந்து வந்து பிலிப்பைனையும் ஜப்பானையும் அணுகிக் கொண்டிருக்கின்றன.

ஜப்பானிய நகரங்களில் தொடர்ந்து குண்டுமாரி பொழிந்து கொண்டிருந்தது.

இந்நிலையில், பிலிப்பைன் போருக்காக இருசாரரும் வரிந்து கட்டலாயினர்.

ஜப்பானியக் கடல்-விமானப் படைகள் தம் கையிருப்பு முழுவதையும் வீசி எறிந்து, பிலிப்பைனில் எதிரிப் படைகள் கரையிறங்குவதைத் தடுப்பதோடு, அமெரிக்கக் கடற்படையையும் அழித்தொழிக்க வேண்டுமென்று டாய் நிப்பன் உன்னதப் போரவை தீர்மானித்தது.

ஜப்பானின் எஞ்சிய கடற்படைகள் அஞ்சா நெஞ் சத்துடன்- ஆனால் அடித் தேவையான விமான பலம் அறவேயின்றி-அமெரிக்காவின் பிரமாண்டமான பசிபிக் ஆழிக் கப்பற்படையை அழித்தொழிக்கக் கிளம்பிச் சென்றன; அழித்தொழிந்து போயின, லெய்த்தே கடலில் நடந்த மாபெரும் போரில்.

மெக்கார்தரின் படைகள் பிலிப்பைனில் கரையிறங்கலாயின.

ஐரோப்பாவில் காலூன்றிய ஆங்கிலோ-அமெரிக்கச் சேனைகள் கடுமையான இழுபறிப் போர்களை வென்றபின், சிக்பிரீட் காப்பரண் வரிசைகளைப் பிளந்துகொண்டு ஜெர்மனிக்குள் புகுந்துவிட்டன. வடக்கே 'மான்ட்கோமரி' சேனைகளும், தெற்கே 'பிராட்லி' சேனைகளும் ஜெர்மனியின் இதயப் பகுதியை நோக்கிச் சென்று கொண்டிருக்கின்றன.

சுவிட்சர்லாந்தை நோக்கி, ஜெர்மன் லாரி ஒன்றில் தப்பியோடிய வழியில், இத்தாலியின் 20ஆம் நூற்றாண்டு சீசர் முசோலினியும்

ப.சிங்காரம்

அவரது கடைசி இளங்காதலி கிளாரெத்தாவும், கம்யூனிஸ்ட் கொரில்லாக்கள் கையில் சிக்கிக் கழுவேற்றப்பட்டனர்.

ரஷியாவின் ‘வெற்றித் தாக்குப் போர்’ தென்போலந்துப் பனிவெளியில் தொடங்கியது. கோனேவ், காலைக் கருக்கலில் விஸ்டுலா நதியைக் கடந்து முன்னேறலானார். வடக்கே–டான்சிக் வட்டகையில், ரொகொசாவ்ஸ்கி, ஜெர்மன் படை வரிசைகளின் பின்புறத்தே பாய்ந்துபோய் கடலைத் தொட்டு, 20 ஜெர்மன் டிவிஷன்களை ஒதுக்கித் தள்ளினார்; அவற்றைக் கிழக்கிலிருந்து பாய்ந்த செர்னியகோவ்ஸ்கி நெற்றி முட்டாய் மோதித் தாக்கி உடைத்தெறிந்தார். இடையில், ஜுக்காவ் ஊடுருவி மேற்கே பறந்து போய் போலந்தின் தலைநகர் வார்சாவை வளைத்து நசுக்கிக் கைக் கொண்டார்.

பர்மா முகப்பிலோ போர் நிலைமை படுமோசமாய் மாறிக் கொண்டிருந்தது.

எண்ணிறந்த தமிழ் இளைஞர்களின் குருதியைக் குடித்துச் செந்நிறம் பெற்ற கோகிமா போர்க்களம் பகைவனின் கைக்கு மாறிப் பல மாதங்கள் கழிந்துவிட்டன.

ஜெனரல் முதாகுச்சியின் ‘இம்பால் சேனை’ கட்டுக் குலைந்து தாறுமாறாய் சயாம் எல்லையை நோக்கி ஓடிவந்து கொண்டிருக்கிறது. தன் தேவைக்குப்பின் தான தர்மம் என்ற நியாயப்படி எவ்வித உதவியுமின்றிக் கைவிடப்பட்ட இந்திய தேசிய ராணுவத்தினரோ, உண்ண உணவின்றி, நோய்க்கு மருந்தின்றி, வெயிலறியாக் கானகங்களிலும், செங்குத்தான மலைச் சரிவுகளிலும் திக்குத் தெரியாமல் திரிந்துழல்கின்றனர்.

சிறை முகாமில் இருந்த பாண்டியனுக்கு ஒரு நாள் நண்பகலில் அஸாத் ஹிந்த் ஃபவ்ஜ் உன்னத சேனாதிபதியின் முத்திரையிட்டு மூடிய உறையொன்று தனி அதிகாரி மாறலில் ‘விடுதலை’ உத்தரவுடன் வந்து சேர்ந்தது.

23. கலிக்குஸுமான்

சிங்கப்பூர் கத்தே மாளிகையில் இந்திய செக்யூரிட்டி சேர்விஸ் அலுவலகம். தெருப்புறச் சுவரோரம் பெரிய மேசைக்குப் பின்னே நேதாஜியின் இடப்பக்க முகம் தெரியும் வர்ணப் படம் தொங்குகிறது.

பாண்டியன் உள்ளே நுழைந்து வந்தனை செய்தான்.

மேசை மீதிருந்த காகிதக் கட்டுகளை ஆழ்ந்து பார்வையிடும் பாவனையில் சிறிது நேரத்தைக் கழித்தபின், கர்னல் தலையைத் தூக்கி ஒரே கூர்ம்பார்வையாய் நோக்கினார்.

"எஸ்ஸ்?"

"கமாண்டோ காப்டன் கே.கே.282. மேலுத்தரவுக்காக வந்திருக்கிறேன்."

"கமாண்டோ காப்டன், ஙெம்? ஹஹ்ஹஹ்ஹா... கமாண்டோ காப்டன்! ஹிஹிஹிஹிஹி... இந்திய தேசிய ராணுவத்தில் கமாண்டோ அணிகளோ, காமிகாஸே பிரிவோ கிடையாது... உன்னை மீண்டும் மந்தையில் சேர்க்கவே இந்த உபாயம்... பெயர்?"

"பிரமோத்சந்திர மஜூம்தார்."

"மஜூம்தார்... பெங்காலி... அரிசி தின்னி..." இடக்கையை நீட்டினார்.

வலக்கையில் பிடித்திருந்த உறையைக் கொடுத்தான்.

கர்னல் உறையைப் பிரித்து, உள்ளேயிருந்த கடிதத்தை உருவி எடுத்துப் பார்த்து, அதில் ஏதோ எழுதி, இடப்புறச் செருகைத் திறந்து அதில் போட்டுவிட்டுப் பார்வையை உயர்த்தினார்.

"எனது மேலதிகாரி உரிமை ஒருபுறமிருக்க, இந்த அலுவலைப் பொறுத்தவரையில் உன்னைக் கீழாளாகக் கருதாமல், உடனாளியாக நடத்த விரும்புகிறேன்." சிகரெட் பற்ற வைத்தார். "நமக்கு விதிக்கப்பட்டிருக்கும் கடமையை–அது என்னவென்பதைப் பிறகு சொல்வேன்–நிறைவேற்ற அம்மாதிரி உறவுமுறை உதவியாக இருக்கும் என்பது என் முடிவு. உட்கார்."

“நன்றி, கர்னல் சாப்.” உட்கார்ந்தான்.

“உன் மனதில் படுவதை மறைவின்றி என்னிடம் சொல்லலாம், – அதாவது நண்பனிடம் பேசுவதுபோல்... நாம் கவனிக்க இருக்கும் விவகாரம் பற்றிய உனது கருத்துகள் எனக்குத் தெரிய வேண்டும்... சிகரெட்?”

கர்னலின் வலக்கை பெட்டியைத் தள்ளிவிட்டது.

“நன்றி, கர்னல் சாப்.” ஒன்றை உருவிப் பற்ற வைத்தான்.

“உன் தனிப் பொறுப்பில் மிக முக்கியமான–ஆபத்தான பணியொன்று ஒப்படைக்கப்படும்... படையில் சேருவதற்கு முன் எங்கே வாசம்?”

“சுமத்ராவில் – மெடான் நகர்.”

“என்ன செய்துகொண்டிருந்தாய்?”

“வட்டிக் கடை அடுத்தாள். பிறகு...”

“வாட்! செட்டி?... செக்யூரிட்டி சொர்விஸ் பற்றி என்ன நினைத்திருக்கிறீர்கள்? லாலா, பனியா, செட்டிகளுக்கெல்லாம் இதுதான் புகலிடமா.”

பாண்டியன் முறுவலித்தான்.

“பரவாயில்லை... கிடைக்கிற ஆள்களை வைத்துதானே நான் வேலை பார்க்க வேண்டும். சிறைப்பட்டது உனக்கு நல்லதாய்ப் போயிற்று. இன்றேல் பர்மா சென்றிருப்பாய். அங்கே செயல்வீரர்களுக்குச் சாவு திண்ணம்... மலேயாவுக்கு வருமுன்னர், தமிழர்களை கிளார்க் வேலைக்கும் அரிசி தின்பதற்குமே லாயக்கு என்று எண்ணியிருந்தேன்.”

“அது உண்மையே.”

“இல்லை, இப்பொழுது என் கருத்து மாறிவிட்டது.”

கர்னல் சில விநாடிகள் மவுனமாய் வலக்கையில் சிகரெட் புகைவதைப் பார்த்துக் கொண்டிருந்தார். கண்கள் குறுகின.

“ரக்பீர்லால் பாழுந்தடியன்... அவன் மனைவி ஆற்றில் குதித்துச் செத்துப்போனாள். முதல் ரக அயோக்கியன்... நீ செய்தது ராணுவச் சட்டப்படி கடுங்குற்றம். சமய சந்தர்ப்பங்களின் உதவியால் உயிர் பிழைத்தாய்.”

சிகரெட் சாம்பலை விரலால் தட்டிக் கொஞ்சம் கொஞ்சமாய் அகற்றிக் கொண்டிருந்தார்.

“உனக்கு முதன்முதலாகக் கொடுக்கப் போகும் வேலை கொஞ்சம் கடினமானதே. ஆனால் செயல் திறனைக் காட்டுவதற்கான

அரும்பெரும் வாய்ப்பு... நவயுக நெப்போலியனான நமது ஜெனரல் சிவநாத்ராயைத் தெரியுமா?"

"கேள்விப்பட்டிருக்கிறேன்."

"ரஷ்யாவில் ஜெர்மன் மத்திய சேனைத் தொகுதிப் பான்சர்கள், *குடெரியான் தலைமையில் அன்றி, ஜெனரல் சிவநாத்ராய் தலைமையில் இயங்கியிருப்பின், மாஸ்கோ வீழ்ந்திருக்கும் என்பது ராணுவ நிபுனர் ஒருவரின் கருத்து; அவர் யார், தெரியுமா?"

"தெரியும். ஜெனரல் சிவநாத்ராய்."

"ஆ! சொல்லிவிட்டாயே."

"அவர் போர்முகப்புக்குப் போகாமல் சிங்கப்பூரிலேயே இருப்பது ஏன்?"

"அரிசிக் கிடங்கைப் பார்த்துக்கொள்ளச் சரியான வீரன் வேறு யாரும் தென்படாததால்."

"ஜோத்தோ, கீர்த்தியுடன் தேர்வு... இப்போது அலுவல்... நான் சொல்லப் போவது மிகமிக ரகசியமான – சிக்கலான விஷயம். என்னுடைய அனுமதியின்றி இதை யாருக்கும் சொல்லக்கூடாது. ஜெனரல் சிவநாத்ராய் – அவர்தான் அரிசி வியாபாரி – அவரிடமிருந்த முக்கியமான கடிதம் ஒன்று மறைந்துவிட்டது. கவனிக்கிறாயா?"

"கவனித்துக் கொண்டிருக்கிறேன். கர்னல் சாப்."

"அதை எப்படியாவது கண்டுபிடித்துக் கொண்டு வர வேண்டும்."

"சரி, அடையாளம்?"

"நேதாஜிக்குப் பர்மா விடுதலைச் சேனையின் தலைவர் அவுங்சான் எழுதியது. மஞ்சள் காகிதம், வங்காளி எழுத்து..."

"வங்காளி எழுத்து?"

"அவுங்சானுக்கு வங்காளி பாஷை தெரியும்."

"எனக்கு வங்காளி எழுத்தில் பழக்கமில்லையே."

---

* கர்னல் ஜெனரல் ஹய்ன்ஸ் குடெரியான் – ஒப்பாரும் மிக்காரும் இல்லாத ஜெர்மன் 'மின்னல் போர்' சேனாதிபதி. பிரெஞ்சு ராணுவத்தைச் சின்னாபின்னமாய்ச் சிதைத்தெறிந்த பான்சர் முன்னணிக்குத் தலைமை தாங்கிய சூரன். இவர் பாய்ச்சல் வேகத்தைப் பார்த்து அரண்ட ஹிட்லர், நிற்பாட்டு உத்தரவு பிறப்பித்திராவிடின் 338 ஆயிரம் நேசத் துருப்புகள் 'டன்கெர்க்'கில் கப்பலேறித் தப்பியிருக்க முடியாதென்பது ராணுவ நிபுணர்களின் ஒருமித்த தீர்ப்பு.

"என்ன மஜும்தார் நீ! மீன் தின்னவும் தெரியாதுபோலும்."

குனிந்து மேசையின் வலப்புறச் செருகு ஒன்றை இழுத்து, வங்கமொழி அச்சு, கையெழுத்துக் காகிதங்களை எடுத்து நீட்டினார்.

வாங்கிப் பார்த்துவிட்டுத் திருப்பிக் கொடுத்தான்.

"வைத்துக் கொள்."

"நன்றி." காகிதங்களைச் சராய்ப் பைக்குள் திணித்துக்கொண்டு கேட்டான்: "எங்கு எப்பொழுது, ஏன் காணாமற் போயிற்றென்று எனக்குத் தெரியலாமா?"

"ஜெனரலின் அறையில் உள்ள பெட்டகத்திலிருந்து சென்ற ஒரு மாத காலத்திற்குள். ஏன்? கடிதம் ஜப்பானியருக்கு விரோதமானது."

"மன்னிக்கவும், அரிசி வியாபாரிக்கு யார்மீது சந்தேகம்?"

"சர்ச்சில்மீது! ஹஹ்ஹஹ்ஹா." வெடிச்சிரிப்புக் கிளம்பியது. "ஜெனரலின் சந்தேகத்தைக் கேட்டுத் தெரிவதில் பயனில்லை. ஷம்சு மயக்கத்தில் அவரே கடிதத்தைத் தின்றிருக்கவும் கூடும்."

"நான் ஜெனரலிடம் போய் இதுபற்றிப் பேசலாமா, இடத்தைப் பார்க்கலாமா?"

"நோ நோ நோ. நீ வெறும் லெப்டினன்ட். நெப்போலியர்கள் தராதர விஷயத்தில் மிகவும் கண்டிப்பாயிருப்பர்."

"தாங்கள் போய்..."

"நான் கர்னல்தான். ஜெனரலுக்கு ஜெனரல், கர்னலுக்கு கர்னல். அதுதவிர, ஜெனரலுக்கு என்னைப் பிடிக்காது. வீண் தகராறுகள் ஏற்படும்... நேதாஜி உத்தரவு பிறப்பித்தால், அதுவேறு விஷயம்; நீயே போய் விசாரிக்கலாம்."

"மன்னிக்கவும், நேதாஜிக்கு விஷயம் தெரியுமா?"

"மன்னிப்புக் கோரிக்கைகள் போதும், நிறுத்திக்கொள்... அவர் வெளியூர் போயிருந்தபோது தனி அஞ்சலன் மாறலாய் வந்த கடிதம். திரும்பியதும், கொடுக்க மறந்துவிட்டார்கள். கடிதம் வந்ததைத் தெரிந்து, கொண்டுவரச் சொல்கையில் பார்த்திருக்கிறார்கள்; காணோம். கடிதம் எப்படியும் தன் கைக்கு வந்து சேர வேண்டுமென்பது நேதாஜியின் கட்டளை – ஜெனரலுக்கு அல்ல, எனக்கு...! அரச நீதி எப்படி இருக்கிறது, பார்."

கண நேரத்தில் சோகச் சிலையாய் மாறிப்போன கர்னல் இரு கைகளையும் அகல விரித்தார்.

பாண்டியன் சிரித்தான்.

"சிரிக்காதே, இளைஞனே, சிரிக்காதே. என் மனம் துயரக்கடலில் ஆழ்ந்து துடிக்கிறது."

"தங்களுக்கு யார்மீது சந்தேகம்?"

"யார்மீதும் இல்லை... அது போகட்டும். இந்தத் துயரமான கடித விவகாரத்தை ஒதுக்கிவிட்டுக் கொஞ்சம் மகிழ்ச்சியான விஷயங்கள் பற்றிப் பேசலாம்... க்ம்ஹ... திருமதி விலாசினி என்ற அழகியைத் தெரியுமா? சுதந்திர இயக்கப் பெருந்தலைவர்களில் ஒருவரான பி.எஸ்.மேனன் – பொட்டாத்து சங்குண்ணி மேனனின் தங்கை."

"கேள்விப்பட்டதுதான்."

"எப்படி?"

"தட்டுவாணி என்று."

"த்ச்தச்த்ச்... மிகக் கடுமையான சொல், மிக மிகக் கடுமையான சொல்... பெரிய இடத்து பெண்களைப் பற்றிப் பேசுகையில் எப்போதுமே நாசூக்கான வார்த்தைகளை உபயோகித்துப் பழக வேண்டும்... பேரழகி, பொன்னிறம், உருண்டு திரண்டு போதையூட்டும் உறுப்புகள்."

கர்னலின் கண்கள் கனவு மண்டலத்தில் மிதந்தன.

"அவளுடைய வாடிக்கைக்காரர்களில் ஒருவர் நமது ஜெனரல்."

"வாடிக்கைக்காரர்கள்! இதுவும் கடுமையான சொல்... பரவாயில்லை... விலை அதிகம். ஓர் இரவுக்குப் பல அரிசி மூட்டைகள். ரேஷன் பொறுப்பு என்னிடமில்லை... திருமதி விலாசினியிடம் ஏதாவது துப்புக் கிடைக்கும் என்று பார்க்கலாம்."

"தேவை ஏற்படின் வல்லடி முறைகள்?"

"ஆபத்து. வலிய புரவலர்கள் பலர்."

"காதல் நாடகம்?"

"நோ யூஸ். அத்துடன் அவளுக்குக் கறுப்பு ரத்தம் பிடிக்காதென்று கேள்வி. வெள்ளை, பழுப்பு, மஞ்சள்... ஹஹ்ஹஹ்ஹா."

நாடகச் சிரிப்பு முழங்கியது.

"மஞ்சள் ரத்த வரிசையில் சீனர்களும் உண்டோ?"

"இராது, ஆபத்தான பள்ளத்தில் காலை விடமாட்டாள்."

“நன்றி, விலாசினியின்... மன்னிக்கவும், தாங்கள் அனுமதித்திருப்பதால் குறுக்கு விசாரணைபோல் கேள்விமேல் கேள்வி...”

“எத்தனை கேள்வி வேண்டுமாயினும் கேள். எனக்கு வேண்டியது அவுங்சான் கடிதம்.”

“அல்லது என் சாவு.” சிரித்தான்.

“அல்லது... தோல்விக்குரிய தண்டனை. ஒவ்வொன்றுக்கும் விலை உண்டு. இளைஞனே, விலை உண்டு. வெற்றிக்கு விலை உண்டு; தோல்விக்கும் விலை உண்டு. விலையின்றி எதையும் பெற முடியாது. அது நிற்க, மீண்டும் சொல்கிறேன்; எத்தனை கேள்வி வேண்டுமாயினும் கேள், எனக்கு வேண்டியது அவுங்சான் கடிதம்.”

“அதை நான் கொண்டு வருவேன்.”

“ஜோத்தோ! வெற்றிக்கு முதல்படி முடியுமென்ற நம்பிக்கை.”

“திருமதி விலாசினியின் மஞ்சள் ரத்த வரிசையில் யார் யாரைக் கவனிக்கலாம்?”

“கெம்பித்தாய் மேஜர் சடாவோ யாமசாக்கி. அவனுடைய கொள்கை: சந்தேகம் உதித்ததும் சுட்டுத் தள்ளு. ஹஹ்ஹஹ்ஹா... எ வெரி டஃப் கஸ்டமர்.”

“ஆளைத் தெரியாது.”

“படம் தருகிறேன்.”

“விலாசினியிடம் சச்சரவு ஏற்படுவதாக வைத்துக்கொள்வோம். புகார் செய்கிறாள். என்ன ஆகும்?”

“சிக்கல், பெரிய வில்லங்கம். வலிய புரவலர்கள் பலர்... கூடுமானவரை இப்போதைக்கு முரட்டு வேலை எதுவும் வேண்டாம்.”

“மேஜர் யாமசாக்கி?”

“கெம்பித்தாய் மேஜர் சடாவோ யாமசாக்கியிடம் அரைகுறை வேலைக்கே இடமில்லை. வெற்றி அல்லது சாவு... அவுங்சான் கையெழுத்து உனக்குத் தெரியாதே, காட்டுகிறேன்.”

குனிந்து, வலப்புறக் கீழ்ச் செருகைத் திறந்திழுத்துக் கடிதப் புகைப்படங்கள் சிலவற்றை எடுத்து மேசைமீது போட்டார்.

“மனதில் பதியவைத்துக் கொள்.”

கையெழுத்தைக் கொஞ்சநேரம் கூர்ந்து கவனித்து மனனப்படுத்திக் கொண்டு, புகைப்படங்களை அடுக்கி எடுத்துக்

கொடுத்தான். கர்னல் அவற்றை வாங்கி மீண்டும் செருகுக்குள் திணித்துப் பூட்டினார்.

"யாமசாக்கி ரங்கூனில் இருந்தவன். அவுங்சான் பற்றிய விவரங்கள் தெரியும்."

மணியை அழுத்தினார். ஓடிவந்த சிப்பாயிடம் காபி கொண்டு வரும்படி சொல்லிவிட்டு, புது சிகரெட் ஒன்றை எடுத்து வாயில் கவ்விப் பழையதில் பற்ற வைத்து, மேற்புறச் சுவரைப் பார்த்தவாறு புகையை இழுத்து ஊதிக் கொண்டிருந்தார். பிறகு பாண்டியன் திக்கில் திரும்பி சிகரெட் பெட்டியை நீட்டினார்.

ஒன்றை உருவிப் பற்றவைத்தான். வாயில் புகைச்சுருள்கள் கிளம்பிக் கலைந்து கொண்டிருந்தன. கர்னலின் எகத்தாளப் பேச்சு முறையில் நடிப்பு எவ்வளவு, இயல்பு எவ்வளவு... நடிப்புக்குக் காரணம் வேடிக்கையா, ஏமாற்றுவேலையா... நகைச்சுவை, ஆழம் பார்ப்பது...

காபி வந்தது. ஊற்றிக் குடித்தனர்.

"ம்க்ம்ம்ஃம், ம்க்ம்ம்ஃம்..." கர்னல் நன்கு சாய்ந்து கால்களை நீட்டினார் "இப்பொழுது, நாம் தெரிந்துகொண்ட தகவல்கள்..."

"கடிதம் காணாமல் போயிற்று. யாமசாக்கி சொல்லியோ, அவனிடம் கொடுத்துப் பணம் பெறலாமென்றோ, நமது நெப்போலியனிடமிருந்து மேன்மைதாங்கிய திருமதி விலாசினி அம்மையார் அவர்கள் திருடியிருக்கலாம். அல்லது நெப்போலியனுக்கு ஏதோ ஓர் இடுக்கியைப் போட்டு அவரே கொண்டு போய்க் கொடுக்கும்படி செய்திருக்கலாம். கடிதம் ஒருவேளை தற்செயலாகவும் தவறியிருக்கக்கூடும்... அது நிற்க, ஜப்பானியர் இப்போது அயர்ந்து போயிருக்கிறார்கள். நடக்கிறபடி நடக்கட்டும்."

"முடிவுகள் பிரமாதம். அவுங்சான் இப்போது என்ன செய்து கொண்டிருக்கிறார்?"

"ஆ, அது பரம ரகசியம்! உனக்கு எப்படித் தெரிந்தது?"

"திஸ் இஸ் லண்டன் காலிங் இன் த..."

"வாட்! சிறையில் ரேடியோ?"

"பி.பி.சி செய்திகளைத் தவறாமல் கேட்கும் நண்பர் ஒருவர் எனக்குத் தினசரி தகவல் அனுப்பிக் கொண்டிருந்தார்."

"சிறை விதிகளுக்குப் புறம்பாக – பலத்த கட்டுக் காவலையும் மீறி, நீ துரோக நடவடிக்கைகளில் ஈடுபட்டிருந்திருக்கிறாய். இந்தக்

குற்றச்சாட்டின்மீது பின்னர் விசாரணை நடைபெறும்... அது ஒருபுறம் இருக்கட்டும், கடிதம் ஜப்பானியர் கையில் சிக்கினால் நேதாஜிமீது சந்தேகம் பிறக்கும்."

"ஆகவே கடிதத்தை எப்படியாவது கைப்பற்றியாக வேண்டும்."

"அவ்வளவுதான். தமிழர்களைப் பற்றிய எனது மதிப்பு ஒவ்வொரு விநாடியும் உயர்ந்துகொண்டே இருக்கிறது. உங்கள் கறுப்பு நிறம்தான் எனக்கோ, விலாசினிக்கோ பிடிக்கவில்லை. ஹஹ்றஹஹ்றஹா."

"கறுப்பும் வெள்ளையுமே இயற்கை நிறங்கள். மற்றவை கலப்படம்."

"ஹஹ்றஹஹ்றஹஹ்றஹா... கலப்படம்! கலப்படம்! ஹஹ்றஹஹ்றஹா" கர்னல் கெக்கலித்தார். "என் பழுப்பு நிறத்தைக் குறிப்பிடுகிறாயோ? நீயும் அசல் கறுப்பனல்ல, நினைவிருக்கட்டும். அப்புறம்?"

"விலாசினியை மடக்க ஒரு யோசனை..."

"ஷாம்பெய்ன் அல்லது ஒய்ன்–அசல் சீமைச் சரக்கு... அவளுக்கு உயிர். ஆனால் கிடைப்பதரிது."

"கிடைக்கும். விலை அதிகமாயிருக்கலாம். கிடைக்காவிடின் போலிக்கு அசல் உருவம் தயாரிக்க முடியும் – சீன நிபுணர்கள் நிறையப் பேர் இருக்கிறார்கள்."

"இன்னொன்று. பெண்களைப் பற்றி உனக்கு எவ்வளவு தெரியும்? விலாசினி பல ஆடவர்களை மடக்கிக் கை தேர்ந்தவள். அவளைக் கவிழ்ப்பதற்குப் பரந்த பெண்–அனுபவம் தேவை. உனக்கு அப்படி அனுபவம் உண்டா?"

"போதிய அளவுக்கு உண்டு."

"வயது குறைவாய்த் தெரிகிறதே."

"சிறு வயதிலேயே அனுபவம் ஆரம்பித்துவிட்டது."

"ஜோத்தோ! இந்த விவகாரத்துக்கு அது பயன்படும். சரி, ஒரு சிக்கல். விடை சொல் பார்க்கலாம். படித்துப் பட்டங்கள் பல பெற்ற பணக்காரப் பெண் ஒருத்தியை அப்பாவி இளைஞன் ஒருவன் மணக்கிறான். அலுவலகத்திலிருந்து அவன் வீடு திரும்பும் நேரமெல்லாம், நாய்க்குட்டியுடன் கடற்கரையில் அல்லது கடை வீதியில் திரிகிறாள். சமைக்கத் தெரியாது என்று சொல்வதோடு, பிள்ளை பிறந்தால் உடல் கெட்டுப் போகுமென்றும் சண்டித்தனம் செய்கிறாள். அவளை மடக்க என்ன செய்வது, சொல் பார்க்கலாம்."

ஆவலுடன் பதிலை எதிர்பார்ப்பவர்போல் முன்னே குனிந்தார்.

“மிகச் சுலபம், மிக மிகச் சுலபம். முதலில் நெஞ்சு மயிர் தெரிவதற்காகச் சட்டை, பனியனைக் கழற்றி எறிந்துவிட வேண்டும். பிறகு மனையாளின் கொண்டையைப் பிரித்திழுத்துப் பிடித்துக் கொண்டு, கன்னத்தில் இரண்டு அறை – குடெரியான் வகை. குண்டியில் இரண்டு மிதி – ரொகொசாவ்ஸ்கி ரகம். இறுதி நடவடிக்கையாகக் கீழே விழுத்தாட்டி ஒரு எற்று. அப்புறம்? – நானே சமைத்துப் போடுகிறேன். தங்களுக்கு என்ன பிடிக்கும்? மோர்க் குழம்பா, பருப்புக் குழம்பா, வற்றல் குழம்பா? ஆட்டுக் கறியா, மீன் கறியா, கோழிக்கறியா…? அதிருக்கட்டும். வெந்நீர் போட்டுத் தருகிறேன். குளியுங்கள். அதற்குமுன் ஆபீஸ் அலுப்புத் தீரக் கொஞ்ச நேரம் உடலைப் பிடித்துவிடவா? – பிறகு கதநாயகனும் கதாநாயகியும் ஈருயிரும் ஓருடலுமாய் ஆண்டுக்கொரு பிள்ளை பெற்றுக்கொண்டு நெடுநாள் வாழ்ந்திருப்பர். சுபம், சுபம், சுபம்.”

கர்னல் அறை அதிரச் சிரிக்கலானார்.

“நீ முரட்டு வைத்தியன்…! மிக முரட்டு வைத்தியன்! நோயாளிப் பெண்ணை உன்னிடம் ஒப்படைப்பது ஆபத்தான வேலை.”

“உடனடிப் பலனுக்கு முரட்டு வைத்தியம். ஒரு வேளை மருந்திலேயே குணம் தெரியும். குணமின்றேல் பணம் வாபஸ். குறிப்பு: பத்தியம் இல்லை… ம்… இந்தச் சிக்கலின் உண்மை…”

“புரிகிறது, வடவர் சூழ்ச்சியாக இருக்கலாம். ஹ்ம்? உனக்குக் கூரிய மதிநுட்பம் இருக்கிறது.”

உள் சட்டைப் பையிலிருந்து நேதாஜியின் கடிதம் ஒன்றை நீட்டினார்.

வாங்கிப் படித்துப் பார்த்தான். கடிதம் பூடகமாக, ஆனால் தகவல் தெரிந்தவர்களுக்கு விளங்கும்படியாக இருந்தது.

“முதலில் விலாசினியைக் கவனி. யாமசாக்கி விவகாரம் பெரிய சிக்கல். நேதாஜியிடம் கலந்து பேசுகிறேன். தெளிவான நேரடிக் கட்டளையின்றி அவன் வம்புக்குப் போகக்கூடாது.”

“சரி.”

“தேவைப்படும் பணத்தை நேரில் வந்து வாங்கிக் கொள்.”

“சரி.”

“செக்யூரிட்டி செர்வீஸில் பணத்துக்குப் பஞ்சமில்லை. செயல் வீரர்கள்தாம் குறைவு… இன்னொரு விஷயம்; யாமசாக்கி திடுமென மறைந்துவிட்டான். புலன்விசாரணை நடக்கிறது.”

"படம்..."

"ஆமாம்." மேசைச் செருகு ஒன்றை இழுத்துச் சிறு புகைப்படம் ஒன்றை எடுத்து நீட்டினார். "வைத்துக் கொள். கோத்தா பாலிங் பள்ளிகள் பலவற்றை நீந்தியவன்: மஞ்சூரியாவில் ஜெனரல் டோய்ஹாராவிடம் கை பழகிய ஆள். நினைவிருக்கட்டும்."

"மன்னிக்கவும், நீங்களே விலாசினியைக் கவனித்தால் என்ன?"

"இருமுறை முயன்றேன், தோல்வி. மனதை மயக்கும் உடல், அவளை அணுகியதுமே கடமை காற்றில் பறந்துவிடுகிறது. மேலும், அவளை நெருங்குவதற்கு என்ன ஆதாரம் இருக்கிறது. குருட்டடியாய் அமுக்கினால்தான், விலாசினியை மடக்க முடியுமென்று நம்புகிறாயா?"

"முயன்று பார்க்கிறேன். தலைகீழாகக் கட்டித் தொங்கவிட்டு நாலு போடு போட்டால் உண்மையைக் கக்கி விடுவாள். நீங்கள்தான் 'மயிலே மயிலே இறகு போடு' வகையில் நடந்துகொள்ளும்படி..."

"நான் அப்படியொன்றும் சொல்லவில்லை. எச்சரிக்கையாக நடந்துகொள்ளச் சொல்கிறேன். விலாசினியின் அண்ணன் நமது மதிப்பிற்குரிய தலைவர்களில் ஒருவர்; நேதாஜியின் பள்ளித் தோழர்; அவரது நம்பிக்கைக்குப் பாத்திரமானவர்... இதற்குமேல் சொல்லத் தேவையில்லை... கோத்தாபாலிங் கைவரிசை சில சமயங்களில் ஆபத்தாக முடியும்."

"ஆம்."

"என்னைப் பார்க்க விரும்பினால் எந்நேரமும் வரலாம். இந்தச் சீட்டை வைத்துக் கொள்."

"முத்திரையிட்ட அட்டைத்துண்டு ஒன்றைக் கொடுத்தார். பிறகு மேசையின் நடுச் செருகைத் திறந்து, டாலர் நோட்டுகள் நிறைந்த காக்கி உறையைத் தூக்கிப் போட்டார்.

"எடுத்துக் கொள். விவரமான செலவுச் சிட்டை தேவையில்லை. இன்ன தேதியிலிருந்து இன்ன தேதிவரை இவ்வளவு என்று எழுதிக் கொடுத்தால் போதும்... எனினும் சிக்கனமாய்ச் செலவு செய்வது நல்ல பழக்கம்."

"நன்றி, கர்னல் சாப்." எழுந்தான்.

"தளவாடங்கள்?"

"இல்லை."

கர்னல் இடப்புறச் செருகை இழுத்து, வயலட் கோலங்கள் போட்ட பச்சைக் காகிதத்தை உருவி எடுத்து, ஓர் உறைக்குள் போட்டுக் கொடுத்தார்.

"நீ போகலாம்" என்று கையை நீட்டினார்.

கை குலுக்கினார்கள்.

வந்தனை செய்துவிட்டுத் திரும்பி நடந்தான்.

24. விலாசினி

மூன்புறத்துப் பெரிய அறை. வடகிழக்கு மூலைச் சீன மேசை மீதிருந்த வானொலிப் பெட்டி, ஜப்பானிய இசையை நிறுத்திவிட்டு, வழக்கமான செய்திக் கதையைப் படிக்கத் தொடங்கியது. கீழ்ப் பக்கத்துத் தோட்டத்துச் செடிகளினூடே புகுந்து மூன்று நீள்சதுர ஜன்னல்களின் வழியாய் உள்ளே வந்த சூரிய வெளிச்சம், அசைந்தாடிய செடி நிழல்களால் அலைப்புண்டு தடுமாறியது.

திண்டுகள் அணைந்த சோபாவின்மீது விலாசினி சாய்ந்திருந்தாள். அப்போதுதான் குளிப்பாட்டி உலர்த்திய கரிய கூந்தலில், வலக்காது மேலே இரண்டு இலைகளின் துணையோடு ஒற்றை ரோஜா பூத்திருந்தது. நெற்றியின் பொன்னிறத்துக்கு மறுவாகக் குங்குமத் திலகம்-இல்லை, உதட்டுச் சாயப் பொட்டு. பட்டும் படாமல் செவ்வண்ணம் தீட்டிய இதழ்கள் விரிந்து முத்துப்பல் வரிசையைக் காட்டின.

மெத்தைத் தலை முக்காலியை இழுத்துப் போட்டுக் கால்களுக்குத் தாங்கல் கொடுத்தாள். பக்கத்து நாற்காலியில் கிடந்த ஊதா வெல்வெட் வட்டத் திண்டை எடுத்து மார்போடணைத்து அழுத்தினாள். ம்ஹ்ம் – ம்ஹ்ம் – ம்ஹ்ம்... காலமெல்லாம் இப்படியே கழிய வேண்டியதுதான். திண்டு நசுங்கியது. ம்ஹ்ம்... ம்ஹ்ம்... ம்ஹ்ம்... பாழுந்தடியர்கள் பன்றி எருமை காண்டாமிருகம். விழுந்து புரளவும் கடிக்கவும் வாந்தி எடுக்கவும்தான் தெரியும். ஒருவனைப் போல் எல்லாரும் – மாலை போட்டவன், கூட்டி வந்தவன், ஓட்டிக் கொண்டவன், வக்கீல், டாக்டர், என்ஜினியர், காப்டன், மேஜர், ஜெனரல், பன்றி, எருமை, காண்டாமிருகம் புரள்வது, கடிப்பது, வாந்தி எடுப்பது...

வெல்வெட் திண்டின் மாரணைப்பும் கற்பனைச் சுரப்புமாய்ச் சேர்ந்து விளைத்த போதை நரம்புப் பின்னலில் முறுக்கேற்றி மெய்மறத்தியது. கண்கள் மேலே செருகின. ம்ஹ்ம், ம்ஹ்ம்...

மலையாளத்தில் பாலக்காடு அருகே பிறந்து வளர்ந்து சென்னைக்குப் படிக்கப் போகும்வரையில் விலாசினி மனம் வருந்தி அறியாள். பிறகு வருத்தத்தின்மேல் வருத்தமும் ஏமாற்றத்தின்மேல்

ஏமாற்றமுமாய்ப் பாய்ந்து வந்து உடலையும் உள்ளத்தையும் வாட்டின. அவள் தாய் அம்மணியுடன் சம்பந்தம் வைத்திருந்த புடைவைக் கடை அனந்தகிருஷ்ண ஐயர், சம்பந்தப்பிள்ளைகளுக்குச் செய்ததில் எவ்விதக் குறைவுமில்லை. மனைவி வயிற்றுப் பிள்ளைகளைப்போலவே அம்மணி வயிற்றுப் பிள்ளைகளையும் சீமைக்கு அனுப்பிப் படிக்க வைத்தார். கடைக்குட்டி விலாசினி சென்னையில் படித்துக் கொண்டிருக்கும்போது பத்மநாபன் என்ற வக்கீலுக்கு மாலையிட்டதன் விளைவாக வாழ்க்கைச் சுழலில் சிக்கிக் கொண்டாள். இல்லையேல் அவளையும் சீமைக்கு அனுப்பி வைத்திருப்பார் ஐயர்.

வெதுவெதுப்பாய் இதமூட்டிய இளஞ்சூடு கொடுந்தீயாய்ப் பற்றிச் சுட்டது. சுவாமி, இப்படியும் ஓர் ஆண் பிள்ளையா! என்ன விபரீதப் பழக்கம்... மூடியிருந்த கண்களை நெருக்கியிறுக்கி மூச்சைத் துரத்தினாள். மாலையிட்டவனால்தான் கெட்டேன். மெரினாவிலும், எஸ்பிளனேடிலும், எழும்பூரிலும், அடையாரிலும் அலைந்தேன். திருச்சூர் பட்டன் வந்து சேர்ந்தான். வேலையாகிக் கப்பலேறியவளைப் பின் தொடர்ந்தானே, ஏன்? தலைவிதி. இந்தப் பிராமணனுக்கு இருந்திருந்தாற்போல் வந்த கேடு, நாகரிகப் பெண்ணிடம் வெறுப்புத் தட்டிவிட்டதாம். பரட்டைத் தலை அழுக்குடல்காரிகள்தான் பிடிக்கிறது... பர்மாவுக்குக் கப்பலேறிவிட்டான். பெரிய தேச பக்தன்... கட்டியழுது கத்த ஒரு பிள்ளை இல்லை. கல்யாணத்துக்கு முன் இருமுறை கருச்சிதைவானதில் கருவாசல் அடைத்துவிட்டதா... இராது, பார்வதி, சுஜாதா... குண்டு குண்டாய்ப் பிள்ளை பெற்றுக்கொண்டிருக்கிறார்களே... ம்ஹ்ம்... ம்ஹ்ம்... ம்ஹ்ம்... சாகும்வரை இந்த மிருகங்களையே கட்டி மாரடிக்க வேண்டியதுதானா? பன்றி, எருமை, காண்டாமிருகம் – விழுந்து புரள்வது, கடிப்பது, வாந்தி எடுப்பது... ச்சீ! மிருகங்கள் பன்றி எருமை காண்டாமிருகம். சரஸ்வதி இருந்தாள். அவளும் தொலைந்து போனாள். ம்ஹ்ம் ம்ஹ்ம் ம்ஹ்ம்...

வீட்டுக்குக் குறைவில்லை. கத்ரீ–ஸ்பென்ஸ் கம்பெனி மானேஜர்களுக்காகக் கட்டப்பட்டது. சுற்றிலும் பெரிய தோட்டம். பல அறைகள். சுவரில் அரிய ஓவியங்கள். தரையில் பாரசீகக் கம்பள விரிப்புகள். சீமையிலிருந்து வரவழைக்கப்பட்ட பண்ட பாத்திரங்கள், இவ்வளவும் ஜப்பானியர் அள்ளிச் சென்றது போக மிஞ்சியவை.

“அய்லான்! பாவா கோப்பி.”

இனிய மென்குரல் கட்டளை பாடியது.

"யாமெம்."

மேசை மீதிருந்த ஆமையோட்டுப் பெட்டியைத் திறந்து ஒரு சிகரெட் எடுத்துப் பற்ற வைத்து வளையங்களாக ஊதினாள். பிறகு மூக்கு வழியாய்ப் புகை புறப்பட்டது. யுத்தம் முடியும்வரை இந்த நாற்றம் பிடித்த சிகரெட்தான். சிகரெட்டாம் சிகரெட். சிகரெட்டைப் பாரேன். யுத்தம் முடிந்தபின் பிரிட்டிஷ் சிகரெட் கேரிக்... ஷாம்பெய்ன், ஷெர்ரி, ஷடவ்ட்... இந்தச் சனியன்களின் தொல்லையும் ஓய்ந்து போகும். நல்ல ஆண்பிள்ளையாக ஒருவனைக் கூட்டிக்கொண்டு பினாங்குக்குப் போய்விடலாம். வசிப்பதற்கு அதுதான் நல்ல ஊர். இந்தச் சனியன்கள் பன்றி எருமை காண்டாமிருகம் விழுந்து புரள்வது கடிப்பது வாந்தி எடுப்பது... ப்ஊஊஉஉ.... சீ, என்ன சிகரெட் இது...

எழுந்து, வாயிலிருந்த சிகரெட்டைக் கையில் எடுத்துச் சாம்பல் கிண்ணத்தில் போட்டு நசுக்கினாள். ஜரிகைச் செருப்பை மாட்டிக்கொண்டு போய்க் கண்ணாடி முன் நின்று பார்த்தாள். வழுவழுப்பாய்த் திரண்ட பொன் மேனிச் சிலை நேரில் நின்றது. சாயச் சிகப்பு இதழ்களை விரித்தாள். பல்லழகு தெரிந்தது. நெற்றியில் தொங்கிய கேசக் கற்றைகளைச் சரி செய்தாள். இடக்கை கழுத்தையும் கன்னங்களையும் வருடியது. அப்படியே கட்டிப் பிடித்தணைத்து முத்தம் கொடுக்கவாடி, என் கண்ணே விலாசினிக் குட்டி....! தாங்க முடியாத சிரிப்பு பீறிட்டு வந்தது. தன் காதல் கொண்டவள் தன் உருவத்தைப் பார்த்தவாறே சிரித்து நின்றாள்... திரும்பி நடந்து போய் சோபாவில் சாய்ந்தாள். மேசைமீது காபி இருந்தது. எடுத்துக் குடித்தாள். கதவு மணி கிணுகிணுத்தது. எந்த மிருகம் இது... எதாயிருந்தாலும் சரி, இப்பொழுது இடக்குத்தான். காப்டன் மேஜர் ஜெனரல் பன்றி எருமை கண்டாமிருகம். எந்த மிருமானாலும் சரி, இடக்குத்தான். சனியன்கள் சனியன்கள் சனியன்கள். எனக்குக் கிறுக்குப் பிடிக்கப் போகிறது. கிறுக்கு கிறுக்கு கிறுக்கூஉஉ....

அய்லான் ஓசையில்லாமல் வந்து நீட்டிய சீட்டை வாங்கிப் பார்த்தாள்.

காப்டன் கே.ஆர்.விஜயன், ஐ.என்.ஏ.

"எப்படி ஆள்?"

"கறுப்பு–ஆனால் அழகன்."

வானொலிப் பெட்டியை அடைக்கச் சொல்லிவிட்டுக் கண்ணாடியை நோக்கி விரைந்தாள். இடக்கை மாராப்பைச் சிறிது இறக்கியது. கூந்தல் காட்டில் மலர்ந்திருந்த ரோஜாப்பூவை

வலக்கை சரி செய்தது. யாரிவன், எதற்காக வந்திருக்கிறான், மலையாளிப் பெயர்போல் இருக்கிறதே... ஜெனரல் அனுப்பி இருப்பானோ... அந்தச் சரக்கு கொள்முதல் இலாகா காப்டனின் நண்பனாக இருக்கலாம்.

மேசைக்குத் தெற்கே கிடந்த நாற்காலியில் உட்கார்ந்து கொண்டு, வரச் சொல்லும்படி பணிப்பெண்ணிடம் உத்தரவிட்டாள்.

வளர்ந்த உடல் – தமிழன்! சாம்பல் நிறச் சராயும் வெள்ளைச் சட்டையுமாய் வந்தான். நடையுடை பாவனை, தோற்பை எல்லாம் கூடி யாரோ பெரிய புள்ளி என்று அறிவித்தன. வெறும் காப்டனா, முக்கியமான ஆளா... கத்தி போன்ற உடல். செதுக்கி அமைத்தவை போல் கைகால் மார்பிடுப்பு...

பார்த்தபடியே இருந்தாள். ம்ஹ்ம் ம்ஹ்ம் ம்ஹ்ம்...

பாண்டியன் தென்புற ஜன்னலை நோக்கி மெத்த மெதுவாய் நடந்தான். வலப்புறம் மூலையில் இருக்கிறாள். முதலில் ஒப்புயர்வற்ற அழகைக் கண்ட வியப்பு, பிறகு முகப்புகழ்ச்சி, வழிக்கு வராவிடின் குகை மனிதனின் வல்லடிமுறை...

'யாரையும் காணோமே' பார்வையுடன் பட்டுத்திரை தொங்கிய உள்கட்டு நிலைப்படியை நெருங்கினான்.

"ஹல்லோ!"

அவயவங்கள் குலுங்க எழுந்து நடந்து நின்றாள்.

வந்தவன் திடுக்கிட்டுத் திரும்பினான். உதடுகள் விரிந்து மூடி, விரிந்து மூடின. தொண்டையில் எச்சில் இறங்கிற்று. கண்கள் இமைக்காமல் அகன்று விழித்தன. தலை லேசாய் ஆடுவது போலிருந்தது. கைகள் இரண்டும் கொஞ்சம் மேலே உயர்ந்து நிலைத்து நின்றன.

"ஹ்ம்... ஹ்ம்." குரல்வளையில் அடைப்பு "நமஸ்காரம்."

"நமஸ்காரம். இப்படி வந்து உட்காருங்கள்."

தலை இடப்புறமாய்ச் சாய்ந்தது. எத்தனை எத்தனையோ பேர். ஆனால் இப்படிப் பார்த்ததுமே கிறுகிறுத்துத் திணறியவன் யாருமில்லை. பருவம் வந்தும் பழக்கமில்லாத பாப்பா போலும். மடியில் தூக்கி வைத்துக்கொண்டு சொல்லித்தர வேண்டும் சின்னப் பாப்பாவுக்கு...

வந்தவன் விலகாப் பார்வையாய்ப் பார்த்து மயங்கி நின்றான்.

"உட்காருங்கள்."

நாற்காலியைச் சுட்டிக்காட்டி நாணம் தோன்ற நகைத்தாள்.

"நான் நிற்கிறேன், நீங்கள் உட்காருங்கள்."

"ஏன் அப்படிப் பார்க்கின்றீர்கள், ஹ்ம்?"

மலையாளவாடை அறவே இல்லாத தமிழ்க் கேள்வியைப் போட்டுவிட்டு, உதடுகளைத் துருத்திச் சிரித்தாள்.

"இல்லை... ம்."

"பார்க்கப் பிசாசுபோல் இருக்கிறேனா... ஹ்ம்? தயவுசெய்து உட்காருங்கள்."

"ம்ம்... நான்." அமர்ந்தான்.

"அய்லான்!" பாண்டியனுக்கு எதிர் நாற்காலியில் உட்கார்ந்தாள்.

"யா மெம்."

"கோப்பி, கேக், புவா."

"பாய்க், மெம்." பணிப்பெண் நகர்ந்தாள்.

"சிங்கப்பூரில்தான் இருக்கிறீர்களா? நான் பார்த்ததில்லையே!"

"தென்கிழக்கு ஆசியாவெங்கும் சுற்றிக்கொண்டிருக்கிறேன்."

பார்வை அமைதியாகி, விலாசினியின் கழுத்துக்குக் கீழிறங்கி ஊசலாடியது. இடையிடையே கால்களையும், மடிமீது கிடந்த கைகளையும் நோக்கிற்று.

விலாசினியின் முகம் ரத்தமேறிச் சிவந்தது. கண்கள் சந்தித்தபோது, ஆணாளனின் பார்வையை எதிர முடியாமல் தலைகுனிந்தாள். என்ன பார்வை, என்ன பார்வை...! என்ன உடல் என்ன உடல்...!

மரவையில் காபி கூஜாவையும் வெள்ளித் தம்ளர்களையும், கண்ணாடிக் கும்பாக்களில் கேக்குகளையும் பழ அரியல்களையும் கொண்டுவந்து பக்க மேசையில வைத்துவிட்டுப் பணிப்பெண் போனாள்.

"காபி குடியுங்கள்." ஊற்றித் தம்ளரை நீட்டினாள்.

தம்ளரைக் கையில் வாங்கிக்கொண்டு புருவம் நெரிந்து, கண்கள் மேலேற, உதடுகளை விரிக்காமல் முறுவலித்தான்.

எதிரே இருந்தவளின் உடலுறுப்புகள் புடைத்துக் குமுறிக்கொண்டிருந்தன.

"தனியாக இருக்கும் பெண்ணிடம் வந்து இப்படிக் குர்ரென்று பார்ப்பதுதான் தமிழ்ப் பண்போ?" போலிக் கோபத்துடன் தலையை ஆட்டினாள்.

“மன்னிக்கவும்.” தம்ளரை மேசையில் வைத்துவிட்டு எழுந்தான்.

“ஏன், என்ன? உட்காருங்கள்.”

“எனக்கும் இப்பொழுது மனம் சரியில்லை. கனவு காண்பதுபோல் இருக்கிறது. ஏதாவது உளறிவிடுவேன்.”

“தயவுசெய்து உட்காருங்கள். எனக்கும்தான் மனது சரியில்லை.” கழுத்தை வெட்டினாள். கண்கள் செருகின. “சும்மா உளறுங்கள், நானும் உளறுகிறேன், ஹும்?”

“ஏதாவது உளறிவிட்டால் கோபித்துக் கொள்ளக்கூடாது.” உட்கார்ந்தான்.

“உளறுங்கள், வேண்டாமென்று சொல்லவில்லை. வந்த காரியத்தைச் சொல்லாமல் பார்த்துக்கொண்டே இருந்தால், ஹும்? என்னைப் பார்த்தால் எப்படி இருக்கிறது? பெண் மாதிரியா, பிசாசு மாதிரியா?”

“சொல்ல மாட்டேன். கோபித்துக் கொள்வீர்கள்.” கைகள் சட்டைத் துணியைப் பிடித்துப் பிசைந்தன.

“சும்மா சொல்லுங்கள். மனதில் தோன்றியதைச் சொல்ல வேண்டும். அதுதான் ஆண்பிள்ளைக்கு அழகு.”

“நீங்கள் பெண்ணல்ல, தேவதை. மலையாளத்தில் அழகிகள் அதிகம் என்று கேள்விப்பட்டிருக்கிறேன். ஆனால் உங்களைப் போல்...” கைகளை அகல விரித்தான். “சரி, வருகிறேன். எனக்கு உடல்நிலை சரியில்லை.”

“சும்மா ஏமாற்றுப் பேச்சு... நான் என்ன அப்படிப் பெரிய அழகியா...? சும்மா சொல்கிறீர்கள்... ம்ஹ்ம்... வந்த காரியத்தைச் சொல்லுங்கள்... என்ன முகாம்?”

“சேனைத் தலைமையகம். நான்... ஒரு முக்கிய வேலை.”

தோல் பையைத் திறந்து காகிதங்களைப் புரட்டினான். ஒய்ன் சீசா தலையைக் காட்டியது.

“அது உங்களுக்கா?”

“இல்லை, மேலிடத்துப் புள்ளி ஒருவருக்கு. பேங்காக்கில் வாங்கினேன். வேண்டுமானால் எடுத்துக்கொள்ளுங்கள்.” தலையை உயர்த்தினான். “நான் இங்கு வந்த காரணம் வேறு. ஆனால் உங்களைக் கண்டதும் மனம் பேதலித்துவிட்டது.” குறி தெரியும்படி திறவையாக வேட்கைக் கண்களால் பார்த்தான். “ம்... உங்களிடம் ஒரு வரம் கேட்கவா?”

"என்ன வரம்? நான் என்ன ரிஷியா!" வெட்கம் வந்தவள்போல் மாராப்பை இறுக்கி மூடிக்கொண்டு உட்பக்கம் திரும்பினாள். "அய்லான்!"

"யா மெம்."

"ரொட்டி வாங்கி வா, நேரமாகிறது."

"யா மெம்."

முன் கதவைச் சாத்திவிட்டுப் பணிப்பெண் வெளியேறினாள்.

பாண்டியன் சாவதானமாக எழுந்து விலாசினியின் வலக்கையைத் தனது இடக்கையால் பிடித்து லேசாகச் சுண்டினான்.

"ஐயையோ, என்னயிது...! விடுங்கள்... ஆஅஅ ம்ஹ்ம் ம்ஹ்ம் ம்ஹம் ம்ம்ஹஹ்"

எஃகுக் கைகள் இடுப்பை வளைத்துத் தூக்கின.

"ம்ஹம் ம்ஹம் ம்ஹ்ம் இங்கு வேண்டாம். ஹம் ஹம் ஹம், அங்கே..."

உள்ளே தூக்கிச் சென்றான்.

"நான் திருடினேனா? குடித்துவிட்டு எருமை மாதிரிப் புரள்வது கடிப்பது. இவனுக்கெல்லாம் ராணுவ வேலையா? பன்றி குளிக்கவே குளிக்காது. மேலெல்லாம் நாற்றம். சட்டைப் பையில் எப்போதும் நிறையப் பணம் வைத்திருப்பான். கையை விட்டால் ஒரே காகிதக் கட்டு. பணநோட்டுகள் சேர்ந்திருக்குமென்று எடுத்துப் போட்டேன். அவனிடம் பணம் எடுத்தால் என்னவாம், உழைத்துச் சம்பளம் வாங்குகிறானோ."

"வேலைக்காரி வருகிறாள், கதவுச் சத்தம்."

"வரட்டும், எங்கேயோ ஞாபகம், ஹூம்?"

பிடரியில் கடித்தாள்.

"ஐயோ, வலிக்கிறது, என் மனதையே பறித்துக் கொண்டாயே, விலாசினிக் குட்டி, என் கண்ணே!"

"ஹூம்க்கும், பொய், பொய் எங்கே என்னைப் பார்த்துச் சொல்லுங்கள்."

"விலாசினிக் கண்ணே, இனிமேல் உனக்காக என் உயிரையும் கொடுக்கத் தயார். இங்கே பார், இந்தக் கடிதங்கள் உன்னிடம் இருப்பது நேதாஜி காதுவரை போய்விட்டது. உன்னைப் பிடித்தடைத்துக் கடிதங்களைக் கைப்பற்ற வேண்டுமாறு கட்டளை. நம்முடைய நல்ல காலம், இந்தக் கேஸ் என் கைக்கு வந்தது...

எவ்விதப் பயமும் வேண்டாம். இந்த விவகாரத்திலிருந்து உன் பெயரை நீக்கிவிடுகிறேன்...” உடலை அணைத்து நசுக்கிக் கழுத்தில் முத்தமிட்டான். “முக்கியமான கடிதத்தை யாமசாக்கியிடம் கொடுத்துவிட்டாய். அதை எப்படியாவது அவனிடமிருந்து வாங்கித் தந்துவிடு.”

“நானா கொடுத்தேன்?” அலமாரியில் கிடந்த கட்டைப் பிரித்துப் பார்த்து இரண்டு மூன்று காகிதங்களை எடுத்துக் கொண்டான். அவனிடம் எப்படிக் கேட்க முடியும்? கொன்று விடுவானே, கொன்று விடுவானே, கட்டாயம் கொன்றுவிடுவானே... விஷயம் வெளியானால் என்னோடு போகாது. என் அண்ணன் பெயரும் கெட்டுவிடும். என்ன செய்வேன், என்ன செய்வேன்.”

கழுத்தைக் கட்டிக்கொண்டு புலம்பினாள்.

“விலாசினிக் கண்ணே! பயப்படாதே. நான் உன் பக்கம் இருக்கும்வரை உனக்கோ, உன் அண்ணனுக்கோ எவ்விதக் கேடும் வராது. விசாரணையை வேறு பக்கம் திசை திருப்பிவிட நினைத்திருக்கிறேன்... என்னுடன் வந்த சிப்பாய்கள் சாதா உடையில் வெளியே நிற்கிறார்கள். அவர்களுக்கு ஏதாவது கதை சொல்லி ஏமாற்ற வேண்டும்... ம்ம்”

“என் கண்ணா! என் ராஜா! நீங்கள்தான் என்னைக் காப்பாற்ற வேண்டும்.”

“பயப்படாதே உனக்கு எவ்வித ஆபத்தும் இல்லை. வேறு யாராவது சில்லறைப் புள்ளிகளைப் பிடித்து... ம்... யாமசாக்கி எப்போது வருவான்?”

“எனக்கு எப்படித் தெரியும்? எப்போதாவது வரும், கழுதை.”

“வழக்கமாக என்ன நாள்களில் வருவான்?”

“அப்படி வழக்கமெல்லாம் இல்லை. போன தடவை, என் காலைக் கட்டிக்கொண்டு புலம்பினான். நல்ல குடிவெறி. ‘உன்னை எப்படிப் பிரிந்திருப்பேன்’ என்று சொல்லிக்கொண்டே, மேலெல்லாம் கடித்துக் குதறிவிட்டது, மிருகம்.”

“ரங்கூனுக்குப் போயிருப்பானோ?”

“சுமத்திரா மெடானு சபானு யோஷி என்று குடிவெறியில் என்னென்னமோ உளறினான், அவன் பாஷையில்...”

“ஒரே போக்காய்ப் போய்த் தொலையட்டும் சனியன். அவன் வந்தால் எனக்கு உடனே தகவல் கொடுக்க வேண்டும். ம்? ‘அச்சுதனுக்குக் காய்ச்சல். உடனே வரவும்’ என்று எழுதி, உறையில் அடைத்துக் கத்தே மாளிகை வாசலில் உள்ள பச்சைத் தபால்

பெட்டியில் போட்டுவிட வேண்டும். என் விலாசம்: காப்டன் விஜயன், ஆர்090, கத்தே மாளிகை – 28. ம்ம் அவனைச் சந்தித்துப் பேசினால்தான் உன்னை இந்த வில்லங்கத்திலிருந்து விடுவிக்க வழிசெய்ய முடியும்... எழுதுவாயா?"

"ஐயோ, அவன் வம்பு வேண்டாம், கெம்பித்தாய்க்காரன்..."

"யாராயிருந்தால் என்ன, என்னிடம் வாலாட்டினானோ அதோடு அவன் காலி. சரி, அவன் வந்ததும் எழுதுவாயா?"

"சரி."

"நேரமாகிறது. வெளியே நிற்பவர்கள் ஏதோ ஆபத்தென்று நினைத்து உள்ளே புகுந்துவிட்டால் தொல்லை... வரவா?"

"ம்ஹ்ம் ம்ஹ்ம் ம்ஹ்ம்... மீண்டும் எப்பொழுது வருவீர்கள்?"

"நாளை இரவு."

"வேண்டாம், பகலிலேயே இதே நேரம் வாருங்கள். இதுதான் வசதியான சமயம்."

கழுத்தைக் கரங்களால் கட்டி இறுக்கிக்கொண்டு முத்தமாரி பொழிந்து விடைகொடுத்தாள்.

தெருவில், இடப்புறம் திரும்பி நடந்தான்... பயங்கரப்பிராணி... மணியான உடல்... எனக்குமேல் ஆறேழு வயதாவது இருக்கும். அரசாங்கத் தலைவருக்கு வந்த ரகசியக் கடிதங்களைச் சட்டைப் பையில் போட்டுக்கொண்டு வேசி வீட்டுக்குப் போவதென்றால் எப்படி... யாமசாக்கி கோரியதால் கடிதங்கள் கொண்டுவரப்பட்டனவா, அவை இருப்பதாக தெரிவிக்கப்பட்டதன்மேல், கொண்டுவரச் சொன்னானா... கெம்பித்தாய் – விலாசினி உறவு சாதாரணமானதல்ல. ஆரம்ப முதலே இருந்து வருகிறது. அவர்கள்தாம் இந்த வீட்டை ஒதுக்கிக் கொடுத்திருக்கிறார்கள். இந்த வீட்டு வசதிக்காக எதுவும் செய்வாள்... தேவை ஏற்படின், என்னை அரிமணையில் வைத்துக் கூறு கூறாய் நறுக்கி விடுவாள்... பயங்கரப்பிராணி... கெம்பித்தாய்–விலாசினி–ஜெனரல்...

25. நேதாஜி

விலாசினியிடமிருந்து கடிதக் கட்டைப் பெற்று வந்த மூன்றாம் நாள், வெகு காலை நேரம்.

பாண்டியனை ஏற்றிச் சென்ற சேனையகக் கார் குறுக்குச் சந்துகளில் வழியாகப் பறந்து சென்று கத்தே மாளிகை வாசலை அடைந்து நின்றது.

அறைக் கதவு திறந்திருக்கிறது. கர்னல் கலிக்குஸுமான் நெப்போலிய பாணியில் கைகளைப் பின்னால் மடக்கிக் கோர்த்துக்கொண்டு குறுக்குமறுக்காய் நடந்து திரிந்தார்.

உள்ளே நுழைந்து வந்தனை செய்தான்.

"நேதாஜி வந்திருக்கிறார். பார்க்க வேண்டும், வா."

வெளியேறினார். பின் தொடர்ந்தான்.

படிக்கட்டில் ஏறி, மேல்மாடியை அடைந்து நடந்தனர். நெடுகிலும் குறுக்கிட்ட காவலர்களிடம் குறிச்சொல்லைக் கூறிக்கொண்டே அறையை அணுகினார்கள்.

கர்னல் சீட்டை அனுப்பினார். மறுவிநாடியே அழைப்பு வந்தது.

உள்ளே நுழைந்து வந்தனை செய்து நின்றனர். பிரகாசமான விளக்கொளியில் கண் கூசிற்று.

"கலிக்குஸுமான், உட்காரலாம்."

கர்னல் உட்கார்ந்தார்.

"சொல்லலாம்."

"காணாமற்போன கடித விவகாரத்தை லெப்டினன்ட் பாண்டியனிடம் ஒப்படைத்தேன். அவுங்சான் கடிதம் கிடைக்கவில்லை. வேறு பல கடிதங்கள் கிடைத்திருக்கின்றன."

சட்டை உள் பையிலிருநந்து நீளமான பச்சை உறையை எடுத்து மேசைமேல் வைத்தார்.

நேதாஜி உறையைப் பிரித்து ஒவ்வொரு கடிதமாகப் புரட்டினார் – அவர் ரங்கூனிலிருந்து போர் நிலவரம் பற்றி எழுதிய கடிதங்கள்,

பிலிப்பைன்ஸ் தலைவர் ஜோஸ் லாரலிடமிருந்து தனிமுறையில் வந்த கடிதம், சையாம் பிரதமர் சோங்ராம் எழுதிய கடிதங்கள்...

"அவுங்சான் கடிதம்?"

"லெப்டினன்ட் பாண்டியன்..."

"சொல்லலாம்." பாண்டியன் பக்கம் திரும்பினார்.

"தலைவரவர்களே, அந்தக் கடிதம் கெம்பித்தாய் மேஜர் சடாவோ யாமசாக்கி கையில் சிக்கியிருக்கக்கூடும். அவன் இப்போது சிங்கப்பூரில் இல்லை. ஒரு வேளை சுமத்ராவில் சாபாங் பகுதியில் இருக்கலாம்."

"சாபாங்... எப்படித் தெரியும்?"

"இந்தக் கடிதங்களை வைத்திருந்தவள் பேச்சிலிருந்து யூகித்தேன்."

"அவள் யார்?"

"ஒரு வேசை. பாரிஸ்டர் சங்குண்ணி மேனனின் தங்கை."

நேதாஜியின் முகம் திடுமென மாறியது. காரணம் திகைப்பா, அல்லது தன்மீது எரிச்சலா என்று கணிக்க முடியவில்லை.

"கடிதங்கள் அவள் கைக்குப் போனது எப்படி?"

"ஜெனரல் சிவநாத்ராய்."

"அவுங்சான் கடிதம் கெம்பித்தாய் கையில் எவ்வாறு சிக்கிற்று?"

"விலாசினி"

நேதாஜி பின்னே சாய்ந்து, பாண்டியன் முகத்தை நோட்டமிட்டுக் கொண்டிருந்தார்.

"லெப்டினன்ட், நீதானே 'ஜாராங்' ஆள்?"

"ஆம், தலைவரவர்களே."

"உன் முகம் நினைவிலிருக்கிறது."

சில விநாடிகள் அமைதி நிலவியது. நேதாஜியின் கண்கள் மூடியிருந்தன. கர்னல் மேசை விரிப்பைப் பார்த்தவாறு நாற்காலி விளிம்பில் அமர்ந்திருந்தார். பாண்டியன் இரும்புச் சிலைபோல நின்றான்.

"யாமசாக்கி சுமத்ராவுக்குச் சென்றிருக்கக் கூடும்" கண்களைத் திறந்து, பாண்டியனைப் பார்த்துச் சொன்னார். "சாபாங்கில்

கெம்பித்தாய் அதிகாரிகள் கூட்டம் நடக்கவிருக்கிறது. தேதி தெரியவில்லை. ஜெனரல் யோஷிநாகா சாபாங் போகிறான்... உன்னால் கடிதத்தை மீட்டு வர முடியுமா?"

"முடியுமென்று நம்புகிறேன், தலைவரவர்களே."

"கெம்பித்தாய் செயல்முறைகள் பற்றித் தெரியுமா?"

"தெரியும், தலைவரவர்களே."

"உன் சொந்தத் திறமையை நம்பியே இதில் இறங்க வேண்டும். அகப்பட்டுக் கொண்டாயானால் நான் எவ்வித உதவியும் செய்ய முடியாது... கெம்பித்தாய் தனி நிறுவனம். *தெராவுச்சிக்குக்கூட அவர்கள்மீது அதிகாரம் கிடையாது. புரிகிறதா?"

"ஆம்; தலைவரவர்களே."

"உன்னிடம் ஆபத்தான பணியை ஒப்படைப்பதால், அதற்கான காரணம் உனக்குத் தெரிவது நலம். ஜப்பானின் தோல்வி உறுதியாகிவிட்டது. இப்போது என்னுடைய எண்ணமெல்லாம் நம் மக்களுக்குத் தொல்லை ஏற்படாமல் காப்பதுதான். கடிதம் ஜப்பானிய ராணுவ மேலிடத்தார் பார்வைக்குப் போனால் என்மீது கோபம்கொண்டு, அதற்காக நம் மக்களை வருத்துவார்கள். புரிகிறதா?"

"ஆம், தலைவரவர்களே."

"ஆபத்தான பணி என்பதற்காகச் செய்ய வேண்டியதைச் செய்யாமல் தவிர்ப்பதற்கில்லை. யாராவது ஒருவர் பொறுப்பேற்று வேலையை முடிக்கத்தான் வேண்டும்."

"ஆம், தலைவரவர்களே."

"சுமத்ராவுக்கு எப்போதாவது போயிருக்கிறாயா?"

"போர் தொடங்குமுன் அங்கேதான் இருந்தேன், தலைவரவர்களே."

"ஓ! நீ அங்கு பிறந்த ஆளா?"

"தமிழ்நாட்டில் பிறந்தவன், தலைவரவர்களே."

"சுமத்ராவில் என்ன செய்து கொண்டிருந்தாய்?"

"மெடான் நகரில் உள்ள ஒரு கடையில் வேலை பார்த்தேன், தலைவரவர்களே."

---

* ஃபீல்டு மார்ஷல் ஹிசாயிச்சி தெராவுச்சி – தென் மண்டல ஜப்பானியப் படைகளின் தலைமைச் சேனாதிபதி.

மஞ்சளாடிய செம்முகத்தில், தடித்த கண்ணடி வட்டங்களுக்கு அப்பால் தெரிந்த சின்னஞ்சிறு கூரிய கண்கள், எதிர்த்த கண்களின் வழியாய் நெஞ்சை ஊடுருவி நோக்கின.

"நன்று. சுமத்ராவில் உனக்கு எவ்வளவு பணம் தேவையாயினும் கிடைக்க உத்தரவு பிறப்பிக்கப்படும். வேறு உதவிகளுக்கு வழியில்லை. கலிக்குஸுமானுடன் பேசி மற்ற விவரங்களைத் தீர்மானித்துக் கொள்ளலாம்."

"கட்டளை, தலைவரவர்களே."

"உன் திறமையில் எனக்கு நம்பிக்கை இருக்கிறது."

"தாழ்மையான நன்றி, தலைவரவர்களே."

"இப்பொழுது, நீ போகலாம்... கலிக்குஸுமான்."

"தலைவரவர்களே" கர்னலின் உடல் நிமிர்ந்தது.

பாண்டியன் வந்தனை செய்துவிட்டு வெளியேறினான்.

செக்யூரிட்டி சேர்விஸ் அலுவலகத்துக்குத் திரும்பிய இருவரும் 'யாமசாக்கி விவகாரம்–கடித மீட்பு' பற்றி ஆராய்ந்தனர். இப்போதைய நிலைமையில் யாமசாக்கி விமானத்தில் சாபாங் செல்ல வகையில்லை. மெடானுக்குக் கப்பலில் போய் அங்கிருந்து காரில் செல்வான். ஆகவே முதலில் மெடானுக்குப் போய்ப் பார்த்துக்கொண்டு அப்புறம் சாபாங் செல்வது நலம். இந்த விவகாரத்தில் கொன்று–பறிப்புதவிர வேறு வகை நடவடிக்கைக்கு இடமில்லை. சப் ஆபீசர் நடராஜன் (கிருங்காக் கோட்டை மங்கைபாகன் ஆசாரி மகன்) ஹவில்தார் கருப்பையா (நாட்டார்குளம் பொசலான் என்ற பொய் சொல்லானின் தம்பி) ஆகியவருடன் பாண்டியன் மெடானுக்குப் புறப்படுவதென்றும், நடவடிக்கை முறைகளை நிலைமைக்கேற்ப அவனே முடிவு செய்துகொள்வதென்றும் தீர்மானமாகியது.

சுமத்ராவில் இந்திய சுதந்திரச் சங்கத்துக்குத் தீவிரமான அளவில் ஆதரவு திரட்டச் செல்வோர் என்று, மூவருக்கும் புனை பெயர்களுடன்–தேவை ஏற்படின் கையைக் கழுவுவதற்குக் தோதாய் நுட்பமான மாற்றமுடைய முத்திரையும் கையெழுத்தும் இட்டு மனுச்செய்து ஜப்பானிய சேனாதிபதியிடமிருந்து விசேஷப் பிரயாண அனுமதிச் சீட்டுப் பெறப்பட்டது.

"இந்த மூவரும் இன்று முதல் 3 மாத காலத்துக்கு மலேயா–சுமத்ரா பகுதியில் எங்கிருந்து எங்கு போக விரும்பினாலும் அவ்வப்போதைய நிலவரத்திற்கேற்ப அவசரப் பிரயாண வசதிகள் செய்து கொடுக்கப்பட வேண்டும்."

26. மொக்தார்

பில்வான் துறைமுகம் ஓய்ந்துபோய்க் கிடந்தது. ஜப்பானியரைத் தவிர சில ஜாவாக்காரக் கூலியாள்கள் மட்டுமே தென்பட்டனர். முன்பெல்லாம் நீலநிற உடையும் இடுப்பில் செருகிய ஊக்குக் கட்டையுமாய் எங்கும் பரந்து திரிவார்களே சீனர்கள், அவர்களைக் காணவே காணோம். இரண்டு சிறு கப்பல்கள் பாலத்தை அணைந்து நின்றன. தொலைவில் குரூசர் போன்ற ஓர் உருவம் தெரிந்தது. மேற்கே ஆற்று வாய்க்குள் பாய்மரக் கப்பல்கள் நின்றன.

மெடான் செல்லும் மொத்தோர் ரெயில் நிலையத்துக்கு முன்னே நின்றது. ஏறி உட்கார்ந்தார்கள். வலப்பறம் மலாய்ப் பெண்களின் பீசாங்கோரெங் கடை வரிசை. துறைமுகக் கூலி வேலைக்காரர்கள் தரையில் குந்தி உட்கார்ந்து தின்கிறார்கள்.

மண்ணெண்ணெய்ப் புகையைக் கக்கிக்கொண்டு தகரடப்பா இரைச்சலுடன் வண்டி விரைந்தது. பிரயாணிகளில் தோட்டக் காட்டுத் தமிழர்கள் ஐந்தாறு பேர் இருந்தனர். நடராஜனுக்கு நேர் எதிரே உட்கார்ந்திருந்தவர், 'எங்கோ பார்த்த முகமாயிருக்கிறதே' நோக்குடன் அடிக்கடி பாண்டியன் பக்கம் திரும்பிக் கொண்டிருந்தார். பிறகு, திரும்ப மறந்துபோய் நகத்தைக் கடிக்கத் தொடங்கினார்.

தென்னந் தோப்புகள், வாழைத் தோட்டங்கள், நீப்பா புதர்கள் பின்னோடி மறைந்தன. அவற்றுக்குப் பின்னேயுள்ள சதுப்பு நிலத்திலிருந்து வந்த மக்கல் நெடி மூக்கைத் துளைத்தது. லபுவான் கிராமம். 'செட்டிய வீட்டுக்' கடைகள், ஆரம்பத்தில்–மெடான் தலையெடுப்பதற்கு முன்னர்–இங்கேதான் இருந்திருக்கின்றன. பூலுபிரையான், குளுகூர், இடப்பக்கம் மாடறுக்கும் தொட்டி. முடை நாற்றம். வட்டிக் கடைக்காரர்களின் கிஸ்திப் பாக்கிக்குத் தவணை சொல்வதில் சூராதி சூரன் என்று மொஸ்கி ஸ்ட்ராட் அடுத்தாள்களிடம் நற்சான்று பெற்ற கெற்றித் காடெங்கியான் யுத்தத்துக்குமுன் இங்கேதான் வேலை பார்த்தான். வலப்பக்கம், யுத்தக் கைதிகள் முகாமுக்குப் போகும் பாதை. மெடான் எல்லை. பேப்பேயேம் பெட்ரோல் கிடங்கு வெட்டவெளியாய்க் காட்சி அளிக்கிறது. தபால் கந்தோர், தானா லாப்பாங், *ஸ்தசியோன். மொத்தோர் நின்றது.

---

* ரயில்வே ஸ்டேஷன்

இரண்டு சாடோ வண்டிகளை அமர்த்திக் கொண்டு பாண்டூங் ஹோட்டலுக்குப் புறப்பட்டனர்.

பிற்பகலில் ஹோட்டலைவிட்டு வெளியேறிய பாண்டியன் உள்ளூர் இந்திய சுதந்திரச் சங்கத்தின் தலைவர் சின்னன் சிங், செயலாளர் சாப்லானி, ஸ்பெஷல் ஏஜண்ட் ராஜலிங்கம் ஆகியோரைச் சந்தித்துப் பேசினான். பிறகு, ஜாலன் ராஜாவில் கொஞ்ச தூரம் தெற்கே நடந்துபோய், சாடோ ஒன்றை நிறுத்தி ஏறிக்கொண்டு கம்பொங் டாராவுக்குச் செல்லும்படி சொன்னான். இன்னமும் வழுவழுப்புக் குன்றாதிருந்த சாலையில் வண்டி ஒரே சீராய் ஓடியது. தெருக்களில் களை இல்லை. எங்கு பார்த்தாலும் நைந்த சட்டை, சராய், கைலி, பத்திக். மருந்துக்குக்கூட ஒரு காரைக் காணோம். ஜப்பானியர் நடமாட்டம் எதிர்பார்த்ததையும் விடக் குறைவு... கிழட்டு ஜப்பானிய அதிகாரி ஒருவர் சைக்கிளில் போனார். யாரும் அஞ்சி ஓடக் காணோம் – கவனித்ததாகவே தெரியவில்லை. என்ன மாற்றம்! புலி நோய்ப்பட்டால் எலியும் மதிக்காது...

"பிரெந்தி."

வண்டியை நிற்பாட்டிக் காசு கொடுத்துவிட்டு இறங்கி நடந்தான்.

வாழைத்தோட்ட நடுவேயிருந்த அத்தாப்பு வீடு திறந்திருந்தது. உள்ளே இடுப்புயர மூங்கில் முக்காலிமீது உட்கார்ந்து கோப்பி பாயிட் குடித்துக் கொண்டிருந்த ஆள் முறைத்துப் பார்த்தான்.

"தபே, மொக்தார், தெரிகிறதா? அன்னெமர் கந்தோர் பாண்டியன்."

"ஆஅஅ... தபே, கிராணி புசார்."

முத்து என்ற மொக்தார் எழுந்து, முக மலர்ச்சியுடன் இரு கைகளையும் விரித்துத் தூய மலாயில் வரவேற்றான். "வருக, வருக, நல்வரவாகுக, அமர்க... கொஞ்சம் பருத்திருக்கிறீர்கள். முகமும் மாறிவிட்டது!"

பாண்டியன் பின்கட்டுப் பக்கம் கையைச் சுட்டிக் கேள்விக் குறியாகத் தலையை அசைத்துவிட்டுச் சுவரோர நாற்காலியில் தெருவைப் பார்த்து உட்கார்ந்தான்.

"வெளியே போயிருக்காள்." அமர்ந்தான். "திரும்ப நேரமாகும்."

"என்னுடைய புதுப்பெயர் கந்தப்பிள்ளை அருளம்பலம். இந்திய சுதந்திரச் சங்கத் தலைமையக அதிகாரி."

"எப்பொழுது வந்தீர்கள், துவான்?"

“வெள்ளிக்கிழமை, என் பெயர் என்ன?”

“கன்த்தபில்லே அருலம்பலாம்.”

அன்னெமர்களுக்குக் கூலியாட்கள் கொடுப்பனை செய்யும் தண்டல்களில் ஒருவனும், மெடான் வட்டகைப் போக்கிரிகளில் குறிப்பிடத்தக்கவனும், தந்தைவழியில் அரைத் தமிழனுமான மொக்தார், தலையைச் சொறிந்துகொண்டே கண்களால் சிரித்தான்.

“மொக்தார், நலம்தானே?”

“ஒரு குறையுமில்லை, எல்லாம் நல்லபடியாக நடக்கிறது.”

உள்ளே போய், மங்குக் கோப்பை ஒன்றைக் கழுவிக்கொண்டு வந்து மேசைமீது வைத்துக் கூஜாவிலிருந்த காபியை ஊற்றி எடுத்து நீட்டினான்.

“மீனும், துவான்.”

“நன்றி” காபியைக் குடித்தான்.

சுமத்ரா வருகை நோக்கத்தைப் படிப்படியாக மொக்தாரின் மனவோட்டத்தை முக வழியாயறிந்து யூகித்தவாறே விளக்கினான். பிறகு சராய்ப் பைக்குள்ளிருந்து குறிப்புப் புத்தகத்தை எடுத்து, வலப்பக்க அட்டையின் உட்புற ஒட்டுக் காகிதத்தை நகத்தால் நீவிப் பிரித்தான். ஜப்பானிய ராணுவ அதிகாரி படம் குப்புற இருந்தது. மொக்தாரிடம் நீட்டினான்.

“இவன்தான், நன்றாகப் பார்த்துக் கொள்.”

மொக்தார், இடக்கையில் வாங்கி அலட்சியமாக ஒரு விநாடி பார்த்துவிட்டுத் திருப்பிக் கொடுத்தான்.

பாண்டியன் படத்தை வாங்கி, அதற்குத் தீ மூட்டி எரித்துக் கீழே போட்டு, சப்பாத்துக் காலால் தேய்த்தபின், கீழே குனிந்து ஊதித் தூசாக்கினான்.

“மெடானில்தான் இருக்கிறான்.” கண்ணை மூடி நெற்றியைச் சுருக்கித் தலையைப் பின்னே சாய்த்தான்.

பாண்டியன் உள்சட்டைப் பைக்குள்ளிருந்து பண நோட்டுக் கற்றைகள் இரண்டை எடுத்து மேசைமீது வைத்தான் – சற்று ஓசை கேட்கும்படியாக.

“மொக்தார், உனக்கு என்னுடைய அன்பளிப்பு.”

“திரிமா கசி, துவான்.”

நோட்டுக் கற்றைகளை இடுப்பில் செருகிக்கொண்டு உள்ளே சென்றவன், பெரிய சாராயச் சீசாவையும், இரண்டு மங்குக்

கோப்பைகளையும் கொண்டுவந்து வைத்தான். உட்கார்ந்து, மெத்த மெதுவாய்ச் சீசா மூடியைத் திருகித் திறந்து கோப்பைகளில் ஊற்றி நிரப்பி, ஒன்றை எடுத்து நீட்டினான்.

“மீனும், துவான்.”

‘திரிமா கசி.”

பாண்டியன் கோப்பையைத் தூக்கி வாய்க்கு உயர்த்தினான். மூக்கில் நெடி ஏறியது. நாற்றம் பிடித்த சனியன். மறுப்பதற்கில்லை, குடித்தான்.

மொக்தார் ஒரே குடிப்பில் கோப்பையைக் காலி செய்து மேசையில் வைத்தான். பார்வை குறுகியது. உலகைத் துரும்பாகக் கருதும் ஏளனச் சிரிப்பு முகத்தில் படர்ந்தது.

“நான் சிந்திக்கிறேன், துவான், சிந்திக்கிறேன்” வலக்கைச் சுட்டுவிரல் நெற்றியைத் தொட்டது. ‘சிந்திக்கிறேன், துவான், சிந்திக்கிறேன்.”

“யா, நன்கு சிந்தித்து முடிவுசெய்ய வேண்டும்.”

பாண்டியன் சிகரெட் பற்ற வைத்தான். புலன்கள் பிசகுவது போலிருந்தது. கடுமையான சரக்கு. மேலும் குடித்தால் ஆபத்து...

“துவான், இன்னும் கொஞ்சம்.” இந்தப்புறக் கோப்பையில் ஊற்றிச் சீசாவைத் தூக்கிச் சாய்த்தான்.

“தவ்சா, சுக்கோப்.” பாண்டியன் வலது உள்ளங்கையில் கோப்பை வாயை அடைத்தான்.

மொக்தார் கோப்பையை வெறுத்துச் சீசாவைத் தூக்கி, தலையைப் பின்னே சாய்த்து, அண்ணாந்து வாயில் ஊற்றலானான். பாண்டியன் புகையை இழுத்து ஊதியவாறு ஓரப் பார்வையாய் நோட்டமிட்டுக் கொண்டிருந்தான்.

மொக்தாரின் மூடிய கண்கள் திறந்தன. சீசாவை மேசைமீது வைத்துவிட்டு, ஜன்னலில் இருந்த கையகலத் தகரப் பெட்டியைத் திறந்து, இலையும் தூளும் எடுத்து ரொக்கோ சுருட்டித் தீக்கொளுத்திப் புகைக்கலானான். பார்வை, கரும்பச்சைச் சீசாவுக்குள் எண்ணெய் மங்கலாய்த் தெரிந்த, மிஞ்சியிருந்த ஷம்சுமீது லயித்திருந்தது.

“செய்து முடிக்கலாம், துவான், செய்து முடித்துவிடலாம்.”

“ம்ம்.”

“பொலோனியாவே டில்டன் துவான் வீட்டில் தங்கி இருக்கிறான். அடுத்த வீடுகள் காலி... இரண்டு நாள்களாய் ஞேய் பாத்திமா போய் வருகிறாள்.”

"கல்கத்தா ஸ்ட்ராட்டில் இருந்தாளே, அந்தக் கிழவியா – பாத்திமா துவா?"

"அவளேதான். கெம்பித்தாய் ஆசாமிகளுக்குச் சின்னக் குட்டிகளைப் பிடிக்காது. காரணம் தெரியுமா, துவான்?"

"அப்புறம் என்ன, சொல்."

"நான்தான் சாராயம் அனுப்புகிறேன். ஜெனரல்களுக்குக்கூட இப்போது சரக்கே கிடைப்பதில்லை... இரவெல்லாம் ஒரே குடி வெறியாய்க் காலைக் கடித்துக் குதறுகிறானாம்."

"பாத்திமா காலையா!"

"யா துவான். அவளுக்கு அழகழகான கால்கள். கழுத்துக்கு மேலேதான் வயது தெரியும். அதுவும் சாயம் பூசி வந்தாளானால் கண்டுபிடிக்க முடியாது."

"ம்ம்."

"ஹிண்டு ஸ்ட்ராட் குட்டைத் தவ்க்கேகூட அவளை..."

"இடம் எப்படி?"

"தீர்த்துக்கட்டுவது சுலபம். பழைய கட்டுக் காவல் கிடையாது. ஜிக்கேடான் ரோந்து என்பதெல்லாம் பெயருக்குத்தான். ஆனால்... உயிரைச் செலவெழுதி விட்டுத்தான் இதில் இறங்க வேண்டும். கெம்பித்தாய்!"

"வேலை முடிந்தாக வேண்டும்."

"முடித்துவிடலாம். கை தாழ்ந்ததும் பழைய வீரசூரத் தனமெல்லாம் போய்விட்டது. எந்நேரமும் பொம்பளை – தண்ணி, பொம்பளை – தண்ணி என்று ஆலாய்ப் பறந்து திரிகிறார்கள்... கடித விவகாரம்தான் தொந்தரவு. நீங்களே நேரில் போயாக வேண்டும்."

"ஆம்."

"நாளையும் பாத்திமா போகிறாள். இருப்பான். நன்கு விசாரித்துக் கொண்டு காலையில் திட்டமாகச் சொல்கிறேன். இரண்டு பாடாங்குக்காரர்கள் இருக்கிறார்கள். அவர்களையும் கலந்து பேச வேண்டும்.

"வேண்டாம்."

"நம்பிக்கையான ஆட்கள்."

"வேண்டாம்."

“சரி... துவான், ஒரு சந்தேகம், தவறாக நினைக்கக்கூடாது, ம்க்ம்ஹ, தங்களைப் பற்றிக் கெம்பித்தாய்க்கு நான் தகவல் கொடுத்துவிடுவதாக வைத்துக் கொள்வோம், அப்புறம்?”

“உனக்கேன் இந்தக் கவலை? முன்கூட்டியே இதையெல்லாம் யோசித்துத் தகுந்த ஏற்பாடு செய்துவைத்திருக்கிறோம்.”

“ம்க்ம்ஹ... அது என்ன ஏற்பாடோ, துவான்?”

“நீ எதிரி, ஒற்றன் என்பதை மெய்ப்பிப்பதற்குப் போதிய ஆதாரங்களைத் திரட்டி வைத்திருக்கிறோம். கம்பொங்டாராவிலேயே சாட்சிகள் உண்டு. இம்மி பிசகினாலும் உன் தலை உருள்வது திண்ணம்...”

“ஒற்றன்! நானா?”

“நீ ஒற்றனோ, இல்லையோ, அதைப் பற்றி யாருக்கென்ன? காப்டன் கொபயாஷி யார் பேச்சைக் கேட்பான்? சன்னன் சிங் பேச்சையா, கம்பொங்டாரா மொக்தார் பேச்சையா? நீ ஏற்கெனவே கெம்பித்தாய் கந்தோருக்குப் போய்வந்த ஆள். உன் பெயர் இன்றும் அங்கு சந்தேகப் புள்ளிகள் பட்டியலில் இருக்கிறது. இன்னொன்று: டாய்நிப்பன் அதிகாரிகளுக்குப் பொம்பளை – தண்ணி? இதற்கு என்ன தண்டனை தெரியுமா?”

“ஹிஹ்ஹிஹ்ஹி... துவான், கோபம் இல்லையே? தங்கள் ஜாக்கிரதையைச் சோதிக்கவே கேட்டேன். குற்றமாக நினைக்க வேண்டாம்... பணத்துக்காக நான் இதில் இறங்கவில்லை. தங்களின் குணத்துக்காகவே ஆபத்தான வேலைக்கு உடன்படுகிறேன். ஒரு நொடியில் இதைப்போல பன்மடங்கு சம்பாதிக்க முடியும்!”

“வேலை முடிந்து சிங்கப்பூர் திரும்பியதும் மேற்கொண்டு பணம் கிடைக்க ஏற்பாடு செய்கிறேன்.”

“திரிமா கசி, துவான், பணம் என்ன, பெரிய பணம்... எனக்கு நட்புதான் முக்கியம். என்றைக்கும் பணத்தைத் தேடிக் கொள்ளலாம். தங்களைப் போன்ற நண்பர்கள் கிடைப்பது கஷ்டம்.”

“அது கிடக்கட்டும். டாமி துப்பாக்கி, எறிகுண்டு கிடைக்குமா?”

“கிடைக்காது.”

“விலை பற்றி அக்கறையில்லை. கேட்பதைக் கொடுக்கலாம்.”

“நிப்பன் சிப்பாய்களிடம் எதையும் வாங்க முடியாது; விற்கலாம்–அவர்கள் சொல்லும் விலைக்கு.”

“திருட்டு?”

"முடியாது. கொன்று பறித்தால்தான்."

"தேவையில்லை, வீண் சிக்கல்."

"ஆமாம், இருக்கிற குதிரையை வைத்துச் சாடோ ஓட்ட வேண்டும். இன்றேல்..."

"வந்தவழியே கிராமத்துக்குத் திரும்பிவிட வேண்டும். அப்படித்தானா?"

"துவான், ஒன்றும் கோபம் இல்லையே?"

"தீடா, தீடா." குதூகலமாகச் சிரித்தான்.

"காலையில் எட்டு, ஒன்பது மணிக்கு வாருங்கள். திட்டமாய் முடிவு செய்யலாம்."

"யாருக்கும் தெரியக்கூடாது."

"அது என் பொறுப்பு. வேறு ஆள்கள் இருந்தால், மரம் கிடைக்குமா என்று கேளுங்கள். மர வியாபாரமும் செய்கிறேன்."

"படுக்கை அறை, குளியல் அறை, பைகள், பெட்டிகள் இருக்கும் இடமெல்லாம் தெளிவாய்த் தெரியவேண்டும். போய் வருகிறேன். தபே." எழுந்து நடந்தான்.

"தபே, துவான், மிகமிக நன்றி."

நழுவிய கைலியை இடக்கையால் அமுக்கிப் பிடித்துக்கொண்டே எழுந்து வந்த மொக்தார் தோட்ட வாசல்வரை பின் தொடர்ந்தான்.

தெற்கு முகமாய் நடந்த பாண்டியன், பின்னே வந்த சாடோவை நிறுத்தி ஏறினான்.

வண்டி தாவோட்டமாய்ச் சென்றது. காலை நீட்டிச் சாய்ந்தான்.

புல்விரிப்பும் பூச்செடிகளும், மாசற்ற தெருக்களும், மாண்புமிகு வீடுகளுமாய் டச்சு துவான்கள் வாழ்ந்திருந்த பொலோனியா பாழடைந்து கிடக்கிறது. ஓடைக்கரையின் நாற்றுப்பச்சை வெல்வெட் புல்விரிப்பைக் காணோம். நிலவுநிற மலர்கள் பூத்துக் குலுங்கும் தாந்தலியோன் செடி வரிசைகளையும் காணோம். மார்புயர லாலான் புல்லும் இனம் தெரியாத காட்டுச் செடிகளும் படை எடுத்து நிற்கின்றன...

சுல்தான் மமூன் அல் ரஷீத் வேயிலிருந்து வடக்கே திரும்பியது சாடோ. டில்டன் வீடு. பாவம்! கைதி முகாமில் இருப்பார். செத்திருப்பாரோ, ஜன்னலில் ஜப்பானியப் பக்கவாட்டு உருவம் தெரிந்தது. அவன்தானா... அவன்தான். பச்சை டூரர் வண்டி தென்பட்டது. மோரிஸ்... பக்கத்து மாளிகைகள் காலி; செடி கொடிகள் காடுபோல் மண்டி வளர்ந்து அடைத்து நிற்கின்றன...

ஆ! ஹாவ்ப்யா மாட்ஸ்கப்பை பெரிய துவான் மாளிகையா இந்தக் கோலத்தில் இருக்கிறது...! டில்டன் வீடு தோதான இடம். அமுக்கமாய் வேலையை முடித்துவிடலாம். மோப்ப நாய்கள்?

சாடோ திரும்பி விரைந்தது.

மறுநாள் காலையில் பாண்டியன் போனபோது, மொக்தார் சுவரைப் பார்த்து உட்கார்ந்து குடித்துக் கொண்டிருந்தான்.

“தபே, மொக்தார்”

ஐயக் கண்ணுடன் அரைத் தமிழனை நோட்டமிட்டான். தனிக்குடியன் ஆபத்தான ஆள்...

“தபே, துவான், அமர்க, அமர்க.” நாற்காலியைச் சக்கரித்துத் திரும்ப எழுந்தான்.

“உன் பெண்டாட்டி?” ஜன்னலருகே உட்கார்ந்தான்.

“வெளியே அனுப்பி இருக்கிறேன்.”

கைக் கோப்பையிலிருந்ததை மடமடவென்று குடித்துவிட்டு, உள்ளே போய் இன்னொரு கோப்பை எடுத்து வந்து மேசையில் வைத்துச் சீசாவைத் தூக்கி ஊற்றினான்.

“மீனும், துவான்.” கோப்பையை எடுத்து நீட்டினான்.

“நன்றி, காலை நேரம் குடிப்பதில்லை.”

“காலையில் குடிப்பதில்லை! தவறு, துவான், தவறு. தினசரி சூரியனைக் கண்டதும் ஒரு கோப்பை ஷம்சு குடிக்க வேண்டும். தலைவலி, காய்ச்சல், கைகால் உளைச்சல் எதுவுமே அண்டாது. வெள்ளைக்காரன் மருந்தெல்லாம் என்னவென்று நினைக்கிறீர்கள்? ஷம்சு! நெடியை முறித்து வர்ணம்போட்டு அனுப்புகிறார்கள்... அரைக்கோப்பை, துவான்...”

“தவ்சா.”

“சரி.ம்க்கம்க்ஹ. துவான் வேளை சரியில்லை. வீட்டில் வைத்து முடிக்க இயலாது. வேளை சரியில்லை துவான், வேளை சரியல்லை.”

“ஏன்?”

“இன்று மாலை சாபாங்குக்குப் போகிறான்.”

“என்ன! எப்படித் தெரியும்?”

“பாத்திமா... சாபாங் போவதால் இன்றிரவு வர வேண்டாமென்றும், திரும்பியதும் தகவல் அனுப்புவதாகவும் சொன்னானாம்.”

பாண்டியன் சிகரெட் பெட்டியை எடுத்து நீட்டினான்.

"திரிமா கசி, துவான் வேண்டாம். இது என் தொண்டைக்கு ஒத்துக் கொள்ளாது. எனக்கு இலை ரொக்கோதான், புகையிலைத்தூள் நானே தயாரித்தது."

மொக்தார் தகரப் பெட்டியைத் திறந்து, ரொக்கோ சுருட்டலானான். பாண்டியன் வாயில் சிகரெட் ஏறிப் புகையத் தொடங்கியது."

"வேறு என்ன சொன்னானாம்?"

"மூக்குமுட்டக் குடித்துவிட்டு அவன் பஹாசாவில் என்னமோ புலம்பினானாம். ஒரே வாந்தி. உடலைக் கடித்துக் கதறி விட்டானாம். மூன்று நாளும் இதே கூத்து... குடிகாரப் பன்றிகள் கதி இப்படித்தான் துவான், இப்படித்தான். ஹிஹ்ஹிஹ்ஹிஹ்... இப்பொழுது நிப்பனோ எல்லாருமே இப்படித்தான். கை விழுந்ததும் கூர் மழுங்கிவிட்டது. எந்நேரமும் என்ன கிடைத்தாலும் குடிப்பது, அகப்பட்டவளோடு படுப்பது... ஹிஹ்ஹிஹ்ஹ்ஹி..."

கோப்பையைத் தூக்கிக் குடித்துவிட்டு, ரொக்கோ பற்ற வைத்துப் புகையை இழுத்து ஊதினான். ப்ஊஊஉஉ.

"சரி அப்புறம்?"

"வழியில் மறித்துச் சாய்க்க வேண்டியதுதான்."

"மேற்குச் சாலையில் மொத்தோர் போக்குவரத்து?"

"ஐந்து மணிக்குமேல் ஒன்றுகூடத் தென்படாது."

"ஆள் புழக்கம்?"

"அறவே இராது. ஜப்பானியர் கண்டால்தான் ஆபத்து. மற்றவர்களைப் பற்றிக் கவலை வேண்டாம்."

"இடத்தோது?"

"நாலைந்து கல் தாண்டினால் போதும்."

"தப்பி ஓட நேர்ந்தால்?"

"கம்பொங் ஆயர் தெரியுமல்லவா? ஊருக்குத் தெற்கே, காட்டுக்குள் பரண் கட்டிக்கொண்டு காலுங்கிச்சில் என்ற பாத்தாக்காரன் வசிக்கிறான். அவனிடம் போய் என் பெயரைச் சொன்னால் போதும்."

வாயில் புகைந்த சிகரெட்டை எடுத்துச் சாம்பல் கிண்ணத்தில் போட்ட பாண்டியன், பெட்டியிலிருந்து ஒன்றை உருவிப் பற்ற வைத்தான். மொக்தார் அடுத்த ரொக்கோவுக்கு இலை எடுத்து உள்ளங்கையில் வைத்துத் தேய்க்கலானான்.

“ரப்பர் உறை போட்ட இரும்புத் தடிகள் மூன்று வேண்டும். கையடக்கமானது.”

“மதியத்துக்குள் ஹோட்டலுக்கு வரும். புலி வேட்டைக்கு மூங்கில் கழி போதுமா, துவான்?”

பாண்டியன் இடுப்பில் செருகியிருந்த பிஸ்டலை உருவினான்.

அரைத் தமிழன் பதற்றத்துடன், ஆயுதத்தை உடையினுள் செருகிக் கொள்ளுமாறு கைகளை ஆட்டினான்.

பிஸ்டல் மறைந்தது.

“முடிந்தவரை ஓசையில்லாமல் வேலையை முடிக்க விரும்புகிறேன்.”

“சிங்கப்புராவிலிருந்து கொண்டு வந்ததா, துவான்? கப்பலில் சோதனை?”

“இந்திய சுந்திர சங்கப் பிரதிநிதி. ஜப்பானிய சேனாதிபதியின் சீட்டு.”

“தாங்கள் ஒரே ஆள்தானா, இவ்வளவு பெரிய வேலையை முடிக்க! இரும்புத் தடி மூன்று கேட்டீர்களே?”

“என்னுடன் ஒரு பட்டாளம் வந்திருக்கிறது. குவாலா சிம்பாங்வரை ஆள் அனுப்பியிருக்கிறேன்... மேற்படியான் சீட்டுக் கிழிந்துவிட்டது.” வலக்கையை ஓங்கி மேசையில் அடித்துவிட்டு எழுந்தான். “விடைபெற்றுக் கொள்கிறேன், மொக்தார். இனிப் பார்க்கத் தோதிராது. வேலை முடிந்து திரும்பியதும் மேற்கொண்டு பணம் கிடைக்க ஏற்பாடு செய்கிறென்.”

“திரிமா கசி, துவான், புறப்படும்போது மாரியாத்தாளைக் கும்பிட்டுவிட்டுப் போங்கள். கெம்பித்தாய்! மறித்ததும் போட்டுத் தள்ள வேண்டும். கெம்பித்தாய்!... ஹோட்டல் பையனிடம் கொஞ்சம் பணத்தைத் திணித்து, ஷம்சு கச்சேரிக்குப் போவதால் வர நேரமாகுமென்று சொல்லி வைப்பது நலம்.”

“தபே, மொக்தார்.”

“தபே, துவான், ஸ்லாமத் பாலே.”

“ஸ்லாமத் திங்கல்.”

27. யாமசாக்கி

கெம்பித்தாய் மேஜர் சடாவோ யாமசாக்கியின் பச்சை மோரிஸ் –மேல் மூடி கீழிறங்கிய டூரர், கெசாவனிலிருந்து பிலவான் சாலையில் புகுந்தது. கீழ்ப்பக்கம் தானா லாப்பாங். பல நிற மலர் விளக்குகளுடன் அசைந்தாடும் பூஞ்செடிகள். பச்சைப் புல் விரிப்பு விளிம்பில் தூங்கிவாகை மரங்கள். செவ்வெள்ளைப் பஞ்சு மலர்கள் உதிர்ந்து பிதிர்ந்து பறக்கின்றன. புளிய மரங்கள் வரிசையாக நிற்கும் சாலை, நடுமேடை மேற்புறம் பெரும்பெரும் கட்டிடங்கள் – பேப்பேயெம், ஹண்டல் மாட்ஸ்கப்பை, ஜாவானு பாங்க்., பின்ஜெய் வே, கோத்தாராஜா செல்லும் நெடுஞ்சாலை, வண்டி இடப்பக்கம் திரும்பி விரைந்தது.

யாமசாக்கி ஒன்றன்பின் ஒன்றாய்ச் சங்கிலித் தொடராய் சிகரெட் பற்றவைத்துப் புகைத்து, கால்வாசிகூட எரியாதிருக்கையிலேயே அவற்றை வாய்ப் பிடியிலிருந்து பறித்து அடுத்தடுத்து வீசி எறிந்து கொண்டிருந்தான். பார்வை சாலை மீதிருந்தது. மனம் ஜப்பானைச் சுற்றி வந்தது. இவோஜிமா, ஓக்கினாவா, உள்வேலித் தீவுத் தளங்கள்... இனிமேல்... இனிமேல் யாமாத்தோ புனித பூமி, அமெத்தரசு தேவதையின் பிறப்பிடம்? முடியாது, முடியவே முடியாது. டோக்கியோவை, கோபேயை, ஓசாக்காவை நொறுக்கி எரிக்கலாம்; அங்கு குவிந்து கிடக்கும் வெள்ளைச் சட்டைப் பேடிகளைக் கொன்று குவிக்கலாம். ஆனால் தென்னோ ஹெய்க்காவின் போர் வீரர்களை அவ்வளவு சுலபமாய் ஒழித்துவிட முடியாது. 50 லட்சம் பேர் நின்ற இடத்தில் செத்து மடியச் சித்தமாயிருக்கிறோம்.

சிகரெட்டைச் சுண்டி இழுத்துப் புகையை ஊதியது வாய். ப்ஸ்ஸ்ஸ்... கப்பல் படையும் விமான அணிகளும் மோசம் செய்துவிட்டனர்; ஒழிந்து போயினர்... கப்பல் படை! அட்மிரல்களும், *கம்மடோர்களும் வியாபாரி வீட்டுப் பிள்ளைகள். அவர்களுக்கு வீரம் ஏது? போர்த்திறன் ஏது...?

---

* யுத்தத்துக்கு முந்திய ஜப்பானில் வர்த்தகக் குடும்பங்களைச் சேர்ந்தோர் கடற்படையிலும், விவசாயிகளின் பிள்ளைகள் ராணுவத்திலும் சேருவது பொதுவான வழக்கம்.

ப.சிங்காரம் | 227

யாமமோத்தோ செத்ததோடு கடற்படையும் செத்துவிட்டது. அட்மிரல் சியுச்சி நகுமோவின் அதிரடி அணி! கமாண்டர் மிட்சுவோ புச்சிடாவின் கடற்கழுகுகள்...? பழங்கதை, பழங்கதை... பர்மாவும் பிலிப்பைனும் தொலைந்த மாதிரிதான். இங்கிருந்து பெட்ரோல் போவது அடியோடு நின்றுவிட்டது. இதற்கு ஒரு வழி காணாவிடில்... பிரிட்டிஷ் படைகள் சுமத்ராவில் இறங்கப் போவதாகச் சொல்வது வெறும் வதந்தி, வீண் புரளி, எங்கிருந்து வந்து எங்கே இறங்குவார்கள்? தளங்களிலிருந்து வெகுதூரம், விமானத் தாக்கு கடுமையாகலாம்.

கண்கள் இருபுறமும் மாறி மாறிப் பார்த்தன. அந்திச் செவ்வொளியில் புல்லும் புதரும் மரமும் கொடியும் மோகன வண்ணமாய்த் தோன்றின. இடக்கை பிடரியைத் தடவியது. வாய் புகை கக்கியது... ப்ஸ்ஸ்ஸ். கடிதத்தைப் பார்த்ததும் ஜெனரல் துள்ளிக் குதிப்பார்...

எதிரே மூன்று ஆட்கள் ஓடி வருகின்றனர். வடபுறக் காட்டைச் சுட்டியவாறு... இந்தோ... தமிரோ... *கூரி... கைரி – சட்டைத் தமிரோ... அலறியடித்துக் கொண்டு வருகிறார்கள். வேகத்தைக் குறைக்கும் படி மேஜர் முனகினான். 'ஹை' கார்பொரல் டிரைவர் கத்தினான்.

விரைவு தணிந்து மோரிஸ் ஊர்ந்தது. தமிழர்கள் அணுகினர். நிறுத்தும்படி மேஜர் உறுமினான். வண்டி நின்றது.

பாண்டியன் இடப்புறம் – மேஜர் யாமசாக்கியின் பக்கம் ஒதுங்கினான். நடராஜனும் கருப்பையாவும் மறுபக்கம் நெருங்கினர். மூவரும் நடுக்க உடலும் மிரண்ட கண்களுமாயக் கத்தினர். "விமானங்கள்! பாரஷூட் துருப்புகள்! ஆயுதத் தளவாடங்கள்!"

யாமசாக்கியின் கூரிய கண்கள் முதலில் பாண்டியனையும், பிறகு, மற்ற இருவரையும் ஊடுருவி நோக்கின. வாயிலிருந்த சிகரெட்டைப் பறித்து இடக்கை வீசி எறிந்தது.

"மானா?"

"சானா, மஸ்தா."

மூவரும் வடமேற்கே சுட்டிக் காட்டினார்கள்.

"சோ தெஷ் யோ."

சுட்டப்பட்ட திக்கைப் பார்த்தவாறு முனகியவன், திடுமெனப் பாண்டியன் பக்கம் திரும்பி, மறுபுறம்–டிரைவர் பக்கம் போய்

---

* கூலி – ஜப்பானியர் லகரத்தை ரகரமாகவும், சீனர்கள் ரகரத்தை லகரமாகவும் உச்சரிப்பார்கள்.

நிற்கும்படி தலையை அசைத்தான்; வலக்கை கழுத்தில் தொங்கிய தொலைநோக்கியைத் தூக்கியது. டிரைவரின் இடக்கை தொடையிலிருந்து நழுவியிறங்கி, பக்கத்தில், ஆசனத்தின்மீது கிடந்த குட்டி டாமி துப்பாக்கியை நெருங்கிக் கொண்டிருந்தது–வழக்கமான முன் எச்சரிக்கை நடவடிக்கையாக.

டிரைவர் பக்கம் போவதுபோல் மேற்கே திரும்பியவன், மின்னல் வேகத்தில் பழைய நிலையை அடைந்து, கையில் ரப்பர் ஆயுதத்துடன் தாவினான். அதே சமயம் நடராஜனும் பாய்ந்தான். தஃட் தஃட் தஃட் தஃட் தஃட்.

கருப்பையா கதவைத் திறந்து உள்ளேறி வேலையை முற்றாக முடித்தான். பாண்டியனும் நடராஜனும் டூரின்மேல் மூடியை இழுத்தேற்றிப் பூட்டினார்கள். யாமசாக்கியின் உடலைத் தூக்கிப் பின் ஆசனக் காலடியில் போட்டுவிட்டு, டிரைவரின் உடலை முன்ஆசனத்தின் கீழ்த் தள்ளிய கருப்பையா, ஸ்டீரிங்கைப் பிடித்துக்கொண்டு உட்கார்ந்தான். மற்ற இருவரும் பின்பக்கம் ஏறிக்கொண்டு கதவை அடைத்தனர்.

மோரிஸ் நகர்ந்தது.

"மெதுவாய் ஓட்டு. எதிரே ஆற்றுப் பாலம் வரும். தெரிந்ததும் சொல்." பாண்டியன் தோல் பெட்டியைத் திறந்து சோதித்துக் கொண்டிருந்தான். "ஆள், வண்டி தென்படுகிறதா என்று கவனி."

"ம்ம்..."

நடராஜன் பின்புற மைக்கா ஜன்னல் வழியாகச் சாலையை நோட்டமிட்டபடி இருந்தான்.

தோல் பெட்டியைச் சோதித்து முடித்தவன், கெம்பித்தாய் சட்டைப் பைகளை ஒவ்வொன்றாக ஆராயத் தொடங்கினான்.

"இருக்கிறது."

எண்ணெய்த் துணி உறைக்குள் இருந்த மஞ்சள் காகிதத்தை எடுத்துப் பார்த்து, பனியனுக்குள் திணித்துக் கொண்டு, நடராஜன் பக்கம் திரும்பினான்.

"முன்பக்கம் போய் மிதவைச் சாமான்களை எல்லாம் பிணைத்துக்கட்டு."

புதிய டிரைவர் காரை மேற்கே செலுத்திக் கொண்டிருந்தான். மற்ற இருவரும் ஆசனத் துணியைக் கிழித்துக் கயிறாக்கிக் கட்டுமான வேலையை முடித்தனர்.

எதிரே பாலம் தெரிந்தது.

"சாலையோரம் பாலத்தை ஒட்டி நிறுத்து."

பாலத்தை நெருங்கிச் சாலைவிளிம்பில் போய் நின்றது மோரிஸ்.

புது வெள்ளத்தில் கபான்ஜாஹே மலைச் செடிகொடிகள் மிதந்து வருகின்றன.

"கார் வருகிறது, பின்னால்."

கண்ணை மூடித் திறந்த கருப்பையா தெரிவித்தான்.

"அறிவிப்பில் இல்லாத நிகழ்ச்சி. எதிரியின் திடீர்ப் பிரவேசம்."

மகிழ்ச்சி அடைந்தவன்போல் கூவிய நடராஜன் தாவிப் பின் ஆசனத்தை அடைந்தான். அவனும் பாண்டியனும் மைக்கா அடைப்புவழியே உற்று நோக்கினர். நிறம் தெரியாத கார்... செடான், மந்த வேகத்தில் வருகிறது... நடராஜன் கெம்பித்தாய் தொலைநோக்கியை எடுத்துக் கண்ணுக்கு நேரே பிடித்துப் பார்த்தான்.

"நிப்பன்னோ... ஒரு கதிரறுப்பு ஆள்."

"சரி, விலகு!"

இருவரும் பின்புற ஜன்னலிலிருந்து விலகி, இப்பாலும் அப்பாலும் ஒதுங்கினார்கள்.

"கருப்பையா."

"ம்ம்" திரும்பினான்.

பாண்டியன், கைகளை விசைத்துப்பாக்கி பிடிக்கும் பாவனையாய் வைத்துக் காட்டினான்.

"தோளில் தட்டியதும், அழுத்து."

"ம்ம்."

கருப்பையா, கெம்பித்தாய் டாமி துப்பாக்கியைத் தூக்கி விசையைச் சரிபார்த்து, கார் வரம்புக்குள்ளே நீட்டிப் பிடித்தான்.

மற்ற இருவரும் பிணங்களின் பிஸ்டலையும் எடுத்துக்கொண்டு, ஆளுக்கு இரண்டாக—கைக்கு ஒன்றாகப் பிடித்திருந்தனர்.

முதுமை இரைச்சலுடன் வந்த செவர்லே வண்டி பெருமூச்சு விட்டு நின்றது. ஜப்பானிய அழைப்புக் குரல்கள் கிளம்பின. முன்னாலிருந்தவனின் தோளைப் பாண்டியனின் கை தட்டிற்று. டாமி கொக்கரித்தது; டட்டட்டர்ர்ர், டட்டர்ர்ர். பாண்டியனும் நடராஜனும் ஒவ்வோர் உருப்படியாகக் குறி வைத்துச் சுட்டனர். கருப்பையா எழுந்து வலக்காலை ஆசனத்தின்மீது மண்டியிட்டுக் கொண்டு, டாமியைச் சிறிது கீழ்வாக்கில் சாய்த்து மீண்டும் விசையை அழுத்தினான். டட்டர்ர்ர்...

"போதும்."

நடராஜன் இறங்கிப் போய் செவர்லேயைச் சோதனையிட்டு, உள்ளே கிடந்த டாமி துப்பாக்கியை எடுத்துக்கொண்டு, கதவுகளை இறுக்கி அடைத்தான்.

இரண்டு கார்களையும் ஒன்றன்பின் ஒன்றாய் ஆற்றுக்குள் உருட்டி விட்டனர்.

"டாமிகளை ஆற்றுக்குள் எறியுங்கள்."

நடராஜனும் கருப்பையாவும் விசைத் துப்பாக்கிகளைத் தூக்கிவீசினர்.

"[1]அரிகாதோ, யாமசாக்கி சான் சயோனாரா!"

ஆற்றைப் பார்த்து நாடக பாணியில் பேசிய நடராஜன் வலக்கையை உயர்த்தி அலைத்தான்.

"போதும், போகலாம்."

கிழக்கே நடந்தார்கள். இருள் பெருகி மூடிக்கொண்டிருந்தது. இருபுறமும் சிள் வண்டுகளின் ரீங்காரம். கொசுப் படைகள் உடலைக் கடித்துக் குதறலாயின.

சாலை நேர்கோடாகச் சென்றது.

வடமேற்கே குண்டுகள் வெடிக்கும் ஓசை கேட்டது. பாண்டியன் திரும்பினான். அங்கே என்ன இருக்கிறது? விமான நிலையம் தெற்கே அல்லவா... தரைப் பீரங்கிகள் சுடக் காணோம். ஏதாவது விபத்தாக இருக்கலாம்...

ஜ்ம் ஹ்ம் ஹங் ஜ்ம் ஹ்ம் ஹ்ங் ஜ்ம் ஹ்ம் ஹங்... விமானங்களின் பறப்போசை இறங்கிப் பெருகிக் குலுக்கிற்று. சுற்றுச்சூழல் நடுங்கி அதிர்ந்தது. அபாயச் சங்குகளின் அலறல் தெற்கேயிருந்து நசுங்கலாய் வந்தது.

" [2]B – 24 அசையாமல் நில்லுங்கள்."

கடந்துபோன அதிரொலி திரும்பித் தாழ்ந்திறங்கிக் கடகடத்தது.

திடுமென வானில் மத்தாப்புக் குண்டுகள் வெடித்துப் பட்டப் பகலெனப் பச்சை வெளிச்சம் போட்டன.

"இடப்பக்கம்."

பாண்டியன் சாலைச் சரிவில் பாய்ந்திறங்கிப் பள்ளத்தில் மண்டியிட்டுப் படுத்தான். பின் தொடர்ந்த இருவரும் சரிவோடு ஒட்டிச் சாய்ந்தனர்.

---

1. (ஜப்பானியம்) "யாமசாக்கி அவர்களே நன்றி! போய் வருகிறோம்"

2. பறக்கும் கோட்டை என்று அறியப்பட்ட கனரக அமெரிக்க குண்டு வீச்சு விமானம்.

மேற்கேயிருந்து வெடிப்போசை அலைஅலையாய் வந்தது. தரை இடையறாது குலுங்கிற்று.

மத்தாப்பு வெளிச்சம் மறைந்து மீண்டும் இருள் கவ்வியது. வெடியோசை தொடர்ந்து கேட்கிறது. பாண்டியன் தலையைத் தூக்கி மேற்கே பார்த்தான். தீச்சிவப்பு உயர்ந்து விரிந்து கொண்டிருந்தது. வெடியோசை தீர்ந்தது.

சாலையில் ஏறி மீண்டும் கிழக்கு முகமாய் நடக்கலானார்கள்.

ஓடைப்பாலம். கீழே தண்ணீர் சலசலத்தது.

“எல்லாவற்றையும் எறிந்துவிட வேண்டும்.”

பாலத்தின் கைப்பிடிக் கிராதியோரம் போய் நின்று குனிந்து, ரப்பர் தடிகளையும் பிஸ்டல்களையும் அரவமில்லாமல் தண்ணீருக்குள் நழுவ விட்டனர்.

கிழக்கே செல்லும் சாலையில் தொடர்ந்து நடந்தார்கள். சாலை நேர்கோடாகச் சென்றது.

“குபூன் டிபூர் – அது புகையிலைத் தோட்டம் – மருதமுத்துத் தண்டலின் சொந்தக்காரப் பையன் செத்துப் போனான். காய்ச்சல். ஏழெட்டு வயதிருக்கும். நெற்றியில் பெரிய காயத் தழும்பு.” பாண்டியன் மென்குரலில் சொல்லிக்கொண்டே வலப்புறம் நடந்தான். “கேதம் கேட்கப் போய்விட்டு வருகிறோம். மொத்தோர் தவறிவிட்டது. பூலு பிரையான் போக வேண்டும்... தானா லாப்பாங் போகும்வரை இந்தக் கதை. பிறகு, ஏற்கெனவே நான் சொல்லியிருப்பது போல்.”

மவுனமாய் நடந்து கொண்டிருந்தார்கள்.

பில்வான் சாலை எதிர்ப்பட்டது.

வலப்புறம் திரும்பினர், கெசாவனை நோக்கி.

* * *

சிங்கப்பூர் போய்ச் சேர்ந்த பாண்டியன், குளித்து, உண்டியை முடித்ததும் கர்னல் கலிக்குஸுமானைப் பார்க்கச் சென்றான். வழியெல்லாம் பெருமை–மகிழ்ச்சி தாங்க முடியவில்லை. ஜப்பானியக் கப்பலில் சுமத்ராவுக்குப் போய், கெம்பித்தாய் மேஜர் சடாவோ யாமசாக்கியை வழிமறித்துக் கொன்று, முக்கியமான கடிதம் ஒன்றை மீட்டுக்கொண்டு, ஜப்பானியக் கப்பலிலேயே மலேயாவுக்குத் திரும்பி விட்டானன்றோ! யாமசாக்கியைச் சந்தித்த மறுநாள் பிலவானிலிருந்து ஒரு சரக்குக் கப்பல் பினாங்குக்குப் புறப்பட்டதும், மலேயா சேனாதிபதியின் சீட்டைக் கண்டதுமே

கப்பல் காப்டன் மறுபேச்சின்றி இடம் கொடுத்ததும் நல்லூழ் என்றே கூற வேண்டும். எவ்விதச் சிக்கலுமின்றிக் கடமையை நிறைவேற்றிவிட்டேன்...

கர்னல் டெலிபோனில் பேசிக்கொண்டிருந்தார். அவருடைய இடக்கை எதிர்ப்புற நாற்காலியைச் சுட்டிற்று. உட்கார்ந்தான்.

டெலிபோன் உரையாடல் முடிந்தது.

"உன் முகத்தில் தற்பெருமை தாண்டவமாடுகிறது. கடிதத்தைக் கொண்டு வராவிடினும், யாமசாக்கியைத் தீர்த்திருப்பாய் என்று நம்புகிறேன்–உன்முகம் சொல்கிறது."

"கெம்பித்தாய் மேஜர் சடாவோ யாமசாக்கிக்குச் சாவு!" நாடகக் குரலில் உரைத்தான். "கமாண்டோ காப்டன் பிரமோத் சந்திர மஜூம்தார் கையில் கடிதம், இதோ!"

கடிதத்தை வாங்கிப் பார்த்த கர்னல், சில விநாடிகள் ஒன்றும் பேசாமல் பாண்டியனின் முகத்தை நோக்கியபடியே இருந்தார். பிறகு, சரேலென்று எழுந்து, அவன் வலக்கையைத் தனது இரு கரங்களாலும் பற்றினார்.

"பாண்டியன், உனது செயல் திறமையைப் பாராட்டுகிறேன். ஆனால் ஒன்றை மறந்துவிடாதே. வெற்றியின்போது அடக்கம் மிகமிகத் தேவை. மமதை அறிவை மழுக்கிவிடும்... எனது நல்வாழ்த்துக்கள்."

"நன்றி, கர்னல்சாப். சந்தர்ப்ப மகிமையைக் கருதி கொஞ்சம் நடித்தேன்."

"நான் அதைச் சொல்லவில்லை. பொதுவாகக் குறிப்பிடுகிறேன். நீ வயதில் சிறியவன். அறிய வேண்டியதும் பழக வேண்டியதும் இன்னும் எவ்வளவோ இருக்கிறது. ஆகவேதான்; அடக்கம் மிகமிகத் தேவை என்றேன்... வா, நேதாஜியை உடனே பார்க்க வேண்டும். யாமசாக்கி – பாண்டியன் சந்திப்பு பற்றிச் சாவகாசமாய்ப் பிறகு பேசிக் கொள்ளலாம். உன் ஆட்கள் இருவர்?"

"என் அறையில் இருக்கின்றனர்."

"எவ்விதச் சிக்கலுமில்லை, சேதமுமில்லை."

"ஆம்."

"நல்லது."

இருவரும் புறப்பட்டனர்.

சீட்டுப் போனதுமே அழைப்பு வந்தது. எழுதிக் கொண்டிருந்தவர் தலையை உயர்த்தினார். வந்தனை செய்தார்கள்.

"கலிக்குஸுமான், உட்காரலாம்."

கர்னல் உட்கார்ந்தார்.

"கடிதம் கிடைத்ததா?"

பாண்டியன் பக்கம் பார்வை திரும்பியது.

"ஆம், தலைவரவர்களே" சட்டைப் பைக்குள்ளிருந்த கடிதத்தை எடுத்து நீட்டினான்.

வாங்கிப் பார்த்தார்

"ஏதேனும் சிக்கல்?"

"திட்டப்படி நடந்தேறியது, தலைவரவர்களே."

"உனது ஆட்கள்?"

"நலமே இருக்கின்றனர், தலைவரவர்களே."

"நன்றி... கலிக்குஸுமான்."

"தலைவரவர்களே."

"இவர்கள் மூவருக்கும் பண வசதியுடன் விடுமுறைக்கு ஏற்பாடு செய்ய வேண்டும்."

"அப்படியே செய்யப்படும், தலைவரவர்களே."

"லெப்டினன்ட்!" முகம் திரும்பியது. "விதித்த கடமையை வழுவின்றி நிறைவேற்றினாய். உன்னால் இந்திய தேசிய ராணுவம் பெருமை அடைகிறது. இன்னொரு முக்கியமான பணியை உன்னிடம் ஒப்படைக்க விரும்புகிறேன். அழைப்பு வரும். இப்பொழுது நீ போகலாம்."

வந்தனை செய்துவிட்டு வெளியேறினார்கள்.

28. அணுகுண்டு

செக்யூரிட்டி சர்வீஸ் அலுவலாய் இந்தோசீனாவுக்குப் போயிருந்த பாண்டியன், சிங்கப்பூர் திரும்பினான்.

யுத்த நிலைமை கடுவிரைவாய் மாறிக்கொண்டிருந்தது.

'மார்ஷல் இவான் கோனேவ்' சேனைகள் தெற்கிலும், 'மார்ஷல் கொன்ஸ்தாந்தின் ரொகொசாவ்ஸ்கி' சேனைகள் வடக்கிலும் இணைந்து வர, மார்ஷல் ஜியார்ஜ் ஜுக்காவ் படை வெள்ளம் ஜெர்மனிக்குள் நுழைந்து பரந்துபோய் ஓடர் ஆற்றங்கரையை அடைந்தது.

ஓடர் முகப்பிலிருந்த ஜுக்காவ்வின் சுரங்கத் தலைமையகத்துக்கு மேலே பச்சை–மஞ்சள்–சிவப்பு வர்ணங்கள் மும்மூன்றாக மும்முறை வானை நோக்கிப் பிரிந்து சென்றன – பெர்லின் நகருக்கான போர் தொடங்கிவிட்டது.

டாங்கி–ராக்கெட் – பீரங்கி – விமான அணிகள், ஜெர்மன் படை வரிசைகளையும் தலைநகரையும் தகர்த்தெறிந்து கொண்டிருக்கவே, 'ஸ்டாலின் கிராட் சூரன்' சுய்க்கோவ்வின் தெருச்சண்டை வீரர்கள் பொத்துப் புகுந்து நகர நடுமையத்தை அடைந்தனர்.

அடால்ஃப் ஹிட்லரும் அவருடைய பல்லாண்டு வைப்பாட்டி– ஒரு நாள் மனைவி எவா பிரவ்னும் தற்கொலை செய்துகொண்டு மாண்டார்கள்.

பெர்லின் நகரம் ஜெனரல் வாசலி சுய்க்கோவிடம் அடிபணிந்தது.

ஜப்பானிய நகரங்களைத் திட்டமிட்டு நொறுக்கி எரித்து வந்த அமெரிக்க விமானப் படை, ஹிரோஷிமா நகர்மீது ஓர் அணுகுண்டை வீசிற்று. அதை அடுத்து ரஷியாவும் ஜப்பான்மீது போர்ப் பிரகடனம் செய்தது. பிறகு, நாகசாக்கிமீது ஓர் அணுகுண்டு...

ஜெனரல் மெக்கார்தரிடம் ஜப்பான் அடிபணிந்தது.

கர்னல் கலிக்குஸுமானிடமிருந்து அழைப்பு வந்தது.

கத்தே மாளிகையை அடைந்து மேலே சென்றான். இன்னும் சில நாள்களில் கட்டிடத்திற்கு உரியோர் திரும்பி விடுவார்கள்.

அதன்பிறகு மூவர்ணக் கொடியையும், நேதாஜியின் வீர உருவப் படத்தையும், இந்திய தேசிய ராணுவ வீரர்களின் காலடி ஓசையையும் குறிச்சொல் முழக்கத்தையும் இங்கே காணக் கேட்க முடியாது...

"ஆ, பாண்டியன்!" நாற்காலியிலிருந்து எழுந்து வந்த கர்னல், பாண்டியனின் கையைப் பற்றினார். "என்னுடைய வேலை முடிந்துவிட்டது. கப்பலேற வேண்டியதுதான் பாக்கி!"

மேசைக்கு வடக்கே கிடந்த நாற்காலியைச் சுட்டிவிட்டுத் தனது இருப்பிடத்திற்குத் திரும்பினார்.

பாண்டியன் உட்கார்ந்தான். கர்னல் சிகரெட் பெட்டியை நீட்டினார். இருவரும் புகைக்கலானார்கள். தலைக்குமேல் சுழன்ற மின்விசிறி கிரீச்சிட்டுக் கொண்டிருந்தது.

"நேதாஜி உன் சேவையைப் பாராட்ட விரும்பிக் கட்டளை பிறப்பித்திருந்தார். அது இப்போது நடப்புக்கு வருகிறது."

எழுந்து, பெட்டகத்தை திறந்து, அரக்கு முத்திரையிட்ட பெரிய பச்சை உறை ஒன்றை எடுத்து மேசைமீது வைத்து அமர்ந்தார்.

"பணம்?"

"ஆம். பழைய புலி டாலர். இனிமேல் நாணயமாய்ச் செல்லக் கூடிய பணம்; வலுவான பணம். அவர்கள்–சப் ஆபீசர் நடராஜன், ஹவில்தார் கருப்பையா இருவருக்கும் தனித்தனியே, கொஞ்சம் பழைய பணம் கிடைக்க நம்பிக்கையான ஆள் மாறலாய் ஏற்பாடு செய்திருக்கிறேன்."

"நன்றி கர்னல் சாப். இது நம் நெப்போலியனின் பொறுப்பாக இருந்தால், அப்படியே அமுக்கி இருப்பார்."

"இளைஞனே, நாணயமா–பித்தலாட்டமா என்பது 'தேவை'களின் நெருக்குதலைப் பொறுத்தே முடிவாகிறது. ஆகவேதான் 'தேவை'களைக் குறைத்துக் கொள்ளும்படி ஞானியர் கூறிப்போந்தனர்... தேவையல்லாதவற்றை வாங்குபவன் தேவையானவற்றை–அதாவது வாய்மை, நேர்மை, மானம் போன்றவற்றை விற்க நேரும்... தேவைகளைக் குறைத்துக் கொண்டால் பலருக்குப் பல தொல்லைகள் நீங்கிவிடும்."

"யாதனின் யாதனின் நீங்கியான் நோதல் அதனின் அதனின் இலன்." – ஆங்கில மொழிபெயர்ப்பை ஒப்பித்தான்.

"ஆ, டிருக்குரால்! நானும் படித்திருக்கிறேன், டிருவால்லவர் வாழ்க்கையின் மேடு பள்ளங்களை நன்கு ஆராய்ந்திருந்த ஆள். நான் மொழிபெயர்ப்பில் படித்ததுதான். டாமில் படித்து டாமில்

டிருக்குறால் படிக்க வேண்டுமென்ற ஆசை எனக்கு இருக்கிறது... அது நிற்க. இன்னொரு விஷயம்."

கர்னல் மேசைச் செருகைத் திறந்து, ஜப்பானிய டாலர் நோட்டுக் கத்தைகளை எடுத்து நீட்டினார். வாங்கிக் கொண்டான்.

"மவுண்ட்பேட்டன் வரும்வரை இதுவும் ஓரளவுக்குப் பணம்தான். பிறகு துண்டுக்காகிதம். அந்த நோட்டுகளைப் பத்திரமாய் வைத்துக்கொள். இதை நோக்கம்போல வீசி எறிந்து காலிசெய்."

"செல்லுபடி என்பது செலுத்துவோனின் வலுவைப் பொறுத்தது. வலுவிருந்தால் காகிதம் 'பணம்' ஆகிறது. வலுக்குறைந்தால் 'பணம்' காகிதமாகிவிடுகிறது. 'செல்காலம் எல்லாம் செலுத்தினோம், அல்காலம் கல்லனோம் செம்பானோம் காண்."

"அதென்ன, செய்யுள்?"

"தமிழ்ப் பாடல் ஒன்றின் வரிகள். தெய்வங்களுக்கும் செல்காலம், அல்காலம் என்று உண்டென்கிறான் ஒரு தமிழ்ப் புலவன்."

"ஆம், நாம் படைத்த தெய்வங்களுக்கு நமக்கான விதிமுறைகளே... அது போகட்டும். அடுத்த மாத ஆரம்பத்தில் பிரிட்டிஷ் ராணுவம் வருகிறது. நான் சிறைபிடிக்கப்படுவது நிச்சயம்."

"நீங்கள் கைதாவதைத் தவிர்க்க முடியாதா?"

"எதற்காகத் தவிர்ப்பது? தாயகத்தில் எனது உற்றார் உறவினர் பெரும் பெரும் பதவிகளில் இருக்கின்றனர். பெயருக்குக் கொஞ்ச காலம் சிறையில் இருப்பேன்... உனக்கு தெரிந்திருக்குமே, குற்றம் சாட்டப்பட்ட எளியவர்களிடம் நீதி தேவன் கேட்கும் கேள்வி என்ன?"

"நீ குற்றம் செய்யவில்லை என்பதை எனக்குப் பிடித்தமான வகையில் மெய்ப்பிக்க முடியுமா?"

"வலியோரிடம்?"

"தாங்கள் யார்?"

"நான் பாசின்பூர் நவாப் குமாரன். எனது தமையன் மத்திய சாக்கார் காரியதரிசி; தாய் மாமன் ஹைகோர்ட் நீதிபதி..."

"ஆ...! அப்படியானால் விடுதலை."

இருவரும் அறை அதிரக் கெக்கலித்துச் சிரித்தனர்!

"நேரமாகிறது." பாசின்பூர் நவாப் ஜாடா எழுந்தார். "பழைய குப்பைகளை எரிக்கும் வேலை மிச்சம் இருக்கிறது. ஆ! என்னிடம் சிக்கியிருக்கும் சில ரகசியக் கடிதங்கள்... எல்லாமே தீக்கிரையாகப்

போகின்றன... நெருப்பே வா, வா, வா!" நாடக பாணியில் கைகளை விரித்துக் கூவியவாறு எழுந்தார். "பொய்மையையும் புன்மையையும் எரித்துச் சாம்பலாக்க வா, வா, வா!"

"அக்கினி தேவன் வருவதற்குள் நான் கிளம்பிவிடுகிறேன்." சிரித்துக்கொண்டே பக்கத்து நாற்காலியில் கிடந்த பழைய பத்திரிகைத்தாளில் பச்சை உறையையும் ஜப்பானிய் டாலர் கத்தைகளையும் வைத்துச் சுருட்டி எடுத்தவாறு எழுந்தான். "கர்னல் சாப், மிக மிக நன்றி. தங்களின் உயர்வகை நகைச்சுவையையும், பரந்த உலக ஞானத்தையும் ஒருபோதும் மறக்க மாட்டேன்."

"இளைஞனே, நானும் உன்னை மறக்கப் போவதில்லை."

"விடைபெற்றுக் கொள்கிறேன், கர்னல் சாப்."

கை குலுக்கினார்கள்.

"இளைஞனே, என்னுடைய நல்லாசிகள்."

* * *

சைகோனிலிருந்து கிழக்கே, நேதாஜியை ஏற்றிச் சென்ற விமானம் டை ஹோக்கு விமான நிலையத்தில் நொறுங்கி விழுந்து எரிந்து போயிற்று. அந்தச் செயல்வீரன் தீயில் கருகி அந்நிய மண்ணில் மாண்டு மறைந்தார்.

செப்டம்பர் முதல்தேதி பிரிட்டிஷ் படைகள் பினாங்கில் கரையிறங்கி அக்கரையிலும் பரவலாயின. பாண்டியன் அப்போது அலோர்ஸ்டார் நகரில் வசித்த சில நண்பர்களுடன் தங்கி இருந்தான்.

வடக்கு மலேயா படை விடுதிகளிலிருந்து வெளியேறிய தமிழர்கள் பலர் பினாங் போய்ச் சேர்ந்திருந்தனர். அங்கே பிரிட்டிஷ் துருப்புகளுக்கும், பட்டாளத்துத் தமிழர்களுக்கும் இடையே சில்லறைச் சச்சரவுகள் தோன்றிக் கொண்டிருந்தன.

பினாங்கிலிருந்து வந்த பழனிவேல் சொன்ன செய்தியொன்று பாண்டியனின் மனதில் பெருங்கோபத்தைக் கிளப்பியது. அவன் படையிலிருந்த ஹவில்தார் சுந்தரம் கைக்கூலி வாங்கிக்கொண்டு நண்பர்களைக் காட்டிக்கொடுத்து வருகிறான்.

மறுநாளே பினாங்குக்குப் போகத் தீர்மானித்தான்.

29. சுந்தரம்

பினாங் படகுத் துறையில் இறங்கிய பாண்டியன் ஜெலுத்தொங் கிளம்பினான். சைக்கிள் ரிக்ஷா பீச் தெருவில் விரைந்தது. முகத்தைச் சுட்டது மாலை வெயில். நெடுகிலும் சீனர் கடைகள். வெள்ளை, பழுப்பு, கறுப்புச் சிப்பாய்கள் நடந்தும், வண்டிகளிலும் திரிந்தனர். அவர்களைச் சுற்றிக் சிகரெட் வாங்கி விற்கும் சீனச் சிறுவர்கள் ஓடியாடிக் கெஞ்சினர்.

"ஜானி! ஜானி ஒன் பாக்கெட்."

இடையிடையே பாசிச எதிர்ப்புப் படை கொரில்லாக்கள் – இலைப் பச்சை உடையும் துப்பாக்கியுமாய்த் தென்பட்டனர். 'வெற்றிலைத் தவ்க்கே' கடைக்கு முன்னால் முதலாளி சுவீடின், செட்டித் தெரு ஆட்கள் சிலருடன் செங்காவி வாயால் தமிழ் பேசி நின்றார். பைஜாமா அணிந்த சீனப் பெண்கள் கட்டை மிதியடி ஓசையுடன் சென்றனர். மலாய்ப் பெண்கள் குதிங்கால் செருப்புமீது அன்னமென நடந்தார்கள்.

ஜெலுத்தொங் சாலையில் திரும்பி ஓடிக்கொண்டிருந்தது ரிக்ஷா. உடனும் எதிரும் ராணுவ லாரிகள் பறந்தன. அவற்றில் நின்ற ஆஸ்திரேலியச் சிப்பாய்கள் எக்காளமிட்டுப் பாடினர். புதிதாய்ப் பிறந்திருக்கும் ஜீப் கார்கள் வண்டுபோல் தோன்றி மறைந்து கொண்டிருந்தன. இடப்புறத்திலிருந்து கூச்சலிட்டு வந்த படகுத் தொழிலாளர் கூட்டம் சாலையைக் கடந்தது. கொழுத்துப் பளபளத்த ஒரு தவ்க்கேயின் கழுத்தில் கயிற்றைக் கட்டி இழுத்துச் செல்கிறது கூட்டம். "ஜிப்புன் கங்காணி! ஜிப்புன் கங்காணி!" என்ற குற்றசாட்டுக் கூச்சல் தொடர்ந்து ஒலிக்கிறது... ஜப்பான் காங்காணியோ, தொழிலாளிகளுக்குப் பிடிக்காத முதலாளியோ... கணக்குத் தீர்ப்பதற்கு நல்ல தருணம்...

"காமினாபோ !"

குறுக்கிட்ட நடையர்களையம், விலகாத வண்டியர்களையும் ஒரே வசவாய் அடுத்தடுத்து ஏசிக்கொண்டே மணியை அழுத்தினான் பாகன். க்ணிங் க்ணிங் க்ணிங். எதிரே வந்த சில ரிக்ஷாக்களில் வர்ணம் பூசிய பட்டாடை வேசைகள் அட்டணைக்

காலராய்ச் சாய்ந்திருந்தனர். உடல் வியாபாரத்துக்காக நகருக்குள் செல்கிறார்கள் – சையாம் ரோட், சூலியாதெரு, லவ் லேன்...

பேரா சாலையில் திரும்பி மாணிக்கம் வீட்டுக்கு முன்னே போய் நின்றது வண்டி.

"காத்திருக்கவா துவான்?"

"வேண்டாம்."

காசு கொடுத்துவிட்டுப் படிக்கட்டில் ஏறினான். மூன்றாவது வீட்டுத் தாழ்வாரத்தில் நின்ற சீனக்குமரி-கலவனாயிருக்குமோ– இமை கொட்டாமல் பார்த்தாள். அதற்கடுத்த வீட்டு முகப்பில் கைலி-கெமேஜாவும், நெற்றியில் பச்சை குத்திய பொட்டுமாய் நாற்காலி மீதிருந்த தமிழ் நங்கை படக்கென்று எழுந்து வீட்டுக்குள் ஓடினாள். சீனக் 'குழந்தை வைத்தியர்' வீட்டில் ஏராளமான குழந்தைகள் பலவகை ராகதாளங்களில் கூட்டாக அழுது கொண்டிருந்தன.

"பாயன் லெப்பாஸ் போயிருக்காரு. விடிய விட்டுத்தான் வருவாரு" மாணிக்கத்தின் சமையல் – எடுபிடி ஆள் முனியாண்டி பதில் சொன்னான்.

"பாயன் லெப்பாஸுக்கா?"

"ஆமா, நிசமாய்த்தான்... நீங்யதானே 'சாராங்' பாண்டியிங்கிறவரு?"

"எப்படித் தெரியும்?"

"மூணு பேர் படத்தில் நிக்கிறிங்யள்ள!"

"ஓ! ஆம், மாணிக்கத்திடம் மட்டும் நான் வந்ததைச் சொல். வேறு யாராவது கேட்டால் என்ன சொல்வாய்?"

"அந்தமாதிரி யாரும் இங்கிட்டு வரலையே. நான் இங்கினயேதான் உட்கார்ந்துக்கிணு இருந்தேன் – அப்டீம்பேன்,"

"மணி மணி. அடுத்த வீட்டுக்காரர்கள்?"

"கப்சிப் கவர்தார். நம்ம வீட்டுச் சங்கதியின்னால் வாயத் திறக்கமாட்டாக."

"சரி, போய்ட்டு வரவா?"

"கோப்பி போட்டாறேன். குடிச்சிட்டுப் போகலாம்ண்ணே."

"நேரமாகிறது. வருகிறேன்."

"போய்த்து வாங்கண்ணே, வண்டி பிடிச்சாரவா?"

"வேண்டாம், முச்சந்தியில் நிற்கும்."

"சரி, போய்த்து வாங்கண்ணே."

முச்சந்தியில் காபிக் கடைக்கு முன்னால் நின்ற ரிக்ஷாவில் ஏறி வடகிழக்கே கையைக் காட்டினான். வண்டி கிளம்பியது... இந்தச் சமயத்தில் எங்கோ போய்த் தொலைந்திருக்கிறானோ...

"அண்ணே! அண்ணே!"

எதிரே வந்த ரிக்ஷாவில் இருந்தவன் கூப்பிட்டான். பிராக்குப் பார்வையாய்த் தலையைத் திருப்பினான்... நடராஜன்...

வண்டியை நிறுத்தச் சொல்லி இறங்கினான்.

நடராஜன் சாலையைக் குறுக்கிட்டு வந்தான்.

"வண்டியை அனுப்பிட்டு வா."

நடராஜன் திரும்பிப் போய் வண்டியிலிருந்து இறங்கி நெற்றி வியர்வையை அழுக்குத் துண்டினால் துடைத்துக் கொண்டிருந்த வண்டிக்காரனிடம் பணம் கொடுத்துவிட்டு வந்தான்.

"எங்கு போகிறாய்?"

"மாணிக்கண்ணனைப் பார்க்க... ஜாராங்கில் உங்கள் படையிலிருந்த ஆள். அந்தச் சுந்தரம் பயல்... உங்களைப் பார்த்தது நல்லதாய்ப் போயிற்று."

"அதற்காகத்தான் வந்தேன். மாணிக்கம் வீட்டில் இல்லை. காலையில்தான் வருவானாம்... மேற்படியானை இன்றே தீர்த்துவிட வேண்டும்.

சூலியா தெருவில் கொஞ்சம் கடினம். அந்தப் பக்கத்தைவிட்டு நகருகிறானில்லை. தடம் தெரியாமல் வேலையை முடிக்க வேண்டுமே."

"முடிக்கலாம். சூலியா தெருவில் எங்கே இருக்கிறான்?"

"ஐஸ்வந்தராய் கடைமாடி. ஆடிட்டர் இருந்த அறை. மற்ற அறைகள் காலி. மாடி வாசல் இரும்புக் கதவு எப்போதும் திறந்தே இருக்கும். உடைசல், பூட்ட முடியாது."

"ம்ம்"

"எப்படியாவது ஆளைக் கடத்தி இந்தப் பக்கம் கொண்டு வந்து விட்டால், சீட்டைக் கிழித்து அமுக்குவது சுலபம். மூன்று நாளாய்ப் பார்க்கிறோம் சிக்குகிறானில்லை."

"அங்கேயே வைத்து முடிப்போம்."

"ம்ம்!... சரி."

"ஆயுதம்?"

"பட்டாணிரோடில் இருக்கிறது. உங்களிடம்?"

"இல்லை."

"கொஞ்சம் சீனி எடுத்து மாப்போல் தூளாக்கிக் கொள். கண்ணைக் கவரும் நிறத்தில் கண்ணாடிக் காகிதம். கட்டுவதற்குப் பட்டுநூல்... மாறு நிறம். சீனி ஒரு வேளை பல்பொடி அளவு போதும்... கவர்ச்சியாக மடித்துக் கட்டிக்கொண்டு வா."

"சீனி!"

"ம்ம்."

"சீனி எதற்கண்ணே?"

"தடம் தெரியாமல் வேலையை முடிக்க. கெக் செங் கடை மாடி. யாருக்கும் – நம் ஆட்களுக்குக்கூடத் தெரியக்கூடாது."

"சரி, முக்கால் மணி நேரம்."

நடராஜன் ரிக்ஷா அமர்த்திக்கொண்டு முதலில் கிளம்பினான்.

சற்று நடந்துபோய்ப் பாண்டியன் வண்டி ஏறினான்.

இருபுறமும் அடுத்தடுத்துத் தெருக்கள் பிரிந்தன. காட்ஸ் தெரு, ஜாவா தெரு, மெக்காலம் தெரு, தீமா தெரு, பிரெஸ்கிரேவ் தெரு – சீனர் மிகுந்த சீனருக்குச் சொந்தமான கட்டிடங்கள். மாடி ஜன்னல்களிலிருந்து நீண்டு நின்ற மூங்கில் கம்புகளில், துவைத்த ஆடைகள் கோத்துத் தொங்கின–வெயில் காய்வதற்காக. ஆறு முச்சந்தி–ஆறு சாலைகள் சந்திக்கின்றன. பினாங் ரோடில் திரும்பிற்று ரிக்ஷா. லாரி, கார், ஜீப், ரிக்ஷா, சைக்கிள் வண்டிகள் குறுக்குநெடுக்கு எதிர்க்காய் மறுகின. வலப்புறம் மாக்ஸ்வெல் சாலை. முக்கில் சிமிந்திநிற வின்சர் கூத்துமேடை. தாழ்வாரத்தில் பூக்கடைகள், மல்லிகை, ரோஜா, பச்சூலி, வண்டிகளின் மணியோசை, குழலோசை, பல இன ஆண் பெண்கள். பல மொழிகளின் குழம்பொலி. விங்லொக் ரெஸ்டாரன்ட். போலீஸ் தலையகம். ஜுவால் மூரா...

"சூடா."

வண்டி நின்றது. இறங்கினான்.

கிழக்குமுகமாயச் சற்று நடந்து சாலையைக் குறுக்கிட்டுத் தென்புற நடைபாதைக்கு மாறினான். நடையர்கள் கூட்டம் நெளிந்து இடையறாப் பேச்சொலியோடு ஊர்ந்தது.

“ரொக்கோ! ரொக்கோ! பூத்தே பூஞா ரொக்கோ!” சீமை சிகரெட் விற்கும் சிறுவர்கள் கூவித் திரிந்தனர். நடைபாதையில் காகித விரிப்புகளின்மீது சாக்லெட் பெட்டிகள், பற்பசைக் குழாய்கள், பால் டப்பிகள், சோப்புகள் – எல்லாம் சிப்பாய்களிடம் வாங்கியவை–பரவிக் கிடந்தன. தெரு வியாபாரிகளின் ஓயாத வாணிபக் குரல் காதைப் பிளந்தது.

‘மேனன் கிளினிக்’ நர்ஸ் சுந்தரியின் இளமை குன்றாத உடல் முன்னே சென்று கொண்டிருந்தது...

மூவா மருந்து தின்று தொய்யா வரம் பெற்ற உடலா, அன்றிச் சாயப் பூச்சு–கட்டுமான வேலைத்திறனின் பலனா? ஆறேழு பிள்ளைகளாவது இருக்கும். உடன் செல்லும் நெடுமரம் யார்...?

‘கெக் செங் கெடே கோப்பி’க்குள் நுழைந்து மாடிப்படியில் ஏறினான். மேசைகளில் பல பாஷைகளை கலந்த சேர்மான ஒலியும் கோப்பை–தட்டு–கரண்டிகளின் ஓசையும் கூடிய அலதிகுலதி முழங்கியது.

தென்புற அறை மூலையில் போய் உட்கார்ந்தான்.

“ஆ, மாணிக்காம் பூஞா காவன்? தபே துவான், தபே.”

கடை முதலாளி உள்ளே வந்து, மாணிக்கத்தின் நண்பனை வரவேற்றான்.

“தபே தவ்க்கே, ஆப்ப மச்சம்?”

“நலம் நலம்” முறுவல் மிதந்த முகத்துடன் கடைக்காரன் அடுத்த அறைக்குக் கிளம்பினான்.

பையன் அருகில் வந்து குனிந்தான். கோபி பாயிட், சிகரெட், பத்திரிகை கொண்டு வரும்படி சொன்னான்.

முன்னே, யாழ்ப்பாணக் குடும்பம் உண்டியில் ஈடுபட்டிருந்தது. மேல்புறத்தில் ஐந்தாறு சீனர்கள் ஏதோ வியாபார பேரத்தைக் காகிதத்தில் எழுதிப் படித்துத் தேநீர் பருகினர்.

காபி, சிகரெட், பத்திரிகை மேஜைக்கு வந்தன.

பத்திரிகையைப் பிரித்துப் படித்தவாறு பாலில்லாக் காபியைக் குடித்தான். மாணிக்கம் இருந்தால் நல்லது. இவன் விளையாட்டுப் பயல்...

மலேயாவை மீண்டும் வளப்படுத்துவதற்காக மேற்கொள்ளப்பட இருக்கும் நடவடிக்கைகள்பற்றிய சர்க்கார் அறிக்கையைப் படித்துக் கொண்டிருந்தான்.

“அடடே, நீங்களா! பார்த்து ரொம்ப நாளாகிவிட்டது. இப்போது மலாக்காவில்தானே இருக்கிறீர்கள்?”

வெள்ளைச் சட்டையும் சந்தனநிறச் சராயுமாய் வந்த இளைஞன் கும்பிட்டான்.

"வருக, வருக. சற்றும் எதிர்பாராத சந்திப்பு. உட்காருங்கள். இப்போது மூவாரில் வேலை."

பாண்டியன் கை கூப்பினான்.

"ஒன்றும் தொந்தரவு இல்லையே? ஏதாவது அலுவல்... ?" வந்தவன் அமர்ந்தான்.

"இல்லையில்லை. பொழுது போகாமல் உட்கார்ந்திருக்கிறேன். உங்களுடன் பேசிக்கொண்டே கொஞ்சம் நேரத்தை ஓட்டலாம்."

பையன் ஓடி வந்தான்.

இருவருக்கும் மீகோரெங், பீசாங் பப்பாயா, கோப்பி சூசு கொண்டு வரும்படி உத்தரவாகியது.

சுப்பையா, முத்தையா, சாத்தையாக்கள் பற்றி இருவரும் ஆர்வத்துடன் பேசலாயினர்.

மேல்புறச் சீனர்கள் சலிப்புக் கூச்சலுடன் வெளியேறினர் – பேரம் முற்றுப் பெறவில்லை போலும்.

யாழ்ப்பாணக் குடும்பமும் புறப்பட்டது.

நடராஜன் சராய்ப் பைக்குள் கையை விட்டான். பாண்டியனின் கை தடைக்குறி செய்தது. பையன் வந்து தட்டுகள், கோப்பைகளை மேசையில் வைத்துவிட்டுப் போனான். சில விநாடிகள் கழிந்தன.

பாண்டியன் கதவுப் பக்கம் பார்வையைத் திருப்பிக் கையை நீட்டி வாங்கி, பிஸ்டலை சராய் பைக்குள்ளும், பொட்டலத்தை நெஞ்சுப் பையிலும் திணித்துக் கொண்டான்.

கெக் செங் கடையிலிருந்து வெளியேறிக் கிழக்கே நடந்து, சூலியா தெருவில் திரும்பினார்கள். இங்கொன்றும் அங்கொன்றுமாய்க் கம்ப விளக்குகள் எரிந்தன. ஹோட்டல்களுக்கு முன்னே ரிக்ஷாக் கூட்டம். ஆண்கள், பெண்கள், அலிகள் ஏறினர், இறங்கினர். உள்ளிருந்து மாஜோங் விளையாட்டோசை வந்தது. குட்டிச் சுவராய் நின்ற கடைகள் இருள் வெள்ளத்தில் மூழ்கிக் கிடந்தன. அவற்றுள் சீனச் சிறார் இரைச்சலுடன் ஓடி ஒளிந்து பிடித்து விளையாடினார்கள்.

"அண்ணே, சுந்தரி!" நடராஜனின் இடக்கை, ஹோட்டல் மாடி ஜன்னலை நோக்கி உயர்ந்தது.

"போறா போ, நாத்தச் சிறுக்கி."

கைலிக் கடை வையாபுரி முதலியார் ஆழ்ந்த சிந்தனையுடன் தரையைப் பார்த்தவாறு கடந்து சென்றார்.

"நேற்றுப் பிடிபட்ட சின்னத்தம்பி, இவர் மகன்தான்."

பாண்டியன் தலையைத் திருப்பிப் பின்னோக்கினான். முதலியாரின் குனிந்த உருவம் தரையைப் பார்த்தபடி வடக்கே சென்று கொண்டிருந்தது.

"ஏப்பா, ஏன் இப்படிச் செய்றான் சனியன் பிடித்த பயல்... அவனை அடித்துக்கிடித்து இழவைக் கூட்டினீர்களா?"

"அதெல்லாம் ஒன்னுமில்லையண்ணே, பணம்." வலக்கைக் கட்டைவிரலால் சுட்டுவிரலைச் சுண்டினான். "எந்நேரமும் பிரியாணி அரவை–தின்னிப் பயல்... உடுத்துறதுல கபூர் மரக்காயரெல்லாம் பிச்சை வாங்கணும். பொம்பளை செலவு... ராத்திரி ராத்திரி சிங் லியோங் ஹோட்டலில் இரண்டு கிழவிகளைக் கூட்டி வைத்து இளித்துக் கொண்டிருப்பானாம். வெறும் இளிப்பு – பொண்ணையன்!" முகத்தைச் சுளித்தான். "அதுதான் பணம்..."

"சரி, சரி."

இடக்கையால் நடராசனின் முதுகைத் தட்டினான்.

பின்னேயிருந்து வந்து முந்தி, இரண்டு கிராணித் தமிழர்கள் சென்றனர். மணம் வீசும் தலைகள். ரோஜா மலர் செருகிய பச்சை பிளேஸர் கோட்டுகள்.

"நல்லபடியாய்ப் புத்திசொல்லிப் பார்த்தீர்களா?"

"லுத்தப் பயல்! அவனுக்குப் புத்திய சொல்லிப் பயனில்லை. மாணிக்கண்ணன் ஆள் அனுப்பிக் கூப்பிட்டதற்கு வர முடியாதென்று சொல்லிவிட்டானாம்."

"மாணிக்கம் என்ன சொன்னான்?"

"சனிக்கிழமை இறுதியாக முடிவு செய்யலாம் என்றார்."

தென்முகமாய் தொடர்ந்து நடந்தனர்.

"ஒன்ஸ் ஐ ஹேட் யெ லஸ்டி லாஸ்..." லவ் லேனிலிருந்து வந்த வெள்ளைச் சிப்பாயின் சாராயக் குரல் – பாட்டைக் கேட்டுத் திரும்பினார்கள்.

சிப்பாய் குல்லாவை எடுத்துக் கையில் பிடித்துக்கொண்டு சிரித்தான்.

"ஹிஹிஹிஹி... மை நேமிஸ் கார்ட்டர். சி–ஏ.ஆர்.டி.–இ–ஆர் – கார்ட்டர், கால்ஸ் லான்ஸ்பரி கார்டர் ல்ல்ல்... கார்ப்பொரல், சிக்ஸ்த் சாமர்செட்ஸ். ஹிஹிஹிஹி..."

விலகி விரைந்து நடந்தனர்.

"ஹினோமாரு கொடி சாய்ந்துவிட்டது. இப்பொழுது கார்ட்டர் கொடி!"

"யார் கண்டது! இன்னும் கொஞ்ச நாளில் *சின்பெங் கொடி பறந்தாலும் பறக்கும்!"

"ஆமாம், யார் கண்டது, ஹி ஹி ஹி ஹி. மை நேமிஸ் கார்ட்டர். சி–ஏ–ஆர்–டி... ஹிஹிஹிஹி..."

"போதும்."

பேசாமல் நடந்தார்கள்.

எதிரே, செல்லையாவும் அப்துல்காதரும் உற்றுப் பார்த்தவாறு வந்தார்கள்.

பாண்டியன், வலக்கையால் தலைமுடியைக் கோதும் பாவனையாகப் போக்கில் செல்லும்படி சைகை காட்டினான்.

கடந்து சென்றனர்.

தகரக் கடைப் பட்டடைகளில் சுத்தியல்கள் மோதி முழங்கின.

"காதர் கடையில் காபி குடிக்கலாம். பிளாஸ்கிலும் காபி வாங்க வேண்டும்."

கடைக்குள் நுழைந்தனர். ஜன்னலோரம் போய் உட்கார்ந்தார்கள். எதிரே மலாய்ப் பெண்கள் கோஷ்டி இடியாப்பம்–கோழிக் கறி தின்று கொண்டிருந்தது.

"கப்பல் விட்டதும் முதல்வேலை, ஊருக்குக் கிளம்புறதுதான், நானா." பின்னாலிருந்து வந்த குரல் சொல்லிற்று.

"ஊர்ல பட்டினி கிடந்தாலும் சரி, இனிமேல் கப்பலேறுற வேலையை விட்ர வேண்டியதுதான்." 'நானா'வின் குரல் தீர்மானமாகப் பதிலளித்தது.

"பிளாஸ்கில் காபி வேண்டும்." பாண்டியன் 5 டாலர் நோட்டைக் கல்லாவில் வைத்தான். "பிளாஸ்க்கைக் கொடுத்துவிட்டுச் சில்லறை வாங்கிக் கொள்கிறோம்."

"அதெல்லாம் வாணாம் வாங்கிக்கினு போங்க."

காபி அடைத்த பிளாஸ்க் வந்தது. வாங்கிக் கொண்டான்.

பயணம் தொடர்ந்தது. பிட் தெருவைக் கடந்தனர். இருள் சூழ்ந்திருந்தது. மங்கள்தாஸ் கடைத் தாழ்வாரத்தில் ஐந்தாறு

---

* சின்பெங் – மலேயா கம்யூனிஸ்ட் கட்சியின் (பாசிச எதிர்ப்பு கொரில்லா படையின்) தலைவர்.

குஜராத்தியர் கிசுகிசுத்து நின்றார்கள். குவீன் தெரு மாரியம்மன் கோயிலிலிருந்து மணியோசை வந்தது. திவான்மீரா கடைக்குள் கிட்டப்பாவின் 'அன்றொரு நாள் குட்டி' இசைத்தட்டு பாடுகிறது... கிங்தெரு முக்கில் வழக்கம்போல் அலிகள் கூட்டம் அபிநயத்துடன் பலத்த உரையாடி நின்றது...

ஜஸ்வந்த் ராய் கடை. மாடியில் வெளிச்சம் தெரிந்தது. படிக்கட்டில் மேலேறினர். அறைக் கதவு கால்வாசி திறந்திருந்தது. பலகைத் தளம் என்று நடராஜன் சைகை செய்தான். கதவைத் தள்ளிக்கொண்டு உள்ளே புகுந்தனர்... மேசைமீது நின்ற கண்ணாடியைப் பார்த்து முகத்துக்கு வெள்ளை பூசிக் கொண்டிருந்தான்.

"சுந்தரம்!"

கண்ணாடியைப் பார்த்திருந்தவன் தலையை உயர்த்தினான். கண்கள் அரண்டு ஒரே நோக்காய் விழித்தன. பாண்டியனின் முகத்தைப் பார்த்தபடியே எழுந்தான். வலக்கை நெற்றியிலேறி வந்தனை செய்தது.

வந்தவர்கள் நாற்காலிகளை இழுத்துப்போட்டு உட்கார்ந்தனர். பாண்டியன் கையிலிருந்த பிளாஸ்க் சுந்தரத்தின் மேசைக்கு மாறியது.

சுந்தரத்தின் கண்கள் பாண்டியனின் முகத்தை நோக்கி விழித்தவை விழித்தபடியே நின்றன.

ஜாராங் லெப்டினென்ட் காலை நீட்டிச் சாய்ந்தான். வலக்கையில் சிகரெட் புகைந்தது. இடக்கை தொடைமீது பதிந்திருக்க, விரல்கள் தாளமிட்டன.

"உட்கார்."

சுந்தரம் பார்வையை மேசைமீது திருப்பி, நாற்காலியில் உட்கார்ந்தான். முழங்கை முட்டியது. விரல்களால் தடவிவிட்டான். முகமும் கழுத்தும் வியர்த்துக் கொட்டின. பாண்டியன் பக்கம் திரும்பினான்.

"கீழே போய்க் காபி கொண்டுவரச் சொல்கிறேன்."

சிகரெட் – புகைந்த கை பிளாஸ்கைச் சுட்டியது.

நடராஜன் செருமிக்கொண்டே எழுந்துபோய் முற்றத்தைப் பார்த்த மேல்புற ஜன்னல் தட்டின்மீது உட்கார்ந்தான்.

"பினாங் ரோடில் கொஞ்சம் வேலை இருக்கிறது." சுவரைப் பார்த்தபடியே எழுந்தான். "பத்து நிமிஷத்தில் வந்துவிடுவேன், நீங்கள்..."

"உட்கார். இனிமேல் உன் பிணம்தான் வெளியேறும்."

திடுக்கிட்ட உடலைச் சக்கரித்துக் கொண்டு சுந்தரம் திரும்பினான். ஜாராங் லெப்டினென்ட் இடக்காலை ஒடுக்கி, மறுகாலை நீட்டிச் சாய்ந்திருந்தான். வலக்கையில் சிகரெட் புகைந்தது. தொடையில் பதிந்திருந்த இடக்கையின் விரல்கள் தாளமிட்டன. தலைக்குமேல் தொங்கிய விளக்கு அசைந்தாடிற்று. சுவர் கடிகாரம் காலம் கணித்தது... டிக்-டிக்-டிக்-டிக்... மேற்கே திரும்பினான். கால்களைத் தொங்கவிட்டு ஜன்னலில் உட்கார்ந்தருந்த சப் ஆபீசர் இறுகிய வாயுடன் பார்த்துக் கொண்டிருந்தான்.

சுந்தரம் உட்கார்ந்தான். உள்ளங்கையிலும் தொடையிலும் வியர்வைப் பிசுபிசுப்பு. நாக்கு வறண்டு தொண்டையை அடைத்தது.

"உங்களுக்கு வீண் சந்தேகம்." மென்று விழுங்கிச் சொன்னான். "ரக்பீர்லால் சங்கதியை நான் யாரிடமும் சொல்லவில்லை."

"சின்னத்தம்பியை ஏன் காட்டிக் கொடுத்தாய்?"

"முந்தாநாள் ஆறுமுகம்" சப் ஆபீசர் தலையிட்டான். "அதற்கு முன் சிவசாமி, வீரையா..."

ஜாராங் ஹவில்தாரின் உடலெல்லாம் வியர்த்து நனைந்தது. பனியன் நெஞ்சோடு ஒட்டி உரசிற்று. கைக்குட்டையை எடுத்து முகத்தையும் கழுத்தையும் துடைத்தான்.

"சுந்தரம், உன்னை இன்றிரவு எட்டு மணிக்குள் தீர்த்து விடுவதென முடிவு செய்துவிட்டோம்." சிகரெட்டை வாயில் வைத்துச் சாவதானமாய்ப் புகையை இழுத்து ஊதியவாறு பாண்டியன் சொன்னான்: "நேதாஜி உயிர்த்தெழுந்து வந்து தடுத்தாலும் இதை மாற்ற முடியாது. படிக்கட்டு வாசலில் ரேசனும், பின்சந்தில் மாணிக்கமும் நிற்கிறார்கள்... எது எப்படி ஆயினும் உன் உயிர் போவது திண்ணம். இன்னும் பத்தே பத்து நிமிஷம்தான் உனக்கு."

மேசையைப் பார்த்திருந்தவனின் முகம் திடுமெனத் திரும்பியது.

"இது ஜாராங் முகாமல்ல, பினாங். சும்மாவிட மாட்டார்கள்."

"ஆமாம், பினாங். ஜாராங் முகாமல்ல."

"எனக்கு வேலை இருக்கிறது." எழுந்து ஓர் அடி முன்னே நகர்ந்தான்.

நாற்காலியில் இருந்தவனின் உடல் சரேலென்று எழுந்தது. வாயிலிருந்த சிகரெட் இடக்கைக்கு மாறிற்று. வலக்கை மடங்கி

மார்பைத் தொட்டுச் சாய்ப்பாய் உயர்ந்து பாய்ந்து, சுந்தரத்தின் வலது செவி, கன்னம், மூக்கைச் சிராய்த்தடித்துவிட்டு திரும்பியது.

"உட்கார்."

சுந்தரம் உட்கார்ந்தான், விசைக்குப் பணியும் எந்திரம்போல. உடல் நடுங்கியது. கண்கள் ஓயாமல் இமைத்தன. வலக்கை விரல்கள் கழுத்தை வருடிக் கொண்டிருந்தன.

பாண்டியன் இருப்பிடத்தில் அமர்ந்து வலக்காலைத் தூக்கி அட்டணையிட்டான். இடக்கை-சிகரெட் மாறியது.

நடராஜன் ஜன்னல் தட்டிலிருந்து குதித்து வெளியே போய்ப் படிக்கட்டையும் மற்ற அறைகளையும் பார்த்துவிட்டு வந்து, நிலைப்படியில் ஒரு காலும் அறைக்குள் ஒரு காலுமாக நின்றான்.

டிக்-டிக்-டிக்-டிக்... சுவர்க் கடிகாரம் காலம் கணித்தது.

திவான்மீரா கடையிலிருந்து, சுந்தராம்பாளின் 'பண்டித மோதிலால் நேருவைப் பறி கொடுத்தோமே...' வந்துகொண்டிருந்தது.

சுந்தரம் இருவரையும் மாறி மாறிப் பார்த்தான். ஒரே பார்வையாய் அவனைப் பார்த்துக் கொண்டிருந்தனர். கைக்குட்டையை எடுத்துக் கழுத்தையும் நெற்றியையும் துடைத்தான். அதைச் சராய்ப் பைக்குள் திணித்துவிட்டு மீண்டும் பார்த்தான். ஒரே பார்வையாய்ப் பார்த்துக்கொண்டிருக்கிறார்கள். வயிறு கிள்ளுகிறது... சிங்லியோங்கில் பீபியும், ருமீலாவும் காத்திருப்பார்கள். இங்கோ எதற்கும் துணிந்த இந்தக் கொலைக்காரர்கள்...

"நான் செய்ததெல்லாம் குற்றம். தயவுசெய்து மன்னித்துவிடுங்கள். அடுத்த வாரம் தோட்டத்துக்குப் போய்விடுவேன். உங்கள் பெருந் தன்மையால் பிழைத்துத் திருந்தியதாக இருக்கட்டும்..."

"ஓஹோ! 'இன்னா செய்தாரை ஒறுத்தல் அவர் நாண நன்னயம் செய்துவிடல்' அப்படித்தானா...? அது உனக்கும் எனக்கும் அல்ல, நாடி தளர்ந்த கிழவர்களுக்கு திருவள்ளுவர்களுக்கு."

"கையெடுத்துக் கும்பிடுகிறேன்... மன்னியுங்கள்."

"முடிவு முடிவுதான். உன் சாவை இனி யாராலும் தடுத்து நிறுத்த முடியாது."

"அண்ணே... என் கெட்ட காலம்... ஏதோ தெரியாத்தனமாய்..."

"சுந்தரம், இதுவரை கோழையாயிருந்ததுபோதும். சாகும் நேரத்திலாவது வீரனாயிரு. சாவதற்கும் முறை இருக்கிறது. சாவைத் தவிர்க்க முடியாதென்று ஆகிவிடின், பேடியெனப் புலம்பாமல் வீரனைப் போல் சாக வேண்டும். எப்படி இருந்தான்

என்பதைவிட எப்படி இறந்தான் என்பது முக்கியமான விஷயம். தமிழர்களின் முதல் எதிரி கோழைமை. அதற்கு ஒருபோதும் இடம் கொடுக்கலாகாது... மற்ற தமிழர்களின் நலனுக்காக நீ சாகப் போகிறாய். சாகத்தான் வேண்டும், சாகாமல் தப்ப வழியே இல்ல... பிறர் நலனுக்காக சாவது – அதிலும் உடனாளிகளாலேயே கொல்லப்படுவது பெறுதற்கரிய பெரும்பேறாகும். நீயும், கர்ண வள்ளலைப் போன்று, 'யான் பெற்ற பெருந்தவப்பேறு என்னையன்றி இருநிலத்திற் பிறந்தாரில் யார் பெற்றாரே' என்று மனம் குளிர்ந்து மகிழ்வதுதான் பண்பு."

கோபதாபமில்லா நடுமைக் குரல் மாரி சுந்தரத்தின் உணர்வில் பெய்து உடலைக் குளிப்பாட்டியது. பாண்டியன் என்னென்ன சொன்னானென்று கோர்வையாக நினைத்துப் பார்க்க இயலவில்லை. எனினும், தவிர்க்க முடியாத சாவின் தூதர்களாய், கொலைப் பழிக்கு அஞ்சாத எம கிங்கரர்களாய் இருவர் வந்து அறைக்குள் அமர்ந்திருப்பதை அந்த நடுமைக்குரல் அறிவித்ததாக மனதில்பட்டது.

குறுகிய வாயும் வேட்டைப் பார்வையுமாய் நின்ற சப்–ஆபீசருக்குச் சுணக்கமின்றி வேலையை முடித்துவிட்டுக் கிளம்பாமல், பாண்டியன் பிரசங்கம் செய்வது ஏன் என்பது துலக்கமாய்ப் புரிந்துகொள்ள முடியவில்லை. பேசி அவன் மனதைத் தாலாட்டிக் குழப்புவது சரி. வேலையை முடிப்பது எப்படி... பேச்சும் சீனியும் போதுமா...

சுந்தரத்தின் பார்வை அவன் மடிமீது பதிந்திருந்தது. திடுமெனத் தொண்டை இறுகி உடல் நடுங்கிற்று. பார்வையை உயர்த்தினான். பாண்டியன்... வலக்கையில் பிஸ்டல். பார்வையைத் திருப்பினான். நடராஜன்–இடக்கையில் பிஸ்டல், எதிர்ச் சுவரைப் பார்த்தான். டிக்–டிக்–டிக்–டிக்... இன்னும் கொஞ்சநேரம் பாக்கி.

"என்னைக் கொன்றுவிட்டு நீங்கள் தப்ப முடியாது. நாளையே பார்க்ளே..."

"ஓ! பார்க்ளே, மேஜர் பீட்டர் மெக்கார்மிக் பார்க்ளே... இப்போது நீ." எழுந்தான். "கெடு நெருங்கிவிட்டது. இரண்டிலொன்று சொல். மூளை சிதறி ரத்த வெள்ளத்தில் சாக விருப்பமா, நஞ்சு குடித்து அமைதியாகவா..."

"அண்ணே, காப்பாத்துங்கண்ணே!" தொண்டையை அறுத்துக் கொண்டு புலம்பல் கிளம்பியது. "அண்ணெ! உங்ககூடப் பிறந்த தம்பிபோல நினைச்சுப் பாருங்கண்ணே!"

"சுந்தரம், உன்னைக் கொல்ல வந்திருக்கிறேன். காப்பாற்றுவதற்கல்ல. சாகப் போகிறவன் குரலை உயர்த்திப்

பேசக்கூடாது. அது சாவுத் துன்பத்தை அதிகரிக்கும்." குழந்தையைத் தாலாட்டும் தாயின் குளுங்குரலில் சொன்னான். "அப்பொழுதே சொன்னேனே. சாகும்பொழுதாவது வீரனாயிரு என்று. சாவைத் தவிர்க்க முடியாதென்று ஆகிவிடின்..."

"அண்ணே! காப்பாத்துங்கண்ணேஎள..."

தொண்டை இறுகலை மீறி வந்த மென்குரல் புலம்பியது.

"கேட்டதற்குப் பதில் சொல்... சரி, நானே முடிவு செய்கிறேன்... மூளை சிதறி ரத்த வெள்ளத்தில் உடல் துடித்து விதறல் எடுத்து..."

சுந்தரத்தின் உடல் வெலவெலத்தது. மூளை சிதறி உடல் துடித்து ரத்த வெள்ளம் விதறல் வேண்டாம். நஞ்சு அமைதி வீரம் சாவு அமைதி நஞ்சு சாவு வீரம் நஞ்சு சாவு நஞ்சு...

"நஞ்சு!"

கிணற்றுக்குரல் கூவியது.

"ஜோத்தோ, நான் கொண்டு வந்திருப்பது ஜப்பானிய ஜெனரல்களின் சொந்த உபயோகத்திற்கான சக்திவாய்ந்த நஞ்சு. ருசி, மணம், நிறம் இல்லாத–குமட்டல், புரட்டல், வலித்தல் அறவே இல்லாத நயம் நஞ்சு. வெள்ளை வெளேர் என்றிருக்கும். தொண்டையில் இறங்கியதும் உயிர் போய்விடும். ஒரு தொந்தரவும் இராது. நயம் நஞ்சு–அமைதியான சாவு."

அலமாரி மீதிருந்த கண்ணாடித் தம்ளரை எடுத்து மேசைமேல் வைத்து அதில் பிளாஸ்க்–காபியை ஊற்றினான்.

சுந்தரம் முழங்கைகளை மேசையில் ஊன்றிக் கொண்டு தம்ளரை வெறித்துப் பார்த்தான். இவர்களிடமிருந்து தப்பி ஓடினாலும், ரேசனும் மாணிக்கமும் கைவேறு கால் வேறாய்ப் பிய்த்தெறிந்து விடுவார்கள்... காபி பாய்ந்தது. தம்ளர் நிரம்பிற்று. ஓசையுடன் மேசையில் உட்கார்ந்து பிளாஸ்க்... பார்வையை உயர்த்தினான்.

பாண்டியன், சட்டைப் பையிலிருந்து மஞ்சள் பொட்டலத்தை எடுத்து அவிழ்த்துப் பிரித்து, அதில் வெள்ளை வெளேரென்றிருந்த 'நஞ்சு'த் தூளைக் காபியில் கொட்டிவிட்டு, பொட்டலம் கட்டியிருந்த தாளையும், பச்சைப் பட்டு நூலையும் பைக்குள் போட்டுக்கொண்டான்.

சுந்தரம் பார்த்துக்கொண்டிருந்தான். ஏன் தாளையும் நூலையும் சட்டைப் பைக்குள் போட்டுக் கொள்கிறான்? துப்புக் கிடைக்காமல் செய்வதற்காக... கொஞ்சம் வாடை தெரிந்தாலே போதும், பார்க்ளே மடக்கிப் பிடித்து விடுவான்...

“ஊரில் யாருக்காவது சேதி உண்டா?”

சுந்தரம் மேசை மீதிருந்த காபி தம்ளரையும், பிஸ்டலுடன் நின்ற இருவரையும் மாறிமாறிப் பார்த்தான். தொண்டை வறண்டு காதடைத்துப் பார்வை மங்கியது.

“சேதி உண்டா?”

ஆவேசம் வந்தவன்போல் தம்ளரைத் தூக்கிக் கடகடவென்று குடித்தான். அமைதியான சாவு. நயம். நஞ்சு. சாவு ருசி மணம் நிறம் இல்லாத நயம் நஞ்சு. குமட்டல் புரட்டல் வலித்தல் அறவே இராது...

“கடைசிநேரத்தில் அமைதியாக உயிரைவிடு. தொல்லையில்லாத அமைதியான உடனடிச் சாவு,” டம்ம். காலைத் தூக்கிப் பலகைத் தளத்தில் மிதித்துதைத்தான்.

முன்னே குனிந்து தம்ளரை வைத்தவன், தடாலென்று பின்னே சாய்ந்தான்... டிக்–டிக்–டிக்–டிக்.

நடராஜன் எட்டி நடந்துபோய் மூக்கில் விரலை வைத்துப் பார்த்து, உடலைத் தொட்டான்... நாற்காலியில் பிணம் கிடந்தது.

“மாரடைப்பு...”

தீர்மானமாய் அறிவித்த பாண்டியன், தம்ளரில் மிச்சமிருந்த காபியை பிளாஸ்க்கில் ஊற்றிக் கலக்கி, அதில் கொஞ்சத்தைத் தம்ளரில் ஊற்றினான். பிறகு அலமாரி மீதிருந்த பிளாஸ்க்கை எடுத்துத் திறந்து உள்ளே பார்த்து, அதில் கடை பிளாஸ்க் காபியை ஊற்றி மேசைமீது வைத்தான்.

“போகலாம், இந்தா.” பிஸ்டலை நீட்டினான்.

“வேண்டாமா?” நடராஜன் வாங்கிச் சட்டைக்குக் கீழ் இடுப்பில் செருகிக்கொண்டு, தன் கையிலிருந்ததைச் சராய்ப் பையில் திணித்தான்.

“படகுத் துறையில் சோதனை இருக்கும்.”

நடராஜன் பிளாஸ்க்கை எடுத்துக்கொண்டான். கதவை முக்கால்வாசி சாத்தி வைத்துவிட்டுப் படியிறங்கித் தென்புறமாய் நடந்தார்கள்.

“ஏண்ணே, இதென்ன மாயம்?”

“பள்ளிக்கூட நாளில் இதுமாதிரிக் கதையை ஆங்கிலப் பத்திரிகை ஒன்றில் படித்தேன். காலையில் நினைவுக்கு வந்தது.”

“கனவு போலிருக்கிறது. எல்லாரிடமும் இந்தத் தந்திரம் பலிக்குமா?”

“தந்திர மந்திரங்கள் பலிப்பது ஆளைப் பொறுத்தது. அவன் கோழைப்பயல் – நீ சொன்னதுபோல் பொண்ணையன்.”

“என்னதான் கோழையாக இருந்தாலும்...”

“மனமே அனைத்திற்கும் அடிப்படை. எதிரியை ஒழிப்பதற்கு முதற்படியாக அவன் மனதை மருட்ட வேண்டும்.”

“இதில் அவன் சாகாமலிருந்தால்...”

“நஞ்சு உபாயம் தவறியிருப்பின், இன்னொன்று தயாராயிருந்தது. அதுவும் ஆபத்தில்தான்.”

“அது என்னண்ணே, எனக்கும் சொல்லுங்கள்.”

“தேவை ஏற்படும்போது சொல்கிறேன்... ஒருவேளை சந்தேகப்பட்டு உன்னை விசாரிப்பார்கள். முதல் வேலையாக, மாணிக்கத்தைப் பார்த்து விஷயத்தைச் சொல். அவன் எல்லாவற்றையும் கவனித்துக் கொள்வான்... வெறும் விசாரணையோடு சரி. குற்றச்சாட்டுக்கு இடமேயில்லை. மாரடைப்புக்கு யார் என்ன செய்யமுடியும்?”

“அவன் உடல் கோளாறு. பெருந்தீனிக்காரப் பயல்.”

“இதைப்பற்றி உனக்கும் ஒன்றும் தெரியாது.”

“நான் ஒரு பாபமும் அறியேன். நான் உண்டு; என் வயிற்றுப்பாடு உண்டு... இன்ஸ்பெக்டர், உங்கள் புண்ணியமாயிருக்கட்டும், நல்ல வேலை ஏதாவது கிடைத்தால்...”

“ஆமாம்... நேரமாகிறது. பிளாஸ்க்கை கொடுத்துவிட்டுப் போ. பட்டர்வர்த்தில் தங்கிக் காலையில் அலோர் ஸ்டார் போகிறேன்.”

“சரி, இன்னும் கனவுபோலவே இருக்கிறது.”

“இதிலிருந்து தெரிவது என்ன?”

“மனத்திட்பமே எல்லாச் சாதனைகளுக்கும் அடிப்படை.”

“முதலாவது மனத்திட்பம். பிறகு வினைத் திறமை. ‘வினைத் திட்பம் என்பது, ஒருவன் மனத் திட்பம்’ என்பான் மயிலாப்பூர் சாலியனும். வருகிறேன்.”

இடப்பக்கம் திரும்பி நடந்தான்.

* * *

கே.கே.ரேசன்–கார்மேக வேளார் மகன் கதிரேசன் – பேங்காக் நகரில் சையாமிய அரச குடுமப வியாபாரி ஒருவரிடம் பணிபுரிந்த தாய்மாமன் ஆதரவோடு ‘ஏற்றுமதி–இறக்குமதி’ வர்த்தகத்தில்

காலெடுத்து வைத்திருந்தான். வாரம் தவறாமல் பாண்டியனுக்கு வந்த ரேசனின் கடிதம் ஒவ்வொன்றும், ஒருமுறை பேங்காக்குக்கு வந்து போகும்படி வற்புறுத்திற்று– 'வீட்டுக்கொரு இளவரசரும் சந்நியாசியும் கொண்ட நாடு உலகிலேயே இது ஒன்றுதான். வருக, வருக, வந்து பார்த்துச் செல்க' என்று குறிப்பிட்டுக்கொண்டிருந்தது.

பாண்டியன் பேங்காக் நகரைப் பார்த்ததில்லை. அங்கு போய்ப் பத்து நாள் இருந்து திரும்பத் தீர்மானித்தான்.

ஒருநாள் காலையில் சையாம் தலைநகருக்கு ரெயில் ஏறினான்.

30. பேங்காக்

பேங்காக் நகரம் கேளிக்கைக் கடலில் மிதந்தது. யுத்தம் காரணமாகச் செழிப்புக் குன்றாத தென்கிழக்காசிய நகரம், இது ஒன்றுதான்போலும். கிழிந்த உடையோ, காய்ந்த உடலோ தென்படவில்லை. பணம் தண்ணீராய்ச் சிந்திச் சிதறியது. ஸ்விஸ் ஃபிராங்க், ஸ்வீடிஷ் குரோனர், அமெரிக்க டாலர் எது வேண்டுமாயினும் கள்ளச் சந்தையில் வாங்கலாம், விற்கலாம். வேறு ஏதாவது வேண்டுமா? எறிகுண்டு, எந்திர பீரங்கி? ஜீப் வண்டி, மோட்டார் படகு? பணம் இருக்கிறதா அசல் பணம், சுண்டினால் ஓசை கேட்கும் பணம்? உடனே வாங்கலாம். கையில காசு, வாயில தோசை. தயவுசெய்து எது, எப்படி என்றெல்லாம் கேட்காதீர்கள். யுத்தத்தின்போது பல்வேறு நாடுகளில் கொள்ளையடித்து ஒளித்த அரிய நகை நட்டுகளும் கலைப் பொருள்களும் வேண்டுமா? வாருங்கள், மோம் ஆற்றங்கரைக் கடைகளுக்கு. வில்லங்கமான ஆட்கள், பண்டங்களை நாடு கடத்த வேண்டுமா? அங்கேயே ஏற்பாடு செய்யலாம்.

மேனாம் நதியே நகரின் பெருஞ்சாலை–பெரிய கடைவீதி. பல கால்வாய்கள்–தெருக்கள்–பிரிந்து செல்கின்றன. கடைகள் படகுகளில் மிதந்து திரிகின்றன. மிதக்கும் கடைகளுக்கு மிதந்து வருவோர் பண்டங்களை வாங்கிக்கொண்டு மிதந்தே செல்கிறார்கள். படகுகளில் கவலையறியாத முகங்கள், ஒளிவு மறைவில்லாமல் உரக்கப் பேசிச் சிரித்துச் செல்கின்றன.

தரைச் சாலைகளில் கார்களும் ஜீப்களும் ட்ராம்களும் ரிக்ஷாக்களும் குழலோசை–மணியோசை கிளப்பி ஊரைக் கிடுகலக்கித் திரிகின்றன.

பிரிட்டிஷ் துருப்புகள், அமெரிக்க மாலுமிகள், வியட்னாமிய கம்யூனிஸ்டுகள், இந்தொனேசியப் புரட்சியாளர்கள், மாசேதுங்கின் ஆட்கள் இங்குமங்குமெங்கும் தென்பட்டனர். அவர்களிடம் பண நோட்டுகள் கற்றை கற்றையாயிருந்தன. கண நேரத்தில் உருவுவதற்குத் தோதாய் உடைக்குள் ஆயுதம் ஒளிந்திருந்தது.

இந்தோனேசியர், டச்சுக் கடற்படையின் கண்காணிப்பை மீறிக் கொண்டுவந்த ரப்பர், காபி, தேயிலை, மிளகை விற்று,

எறிகுண்டுகளும் துப்பாக்கிகளும் கொள்முதல் செய்து தாயகத்துக்கு அனுப்பும் பணியில் மூழ்கியிருந்தனர். ஒரே அடியில் சுருண்டு விழுவோர் போலிருந்த வியட்னாமியர் பெரும் பண்டங்களில் கவனம் செலுத்தினர்–மார்ட்டர், பசூக்கா, ஜீப். மாசேதுங்கின் ஆட்களோ என்ன செய்கிறார்கள், எங்கிருந்து வருகிறார்கள் என்றே தெரியாத–யாவரும் அஞ்சும் மர்ம மனிதர்களாய் நடமாடினர்.

பர்மாவிலிருந்து தப்பித் தலைதெறிக்க ஓடி வந்திருந்த மாசானமும் முத்தையாவும், கே.கே.ரேசன் கடைமாடியில் தங்கி இருந்தனர். அவர்களோடு பாண்டியனும் போய்ச் சேர்ந்தான்.

இன்னொரு கடை–பாண்டியன், முத்தையா, மாசானத்துக்காக –ஆரம்பிக்கலாமென்று ரேசன் யோசனை கூறினான். அவ்வாறே, 'ஓரியண்டல் ட்ரேடிங் கம்பெனி' தொடங்கப்பட்டது.

ஆற்றின் அருகே அமர்த்திய கட்டிடத்தில் புதிய கடை. அகப்பட்டதை வாங்கி விற்றார்கள். பிரிட்டிஷ் துப்பாக்கி, அமெரிக்க டாலர், இந்தொனேசியத் தேயிலை. சில சமயங்களில் பெரிய மீன்களும் சிக்கிக்கொள்ளும்–பீரங்கி, ஜீப், மோட்டார் படகு... பணம் குவிந்தது. வாரி இறைத்தார்கள். கதிரவன் சாய்ந்ததும், அலங்கரித்துக்கொண்டு கேளிக்கை நிலையங்களை நாடிச் செல்லும் மந்தைக் கூட்டத்தில் மாஜி இந்திய தேசிய ராணுவ லெப்டினண்டுகள் நால்வரையும் காணலாம்.

அன்று ஞாயிற்றுக்கிழமை. காரில் ஊருக்கு வெளியே புறப்பட்டனர். எப்பக்கமும் பச்சை. தென்னந் தோப்புகள், நெல் வயல்கள். குடில்களுக்கு முன் காலை நீட்டி உட்கார்ந்து வெற்றிலை மென்று அசைபோட்டுக் கொண்டிருந்த பெண்கள் கள்ளங்கபடின்றிப் பேசிச் சிரித்து மகிழ்ந்திருந்தனர். சிறுவர்கள் பிரப்பம் பந்துகளைத் தூக்கி எறிந்து, ராகா–ராகா விளையாடினார்கள்.

திரும்பியபோது நகரம் ஒரே ஒளிமயமாக இருந்தது. எல்லாத் திசைகளிலும் மானிடர் கூட்டம். தென்பட்ட கோலாகல ரெஸ்டாரண்ட் ஒவ்வொன்றின் முன்னும் கார் நின்றது. கடைசியாக, ஏழரை மணிக்கு 'மூன்லிங்' போய்ச் சேர்ந்தபோது தலைகள் கனத்திருந்தன. உடலிலே தெம்பு, நடையிலே மிடுக்கு.

முன்புறத்தில் பிரிட்டிஷ்–அமெரிக்க அதிகாரிகள், சையாமியப் பிரபுக்கள், சீன வணிகர்களின் ஜீப்புகளும் கார்களும் வரிசையாக நின்றன. மரங்களில் கண்ணைப் பறிக்கும் வண்ண விளக்குகள். உள்ளிருந்து வந்த ஜாஸ் இசை உடலைக் கிளறியது. வண்டிகள் மேலும்மேலும் வந்து நின்றன. அவற்றிலிருந்து தந்தச் சிலைப்

பெண்களுடன்–வெள்ளையரும்–உள்ளூராரும் இறங்கிப் பொய்யுரையும் போலிச் சிரிப்புமாய்ப் படியேறி உள்ளே சென்றனர்.

தமிழர் நால்வரும் தென்புறம் கிடந்த ஆசனங்களில் அமர்ந்தனர். எதிரே, மூவர் நால்வராய் வெள்ளையர் உட்கார்ந்திருந்தார்கள். நடுநடுவே பெண் மின்னல் வீசியது. அவர்களுக்கு அப்பால், வாசலருகே, சீன சையாமிய ஜோடிகள். உள்ளூராருக்கு எதிரே வியட்னாமியர் வரிசை–அவர்களை அடுத்து இந்தொனேசியர் இருவர்.

மண்டப நடு வெற்றிடத்தில் கறுப்பு லேஸ் அரைப் பாவாடையும் கண்ணாடிப் பட்டுக் கச்சும் திரித்த பொன்னிறப் பெண் உடலை வளைத்து நெளித்துக் குதித்துக்காட்டிப் பாடினாள்.

யையை யையை யை - யையா
யா - யையா
யயியயி யயியயி யயி - யையய
யா - யையீ

பன்னிற மங்கல் வெளிச்சக் கலவையில் புகைப்படலம் சுற்றித் திரிந்தது. பிரெஞ்சு அத்தர் வகைகளின் கனமணம் முகத்தோடு ஒட்டி அழுத்திற்று.

ஆட்டக்காரியை ஒரே பார்வையாய்ப் பார்த்தவாறு இருந்த முத்தையாவின் வாயில் பாட்டுப் பிறந்தது:

பத்தினியே - என்
பாவையே ரத்தினமே - நீ
பத்தினியே யானால் - உன்
பாவாடை கழன்று...

“ச்சீ, வாயை மூடுலே! பொம்பளைங்க இருக்காங்க.”

“என்ன சொன்னாய், மாசானம், என்ன சொன்னாய்? ஓ! பெண்கள், பிரம்புவன், விமன்.”

துணிச் செருப்பின்மீது பூனைபோல் வந்த பணியாள், வாயை வலக்கையால் அணைத்தவாறு குனிந்து, கட்டளை என்னவென்று கேட்டான். ரேசன் பட்டியலைக் கூறினான், முதலில் பானம்.

கறுப்பு உடைக்காரியின் ஆட்டபாட்டம் முடிந்தது. அடுத்த நிகழ்ச்சிக்கு முந்திய இடைவெளி நேரத்துச் சையாமிய மெல்லிசை, வாத்திய மேடையிலிருந்து கிளம்பிக் கீச்சிடலாயிற்று.

ரேசனின் வெறிப்பார்வை, நேர் எதிரே சையாமிய நங்கை ஒருத்தியுடன் அமர்ந்து குடித்துக்கொண்டிருந்த பிரிட்டிஷ் காப்டன்மீது மீண்டும்மீண்டும் திரும்பி விழுந்தது. வாசலருகே நாற்காலியில் சாய்ந்து தூங்கியவனை ஒட்டி இருந்தவள், இமை கொட்டாமல் பாண்டியனைப் பார்த்தாள். முன்புறம் குலுங்கியது. இடக்கை வயிற்றைத் தடவியது. பாண்டியன் தலையைத் திருப்பி நோட்டமிடலானான்.

“ஏலே, அங்கே பார்.” முத்தையாவின் விலாவில் மாசானம் இடித்தான். “கதவோரம் வயிற்றைத் தடவுகிறாளே, தெரிகிறதா, அவளைப் பாண்டி கணக்குப் பண்ணுகிறான்.”

“ஆ, அப்படியா! பாண்டி தொலைந்தான். அவனைச் செலவெழுத வேண்டியதுதான். முனிபுங்கவர்களெல்லாம் என்ன சொல்லி வைத்திருக்கிறார்கள்? பெண்களைப் பார்க்காதே, அதிலும் வயிற்றைத் தடவுகிறவளை நினைக்கவும் நினைக்காதே என்று. பாண்டியன் என்ன செய்கிறான்? வயிற்றைத் தடவுகிறவளைப் பார்க்கிறான். எனவே, தொலைந்தான், ஒழிந்தான்.”

மாசானம், வயிற்றைத் தடவியவளை, உற்றுக் கவனிக்கலானான்.

“மாசானம்... அட தேரிக்காட்டுப் பலேஎள!”

“என்னலே?“

“இந்திரன் கெட்டதும் சந்திரன் கெட்டது ஏன்?“

“பெண்.”

“ராவணன் செத்ததும் கோவலன் செத்ததும் ஏன்?“

“பெண்”

“ஆகவே, மாசானம், மெய்யாகவே மெய்யாகவே நான் உனக்குச் சொல்கிறேன்; பெண்களைப் பார்க்காதே. மாசானம், பெண்களைப் பார்க்காதே, பெண்களைப் பார்ப்பதுவும் தீது; பெண்கள் சொற் கேட்பதும் தீது; பெண்களோடு இணங்கியிருப்பதுவும் தீது. இது யார் வாய்ப் பொன்னுரை தெரியுமா?”

“முத்தையாத் தடிகள்!”

“சீச்சி!... அன்னை வயிறறியா அண்டமா முனிவர். அவர் அருளிச்செய்த ‘இடாகினிப் பேய்–என் இல்லக்கிழத்தி’ என்ற காப்பியத்தை நீ படித்ததில்லையோ? கட்டாயம் படிக்க வேண்டும். பெண்களின் உறவேகூடாதென்பதற்கு இன்னொரு முக்கிய காரணமும் உண்டு. அஃது யாதோவெனின்...”

ரேசனின் கம்பீரமான ஆங்கிலவாங்கிலக் குரல் திடுமெனக் கிளம்பி முழங்கி, மண்டபத்தில் இருந்தோர் அனைவரின் கவனத்தையும் ஈர்த்தது.

“ஆ! இளவரசர் சிரீ புவோங்சிரீ வைத்தியக் கோன்...! இவர் ஃபீல்ட் மார்ஷல் மஹாராஜ சிரீ சிரீ வினயானந்தோ பான்ட்யா, தமிழகத் தரை–கடல்–விமானப் படைகளின் உன்னதச் சேனாதிபதி. மான்ஸ்டைனின் மதிநுட்பமும், ரொகொசாவ்ஸ்கியின் நெஞ்சழுத்தமும், மான்ட் கோமரியின் நிதானமும் ஒருங்கே அமையப்பெற்ற மாவீரன்! ஒரு காலத்தில் மூவுலகையும் ஏழு கடலையும் கட்டியாண்ட பாண்டிய மன்னர்களின் நேர்வழித் தோன்றல்.”

“ஆஅஅ!... மஹாராஜக பான்ட்யா!” இளவரசர் குறும்புப் பார்வையும் புன்முறுவலுமாய்த் தமிழக உன்னதச் சேனாதிபதியின் கையைப் பற்றினார்.

“இவர் ஜெனரல் சிரீ மாசான அபயவங்சே. புகழ்பெற்ற தமிழ் முதலாம் சேனையின் தலைவர். பறக்கின்ற குருவியை ஓடுகிற ஓட்டத்தில் சுட்டுத்தள்ளும் திறனாளி! ஏராளமான தமிழ் ஆடுகளைக் கோகிமா கசாப்புக் கடைக்கு இட்டுச் சென்று இறைச்சியாக்கிய சூரன்...! இவர் ஜெனரல் சிரீ முத்தயாத்திரிஜி குர்லால்மியா. தமிழ் கமாண்டோ அணிகளின் கீர்த்திமிகு தலைவர்...! மவுண்ட்பேட்டனை ஓட்டப்பந்தயத்தில் தோற்கடித்த மாவீரன்! பாரதகண்டத்தின் தங்கச் சுரங்கங்கள், நாணயச் சாலைகளில் பெரும்பாலானவை இவர் குடும்பத்தாருக்கே சொந்தம்.”

இருவரும் அறிமுகக் கட்டியத்துக்கு ஏற்ப ராணுவ பாணியில் நெஞ்சைத் துருத்தி நின்று, முறுவலித்தனர்.

“மகிழ்ச்சி, மகிழ்ச்சி, மட்டற்ற மகிழ்ச்சி... மன்னிக்கவும், கொஞ்சம் அவசர வேலை.”

இளவரசர்–வயது 35–க்கும்மேல் 75–க்குள் இருக்கலாம் – கழுத்தைச் சொறிந்தார்.

“இளவரசர் அவர்களே, சற்று அமர்ந்து பானம் செய்வோமாக.” இடக்கையை முதுகுக்குப்பின் மடித்து, முன்னே குனிந்த ரேசன் கூறினான். “கறுப்பு, மஞ்சள், பழுப்பு மந்தைகளை எல்லாம் கட்டி ஆளும் ஆங்கிலோ–அமெரிக்க சேனாதிபதிகளிற் பலர் இந்த மகோன்னத அவையில் குழுமி இருக்கின்றனர். அவர்களின் மேலான பார்வையில் நமது சந்திப்பு மகிழ்ச்சியைப் புலப்படுத்துவோம், வாரீர், வாரீர், வந்தருளீர்.”

"தயவுசெய்து மன்னிக்கவும். இன்னொரு தடவை."

இளவரசரின் வயதில்லா உருவம் வாசலை நோக்கி விரைந்து போய் மறைந்தது.

ரேசன் நின்றபடியே கண்ணடித் தம்ளர்களில் பானத்தை ஊற்றினான். மற்றவர்கள் உட்கார்ந்தனர்.

"ஜென்டில்மென்!" ஆங்கிலவாங்கிலக் குரல் பேசியது: "மகா பிரிட்டன், வட அயர்லாந்து, கடல்களுக்குப்பால் உள்ள டொமினியன் நாடுகள், காலனியப் பிரதேசங்களின் அரசரும் இந்தியாவின் சக்ரவர்த்தியும், கறுப்பர்களின் காவலருமான மாட்சிமிகு ஆறாம் ஜியார்ஜ் மன்னர் பிரானின் உடல்நலனுக்காகப் பிரார்த்தித்து, அவரது அடிமைக்குடிகளாகப் பிறந்த நாம், இப்போது பானம் செய்வோமாக."

"கத்தித் தொலைக்காதே." பாண்டியன் தாய்மொழியில் சொன்னான். "தமிழில் பேசு."

"டாமில்...? டூ யு மீன் டாமில்!" ரேசன் வாயில் இடி முழங்கியது. வலக்கை தம்ளரைத் தூக்கிற்று. "டாமில் ஒழிக! டாமிலியன்ஸ் அழிக... ஆங்கிலம் வளர்க! ஆங்கிலர் வாழ்க!"

பானத்தைப் பருகிவிட்டுத் தம்ளரை மேசைமீது ஓசைபடத் தட்டி வைத்தான். கண்ணாடி அலறியது.

மண்டபத்தின் சூழல் திடுமென இறுகியது. ஒரே அமைதி. வெள்ளையரின் சிவந்த கண்கள் குறுகி நோக்கின. கடைக்காரன் வாசலில் கையைப் பிசைந்து நின்றான். மாசானமும் முத்தையாவும் குறும்புப் பார்வையுடன் ரேசனைப் பார்ப்பதும், விஸ்கி பருகுவதுமாக இருந்தனர். பெண்களுடன் வந்திருந்த சையாமியப் பிரபுக்களும் சீன வியாபாரிகளும் மனம் குழம்பி விழித்தார்கள். வியட்னாமியர் ரேசன் திக்கில் திரும்பிக் கிசுகிசுத்தனர்.

வாத்திய இசை முடிவடைந்தது.

"நேரமாகிறது... போகலாம்."

பாண்டியன் எழுந்து ரேசனின் இடுப்பில் இடக்கையைச் சுற்றினான். கண்கள் மெத்தனப் பார்வையாய் மண்டபத்தை வளைத்து நோட்டமிட்டன. என்னமும் நடக்கலாம். எல்லாரும் குடிவெறியில் மிதக்கிறார்கள். கைக்குக் கை ஆயுதம்...

"மூடநம்பிக்கைகளின் அடிமையான கறுப்பு மனிதனே! தீர்க்கதரிசிகளை மதிக்காத தான்தோன்றித் தமிழனே! உட்கார்."

பாண்டியன் உட்கார்ந்தான். மனம் குமுறியது. தடிப்பயல் வேண்டுமென்றே வம்புக்கிழுக்கிறான். நாம் நாலே நாலு பேர். இவர்களோ பலர்...

"பழுப்பரே, மஞ்சளரே, கறுப்பர்களே!" ரேசனின் குரல் ஓங்கி முழங்கியது. "உங்கள் தோலை வெள்ளையாக்கிக் கொள்ளும்வரை அடிமைகளாய் உழலக் கடவீர்! என்று தேவபிதா விதித்த சாபத்தை நீங்கள் மறந்ததென்ன? உடனடியாக நெருப்பில் குளித்து வெள்ளையராகுங்கள், இன்றேல்..."

"தீர்க்கதரிசி அவர்களே, அவ்வாறே செய்கிறோம்." பாண்டியன் பக்தி ததும்பக் கூறினான். "இப்பொழுது நேரமாகிவிட்டது. ஆலயக் கதவுகளைப் பரிசேயர்கள் இழுத்தடைப்பதற்கு முன் நாம் விரைந்து போய்த் தேவனை வழிபடுவோம், வாரீர்."

"கறுப்பு மனிதனே, குறுக்கிடாதே. தீர்க்கதரிசியின் அருளுரையைக் கேட்பாயாக."

பெண்களுடன் வந்திருந்த உள்ளூரார், தம் பெண்களை இழுத்துக்கொண்டு அவசரஅவசரமாய் வெளியேறினர். வெள்ளையருடன் வந்திருந்த விலைப்பெண்டிரும் உயர்குல வேசைகளும் ஏதோ விபரீதம் நேரப்போகிறதென்ற உணர்வும், சண்டைக்காட்சி ஆவலுமாய் விழி இமையாமல் ரேசனைப் பார்த்துக்கொண்டிருந்தார்கள்.

மண்டப அமைதியைப் பிளந்துகொண்டு தீர்க்கதரிசியின் குரல் மீண்டும் முழங்கியது:

"ஏதேன் தோட்டத்து ஆதாமியா முதல்வனின் கொடிவழியைச் சார்ந்த [1]களவழி நாட்டுக் [2]கலம்செய் கோவாம் கார்மேகம் தீர்க்கதரிசியின் புதல்வன் கதிரேசன் தீர்க்கதரிசி தேவனுக்குப் பிரியமான பாங்கோகியா நகரில் வந்திருந்து சாற்றுகின்றான்: பூமியே கேள்! வானமே செவிமடு! காற்றே கவனி! தேவனாகிய பராபரன் என் கனவிலே ஒளிப்பிழம்பாய்த் தோன்றி, 'கதிரோன்! கதிரோன்! நீ பானை வனையும் தொழிலை மறந்து இந்தப் பாலைவனத்தில் வந்து பாடு கிடப்பதென்னே?' என்றார். அப்பொழுது நான், 'ஆண்டவனே! உம்முடைய கீர்த்தி பூமியில் என்றென்றும் நிலைப்பதாகுக. நான் பாபி; என்னை மன்னியும்' என்றேன். அதற்கு அவர், 'அவ்வாறே மன்னித்தேன்.

---

1. களவழி நாடு – திருக்கோஷ்டியூர் பகுதியின் பழம்பெயர்

2. கலம்செய் கோ – மண்பாண்டத் தொழிலாளி (வேளார், குலாலர்)

நீ பாடு கிடப்பது ஏன்? உடனே சொல்' என்றார். அப்பொழுது நான் 'பராபரனே! என் மக்கள் பூச்சி புழுக்களாய் உழல்கின்றனரே, அவர்களுக்கு ஒருபோதும் விமோசனம் இல்லையா?' என்றேன். அதற்கு அவர், 'உன் மக்கள் என் ஆணையை மீறினர்; ஆகவே அல்லலுறுகிறார்கள். நான் என்ன செய்வது?' என்றார். மறுகணம் ஒளிப்பிழம்பு மறைந்துவிட்டது. நான் தனியாய் நின்றேன்..."

"ஹஹ்ஹஹ்ஹா..." வட கிழக்கு மூலையில் ஒற்றையாய் அமர்ந்து பீர் பருகிக்கொண்டிருந்த இளம்வயது அமெரிக்கக் கடற்படை காப்டன் எழுந்து நின்று சிரித்தான். "அசல் விவிலிய தீர்க்கதரிசி! யூதேயா தீர்க்கதரிசி! பாலைவன..."

"மெஞ்ஞானிகளின் முதுமொழி பொய்யாம்படியாய் அணுவைப் பிளந்து தீயாக்கிச் சூரிய புத்திரர்களின் தலையில் கொட்டிய அமெரிக்க அஞ்ஞானியே! மூடு வாயை. இன்றேல், தீர்க்கதரிசியின் கொடுஞ்சாபத்திற்கு உள்ளாக்கி மீளாத் துயரில் உழலக்கடவாய்."

"தீர்க்கதரிசி அவர்களே, நான் பாபி; என்னை மன்னியும்."

"அவ்வாறே மன்னித்தேன். உட்கார்."

அமெரிக்கன் பெருமுயற்சியோடு சிரிப்பை அடக்கிக்கொண்டு உட்கார்ந்தான்.

தீர்க்கதரிசியின் ஆங்கிலவாங்கிலக் குரல் மீண்டும் கிளம்பியது:

தேவனின் அருளால் திரிகால ஞானம் பெற்ற கதிரோன் தீர்க்கதரிசி மேலும் சாற்றுகின்றான்: "ஏ தாழ்ந்த தமிழகமே, உனக்கு ஐயோ! தக்கோலமே, உனக்கும் ஐயோ! கடாரமே, காம்போதமே, சம்பாவே, சாவகமே, மலையகமே, மாவிர்லிங்கமே, உங்களுக்கும் ஐயோ! உங்களுக்கும் ஐயோ...! செவியிருந்தும் செவிடானவர்களே, உங்கள் தோலை வெள்ளையாக்கிக் கொள்ளும்படி தீர்க்கதரிசிகள் மீண்டும் மீண்டும் இடித்துரைத்தும் நீங்கள் அசட்டையாயிருந்தது என்னே? வெள்ளைத் தோல் இருந்தால் நாடு நகரங்களை அழித்துத் தரைமட்டமாக்கலாம்; கேள்வியில்லை. பெண்டு பிள்ளைகளைக் கொன்று குவிக்கலாம்; கேள்வியில்லை..."

"ஷ்யட்டப்!"

எதிரே, சையாமிய அணங்குடனிருந்த பிரிட்டிஷ் காப்டன் லாகிரிக் குரலில் உத்தரவிட்டான்.

குரல் வந்த திக்கில் தலைகள் திரும்பின. ரேசன் மெத்த மெதுவாய்க் குனிந்து, மேசையிலிருந்த சீசாவைத் தூக்கித் தம்ளரில் ஊற்றிக்கொண்டே உறுமினான்:

“தீர்க்கதரிசியின் அருளுரையை இடைமறிக்கும் பிலிஸ்தியன் யார், யாரவன்...? கிளைவ்? *ராஃபிள்ஸ்...?”

“நோவ் நோவ் நோவ்... மான்ட்கோமரி.”

உயர்ந்து பருத்த உருவம் நாற்காலியிலிருந்து எழுந்தது. உடல் தள்ளாடியது. மிதமிஞ்சிய குடியால் முகம் ரத்தமாய்ச் சிவந்திருந்து. உடனிருந்தவள் கையைப் பிடித்திழுத்து உட்கார வைக்க முயன்றாள்; முடியவில்லை.

கடைக்காரன் வாசலிலிருந்து ஓடிவந்தான். மாசானம் வலக்கையை ஆட்டி வாசலுக்குத் திரும்பும்படி மிரட்டினான். வந்தவன் கைகளைப் பிசைந்தவாறே திரும்பி நடந்தான்.

ரேசனை இடப்பக்கம் சற்று விலகி நிற்குமாறு சொல்ல நினைத்தான் பாண்டியன். அதேசமயம் தீர்க்கதரிசி பிரக்கியமாய் மேற்கே ஓர் அடி நகர்ந்தார்.

“யாஅர்!... ஓ! மான்ட்கோமரி. கீர்த்திமிகு பிரிட்டிஷ் எட்டாம் சேனையின் தலைவர்!” வலக்கை முன்னே நீண்டு ஆட்காட்டி விரலால் சுட்டியது. ‘தன்னிடம் ஒன்றுக்கு மும்மடங்கு படை பலம் இருந்தும் கொஞ்சமும் அஞ்சாமல் ரோமலின் ஆஃபிரிக்கா கோர்மீது பாய்ந்து வென்ற தீரன்! எல் அலாமீன் சூரன் ஃபீல்ட் மார்ஷல் பெர்னாட் மான்ட் கோமரீஇஇ.”

“ஷ்யட்டப்.”

“ஹிஹிஹிஹி... மான்ட் கோமரீஇஇ.”

ஃபீல்ட் மார்ஷல் எட்டி நடந்து வந்தார். தீர்க்கதரிசி கனவுப் பார்வையும் லம்பும் உடலுமாய் நின்றார்.

முகத்தை நோக்கி வந்த ஆக்கிரமிப்புக் கை அதன் இலக்கை அடையுமுன், தீர்க்கதரிசியின் இடக்கை–மின்வெட்டில் சிக்கித் துவளவே, அவரது வலக்கை கழுத்துக்கு மேலே அந்த இடத்தை நோக்கிப் பாய்ந்தது. பிறகு இடக்கை, வலக்கை, இடக்கை.

ஃபீல்ட் மார்ஷல் திசை திரும்பிக் குப்புற விழுந்தார்.

எதிர் வரிசையில் சிலர் பிஸ்டலை உருவிக்கொண்டு எழுந்தனர்.

“துப்பாக்கி விளையாட்டு வேண்டாம். தயை கூர்க.” வலக்கை பிஸ்டலுடன் ஆழ்ந்த அமைதிக் குரலில் பாண்டியன் கூறினன்.

மாசானத்தின் இரு கைகளிலும், முத்தையாவின் ஒரு கையிலும் புத்தம் புதிய–அன்று காலையில் கொள்முதல் செய்த பிரவ்னிங்

---

* சர் ஸ்டாம்ஃபோர்ட் ராஃபிள்ஸ். 1819ல் சிங்கப்பூரை நிறுவியவர். இவரைத் தென்கிழக்கு ஆசியாவின் ‘கிளைவ்’ என்று கூறலாம்.

ஆட்டமேடிக் பிஸ்டல்கள் மின்னின. அதுவரை ஆரவாரத்துடன் குடித்துக்கொண்டிருந்த வியட்னாமியர் வரிசையில் அமைதி சூழ்ந்தது. அவர்களின் பிஸ்டல்–கைகள் எதிர்வரிசை இலக்குகளைக் குறிபார்த்து இருந்தன. இந்தொனேசியர் இருவரும் இடக்கையில் பிஸ்டலும், வலக்கையில் கிரிஸ் கத்தியுமாய் எழுந்து நின்றனர்.

தீர்க்கதரிசி தம்ளரைத் தூக்கி விஸ்கி பருகியவாறே எதிர் வரிசையினரை ஒரு கோடியிலிருந்து மறுகோடிவரை நோட்டமிட்டார். பிறகு தம்ளரை மேசைமீது வைத்தார். வாயிலிருந்து வியப்புக் குரல் பிறந்தது.

"மூலைமுடுக்கெல்லாம் தமுக்கடிக்கப்படும் பிரிட்டிஷ் நகைச்சுவை எங்கே ஓடி மறைந்தது! நேர்மையாட்டு எங்கே போய் ஒளிந்தது! ஓ, அவையெல்லாம் வெள்ளையருக்கிடையேதானா... கைச்சண்டையில் தோற்றால் துப்பாக்கி; துப்பாக்கிச் சண்டையில் தோற்றால் அணுகுண்டு! இஸ் திஸ் கிரிக்கெட்?"

பிஸ்டல்–கைகள் குறி பார்த்து இருந்தன. ஒரு விநாடி–ஒரு தோட்டா பலரின் உயிர் ஒரு விநாடி–ஒரு தோட்டாவில் அடங்கி நின்று வேடிக்கை பார்த்தது. ஒரே ஒரு தோட்டா வெடித்தால்போதும்...

"மடத்தனம், மடத்தனம்." வயதாளி பிரிட்டிஷ் மேஜர் ஒருவர் பின்வரிசையிலிருந்து, ஓங்கி மிதித்த ஓசை கிளம்பிய காலடியுடன் முன்னே வந்தார். "கவலையை மறக்கவே இங்கு வருகிறோம். சுட்டுக்கொண்டு சாவதற்கல்ல... ஆயுதங்களை உறையில் போடுங்கள்."

ஆயுதங்களின் நிலை இருந்தது இருந்தபடியே நீடித்தது.

"இது போர்க்களம் அல்ல; கேளிக்கைத்தளம். ஆயுதங்களை உறையில் போடுங்கள்." கம்பீரக் குரல்–பல நெருக்கடிகளைச் சமாளித்துத் தேர்ந்த தன்னம்பிக்கைக் குரல் அழுத்தந் திருத்தமாய் மீண்டும் கட்டளை பிறப்பித்தது.

ஆயுதங்கள் மறைந்தன.

"தீர்க்கதரிசி அவர்களே!" மேஜர் நெருங்கி வந்தார். "இது நெகேவ் பாலைவனமல்ல; பேங்காக் நகரத்து மூன்லிங் ரெஸ்டாரண்ட். கிருபை கூர்ந்து அமர்ந்தருளி உமது கால்வலியைப் போக்கிக் கொள்வீராக."

"முதிர்வயது மேஜர் அவர்களே, உமக்கு ஜெய மங்களம்! உலக அமைதியையும் கிழக்கு–மேற்கு நல்லுறவையும் கருதி யாம் அமர்ந்தருளுகின்றோம்."

தீர்க்கதரிசி உட்கார்ந்தார்.

ரேசன் முகத்தைப் பார்த்து நின்ற மேஜர் திடுமென வாய்விட்டுச் சிரித்தார். அதைத்தொடர்ந்து மண்டபம் எங்கிலும் சிரிப்பொலி கிளம்பிக் கலகலத்தது.

தரையில் கிடந்த காப்டன் தட்டுத் தடுமாறி எழுந்து மலைத்த பார்வையாய் விழித்தான். மற்றொரு காப்டன் வந்து, அவன் முதுகில் கையை அணைத்து, வெளியே கூட்டிச் சென்றான்.

“வெய்ட்டாஹ்ர்!”

* * *

நாள்கள் ஓடி மறைந்தன

சுமத்ராவுக்குப் போய்விட்டு, ஊருக்குக் கிளம்பத் தீர்மானித்திருப்பதாகப் பாண்டியன் அறிவித்தான். நண்பர்கள் எவ்வளவோ சொல்லித் தடுத்துப் பார்த்தனர். அவன் தீர்மானத்தை மாற்ற முடியவில்லை.

மலர்

31. பினாங்

பிரை ரெயில் நிலையத்தில் வந்து நின்ற பேங்காக் எக்ஸ்பிரஸிலிருந்து பாண்டியன் இறங்கினான்.

பினாங் செல்லும் நீராவிப் படகைப் பிடிப்பதற்காகப் பிரயாணிகள் பரபரப்பாய் இறங்கி ஓடினர்.

"பாண்டி!"

இடப்புறத்திலிருந்து குரல் வந்தது. திரும்பினான். கூட்டத்தை உதறித் தள்ளிக்கொண்டு மாணிக்கம் வந்தான். வெள்ளைச் சட்டைக்குக் கீழே சிமிந்தி நிற ட்வீட் சராய். தலையில் கரும்பச்சை ஃபெஸ் தொப்பி. வாய்மூலையில் சிகரெட் புகைந்தது. அவனைத் தொடர்ந்து கைலி-குல்லா அப்துல் காதரும், வேட்டி-திருநீறு செல்லையாவும் வந்தனர்.

பாண்டியன் ஏங்கும் பார்வையுடன் நோக்கினான். என்ன மாற்றம்! என்ன மாற்றம்! அதற்குள் எல்லாரும் பழைய பாதையில் திரும்பிவிட்டோம். திரும்பிக் கொண்டிருக்கிறோம். கிராணி காலில் ட்வீட் சராய்; வங்குசாக்கடை முஸ்லீம் தலையில் ஃபெஸ் குல்லா; வட்டிக்கடை அடுத்தாள். இடுப்பில் வேட்டி.

"மாணிக்கம்! காதர்! செல்லையா!"

"வருக வருக, நல்வரவாகுக!"

மாணிக்கத்தின் வாய் நாடக பாணியில் பேசியது. இடக்கை மெய்யன்புடன் தோளைத் தொட்டது, அப்துல்காதரும் செல்லையாவும் கைகளைப் பற்றினர்.

"காபி குடிக்கலாம்." அப்துல்காதர் சொன்னான்.

"நேரமாகிறது, இந்தப் படகிலேயே கிளம்பிவிடுவோம்."

"கோலப் பிரை படகில் போகலாம். கார் இருக்கிறது." மாணிக்கம் நகர்ந்தான். "அங்கே ஒரு புதுக்கடை திறந்திருக்கிறார்கள், மீகோரெங் தின்று பார்."

"சரி, போகலாம்."

ரெயில் நிலையத்துக்கு வெளியே நின்ற 'உல்ஸி'யில் ஏறி உட்கார்ந்தனர். மாணிக்கம் காரைச் செலுத்தினான்.

"ரேசன் என்ன செய்கிறான்? எப்படி இருக்கிறான்? மாசானம், முத்தையா?"

"பேங்காக்கில் குறிப்பிடத்தக்க ஆள்களில் ஒருவன். பணம் தண்ணீர்பட்டபாடு. இனிமேல் பேங்காக்தானாம். மாசானம், முத்தையாவும் அப்படித்தான். நகருவார்கள் என்று தெரியவில்லை."

சுங்கிங் ரெஸ்டாரன்ட் முன் போய் வண்டி நின்றது. உள்ளே சென்று தென்மேற்கு மூலை மேசையைச் சுற்றி அமர்ந்தனர்.

"நாவன்னா இங்குதான் இருக்கிறாரா?"

"இருந்தால் வராமல் இருப்பாரா? முதல் கப்பலிலேயே ஊர் கிளம்பிவிட்டார். ஆடிட்டர் சிங்கப்பூரில் இருக்கிறார். அன்பானந்த அடிகள் ஈப்போவில்... நாவன்னா முதல்வேலையாகப் பிரான்மலைக்குத்தான் போவார் என்று நினைக்கிறேன். நீ இல்லாததால், கல்யாணியின் அருமை பெருமைகளைத் திரும்பத் திரும்பச் சொல்லி என் உயிரை வாங்கிவிட்டார். அவள் என்ன அவ்வளவு நயம் சரக்கா?"

"சுமாரான உருப்படி. இவருக்கென்னவோ அவளில் மயக்கம்."

பணியாள் வந்து என்ன வேண்டுமென்று கேட்டான். மாணிக்கம் தெரிவித்தான்.

"செல்லையா, ஆவன்னா மைடானுக்குப் போய்விட்டாரா, இங்கேதான் இருக்கிறாரா?"

"கப்பல் விடுவதற்கு முன்னமே தொங்கானில் போய்விட்டார்."

"சுமத்ராவுக்கு இப்பொழுது எதற்காகப் போகிறாய்?" மாணிக்கம் கேட்டான். "ஊர் போகவேண்டுமென்றால் இப்படியே கப்பலேறு."

"போய் நண்பர்களைப் பார்த்துவிட்டு வரவேண்டும். முதன் முதலில் நான் வேலைக்கு வந்தது மைடானில்தான்."

உண்டித் தட்டுகளும் காபி மங்குகளும் மேசைக்கு வந்தன. பேசிக்கொண்டே உண்டார்கள்.

"இந்தச் சமயம் நீ சுமத்ராவுக்குப் போவது எனக்குப் பிடிக்கவில்லை. அங்கு ஒரே குழப்பமாக இருக்கிறது. நிலைமை மேலும் மோசமாகலாம்."

"போய் வர முடிவு செய்துவிட்டேன்."

"சரி, உன் விருப்பம்." மாணிக்கத்தின் இடக்கை தலைமுடியைக் கோதியது. பாதி மூடிய கண்கள் செல்லையா பக்கம் திரும்பின.

"டேய், என்ன செய்கிறாய்? மீகோரெங் தின்கிறாயா, கோழி பிடிக்கிறாய்?"

"சனியன்–ஒரே கொழுப்பு. என்னென்ன இழவோ போட்டிருக்கான்."

"ஓஹோ, கொழுப்பா! இதென்ன 'பிராமணாள் காப்பி அண்டு சாப்பாடு கிளப்' என்று நினைத்தாயா? சுங்கிங் ரெஸ்டாரன்ட்."

"அவனுக்கு வேண்டுமானால் அடுத்த தடவை பருப்புங் கத்தரிக்காய் மீகோரெங் தயார் செய்யச் சொல்வோம்." அப்துல்காதர் உடம்பை நெளிந்தவாறு எழுந்து, இடக்கையால் செல்லையாவின் முதுகில் அடித்தான். "வயித்துக்குத் துரோகம் பண்ணாமல் நல்லாத் தின்னும்பிளா."

"டேய், தடிப்பலே, மீகோரெங் ஊட்டமெல்லாம் கையில் ஏறிவிட்டதாக்கும். சீனன் மேற்படி கறியும் சேர்த்திருக்கிறான், தெரியுமா?"

"சேர்த்தால் சேர்த்துட்டுப் போறாம்பிளா, எல்லாம் கறிதான்."

காரில் ஏறிப் படகுத் துறையை நோக்கிக் கிளம்பினார்கள்.

"சுந்தரம் விவகாரத்தில் ஒன்றும் தொந்தரவு இல்லையே?"

"அவன் மாரடைத்துச் செத்தால் அதற்கு நாமா பழி?" மாணிக்கம் சிரித்தான். "இன்ஸ்பெக்டர் குப்புச்சாமியும், பார்க்ளேயுமாய்க் கூடி மூன்றுநாள் உலுக்கி எடுத்துவிட்டார்கள். ஒரேயடியாய் பெப்பெப்பெப்பே போட்டுவிட்டானாம், இன்ஸ்பெக்டரே வியந்து பாராட்டும்படியாக.

"வெறும் விளையாட்டுப் பயல் என்றல்லவா நினைத்திருந்தேன்."

"நானும்தான். நடராஜனும் இனம் தெரியாத இன்னோர் ஆளும் சேர்ந்து மாரடைப்புக்கு ஏற்பாடு செய்ததாக இன்ஸ்பெக்டர் தெரிந்து வைத்திருக்கிறார்.

"நடராஜனை எப்படித் தெரிந்தார்?"

"தெரியவில்லை. அந்த 'இன்னோர் ஆள்' நானே என்பது இன்ஸ்பெக்டரின் கணிப்பு. பார்க்கும்போதெல்லாம் நச்சரிக்கிறார். மாரடைப்புக் காட்சியை நடித்துக் காட்டும்படி–தொழில் ஞானத்துக்காகவாம்."

இருவரும் சிரித்தார்கள்.

"நடராஜன் எங்கே இருக்கிறான்?"

"இப்பொழுது கோலாலம்பூரில். அவனை இங்கேயிருந்து கிளப்புவது பெரும்பாடாகிவிட்டது. தினசரி ஒரு தகராறு."

"ரக்பீர்லால் சங்கதி?"

"ஜாராங் முகாமோடு சரி. ஆங்கிலேயர் கெட்டிக்காரர்கள்." கார் வேகத்தைக் குறைத்து நிறுத்தினான். "அவர்களுக்கு நடப்புக் கணக்கில்தான் அக்கறை. குப்பை கிண்டுவதிலேயே நேரம் கழிந்தால், இவ்வளவு பெரிய சாம்ராஜ்யத்தைக் கட்டியாள நேரமிராது."

சனிக்கிழமை பகலில் பினாங் போய்ச் சேர்ந்த பாண்டியன், ஞாயிற்றுக்கிழமை பூராவும், திங்கட்கிழமை மாலை வரையும் அங்கேயே இருந்தான். தாயகம் திரும்பும் தமிழர்களின் வழக்க முறைப்படி தண்ணீர்மலை, நியூபீச், பாம்புக்கோயில் முதலிய இடங்களுக்கு நண்பர் குழாமுடன் சென்று வந்தான்.

திங்கட்கிழமை, நண்பர்கள் புடைசூழத் துறைமுகம் போய்ச் சேர்ந்தான். கிரியான்! டிக்கெட்டில் பெயரைக் கவனிக்கவில்லை. முதன்முதலாக அவனைச் சுமத்ராவுக்கு அழைத்துச் சென்ற அதே கப்பல்! யுத்த காலமெல்லாம் எங்கெங்கோ வேறு கடல்களில் திரிந்துவிட்டு, யுத்தம் முடிந்திருந்ததும் திரும்பி வந்திருக்கிறது— அவனை மீண்டும் சுமத்ராவுக்குக் கொண்டுபோக.

புறப்படும் நேரம் நெருங்கியது. விடைபெற்றுக்கொண்டு ஏறினான். கப்பல் சங்கு முழங்கிற்று. மணி 5-15. பிலவான் துறைமுகத்தை நோக்கிப் புறப்பட்டது கிரியான்.

ஆட்கள், வண்டிகள், கட்டிடங்கள், கப்பல்களின் உருவம் மங்கி மறைந்தது.

பினாங் நகரமும் மலேயாவும் பின்னேறின.

மேல்வானில் கதிரவனின் செவ்வொளி குறைந்துகொண்டிருந்தது.

32. கிரியான்

பிலவான் துறைமுகத்தை–சுமத்ரா கரையை நோக்கிச் சென்று கொண்டிருந்தது கிரியான். வானில் தாரகைகள் சூழ நின்ற சந்திரமதி ஒளி வீசினாள். பாண்டியன், கம்பிக் கிராதியில் கைகளைப் பதித்து, நிலவுத் தேறல் களியாட்டத்தில் எழுந்து விழுந்து நெளிந்து புரண்டு கூத்தாடிய அலைகளைப் பார்த்து நின்றான். பச்சை நீலவானும் பசுமஞ்சள் கடல் பரப்பும் கலந்து நெகிழ்ந்து கிளர்ந்து மெல்லினிய மோகனப் பாட்டிசைத்தன. வானில் தொங்கிய சர விளக்குகள், அலைக்கொண்டையில் பிதிர்ந்த நுரைக் கோவைகளில் வைர வைடூரியமாய்ப் பிரதித்துப் பகட்டின.

வலக்கை நெற்றியை வருடியது. கடலும் வானும் தொன்று தொட்டு மானிடனின் மனதை மருட்டி மிரட்டியும், தெம்பளித்து மகிழ்வித்தும் வருவது ஏன்? அகலாழமா, அழிப்பாற்றலா, அல்லது மனதற்ற பரிசுத்த நிலையா? மானிடன் ஏன் மிரள்கிறான். மகிழ்கிறான்? மனது இருப்பதால் மனதற்ற பரிசுத்த நிலை... ஆறறி உயிர்ப் பிராணிக்கு அந்நிலை இயலுமா? மனமின்றேல் குழப்பமில்லை. வாழ்வு தாழ்வு, உற்றார் வேற்றார், விருந்து பட்டினி என்ற வேறுபாடுகளும் இல்லை. மனதால் என்ன பயன்? அதை அழித்துவிட முடியாதா? திருச்சிராப்பள்ளி அறிவழகர் என்ன வேண்டினார்?

ஒன்றை விட்டொன்று பற்றிப் பாசக்கடற்குளே வீழாமல்

மனதற்ற பரிசுத்த நிலையை அருள்வாய் -

ஒன்றை விட்டொன்று பற்றல்... ஆ, என்ன மடமை, என்ன மடமை... ஒன்றை விட்டொன்று பற்றல்!

> - மானிடனே, நண்பனே! நீ எதை விட்டு, எதைப் பற்றினாய், ஏனெதற்கு? - மானிடனே, தோழனே! நான் சாதி சமயத்தை விட்டுச் சங்கத்தையும் கட்சியையும் பற்றினேன். புராணங்களை எரித்துவிட்டுப் பத்திரிகைகளைப் படிக்கிறேன். மர்மக் கற்பனை தெய்வ விக்கிரகங்களை

வெறுத்து, வெட்ட வெளிச்ச மானிடப் பொம்மைகளைத் தொழுகிறேன். காவி உடைச் சந்நியாசிகளைப் பழித்து, வேறுஉடைச் செயலாளர்களைத் துதிக்கிறேன். காணிக்கை செலுத்த மறுத்துச் சந்தாக் கட்டுகிறேன். தேர்த் திருவிழாக்களுக்குச் செல்வதை நிறுத்தி, மாநாடுகளுக்கும் சிறப்புச் சொற்பொழிவுகளுக்கும் போகிறேன். நெற்றியில் திருநீறு பூசுவதை விடுத்துச் சட்டையில் சின்னம் அணிகிறேன். மோட்ச லோகப் புரட்டை விண்டறிந்த என் மனம் துன்பமில்லா இன்பபுரியை நாடி நிற்கிறது. நான் மூடநம்பிக்கை மடமையிலிருந்து விடுபட்ட அறிவியக்கப் பகுத்தறிவாளன்; விஞ்ஞானதாசன், அறிவே துணை, விஞ்ஞானமே கதி.

– மானிடனே, நண்பனே! நீ ஏமாந்தாய், ஏமாந்தாய்! எதை விட்டு எதைப் பற்றினாய், அதற்கிது எவ்வகையில் நயம்? மூடநம்பிக்கை மதத்தினும் அறிவு நம்பிக்கை விஞ்ஞானம் எவ்வாறு மேம்பட்டது? மடமை, மடமை, மடமை... கடலடியில் நீந்தி என், நீந்தாதிருந்துமென்? அணுவைப்பிளந்து என், பிளவாதிருந்துமென்? சேண் நெடுந்தொலைக் கோளங்களோடு குறிபேசியென், பேசாதிருந்துமென்? இவையால் பாதரசமாய் மனது சஞ்சலப்படுமலால், அமைதிதரு மகிழ்வு பெறுமோ? பொய்மையும் பொறாமையும் ஒழியுமோ, ஒழியாதே! பொருளாசை புகழாசை அழியுமோ, அழியாதே! விந்தை விளைமந்த்ர தந்த்ர பவ்தீக ரசவாதப் பொறிகார விஞ்ஞானப் பேரறிஞீர், சொல்வீர், சொல்வீர்... வடகோடு உயர்ந்தென்ன, தென்கோடு சாய்ந்தென்ன வான் பிறைக்கே?

சராய்ப் பையில் கையைவிட்டு, சிகரெட் பெட்டியை எடுக்கிறான். வலக்கை ஒரு சிகரெட்டை உருவி உதடுகளுக்கிடையே செருகுகிறது. இடக்கை தீப்பெட்டியைத் தூக்கி வருகிறது. வலக்கை தீப்பெட்டிச் செருகைத் தள்ளி ஒரு குச்சியை எடுத்து உரசி எரித்துச் சிகரெட்டைப் பற்றவைத்துவிட்டு குச்சியை தீயைக் கடலுக்குள் எரிகிறது. வாய் புகையை இழுக்கிறது. வலக்கை மேலேறிச் சிகரெட்டைப் பற்றி இழுக்கிறது. ப்ஊஉஉ.... தொண்டைக்குள் சென்று கணப்பு மூட்டிய புகை இப்போது கம்பியாய், வளையமாய், கம்பி வளையமாய் வெளியேறுகிறது. ப்ஊஉஉ.... தாயுமானவர் விழைந்த செயல் – சிந்தையற்ற உயிர்மை இயலுமா... அப்படியானால் மனம் எதற்கு, புலன்கள் எதற்கு?

ஒருக்கால் இவையெல்லாம் இருக்கவே செயல் சிந்தையற்ற உயிர்மை அடைவதுதான் அறிவாற்றலின் குறிக்கோளா? புரியாத வெறும் குழப்பம், குதர்க்கம்... மானிடன் அவ்வப்போதைய நிலவரத்திற்கேற்பத் தனக்குத் தெரிவான வகையில் செயலாற்ற வேண்டும். செயலற்ற நிலை சாவு. சிந்தையற்றநிலை அழிவு. சிந்தை செயலற்ற நிலைபெறக் கானமலை உச்சிக் குகையில் கண்மூடி நெடிதிருப்பானேன். தீயினிடை வைகித் தோயமதில் மூழ்குவானேன், வாயுவை நிறுத்தி மனதினை அடக்குவானேன்? வெட்டி வேலை, வெட்டி வேலை. அரைப் பலம் அரளி வேரை அரைத்துத் தின்றால் உடனே பலன் தெரியுமே!

சிகரெட் புகையை ஊதியவாறு பின்னே திரும்பினான். நெடுகிலும் மெத்தை விரிப்புகளின்மீது மனிதப் பிராணிகள் உறங்கின. 'எல்லாம் யோசிக்கும்வேளையில், பசி தீர உண்பதும் உறங்குவதுமாக முடியும்.'

கைகளை மீண்டும் கிராதிமேல் வைத்துக் குனிந்தான். பச்சை நீலவானில் தங்க மலரைச் சூழ்ந்து நின்ற வெள்ளி முகைகள் கண்சிமிட்டின. பசு மஞ்சள் சேலை அணிந்த கடல்நங்கை கெக்கலித்துச் சிரித்தாள். தென்றல் உடலைத் தாலாட்டியது. தென்றல், தென்காற்று... சின்னமங்கலம்... அது எப்போது தோன்றிய ஊர்? சங்க காலத்தில் இருந்ததா? பாரியின் பறம்பு மலையை நோக்கி மூவேந்தரின் கூட்டுப்படைகள் சென்றதைச் சின்னமங்கலம் அறியுமா? தெரியவில்லை. ஆனால், நவாபுகளின் குதிரைப் படையை அறிந்திருக்கிறது. –

துலுக்கன் வந்து தமுக்கடிக்கிறான் மேட்டுபட்டியிலே - அவன்
துரத்தித் துரத்திப் பிடிக்கிறானே குதிரைசாயபு
நாங்க பெண்டுகள் என்ன செய்யிவோம் நங்கைமார்களே
நம்ம ஆம்பிளைக ஓடீட்டானே பேடிப்பயக
துலுக்கன் வந்துஹ்ஹ்... ஐயையோ
துலுக்கன் வந்துஹ்ஹ்... ஐயையோ
துலுக்கன் வந்து தமுக்கடிக்கிறான் மேட்டுப்பட்டியிலே-அவன்
தூக்கி வண்டியில் ஏத்துறானே குதிரைசாயபு
நாங்க பெண்டுகள் என்ன செய்யிவோம் நங்கைமார்களே
நம்ம ஆம்பிளைக ஓடீட்டானே பேடிப்பயக.

பாளையக்காரர்களின் குழப்படிக்காலத்தில் கும்பினியான் படையும், மருதுபாண்டியன் படையும் சின்னமங்கலத்தில் மாறிமாறிக் கூடாரம் போட்டிருக்கின்றன. மருது வசமிருந்த

பிரான் மலைக்கோட்டையைத் தாக்கிப் பிடித்த கர்னல் ஸ்ப்ரேயின் படைகள் கடைசிநாள் யுத்தத்திற்குமுன் இளைப்பாறியது சின்னமங்கலத்தில்தான். அதற்குமுன் இன்னஸ் தலைமையில் வந்த கும்பினிப்படையை மருது அங்கே வழிமறித்துத் தாக்கி விரட்டியிருக்கிறான். பிரான்மலையில் ஒளிந்திருந்த பாஞ் சாலங்குறிச்சி ஊமையனைத் தொண்டைமானின் காவலாள் முத்துவயிரவன் சேர்வை அடித்துப் பிடித்துக் கொண்டுவந்து கட்டிப் போட்டிருந்த தூண் இன்றும் சின்னமங்கலம் பெருமாள் கோயிலில் நிற்கிறது. நத்தம் லிங்கம நாயக்கனும், சிவகங்கை உடையார்த் தேவனும் வரிவசூல் என்ற சாக்குடன் மாறிமாறியும் ஒன்றுகூடியும் வந்து குடியானவர்களை அடித்து வதைத்துக் கொள்ளையடித்த கொடுமையை எதிர்த்து, இந்த ஊர் மக்கள் – 'பள்ளுப்பறை அடங்கலாயப் பதினெட்டுச் சாதியும்'–ஒரு தாய் வயிற்று மக்களெனத் தோளோடுதோள் நின்று வீருப்போர் புரிந்திருக்கிறார்கள். ஊமையனைப் பிடிக்கவென்று வந்த எட்டப்பனின் கம்பளரும், தொண்டைமானின் கள்ளரும், இங்கே முகாம்போட்டிருந்து, ஊர் மக்களின் நெல்லுப்புல்லு ஆடுமாடுகளையும் பணங்காசுகளையும் திருடியிருக்கிறார்கள். அதற்குமுன் பாளையக்காரர் என்ற பட்டத்துடன் கொள்ளைத் தொழில் நடத்தி வந்த சண்டாளர்களை இயன்றபோதெல்லாம் அடித்து ஒடுக்கிய நல்ல வீரன் கொமாந்தான் சாயுபு – மருதநாயகமாய்ப் பிறந்து முகமது யூசுப்கானாய் மாறிய 'கான்சா' – இந்தவழியே தனது படைகளை நடத்திச் சென்றதுண்டு.

சின்னமங்கலம் நாகரிக யுகத்தில் காலடி வைத்தது வெகு அண்மையில், கடைவீதி வியாபாரிகளின் பிள்ளைகளுக்கு இங்கிலீசு சொல்லிக் கொடுப்பதற்கென்று வரவழைக்கப்பட்ட சுவிசேஷபுரம் 'டானியல் வாத்தியார்' நல்லான் குளத்தங்கரை வீட்டுக்கு முன்னால் கயிற்றுக் கட்டிலில் உட்கார்ந்து, ஏ–பீ–சீ–டி (ஏபிசிடி நெப்பன் தாடி, ஓப்பீசிடீ நொப்பன் தாடி) புகட்டியது அரைகுறையாய் நினைவிருக்கிறது. சிவந்த புறாக் கண்ணும் காது வைத்துத் தைத்த காக்கிச் சட்டையுமாய் அவர் நடந்து செல்வதைப் பார்க்கவே பயமாயிருக்கும். வட்டவட்டமான பெரிய பொத்தான்கள் மிகுந்த அவர் 'போலீஸ்' சட்டையிலும் அரை மீசையிலும் மயங்கி, மனதையும் உடலையும் பறிகொடுத்த பெண்கள் பலபேர்.

இரவில், இங்கிலீசு வாத்தியாரிடம் படிக்கும் நாடார் தெருப் பையன்களைச் சுற்றிக்கொண்டு, தந்தைமார் கேள்விமேல் கேள்வி போடுவார்கள் –

“டேய், என் பேருக்கு என்னடா இங்கிலீசு?”

“...”

“கெளுத்தி மீனுக்கு?”

“...”

“என்னடா இங்கிலீசு படிக்கிறிங்ய, இங்கிலீசு. கூமுட்டைப் பயக... அட அந்தா, வாளாந்தான் மகன் வாறானப்பா, அவன் நல்லாப் படிப்பான்... டேய், மாரியப்பா! இங்க வாடா... உன் பேருக்கு என்னடா இங்கிலீசு?“

“வாக்கினேசன்.”

“கெளுத்தி மீனுக்கு?“

“ஐடோப்பா”

மின்னல் வேகத்தில் விடைகளை வீசி எறிந்த மாரியப்பன், என்ன நடக்கப் போகிறதோ என்ற அச்ச – நடுக்கத்துடன் ஒரே பார்வையாய் எதிரே பார்த்து நிற்கிறான்.

“புலிக்குப் பிறந்தவன்ல! அஅஅஆ...” மாரியப்பனின் ஐயாப்பன் நீர் காத்தலிங்க நாடார் வெற்றிக் களிப்புடன் கெக்கலிக்கிறார்.

மற்றப் பையன்களின் முதுகில் தந்தையரின் கைகள் பலம்கொண்ட மட்டும் அடித்து விளையாடுகின்றன.

“முட்டாப் பயலுக்குப் பிறந்த பலே, உனக்கு என்னத்துக்குடா படிப்பு? மாடுமேய்க்கப் போ, ஓடு. மாரியப்பனும் உன்னைப்போலப் பிள்ளைதானே, ம்?... ஆவரங்காட்டுக்குப் போயிப் பொன்னுவண்டு பிடிக்யத் தெரியுமா...? உதியன் ஆலமரத்தில் ஊஞ்சல் ஆடப்போறியா?”

“கூதறைப் பய பிள்ளைக... பஞ்சாங்க ஐயர் மகனெல்லாம் என்னமாய் இங்கிலீசு படிக்கிறான்! அவனுக்கும் இவுக வாத்தியார்தானே சொல்லிக் கொடுக்கிறாரு?”

“அக்கறையாய்ப் படிக்யணுமுல.” நீர்காத்தலிங்க நாடார் கொக்கரித்தார். “பாடம் படிக்யாமக் கண்க்கன்குண்டுல எருமை மாட்டு வாலைப் பிடிச்சு நீச்சடிச்சுக்கிட்டுத் திரிஞ்சால் இங்கிலீசு எப்படி வரும்?”

‘குதிரைச் சவாரி’யிலிருந்த சில சந்தை வியாபாரிகள் கையில் அகப்பட்ட கயிறு, கம்புகளை எடுத்துக்கொண்டு பையன்களைத் தீட்டுகிறார்கள்.

“ஐயையோஓஓஓ!... அடிக்யாதிங்கையா. இனிமப் பொன்னுவண்டு பிடிக்யப் போகலய்யா... ஐயையோஓஓ... இனிம நல்லாப் படிக்கிறென்... ஐயோ! அம்மா!... செத்தென் செத்தேன்எஎ...”

அடுப்புப் புகையோடு மாரடித்துக்கொண்டிருந்த தாய்மார்கள் ஓடோடி வந்து, உடலில் ஐந்தாறு அடிகளைத் தாங்கியவாறே பிள்ளைகளை மீட்டு அணைத்துச் செல்கிறார்கள்.

அலைகளின் களியாட்டத்தினூடே வெள்ளிய பெரிய மீன் துள்ளிப் புரண்டது. மீன்களுக்கு உறக்கம் உண்டா, இல்லையா... இடக்கையைத் தூக்கிப் பார்த்தான். மணி 11–17. படுக்கலாம். எல்லாம் யோசிக்கும்வேளையில் பசிதீர உண்பதும் உறங்குவதுமாக முடியும். அரசியை மயக்கிய அறிவழகீர்! ‘எல்லாம் யோசிக்கும் வேளையில் பசி தீர உண்பதும் உறங்குவதுமாக முடியும்.’

33. மெடான்

செவ்வாய்க்கிழமை காலையில் பிலவான் துறைமுகத்தை அடைந்தது கிரியான். எங்கும் கப்பல் மயம்–துருப்புக் கப்பல்கள், சரக்குக் கப்பல்கள், எண்ணெய்க் கப்பல்கள், யுத்தக் கப்பல்கள்.

மெடான் சாலையில் டாக்சி பறந்தது. பாடங்குக்கார டிரைவர் ஓயாமல் வெள்ளையரை ஏசிக்கொண்டே வண்டியைச் செலுத்தினான். லபுவான், பூலுபிரையான், குளுகூர், தானா லாப்பாங், ஹாரிசன் கிராஸ்ஃபீல்ட், மொஸ்கி ஸ்ட்ராட்.

செட்டித் தெருவினர் திரண்டு வந்து நலம் விசாரித்தார்கள்.

அன்னெமர் அயலூர் போயிருந்தார். ரத்தினம்? இந்திய தேசிய ராணுவத்தில் சேர்ந்து போனவன் என்ன ஆனானோ, தெரியாது. 13ஆம் நம்பர் காளிமுத்து? தடம் புரண்டு போனார். கடையிலிருந்து விலகி உள்ளூர்க்காரி ஒருத்தியைக் கட்டிக் கொண்டார். இப்பொழுது ரெம்ப லேடுபாடு. தெபிங்திங்கியில் கீரைத் தோட்டம் போட்டிருக்கிறாராம்.

"ஆவன்னாவைக் காணோமே, இங்குதானே இருக்கிறார்?"

"அவருக்கு மயிண்டு கொஞ்சம் சரியில்லை. புத்தி பேதலிச்சாப்புல இருக்கு–அதுதான், சியாந்தார்ல போயி மச்சினன்கூட இருக்காரு."

"ஏன், என்ன திடீரென்று அப்படி?"

"ஊர்ல இருந்து கடதாசி வந்துச்சு. அவர் சின்ன மகள் அமிர்தமுங்கிற பிள்ளை அம்மையில செத்துப் போச்சாம். அதுலயிருந்து மெனாப் பிடிச்சவராட்டம் தரையைப் பார்த்துக்கிணே இருக்காரு. யார்ட்டயும் என்னமும் பேசுறதில்லை... கண்ராவியாயிருக்கு."

"பாவம், மகள்மீது உயிராயிருந்தார்."

"அதுக்கு என்ன செய்யிறது, பாவன்னா... அதது தலையெழுத்துப்படி நடக்குது. இதெல்லாம் நம்ம கையிலயா இருக்கு... பிராப்தமில்லையினு விட்ர வேண்டியதுதான். போனதை நினைச்சு மனசை வாட்டிக்கிறதுனா என்ன ஆகப் போகுது... இந்தா, எங்க அக்கா மகன்–இருபது லெச்ச ரூபாய் சொத்துக்குப் பிறந்த ஒத்தைக்கொரு மகன்–திருச்சியில பீயே படிச்சுக்கிணு இருந்தான். மூணு நாள் காய்ச்சல்ல எமன் கொண்டு போய்ட்டான்னு ஓலை வந்திருக்கு... அதது பிராப்தப்படி நடக்குது. நாமள் என்ன செய்ய முடியும்..."

34. அயிஷா

நாகப்பட்டினம் ஸ்ட்ராட்டில் தங்கையாவின் பிரமச்சாரி இல்லம். பிற்பகல். வீட்டுக்காரன் அலுவலகம் சென்றிருந்தான். பாண்டியனின் கால்கள் மேசைமீது கிடந்தன. கையில் 4 நாள்களுக்கு முந்திய சிங்கப்பூர் பத்திரிகை. ஜன்னல்களின் வழியாய்த் தெருவோசை வந்தது. ஜாவானிய மலாயும், சுமத்ரா தமிழும் கலந்து குழம்பிக் காதில் விழுகிறது.

சாடோ வந்து வாசலில் நிற்பதும், அதைத் தொடர்ந்து பெண் வாடையும் புலனாகியது. மல்லிகை-பச்சூலி மண் உணர்வை அமுத்தியது. யாரது, அவளா...

கதவு தட்டப்பட்டது.

"போலே மாசோ."

கதவைத் தள்ளி நுழைந்து, பாசப் பார்வையுடன் அயிஷா வந்தாள். வயலட் பத்திக், பச்சைப் பட்டு கெமெஜா, மஞ்சள் ஜியார்ஜெட் ஸ்லெண்டிங்.

"பாண்டீன்! பாண்டீன்!"

உடல் புல்லரித்தது. கால்களைத் தடாலென்று கீழிறக்கி எழுந்தான்.

"வேண்டாம், வேண்டாம், உட்கார்."

மனம் தடுமாறியது ஏன் ஏன்... உட்கார்ந்தான்.

கைகள் கன்னத்தைத் தடவ, கோவைச் செங்கனிவாய் பட்டும் படாமல் நெற்றியில் முத்தமிட்டது. நெருப்பில்லை. குளிர்விக்கும் சுனைநீர்.

இமைப்பொழுதில் உடல் காங்கை தணிந்து போயிற்று.

"என் சகோதரன்! என் சகோதரன்."

மீண்டும் நெற்றியில் முத்தினாள். குளிர் நீர், சுனை நீர், பனிநீர்.

"அயிஷா!"

"பான்டீன், எனக்குத் திருமணமாகி இரண்டு வருஷம் முடியப் போகிறது. இனிமேல் நான் உனக்குச் சகோதரி... நான் கல்யாணம் செய்து கொண்டதில் உனக்குச் சம்மதம்தானே?"

இடக்கையால் அவன் பின்தலையை அணைத்துக்கொண்டு, வலக்கையால் முடியை வாரி ஒழுங்கு செய்தாள்.

"ஆம், முழுச் சம்மதம். நீ என் சகோதரி... கணவன் யார்?"

"நல்லவர்." பக்கத்து நாற்காலியில் உட்கார்ந்தாள். "உன் ஊருக்குப் போகாமல் ஏன் திரும்பி வந்தாய்? சண்டை முடிந்துவிட்டதே."

"உன்னையெல்லாம் பார்த்துவிட்டுப் போகத்தான்."

"பான்டீன்! சுணங்காமல் கப்பலேறு. பணம் இல்லாவிட்டால் நான் தருகிறேன்."

"பணம் நிறைய இருக்கிறது. என்னை ஏன் விரட்டுகிறாய்."

"நீ பழைய பான்டீன் அல்ல... உன் கண்ணில் தீ எரிகிறது! உன் வாய் அச்சுறுத்துகிறது!" உள்ளங்கையால் நெற்றியை வருடினாள். "மெர்டேக்கா ஆள்களுடன் உறவு வைத்துக்கொள்ளாதே. அவர்களும் டச்சுக்காரரும் எப்படியோ போகட்டும்."

"என்னமோ சொல்கிறாயே, அயிஷா! மெர்டேக்கா ஆட்களாவது உறவாவது..."

"உன் கண்ணில் தீ எரிகிறது! உன் வாய் அச்சுறுத்துகிறது!"

"சரி சரி. புலவர் பாணியில் என்னென்னவோ சொல்கிறாய். உனக்கு ஒரு குறையும் இல்லையே?"

"இல்லை, நிறைமனதுடன் வாழ்கிறேன். கணவன் வீட்டில் இருக்கிறார்! உன்னைப் பார்க்கப் போவதாகச் சொல்லி வந்தேன். வெளியே சாடோ நிற்கிறது.

"நான் வந்திருப்பது எப்படித் தெரியும்?"

"என் கணவர் செட்டித் தெருவில் விசாரித்து வந்து சொன்னார். நான் சொல்வதைக் கேள், உடனே கப்பலேறு. மெர்டேக்கா ஆட்களுடன் உறவு வைத்துக்கொள்ளாதே."

"நன்றி, அயிஷா."

"போய் வரவா?" நெருங்கி வந்து நெற்றியில் முத்தமிட்டாள். "நான் சொன்னதை மறந்துவிடாதே."

"நல்லது."

"ஸ்லாமத் திங்கல்."

"ஸ்லாமத் பாலே."

அயிஷா மணம் சிறுகி மறைந்தது. சாடோ வண்டி ஓடும் ஓசை கேட்டது.

அந்தி மயங்கும் வேளை. கிழக்குமுகமாய்ச் சென்ற சாடோவின் பின்புறத்தில் பாண்டியன் சாய்ந்திருந்தான். இருபுறமும் தோட்ட வீடுகள். திரையிட்ட ஜன்னல்களுக்கப்பால் மூடி அமுக்கிய வெளிச்சம். மெல்லிய வானொலிக் குரல் பின்தொடர்ந்தது. மிஞ்சிய டச்சுக்காரரும் யுரேஷியரும் ஊர்திரும்பிக் கொண்டிருக்கிறார்கள்... வலப்பக்கம் பாலீஸ்வே பிரிகிறது. மூலையில் பச்சைப்பளிங்கு அரை உருண்டை வழுக்குக் கோபுர டாவ்ரோஸ் மாளிகை. மேலே அமெரிக்க கான்சல் அலுவலகம். டெர்மூலன் ரெஸ்டாரன்ட். வரிசையாய் ஜீப்புகள், கார்கள், எதிரே மாதா கோயில். ரெஸ்டாரன்ட் முன்பகுதி திறந்த மேடையின் நீல நியான் ஒளி வெள்ளத்தில் ராணுவ அதிகாரிகளின் உயர்ந்து வளர்ந்து பருத்த உடல்கள் நிற்கின்றன. கையில் பீர்க்குவளை, நெற்றியில் வியர்வை, வாயில் கம்பீரமான டச்சுமொழி. ரேடியோ அலறுகிறது. "*டிஸிஸ் டெ நிரோம்ஷ் பாத்தாஃபியா..." ரெயில் பாதையைக் கடந்து சென்றது சாடோ. ஹக்கா ஸ்ட்ராட்ட. ஆள் நெரிசலும் வண்டிப் போக்குவரத்தும் அதிகரிக்கிறது.

பாண்டியன் கண்ணை மூடினான். போன டச்சுக்காரர்கள் திரும்பிவிட்டனர். இருந்த ஜப்பானியர் போய்விட்டார்கள். மீண்டும்அவர்கள் வரலாம்; இவர்கள் போகலாம், இந்த இடம் இதுவரை எத்தனை எத்தனை பேரரசுகளுக்குக் கட்டுப்பட்டு இருக்கிறது! எத்தனை எத்தனை இனத்தவர் இங்கு வெற்றிச் செருக்குடன் நடமாடியிருக்கிறார்கள்! தமிழர், போர்ச்சுகீசியர், ஆங்கிலர்,உலாந்தியர், ஜப்பானியர், மீண்டும் உலாந்தியர்! பட்டியல் இத்துடன் முடியுமா...? இந்நகரம் எவ்வளவு காலத்தியது, இன்னும் எவ்வளவு காலத்துக்கு நீடிக்கும்? பேரரசுகள் தோன்றி மறைகின்றன; பெருநகரங்கள் உண்டாகி அழிகின்றன... எத்தனை எத்தனை பேரரசுகள், எத்தனை எத்தனை பெருநகரங்கள். ஃபேரோக்களின் மெம்பிஸ், சுமேரியரின் ஊர், எலாமியரின் சூசா, பாண்டியரின் கொற்கையம்பெருந்துறை, சோழரின் காவிரிப்படப்பைப் பட்டினம், சேரரின் முழங்கு கடல் முழவின் முசிறி, சைலேந்திரரின் ஓங்கு புகழ்ச் சந்தைத் திருப்பதி மலையூர்... பிற இனங்களை அடிமைப்படுத்துவது கீர்த்திக்காகவா அல்லது வேறு காரணத்துக்காகவா? தேவைக்கேற்ப எத்தனை காரணங்கள் வேண்டுமாயினும் உண்டாக்கலாம்... பேரரசுகளைப் படைத்துக் கீர்த்தியுற்றோரெல்லாம் என்ன ஆனார்கள்? மன்னர்கள் தலையில்

* (டச்சு) இது நெதர்லண்ட்ஸ் இண்டீஷ் வானொலி நிறுவனத்தின் பட்டேவியா நிலையம்.

கல்லேற்றி வந்து அரண்மனை கட்டிய அஷுர்பனிபால் தனக்குத் தானே தீவைத்துக் கொண்டு செத்தான். மாமன்னன் நெபுகத் நெஸ்ஸார் விலங்குக் கிறுக்குப் பிடித்து 'நான்கு காலால்' நடந்து புல் தின்று திரிந்து மாண்டான். அலெக்ஸாண்டர் வெற்றி வீரனாய்த் தாயகம் திரும்பும் வழியில் பாபிலோன் மாநகரிலே நடத்திய மதுபானக் களியாட்டின்போது சுருண்டு விழுந்து பல நாள் அவதிப்பட்டு மரித்தான். சீசர், நண்பனின் கத்திக்குத்துக்கு இரையாகி, உயிர் துறந்தான். நெப்போலியன், சின்னஞ்சிறு தீவில் சிறைப்பட்டிருந்து மாண்டான்... கீர்த்தியின் விலை என்ன? கீர்த்தியின் பலன் என்ன? கீர்த்தியின் முடிவு என்ன...?

* * *

மிளகு வியாபாரியாக மெடானுக்கு வந்த இந்தொனேசியக் குடியரசுப் படை கர்னல் காசிம்–மாஜி அச்சின் மாட்ஜ் கப்பாய் கிராணி–பாண்டியனைச் சந்தித்து நெடுநேரம் பேசிக் கொண்டிருந்தார்... மார்கெட் தெருவில் ஒரு கட்டிடம் பிடித்து 'மலேயா–இந்தொனேசியா கார்ப்பொரேஷன்' என்ற கடையை ஆரம்பித்தான் பாண்டியன். வசிப்பதற்காக ஜாலன் டொரியானில் ஒரு வீடும் அமர்த்தப்பட்டது.

நகரில் டச்சுத் துருப்புகள் குவிந்து கொண்டிருந்தனர். பிரிட்டிஷ் –இந்திய ராணுவத்தினர் வெளியேறிக் கொண்டிருந்தார்கள். கப்பலேற இருந்தோர் இயன்றவரை பணம் சேர்த்துக்கொண்டு ஊர் திரும்ப விரும்பினார்கள். ஆயுதக் கிடங்குகளில் கணக்கு வழக்கின்றிக் கிடந்த துப்பாக்கிகளும், தோட்டாப் பெட்டிகளும் இரவோடிரவாய் இடம் பெயர்ந்தன; பணம் கை மாறியது.

பாண்டியன் யோசனைப்படி அமைந்த வட சுமத்ரா முதலாவது கொரில்லாப் படைக்கு துமாஸ் காட்டில் போர்ப்பயிற்சி கொடுக்கப்பட்டு வந்தது.

இயன்றபோதெல்லாம் தூமாஸ் காட்டுக்குப் போய் வந்தான். நகரைத் தாண்டியதும் கொஞ்ச தூரத்தில் மெர்டேக்கா அரசு. எல்லை கடக்கும்போது கொஞ்சம் எச்சரிக்கையாய் நடந்துகொள்ள வேண்டும். அவ்வளவுதான்.

35. டில்டன்

பாண்டியன் கிழிந்த நைந்த பழைய புத்தகம் ஒன்றைப் படித்துக் கொண்டிருந்தான். இடப்புறப் பெரிய ஜன்னலுக்கு அப்பால் ஓங்கி வளர்ந்து நின்ற காம்பிர் மரத்தின்மீது பறவைகள் கரைந்தன. ஜாவாக்காரப் பணியாள் மங்குப் பாத்திரங்களைத் தேய்த்துக் கழுவும் ஒலியும், அவனுடைய பாட்டு முனகலும் பின்கட்டிலிருந்து வந்தது. பக்கத்தைப் புரட்டிப் பார்த்தான்.

> இந்தியாவில் மொகலாயப் பேரரசுக்கு வித்திட்ட பாபர் எந்த ஊரிலும் இருமுறை ரம்ஜான் பண்டிகை கொண்டாடியதில்லை; ரம்ஜான் கொண்டாடாமல் இருந்ததுமில்லை. கங்கை உட்பட எதிர்பட்ட ஆறுகள் அனைத்தையும் இருமுறை குறுக்கு மறுக்காக நீந்தியிருக்கிறான். எப்போதுமே செயல் பரபரப்பில் ஈடுபட்டிருந்ததால் அவனுக்கு ஒருபோதும் மனக்குழப்பம் தோன்றியதில்லை.

இடக்கை நெற்றியை வருடியது. செய்ய வேண்டிய கடமைகளைச் செய்ய வேண்டிய முறையில் செய்துகொண்டே இருக்க வேண்டும். செயலில் மூழ்கினால் சிந்தைக் குழப்பம் இராது. செய்யத்தக்கது எது, செய்யத்தகாதது எது...? மனம் கூறும் தீர்ப்பா, பெரியோர் வகுத்த விதிப்பா? பெரியோர் யார்? பெரியோரென உலகோரால் ஒப்புக் கொள்ளப்பட்டோர்... உலகோர்? ‘உலகம் என்பது உயர்ந்தோர்மட்டே’ உயர்ந்தோரை எப்படித் தெரிவது? முந்திய தலைமுறைகளில் பெரியோர் எனக் கருதபட்டோர் வகுத்துள்ள விதிமுறைகளை வைத்து...

ஜீப் வண்டி வந்துநின்ற சத்தமும், அதன்பின் கதவு தட்டப்படுவதும் காதில் விழுந்தது.

“வரலாம்” நிமிர்ந்து உட்கார்ந்தான்.

“தபே.” ராணுவ உடையில் வாட்டசாட்டமாய் வளர்ந்திருந்த டச்சு இளைஞன் ஒளிவீசும் நீலக் கண்களுடன் உள்ளே நுழைந்தான்.

“மெனீர் பாண்டையான்?”

"யா, மெனீர் பாண்டியன்." எழுந்தான்

"டில்டன், மேஜர்யொஹான் கைசர். செக்யூரிட்டி செர்விஸ். தங்களைச் சந்திப்பதில் மட்டற்ற மகிழ்ச்சி."

கை குலுக்கினார்கள்.

பாண்டியன், பணியாளை விளித்துத் தேநீர் கொண்டுவரும்படி சொன்னான்.

எதிரெதிராய் அமர்ந்தனர்.

"முதலில் ஒரு விளக்கம். நான் தனிப்பான்மையில் வந்திருக்கிறேன். பதவி முறையில் அல்ல. லாயர் டில்டனைத் தெரியுமா?"

"தெரியும், நெருங்கிப் பழக்கமில்லை."

"அவர் யுத்தக் கைதியாக இருந்தபோது. உயிரை வெறுத்து, அவருக்குப் பேருதவி செய்தீர்கள். அவருடைய உத்தரவுப்படி நன்றி தெரிவிக்க வந்திருக்கிறேன்."

"உதவி! எப்பொழுது? விளங்கவில்லையே."

"அர்னேமியா ஆற்றில். டச்சுக் கைதிகள் மண் அள்ளும்போது."

"ஓ, அதுவா! உயிரை வெறுத்து என்பதும், பேருதவி என்பதும் மிகை... அதுவும்கூட ஜப்பானிய அதிகாரியின் மறைமுக அனுமதியுடன்தான்... அவர் உங்களுக்கு உறவாளியா... இப்பொழுது எங்கே இருக்கிறார்?"

"என் தந்தை. இறந்து போனார், விடுதலை பெற்ற சில நாள்களில். மீட்கப்படும்போதே மரணப் படுக்கையில் இருந்தார்."

"என்னுடைய ஆழ்ந்த வருத்தத்தைத் தெரிவித்துக் கொள்கிறேன். மிகமிக நல்லவர். தமிழர்களின் நண்பர். இந்தொனேசியரின் சுயாட்சிக் கோரிக்கையை ஆதரித்த டச்சுக்காரர்களில் ஒருவர் என்றும் கேள்விப்பட்டிருக்கிறேன்."

பாண்டியனின் பார்வை எதிர்ப்புறச் சுவரில் தொங்கிய டோபா ஏரி– 'நல்ல தண்ணீர்க் கடல்' –படத்தின்மீது லயித்திருந்தது. டச்சு மேஜர், இடக்கை விரல்களின் பின்புறத்தைப் பார்த்தவாறு சிகரெட் புகைத்துக் கொண்டிருந்தான்.

"உங்களைச் சந்தித்து நன்றி தெரிவிக்கும்படியும், இயன்ற எல்லா உதவிகளையும் செய்யுமாறும் பலமுறை வற்புறுத்தினார்... இந்திய தேசிய ராணுவத்தில் சேர்ந்திருந்ததாகக் கேள்விப்பட்டுச் சிங்கப்பூருக்கு எழுதினேன்... இடையே போர்னியோவுக்குச் செல்ல நேர்ந்தது. இங்கிருப்பதைக் காலையில்தான் அறிந்தேன்."

"மெடானில் உங்களை நான் பார்த்ததில்லையே!"

ப.சிங்காரம்

"யுத்தம் தொடங்கும்போது ஹாலந்தில் படித்துக் கொண்டிருந்தேன். நாஜிப் படைகள் புகுந்தபிறகு, பிரிட்டனுக்குத் தப்பியோடி, ராணுவத்தில் சேர்ந்தேன்."

"தாயார் நலமா? ஒருமுறை எங்கள் கடையின் சார்பாகப் புத்தாண்டு வாழ்த்துத் தெரிவிக்க உங்கள் வீட்டுக்குப் போயிருந்தேன்."

"கைதி முகாமில் நாற்பத்து இரண்டிலேயே இறந்து போனார்."

"வருந்துகிறேன், மிக மிக வருந்துகிறேன். போர் கொடிது."

"எனக்கு போர் அனுபவம் நிறைய உண்டு."

"நானும் ஓரளவு அறிந்திருக்கிறேன்."

"பாண்டையான், எனது கடமைக்கு இழுக்கில்லாத வகையில் உங்களுக்கு எல்லாவித உதவிகளையும் செய்யச் சித்தமாயிருக்கிறேன். –இது எனது தந்தையின் மரணப் படுக்கைக் கட்டளை."

"நன்றி."

"அது நிற்க. நான் சற்று மனம்விடடுப் பேசலாமா? தங்கள் மலேயா படலம்பற்றி எனக்குத் தெரியும்–பிரிட்டிஷ் 14ஆம் சேனை உளவுத் துறையினர் அளித்த தகவல்."

"உண்மையாகவா ! நான் அவ்வளவு பெரிய புள்ளியா?"

"அது கிடக்கட்டும். தங்களைப் போன்ற இளைஞர்கள் இந்தொனேசியச் சிக்கல்பற்றிச் சரிவரப் புரிந்துகொள்ள வேண்டுமென்பது எங்கள் அவா."

"இதில் சிக்கல் கிடையாது என்பதே எனது தாழ்மையான கருத்து. இந்தொனேசியருக்கு எது நல்லது என்பதல்ல இப்போதைய கேள்வி. அவர்கள் வேண்டுவது என்ன...? விடுதலை பெற்ற கொஞ்ச காலத்தில் அவர்களிடையே இனப்பூசல்கள் முளைத்து ஒருவரையொருவர் கழுத்தை அறுத்துக்கொள்ளலாம். அதுவேறு விவகாரம்.

"கத்தி கேட்டு அழும் குழந்தைக்கு அறிவு போதனை செய்வது கடினம். ஹங்?"

"ஆம். வரலாற்றுத் துறையில் எனக்குப் பயிற்சி உண்டு. தொடர்பின்றிக் கிடந்த ஆயிரக்கணக்கான தீவுகளை–பலமொழி பேசும் பல இனங்களை ஒன்றுபடுத்தி ஒரு தேசமாகச் சமைத்தீர்கள். சுதந்திரச் சீனாவில் இல்லாத செழிப்பும் அமைதியும், லஞ்ச ஊழலில்லா அதிகார வர்க்கமும் இங்கே இருந்ததை நான் அறிவேன். ஆயினும், அரசாட்சியில் இந்தொனேசியருக்கு

எவ்வித உரிமையுமில்லாமல் செய்திருந்தீர்கள்... உணர்ச்சி வசப்பட்டோருக்குப் பிந்திய உண்மை மட்டுமே புலப்படும்."

"உணர்ச்சிவசப்பட்டோருக்கு நல்லது கெட்டது பற்றி அக்கறையில்லை. ஹூங்."

"விரும்புவதா விரும்பாததா, என்பதே கேள்வி."

பையன் தேநீர் கொண்டுவந்து வைத்தான். அருந்தினார்கள்.

"சென்று போனதை மறந்து இந்தொனேசியரும், டச்சுக்காரரும் இனிமேல் சகோதரர்கள்போல வாழ முடியுமென்பது என் நம்பிக்கை."

"தங்கள் நம்பிக்கையில் எனக்கு நம்பிக்கையில்லை."

சற்று நேரம் இருவரும் பேசவில்லை. டில்டனின் வலக்கை மேசை விரிப்பைத் தடவிக் கொண்டிருந்தது.

"பிரிட்டிஷ் ஆட்சி அனுபவத்தைக்கொண்டு பேசுகிறீர்கள். உங்கள் நாட்டில் பிரிட்டிஷார் குடியேறி வாழவில்லை. எனவே, அவர்களுக்கு இந்தியாவின் நலனில் அக்கறை கிடையாது. இங்கே நிலைமை வேறு. யுத்தத்துக்கு முந்திய கணக்குப்படி இரண்டரை லட்சம் டச்சுக்காரர்கள் இந்தொனேசியாவில் நிலையாகக் குடியேறி வசித்தோம். அவர்களில் பெரும்பாலானோர் இங்கேயே பிறந்தவர்கள்."

"டச்சுக் குடியேற்றத்தை நீங்கள் நற்செயல் என்று கருதுகிறீர்கள். இந்தொனேசியருக்கு அது வேறுவிதமாகப் படலாம்."

"மன்னிக்கவும், என்னைப் பற்றிக் கொஞ்சம் சொல்கிறேன். எனது பாட்டனார் மெடானில் குடியேறினார். என் தந்தையும், நானும் இங்கேயே பிறந்தோம். எனக்குத் தாயகம் எது? இந்தொனேசியாவா, ஹாலந்தா?"

"தேசியம் என்பது உணர்ச்சியடியாகப் பிறப்பது. மொழி, இன வேற்றுமைகளை மிகைப்படுத்துவது அதன் பிரதானக் கோட்பாடு."

"அப்படியானால் டச்சுக்கொடி வழியில் வந்த இந்தொனேசியனான என் கடமை என்ன?"

"நெஞ்சின் முடிவைப் பின்பற்றுங்கள்."

"குடியரசுக் கட்சியினரின் எதிர்ப்பை நசுக்கிவிட்டு இந்தொனேசியா எங்கிலும் டச்சுக்கொடியைப் பறக்கவிடும்படி என் நெஞ்சு கூவுகிறது."

"நான் சொன்னேனே, தேசியம் உணர்ச்சிவழியாகப் பிறப்பதென்று... அவரவர் கடமையை அவரவர் மனசாட்சிக்கு

நல்லபடியாகத் தோன்றும்வகையில் அவரவரே நிறைவேற்ற வேண்டும். வேறு வழியில்லை."

"ஆகவே ஒவ்வொரு செயலுக்கும் நெஞ்சின் தீர்ப்பு என்ற நங்கூரம் வேண்டும், இல்லையா?"

"தன் மனமே தன்னைச் சுடாமல் இருப்பதற்கான பாதுகாப்பு ஏற்பாடே அது."

"அந்தப் பாதுகாப்புடன் எதுவும் செய்யலாம்–கொல்லலாம். எரிக்கலாம், நொறுக்கலாம்?"

"ஆமென்."

டில்டன் சிரித்தான். சற்று நேரத்துக்கு முன்தோன்றி மறைத்த ஐயத்திரை விலகியது.

இருவரும், இன, மொழி, மத வேறுபாட்டைக் கருதாத பரந்த மனப்போக்குடைய இளைஞர்களாய்–எந்த நிலவரத்துக்கும் சித்தமானவர்களாக சிகரெட் புகைத்துக்கொண்டிருந்தனர்.

"இன்னொரு விஷயம். இந்தொனேசியாவுக்குத் திரும்பியதும் இரண்டு விரதங்களை மேற்கொண்டேன். ஒன்று: உங்களைப் பார்த்து நன்றி தெரிவிப்பது. இரண்டு: எனது சகோதரியைக் கொன்ற ஜப்பானியனைக் கண்டுபிடித்துப் பழிவாங்குவது."

"தங்கள் சகோதரி கப்பலேறவில்லையா?"

"கணவனுடன் பிராண்டானில் இருந்தாள். எதிர்பாரா விபத்து காரணமாகக் கப்பல் தவறிவிட்டது... சிங்கப்பூரில் சடாவோ யாமசாக்கி என்ற கெம்பித்தாய் மேஜர்பற்றிக் கேள்விப்பட்டதுண்டா? அதற்குமுன் ரங்கூனில் இருந்தவன். நாற்பத்து இரண்டில் ஜப்பானியப் படைகளோடு வந்து கொஞ்சம் காலம் மெடானில் இருந்திருக்கிறான்."

"ஏன் கேட்கிறீர்கள்?"

"என் சகோதரியைக் கொன்றவன்... கடைசிக் கட்டத்தில் மெடானுக்கு வந்தான் என்று தெரிகிறது – சிங்கப்பூர் தகவல்படி. பிறகு என்ன ஆனான் என்று தெரியவில்லை–தடமே கிடைக்கவில்லை."

எதிரிலிருந்தவன் முகத்தை ஒரே பார்வையாய்ப் பார்த்தவாறு பாண்டியன் உட்கார்ந்திருந்தான். இருவர் கண்களும் சந்தித்தன... டச்சுக்காரனின் பேச்சு தடைப்பட்டது. ஏன்? ஏனிந்தப் பார்வை...

"செத்துப் போனான்."

"யார்?"

"கெம்பித்தாய் மேஜர் சடாவோ யாமசாக்கி."

"உண்மையாகவா! எப்படித் தெரியும்?"

"நானே கொன்றேன்."

"என்ன யென்ன?" பரபரப்புடன் எழுந்து பாண்டியன் முகத்தை ஐயத்துடன் நோக்கினான். "எங்கே யெப்படி?"

"மெடானுக்கு அருகேதான். கோத்தா ராஜா சாலையில்."

"ஏன்?"

"மேலிடத்துக் கட்டளை."

"மன்னிக்கவும், அவன் செத்தது–தாங்கள் அவனைக் கொன்றது உண்மையா?"

"ஆம், சிங்கப்பூரிலிருந்து பின்பற்றி வந்தோம். உங்கள் வீட்டில் தங்கியிருந்தான். அங்கேயே வேலையை முடிக்க நினைத்தேன், முடியவில்லை. திட்டத்தை மாற்ற நேர்ந்தது. தயவுசெய்து உட்காருங்கள்."

"அப்புறம்?" நாற்காலி விளிம்பில், உடலை முன்னே குனிந்து அமர்ந்தான்.

"சாபாங்குக்குப் புறப்படும் நேரத்தை அறிந்து வழியில் காரை மறித்தோம்."

"மன்னிக்கவும், என்ன காரணம் என்று தெரிந்து கொள்ளலாமா?"

"மேலிடத்துக் கட்டளை."

"பான்டையான், இதற்கு நான் என்ன கைம்மாறு செய்யப்போகிறேன்?" வலக்கையை நீட்டியவாறு எழுந்தான். "என் மனமார்ந்த நன்றி. டில்டன் குடும்பத்தார் அனைவரின் சார்பிலும் நன்றி."

"தயவுசெய்து மிகைப்படுத்த வேண்டாம். யுத்த காலத்தில் இது சாதாரண நிகழ்ச்சி. எத்தனையோ பயணங்கள்... எத்தனையோ இடைச்சுரச் சாவுகள்."

"யா, பலப்பல... மீண்டும் நன்றி, என் மனமார்ந்த நன்றி."

கைகுலுக்கியபடியே சில விநாடிகள் மவுனமாய் நின்றனர்.

"என் கடமைக்கு இழுக்கில்லாதவகையில் எல்லா வழிகளிலும் தங்களுக்கு உதவச் சித்தமாயிருக்கிறேன், நேரமாகிறது... தபே."

"தபே."

"மீண்டும் சந்திப்போமாக!"

"கட்டாயம் சந்திப்போம்."

36. தங்கையா

தங்கையா வீட்டுக்குமுன் போய் நின்றது சாடோ. பாண்டியன் இறங்கிப் படியேறிக் கதைவைத் தட்டினான்.

“வரலாம்.”

கதவைத் தள்ளிக்கொண்டு உள்ளே நுழைந்தான்.

“ஏன் இவ்வளவு நேரம்?”

“மெட்ராஸ் ஸ்ட்ராட்டில் கொஞ்சம் வேலை.”

தங்கையா எழுந்து போய், அடுத்த வீட்டுப் பையனை அழைத்து காபி வாங்கக் கல்கத்தா ஸ்ட்ராட்டுக்கு அனுப்பிவிட்டு வந்து, பாண்டியன் எதிரே உட்கார்ந்தான்.

சிங்கப்பூரிலிருந்து ராஜரத்தினத்தின் தோடி இசை வானொலியாய் மிதந்து வருகிறது.

“காரைக்குடி ஆனந்த மடத்துக்கு முன்னே நள்ளிரவில் ராஜரத்தினத்தின் தோடியைக் கேட்க வேண்டும்.”

“ஏன் நள்ளிரவு? ஏன் ஆனந்த மடம்?”

“நாதசுரம் கேட்பதற்குரிய நேரம் ஊரடங்கிய நள்ளிரவு. காரைக்குடி சித்திரை விழாவில், ஊர்வலம் ஆனந்த மடத்துக்கு முன்னே வரும்போது நள்ளிரவாகிவிடும்.”

“நான் கேட்டதெல்லாம் இங்கு சுப்பிரமணியசாமி கோயில் மாரிமுத்தா பிள்ளை நாயனக் கச்சேரியும், பினாங் சாமித்துரை அண்ணாவி கச்சேரியும்தான்.”

“ராஜரத்தினத்தின் இசைத்தட்டுகளைக் கேட்கும்போதெல்லாம், ‘சின்ன வயசாயிருந்தாலும் பரவாயில்லை, கொஞ்ச விஷய ஞானம் இருக்குது’ என்று மாரிமுத்தாபிள்ளை குறிப்பிடுவதைக் கவனித்திருக்கிறாயா?”

தங்கையா, முகட்டைப் பார்த்து உடல் குலுங்கச் சிரித்தான்...

“தில்லைமுத்து கடிதம் எழுதுகிறானா? தைப்பிங்கில் இருப்பது தெரிந்திருந்தால் போய்ப் பார்த்திருப்பேன். ஏன் அங்கே கிளம்பிவிட்டான்?”

"அண்ணன், தம்பி எல்லாருமே அங்கேதான் இருக்கிறார்கள். நல்ல வேலையும் கிடைத்தது. கிளம்பிவிட்டான். போய் ஒரு கடிதம் எழுதினான். அதோடு சரி."

"அண்ணன் என்ன செய்கிறார்?"

"மத்திசன் எஸ்டேட்டில் பெரிய கிராணி. செல்வாக்கான ஆள்."

"தங்கையா, மெடானிலிருந்து புறப்படப் போகிறேன்."

"ஊருக்குத்தானே, எப்போது?"

"காட்டுக்கு-இந்தொனேசிய விடுதலைப் படை முகாம் ஒன்றுக்கு."

"உனக்குக் கிறுக்கா, அல்லது..."

"முடிவு செய்துவிட்டேன். நாளையிலிருந்து வனவாசம். தூமாஸ் காட்டில் கொரில்லாப் படை தயாராய் நிற்கிறது. வாய்ப்புக் கிடைத்தால் டச்சு ராணுவத்தைத் திணறடித்துக் காட்டுவோம்."

"உனக்குக் கிறுக்குதான். சந்தேகமில்லை. ஓட்டைத் துப்பாக்கிகளை வைத்துக்கொண்டு உங்கள் படை என்ன செய்யும்? ஆயுதம் கடத்திக் கொடுத்ததும், பயிற்சி அளித்ததுமே போதும். ஊருக்குப் புறப்படு. அல்லது உன் துருத்தியை ஊதிக்கொண்டு சும்மா இரு."

"தூமாஸ் படை என்ன செய்கிறதென்பதைப் பொறுத்திருந்து பார்."

"கொஞ்சம் சிந்தித்துப் பார். டச்சுக்காரர்களிடம் எத்தனை விமானங்கள், டாங்கிகள், பீரங்கிகள்..."

"நமக்கு மேலான வல்லவனை வீழ்த்துவதுதான் திறமை."

"நான் சொல்வதைக் கேள். இந்த நாட்டை டச்சுக்காரர் ஆண்டாலும், இந்தொனேசியர் ஆண்டாலும் நமக்கு ஒன்றுதான். அப்படி இருக்க வீண் தொல்லை என்?"

"வீணான தொல்லை, பயனான தொல்லை, எல்லாமே ஒன்றுதான்... புனல் நாட்டை மிஞிலி ஆக்கிரமிக்கிறான். ஆய் எயினன் உதவியை அந்நாட்டார் கோருகிறார்கள். அவன் என்ன செய்தான்? 'அஞ்சேல்' என்று அபயம் கொடுத்துப் போர்க்களத்துக்கு விரைந்தான்."

"சரி, 'அஞ்சேல்' என்று களத்துக்கு விரைந்து சென்ற 'வண் மகிழ் வெளியன் வேண்மான் ஆய் எயினன்' என்ன ஆனான்? சூரிய வெப்பம் சுட்டு வருத்த வெகுநேரம் பாழிப் பறந்தலையில் குற்றுயிராய்க் கிடந்து துடித்தபின் செத்து மாண்டான்."

"ஆனால் எத்தனை வீர மரணம்! புகழ்மிகு சாவு!" வலக்கை தலைக்குமேல் உயர்ந்தது. "... 'பொன்றுதல் ஒரு காலத்தும் தவிருமோ பொதுமைத்தன்றோ, இன்றுளார் நாளை மாள்வார் புகழுக்கும் இறுதி உண்டோ...' சங்க நூல்கள் பிழைத்திருக்கும் வரையில் அவன் புகழ் மறையாது."

காபி குடித்து, சிகரெட் பற்ற வைத்தார்கள்.

"பாண்டி!" கனைத்துக்கொண்டு ஆரம்பித்தான். "உன் முடிவை மாற்றும்படி நான் சொல்லப்போவதில்லை. ஆனால் ஒன்று சொல்வேன். இந்தச் சுதந்திர–சமத்துவ–சகோதரத்துவம் என்ற மாயக் கற்பனையில் சிக்கி, வீண் தொல்லைகளுக்கு உள்ளாவதென்பது எனக்கு அடியோடு பிடிக்கவில்லை."

"கற்பனை, ஆனால் அழகிய வடிவமைப்பு. கற்பனையின்றேல் வாழ்க்கையில்லை; கொள்கையில்லை; சமுதாயமில்லை. கற்பு என்ற கற்பனை இன்றேல் குடும்ப வாழ்க்கை – அதாவது லட்சியக் குடும்ப வாழ்க்கை ஏது?"

"கற்பனைகளை நீக்கிய உண்மை–அடிப்படை அறிவு வழியில் மானிடன் செல்லவேண்டுமென்பதே என் கட்சி."

"நன்று, உண்மை–அடிப்படை அறிவு வழி எது? அறுதியிட்டுச் சொல்ல முடியாது. ஒவ்வொருவர் அறிவுக்கும் வெவ்வேறு உண்மை தென்படும். அவரவர் அறிவுப் போக்கில் சென்றால் குழப்பமும் அதன் விளைவாக அழிவுமே கிட்டுமே. ஆகவேதான் கற்பனை முடிவு–சமுதாய ஒருமை–அறிவுக்கு வரம்பு. வெறும் அறிவு–அதாவது அறிவதையே குறிக்கோளாகக் கொண்ட அறிவு அறிவாகாது. நல்லது கெட்டதை அறிவதே அறிவு– 'அறிவாவது நல்லதன் நலனும்–தீயதன் தீமையும் உள்ளவாறு உணர்தல்' என்பான் நச்சினார்க்கினியனும்."

"நல்லது எது, தீயது எது?"

"சமுதாயம் தனது மொத்த நலனைக் கருதி நல்லதென்றும் தீயதென்றும் விதிப்பது."

"வரம்பு தேவை என்பதற்காக அறிவுக்குப் பொருந்தாததையும் மனிதன் ஏற்க வேண்டும், ம்?"

"வரம்பிலா அறிவுத் திறனும் புல்லறிவும் ஒன்றே. மடையனாக விரும்பாத அறிஞன் தானாகவே தனது அறிவுப் பரப்புக்கு ஒரு வேலி அமைத்துக்கொள்ள வேண்டும். அதற்கு ஏதோ ஒரு பெயர். திருவள்ளுவனுக்கு அறநெறி; மணிவாசகனுக்குப் பக்திநெறி; தாயுமானவனுக்குத் தவநெறி. நம்மைப் போன்ற நடப்பு மனிதர்களுக்குச் சான்றோர் வகுத்து வைத்திருக்கும் நன்னெறி."

"சான்றோர் வகுத்து வைத்திருக்கும் 'நன்னெறி'– நீ சூட்டிய பெயர். நல்லதா, கெட்டதா என்று ஆராயும் உரிமைகூட நமக்குக் கிடையாதோ?"

"உண்டு. ஏன் கொலை செய்யக்கூடாது? பிறர் நம்மைக் கொல்லாமலிருக்க. ஏன் பொய் சொல்லக்கூடாது? பிறர் நம்மை நம்புவதற்காக. பிற பெண்டிரை ஏன் விழையலாகாது? நம் பெண்டிர் பிறரை விழையாமலிருக்க. ஆனால், சில கோட்பாடுகளுக்கு இவ்வளவு சுலபமாய் விளக்கம் காண முடியாது."

"ஓஹோ! 'நண்டிற்கு மூக்குண்டோவெனில் அஃது ஆசிரியன் கூறலான் உண்டென்பது' என்றாற்போல், விளங்காதவற்றையும் ஒப்புக்கொள்ள வேண்டியதுதானோ?"

"வேறு என்னதான் செய்வது, சொல். ஆசிரியனோ தொல்காப்பியன்! உரைப்பவனோ பேராசிரியன்! நாமோ ஆனா – ஆவன்னாச் சிறார். ஐயம் ஏற்படும்போது, வல்லான் வகுத்ததே வாய்க்கால் என்ற கொள்கை உறுதுணையாக இருக்கும்."

"வல்லான் வகுத்த வாய்க்காலில் மறுபேச்சின்றி வீழ வேண்டியதுதானோ?"

"ஆம், மிதந்து நீந்த, அல்லது மூழ்கிச் சாக ஒரு வாய்க்கால். அதிலே பிடித்துத் தள்ள ஒரு வல்லான். மனித மந்தைகள் என்றென்றும் எப்பொழுதும் எதிர்பார்த்திருப்பது எதை? வல்லான் வகுத்ததொரு வாய்க்காலை. வல்லான் யார்? புத்த பிரானா, ஃபியூர் ஹிட்லரா, கிறிஸ்து இயேசுவா, காம்ரேட் லெனினா? என்பதல்ல கேள்வி. அவன் வல்லவனா–தன் கருத்தைப் பிறர் ஏற்கச்செய்யும் திறனாளியா? சுட்டிக்காட்டுபவன் வல்லவனாயிருந்தால் மானிடன் எந்த வாய்க்காலிலும் விழத் தயார். ஏன்? ஒவ்வொருவனும் ஒவ்வொருத்தியும் என்றாவது ஒரு நாள் ஏதாவது ஒரு வாய்க்காலில் வீழ்ந்தேயாக வேண்டுமென்பது மன்பதையின் தலை எழுத்து. எந்த வாய்க்காலில் எப்படி விழுவதென்று முடிவு செய்யும் பொறுப்பை எவனாவது ஒரு வல்லான் கையில் ஒப்படைப்பது மந்தைகளின் இயல்பு. பரலோக இன்பபுரியெனும் துறக்கத்தையோ, இகலோகத் துறக்கமெனும் இன்பபுரியையோ இதுவரையில் யாரும் காட்டியதில்லை; கண்டதுமில்லை. எனினும் யாராமொருவன் துணிந்து அம்பலலேறி, அவற்றிலொன்றைக் காட்டுவதாக முழங்குவானாயின் 'போற்றி! போற்றி! போற்றி!' என்று அவனைப் பின்பற்றி ஓடித்திரிய மனித மந்தைகள் என்றென்றும் காத்து நிற்கின்றன.

"நானே வல்லான்; நான் வகுப்பதே வாய்க்கால் என்று பறைசாற்றி, மனித மந்தைகளை வசப்படுத்தித் திரியும் தான்தோன்றி ரட்சகர்களிடமிருந்து மானிடன் தப்ப வழி இல்லையா?"

"இல்லை. குளத்தில் வீழாமல் தப்பினும், குட்டையில் வீழ்வதைத் தவிர்க்க இயலாது. இதோ, இந்த உடல் ரட்சகனின் தமுக்கடிப்பைக் கேள்:

"ட்ரிட்டோன் - அற்புத ட்ரிட்டோன் பாசி அமிர்தம்! ஸ்கின்கிஸ்! மேனி அழகு நல்கும் மேன்மைமிகு சோப்! இவற்றின் மகத்தான மகோன்னத மாபெரும் கூட்டு. அற்புத ரிட்டோன் பாசி அமிர்தம் கலந்த சோப் உலகிலேயே ஒன்றுதான் - அது ஸ்கின்கிஸ்' அழகு தரும் ஸ்கின்கிஸ்! ஆனந்தம் அளிக்கும் ஸ்கின்கிஸ்! *ஹார்லி தெரு டாக்டர்கள் 100 பேர் உங்களுக்கு ஸ்கின்கிஸ் சோப்பை சிபாரிசு செய்கின்றனர். 1000 ஹாலிவுட் நடிகைகள் நாள்தோறும் ஸ்கின்கிஸ் சோப் தேய்த்துக் குளிக்கிறார்கள். ஸ்கின்கிஸ்! இடமிருந்து படிக்கினும், வலமிருந்து படிக்கினும் ஸ்கின்கிஸ்! அற்புத ட்ரிட்டோன் பாசி அமிர்தம் கலந்த ஸ்கின்கிஸ் சோப்! திரையுலகத் தாரகையாம் பொன்மேனிப் பூம்பாவை கும்கும் லோலா - முக்கிய அளவுகள் 38" - 24" - 38" - ஸ்கின்கிஸ் சோப்பின் மகத்தான மகோன்னத மாபெரும் மகிமைகுறித்து அவருடைய கோவைக் கனிச் செவ்வாயாலேயே சொல்கிறார், கேளுங்கள்.

"என் மேனி அழகைக் காத்துக்கொள்ள நான் தினசரி மும்முறை தேய்த்துக் குளிக்கும் சோப் ஸ்கின்கிஸ். நான் எங்கு போய் ஒளிந்தாலும் ஆடவர்கள் என்னைத் தேடிக் கண்டடைந்து விடுவது ஏன்? ஸ்கின்கிஸ் இன்ப மணம். நான் எட்டாத் தொலைவில் இருப்பினும் இளையோரும் முதியோரும் என்னை நினைத்துப் பரவசமடைவது ஏன்? ஸ்கின்கிஸ் இன்பக் கனவு. தேய்க்கும்போதெல்லாம் இனிய முத்த உணர்ச்சியை அளித்து உள்ளும் புறமும் இன்ப சுகம் தருகிறது ஸ்கின்கிஸ். என்னைப்போல நீங்களும் மேனி அழகுடன் புளகாங்கித முத்த உணர்ச்சியும் பெற விரும்பினால், இன்றே ஸ்கின்கிஸ் சோப் வாங்குங்கள். தினசரி தவறாமல் ஸ்கின்கிஸ் சோப் தேய்த்துக் குளியுங்கள்..."

---

* லண்டனில் பிரபல வைத்திய நிபுணர்கள் தொழில் நடத்தும் தெரு.

இதுவரை ‘திரையுலகத் தாரகை’ கும்கும் லோலாவின் ஸ்கின்கிஸ் அனுபவத்தைக் கேட்டீர்கள். இப்போது ‘நாட்டிய ஜோதி’ ஜில்ஜில் பாலா...”

“மஞ்சள் ஒழிக! ஸ்கின்கிஸ் வாழ்க!” தங்கையாவின் வலக்கை மேசையை ஓங்கிக் குத்தியது; கண்கள் சிரித்தன. “உனக்கு மணியான வாணிபக் குரல்!”

“சந்தை வியாபாரப் பழக்கம்... மஞ்சள் பூசிக் குளிப்பதால் மேனி அழகு நீடிப்பதும், ஸ்கின்கிஸ் அரிப்பினால் சருமம் ஊறிக் காய்ந்த செருப்புத் தோலென மாறிவிடுவதும் உண்மையாக இருக்கலாம். இருப்பினும், பாமரர் – குறிப்பாக, மேல்மட்ட மூடர்கள் விழைவது நன்மையை அல்ல; சொல்வல் நாவலர்களால் விஞ்ஞான வேத மந்த்ர கோஷங்களுடன் விதந்து கூறப்படும் புதுமையே, புதுமை! புத்தம் புதுமை! புதுமையினும் புதுமை.”

“இதுதான் இந்த வருஷத்திய புதுமாடல் பன்றிமுக கார்! சென்ற வருஷத்துப் புலிமுக மாடலில் நான்கே நான்கு கதவுகள். இந்த வருஷத்துப் புதிய பன்றிமுக மாடலிலோ 5 கதவுகள்! நினைவில் இருக்கட்டும் ஐ - ந் - து - ஐந்து கதவுகள்! இது வேறு எந்த மாடல் காரிலும் இல்லாத புது வசதி - உங்களுக்காக, உங்களையே கருதி, உங்களுக்காகவே செய்யப்பட்ட தனிச்சிறப்பு வசதி. மறக்க வேண்டாம் - ஐந்து கதவுகள்... இதே! புத்தம் புதுப்புதிய முக்கோண வடிவக் கரடி வண்ணக் கடிகாரம். இன்றைய தேதியையும் கிழமையையும் காட்டுவதோடு, நேற்றைய தேதி கிழமையையும் காட்டவல்ல கடிகாரம் உலகிலேயே இது ஒன்றுதான்...”

“நிறுத்து! நிறுத்து... எனக்கு அந்தக் கடிகாரம் ஒன்று வேண்டும்போல இருக்கிறது. யார் தலையிலாவது, அவர்களுக்குத் தேவையில்லாப் பண்டங்களைக் கட்டிவிடுவதும் ஒருவகை சமுதாயத் தொண்டுதான். தொழில் வளம் பெருகுமல்லவா?”

“ஆ! தேவையில்லாப் பண்டங்கள் எத்தனை எத்தனை இந்தக் கடைவீதியில் விற்பனையாகின்றன! என்று வியந்தான் ஒரு ஞானி.”

“ஏமாளிகள் இருக்கும்வரை ஏமாற்று நிபுணர்கள் தோன்றவே செய்வர். மந்தை – மானிடர் எப்படியோ போகட்டும். கற்பனைக் கோட்பாடுகள் இல்லாத இயற்கைச் சமுதாயத்தில் ஆறறிவு மனிதன் நல்வாழ்வு நடத்த முடியாதா என்பதே என் கேள்வி.”

“இயற்கை வாழ்வில் மனிதன் அப்பழுக்கில்லாத விலங்கு. செயற்கைச் சமுதாயத்தில்தான் மானிடன்–வேட்டி கட்டி

மறைக்கும் பிராணி. வேட்டிக் கற்பனை தோன்றியபின் அதன் விளைவான கற்புக் கற்பனை, உடைமைக் கற்பனை, தெய்வக் கற்பனை எல்லாம் தோன்றியே தீரும். கற்பனைகள் இல்லாவிடின் சமுதாயப் பண்பே கிடையாது."

"தெய்வக் கற்பனை இல்லை என்று வைத்துக்கொள்வோம், அதனால் ஏற்படும் தீங்கு என்ன?"

"ஆசை எனும் கயிற்றில் ஆடும் மனக்குரங்கை எவ்வாறு கட்டுப்படுத்துவது, எவ்வாறு மனஅமைதி பெறுவது? ஆசைக்கோர் அளவில்லை. தாயுமானவன் பாடுகிறான்:

ஆசைக்கோர் அளவில்லை அகிலமெல்லம் கட்டி
ஆளினும் கடல்மீது ஆணைசெலவே நினைவர்
அளகேசன் நிகராக அம்பொன் மிகவைத்த பேரும்
நேசித்து ரசவாத வித்தைக் கலைந்திடுவர். நெடுநாளிருந்த
பேரும் நிலையாகவேயினும் நெஞ்ச புண்ணாவர்...
(காயகல்பம் தேடி)

ஆசைகள் நிறைவேறுவதோ அவரவர் தகுதி திறமையை மட்டும் பொறுத்ததல்ல. ஆகவேதான் மனிதத் திறமை – முயற்சி மமதைக்கு எல்லை வகுக்கும் தெய்வக் கற்பனை. மனமெனும் வரையற்ற பரப்புக்கு ஒரு வேலி."

"தெய்வக் கற்பனை விவகாரத்தைப் பேசித்தீர்க்க இப்போது நேரமில்லை; இன்னொரு நாளைக்கு வைத்துக் கொள்ளலாம். அவர்–நமது நண்பர் ஆய் எயினன்–பாழிப் பறந்தலையில் போய் வீழ்ந்ததற்குக் காரணம் எதுவோ?"

"இப்போது சின்னமங்கலம் பாண்டியன் மயங்கி நிற்கும் கற்பனையில்–வலியாருக்கு எதிராக எளியோருக்கு உதவும் நற்பண்பு; அடிமைத்தளையை அறுக்க உதவும் ஆண்மை முதலிய பல கோட்பாடுகளைக் கொண்ட இனிய கற்பனை அது. எயினனுக்கும் மிஞிலிக்கும் இடையே ஏற்கெனவே மண் –பெண் பூசல் இருந்திருக்குமா என்ற ஆராய்ச்சி இப்போது தேவையில்லை."

தங்கையா நகைத்தவாறே மேசையில் கிடந்த சிகரெட் பெட்டியைத் தூக்கினான்.

"சரி சரி, எப்படியாவது போ... அறிவு நெறி – உண்மை நாட்டம் தவறு என்று சாதிப்பவனிடம் எதைச் சொல்லி என்ன பயன்?"

"தங்கையா, எல்லையற்ற அறிவுவாதம் போன்ற அபத்தம் வேறெதுவுமில்லை. அதற்கு வரம்பில்லை; குழப்பம் அழிவையே உண்டாக்கும். ஆண்–பெண் உறவின் உண்மை என்ன? இப்போதைய

விதிவிலக்குகள் எந்த அடிப்படையில் வகுக்கப்பட்டன? ஃபேரோ மன்னர்கள் உடன் பிறந்த சகோதரிகளையும், சொந்தப் புதல்வியரையும் மணந்து பிள்ளை பெற்றனர்... கிளியோபாத்ராவுக்குத் தந்தையால் விதிக்கப்பட்ட கணவன் அவளுடைய சொந்த தம்பி!"

"சமுதாயப் பழக்கவழக்கங்கள் அவ்வப்போதைய நிலவரத்திற்கேற்ப மாறும்."

"ஆம். ஆனால், அறநெறிகளும் அவ்வாறே மாறுவதாயிருப்பினும் சொல்லொணாக் குழப்பம் தோன்றிவிடும். ஆகவேதான் நிலையான சில கோட்பாடுகள்."

"ஓகோ! சமூக நலனுக்குத் தேவையான சில கோட்பாடுகள் – அதாவது கற்பனைகள் – துலக்கமாகச் சொல்வதாயிருந்தால் பொய்மைகள்."

"கற்பனை என்றாலும், பொய்மை என்றாலும் எனக்குச் சம்மதமே. எதைக் குறிக்கிறோம் என்பதே முக்கியம். ஏதாவது ஒன்றில் அசையாத நம்பிக்கை இல்லாவிடின், வாழ்க்கையில் பற்று இருக்க முடியாது. வயதாக ஆக, ஆய்வுத் திறன் பெருகப் பெருக நம் உறவுகள் உடைமைகள் திறமைகள் சாதனைகள் எல்லாமே புளித்துவிடுகின்றன. நிலையான உறவு எது, உடைமை எது? நிலையான திறமை எது, சாதனை எது? எதுவுமே இல்லை; எனவேதான், நிலையற்ற வாழ்வில் நிலை காண நிறைய நம்பிக்கைகள்"

"பொய்க் கற்பனைகள்."

"பெயர்பற்றி எனக்கு அக்கறை இல்லை. பூமி தன்னைச் சுற்றிக்கொண்டு சூரியனையும் சுற்றிக் கொண்டிருக்கிறதென்று நீ நம்புவது ஏன்? நீ கண்டனையோ, கண்டார் கூறக் கேட்டனையோ? அது யாரோ ஒருவன் மனதில் கற்பனையாகத் தோன்றி, நம்பிக்கையான உண்மைதானே? வெளிச்சம் விநாடிக்கு 1,86,000 மைல் வேகத்தில் பயணம் செய்கிறதென்று எந்தக் கருவி, எந்தக் கணக்கின்படி அளந்து கூறிற்று? கருவியும் கணக்கும் மனக் கற்பனை அளவு வடிவில் உண்டாக்கப்பட்டவை அல்லவா?

வானத்தின்மீது மயிலாடக் கண்டேன்
மயில் குயிலாச்சுதடி - அக்கச்சி
மயில் குயிலாச்சுதடி

என்றதும் மனத்திரையில் தோன்றிய கற்பனையே. எனினும் பொய்யாளரின் வஞ்சனை நாடகங்களையும் பொம்மலாட்ட

இரும்புப் பேய்களையும் பார்த்திருப்பினும் அது இனிய காட்சி அன்றோ!"

"ஆகவே?"

"கற்பனைக்கும் உண்மைக்கும் வேற்றுமை காண முடியாதென்கிறேன்."

"தெய்வ சித்தம், மறுபிறப்பு முதலியன கற்பனைக் கொள்கைகள். நீயும் நானும், அட்லாண்டிக் ஆழியும் ஆஸ்திரேலியா கண்டமும் அறிவுவழியால் தெரியப்பட்ட உண்மை முடிவுகள்."

"ஓஹோ! மதுரை என்றொரு நகரம் இருப்பதைக் கேட்டு அறியாத, பார்த்துத் தெரியாத கபான்ஜாஹே பாத்தாக்காரன் ஒருவன் இருக்கிறான். அவனுக்கு மதுரை உண்மையா, பொய்மையா?"

"மதுரையின் இருப்பும் இன்மையும் கபான்ஜாஹே பாத்தாக்காரனைப் பொறுத்தது அல்ல; அவன் கேட்டு அறிந்து கொள்ளலாம். பார்த்துத் தெரியவும், விரும்பினால் மதுரைக்கே போய்ப் பார்க்கலாம்."

"சரி, எவரெஸ்ட் சிகரத்தை அறிந்து தெரியாதவன்?"

"ஒவ்வொருவனும் அதில் ஏறி நின்று பார்க்க முடியாது. பார்த்ததாகச் சொல்வோர் கூற்றை நம்ப வேண்டியதே."

"செவ்வாய்க் கிரகம்?"

"வானியல் வல்லுநர்கள் பூமியில் இருந்துகொண்டே அனுமானமாகச் சொல்வதை நம்புவதுதவிர வேறுவழி இல்லை."

"ஆகவே, வெவ்வேறு வகையானவற்றைத் தெரிவதற்கு வெவ்வேறு முறைகள். தெரியாததை இன்மை என்றும் புரியாததைப் பொய்மையென்றும் கூறுவது பிழை."

"தர்க்கத் திறமையால் என் சிந்தையைக் குழப்பப் பார்க்கிறாய். அறிவுநெறி தவறென்பதுதானே உன் கட்சி?"

"இல்லை. வேலியற்ற அறிவு மனிதனை அழிக்கும் என்கிறேன். அறிவுநெறி என்பது, பண அளவுக்கேற்ப இணங்கிவரும் விலைமாதைப்போல், மனிதனின் விருப்ப ஆற்றலுக்கொப்ப வளைந்து கொடுக்கும் தன்மை உடையது. விருப்பம் எனும் வித்திலிருந்து முளைத்த மன முடிவுகளை மெய்ப்பித்துக் காட்ட அறிவுநெறி எப்போதுமே உதவி வந்திருக்கிறது. பூமி தட்டை உருண்டை, முட்டை என்ற வல்லோர் மனமுடிவுகளை அவ்வப்போது மெய்ப்பித்து வந்திருக்கும் அறிவுவழி, இனிமேல்

பூமி பெட்டி வடிவம் என்றும் – வலியவன் யாராவது அப்படித் துணிந்து சொன்னால் – மெய்ப்பித்துக் காட்டச் சித்தமாயிருக்கிறது. முடிவெடுப்பவனே மெய்ப்பிப்பவனாகவும், மெய்ப்பிப்பவனே அதற்கான கருவிகளைச் செய்விப்பவனாகவும் இருப்பதால், மெய்ப்பிப்பது மிக மிகச் சுலபமான வேலை."

"அறிவு நெறியைத் திரித்துக் காட்டிப் பேசுகிறாய். அது நிற்க. டச்சுக்காரர் – இந்தொனேசியர் பூசலில் நீ ஏன் தலையிடுகிறாய், சொல்"

"கொடுங்கோன்மையை எதிர்த்து எங்கெங்கு போர் நடந்தாலும் முன்சென்று உதவுவது ஆய் எயினன் வழிவந்த நம்முடைய கடப்பாடு அன்றோ!"

"டச்சுக் கொடுங்கோன்மையை எதிர்த்து இந்தொனேசியரின் செங்கோன்மைக்காகப் போராடப் போகிறாயாக்கும்."

"உண்மைக் காரணம் எனது விருப்பமே. மனதில் சலிப்புத் தோன்றியிருக்கிறது. கொஞ்ச காலத்துக்காவது இடம் பொருள் ஏவல் மாறினால்தான் மனதில் அமைதி பிறக்கும்."

"உன் முடிவு எனக்குப் பிடிக்கவிலலை. நன்கு சிந்தித்துத் தீர்மானம் செய்."

"தகவல் அனுப்புகிறேன், போய் வரவா?"

"சரி, மனநிறைவோடு திரும்பி வா."

37. கங்சார்

ஞாயிற்றுக்கிழமை மாலைநேரம். கங்சார் தெருக்களில் போருக்கு முந்திய காலத்தில் போல் ஹாஸ்விளக்கு வெளிச்சம் படர்ந்திருந்தது.

டெர்பூர்ட்டன் தெருவில் கடைகள் மூடிக்கிடந்தன. சீனரின் கடை–வீடுகளில் மட்டும் மாடி ஜன்னல்களின் விளக்கொளி தெரிந்தது. மேற்குக் கோடி பயாஸ்கோப் கொட்டகை சரவிளக்குமயமாய் மின்னியது. அதன் எதிரே வரிசை வரிசையாய் ராணுவத்தினரின் ஜீப்புகளும் லாரிகளும் நின்றன. முன்சுவரில் கோர்த்திருந்த 'காதலியின் நெஞ்சு' விளம்பரத்தட்டியை, சராய் பைகளில் கைவிட்டுநின்ற இளைஞர்கள் பிளந்த வாயுடன் கண்கொட்டாது பார்த்துக் கொண்டிருந்தனர்.

கிழக்கே முச்சந்தியில் காவல் சாவடி. இரும்பு நாற்காலியில் உட்கார்ந்திருந்த சிப்பாய்கள் – 3 வெள்ளையரும் 2 அம்போனியரும் சிகரெட் புகைத்தார்கள். இந்தொனேசிய வாலிபர்கள் சிலர் அவர்களுடன் அரட்டை பேசி நின்றனர். பாதையில் நடந்தோர் முச்சந்தியில் தெரு மாறினார்கள்.

வான் லீபன் ஸ்ட்ராட்டின் நடுநாயகமாய் விளங்கும் போன்ஹோம் ரெஸ்டாரன்டில் டச்சுத் துருப்புகள் எப்போதும்போல் மொய்த்திருந்தனர். ரேடியோவில் பியானோ இசை. கண்ணாடித் தகடிட்ட மேசைகளின்மீது தட்டு–கரண்டி–கோப்பைகள் ஓசை கிளப்பின. எதிரே கிரேமர் பூங்கா. அதன் இருபுறமும் இருள்கவ்விய பள்ளிக்கூட வளைவுகள். தெருவோரம் மொத்தோர் வண்டிகள். டிரைவர்கள் சிலர் வழிப்போக்கர்களுடன் ரொக்கோ புகை பரிய உரையாடி நின்றனர்.

ஏழரை மணிச்செய்தி அறிக்கை நெருங்குகிறது. விநாடிகள் கழிவதைப் போன்ஹோம் ரெஸ்டாரன்ட் ரேடியோ துலக்கியது. "பிப் பிப் பிப் டிஸிஸ்டே நிரோம்ஷ் பத்தா..." திடுமென வெளிச்சம் மறைந்தது. எறிகுண்டுகள் வெடித்தன. தோட்டாக்கள் முழங்கின. தெருக்களில் கதறியலறித் தலைதெறிக்க ஓடுவோரின் ஓலம். மூலைக்கு மூலை நெருப்புக் கூக்குரல்: "அப்பி! அப்பி! அப்பி!" குண்டுகள் தொடர்ந்து முழங்கின. டச்சுக்குரல்கள் ஏசின. 'ஹோட் பர் டூம்யெ!... ஹோட் பர் டூம்யெ...!"

நின்ற வண்டிகள் விரைந்தோடின.

காவல் சாவடிகளில் இருந்த சிப்பாய்கள் இருள்கவிந்த சில விநாடிகளுக்குள் எறிகுண்டுக்கும் கிரிஸ் கத்திக்கும் இரையானார்கள். தெருக்களில் நடந்த சிப்பாய்கள் மலைத்து வீழ்ந்தனர். ஹாஸ், தந்தி, டெலிபோன் நிலையங்கள் வெடிமுழக்கத்துடன் தகர்ந்தன. பாடி வீட்டில் போல்ஸ் விளையாடியும், செய்தி அறிக்கையை எதிர்பார்த்தும் நின்ற ராணுவத்தினர் விளக்கணைந்த சற்று நேரத்துக்குள் குண்டு மாரியில் சுருண்டு விழுந்தனர்.

டச்சு ராணுவ வண்டிகள் ஆயுதத் தளவாடங்களை ஏற்றிக்கொண்டு தெற்கே விரைந்தன. அவற்றில் வடக்கு சுமத்ரா முதலாவது கொரில்லா ரெஜிமெண்ட் வீரர்கள்!

கங்சார் தோல்வி டச்சு ராணுவத்தைக் கிடுகலக்கிவிட்டது. தாக்கியவர் யார்? எங்கிருந்து எப்படி வந்து கூடினார்கள்? நடவடிக்கைக்குத் தலைமை தாங்கியவன் யார்?

ராணுவ உளவுத்துறைத் தலைவர் டிகூர்ஸ் கங்சாருக்குச் சென்று செக்யூரிட்டி செர்விஸ் அதிகாரிகளைக் கூட்டி வைத்துத் தகவல்களை அலசினார். என்ன தெரிகிறது? தாக்கியவர்கள் நன்கு பயிற்சி பெற்ற, கட்டுக் கோப்புடைய படையைச் சேர்ந்தவர்கள். படைத் தலைவன்? யாரோ ஒரு ஜப்பானிய அல்லது ஐரோப்பிய ராணுவ அதிகாரி. ஆனால் மேஜர் டில்டன் வேறுவகையாகக் கருதினான். தாக்குப் போருக்குத் தலைமை தாங்கியவன் ஒரு தமிழன். மொஸ்கிஸ்ட்ராட் செட்டி... வாத்! எவ்வாறு படைத் தலைமைக்கு வந்தான்? இந்திய தேசிய ராணுவத்தில் பயிற்சி பெற்றவன். ஹஹ்ஹஹ்ஹா... இன்டீஷ் நாசியொனால் லெஹர்! இன்டீஷ் ஹஹ்ஹஹ்ஹா இன்டீஷ் நாசியொனால் லெஹர்... 'ஹஹ்ஹஹ்ஹா. ஏளனச் சிரிப்பில் டில்டனின் குரல் அடங்கிவிட்டது...

முதலாவது கொரில்லா படையின் கங்சார் வெற்றிச்செய்தி வட சுமத்ரா எங்கணும் ஒலித்து மற்றப் பகுதிகளிலும் பரவி, இந்தொனேசியா முழுவதிலும் எதிரொலித்தது. டச்சுப்படை நிலையம் உள்ள பெரிய ஊர் ஒன்றின்மீது குடியரசுக் கட்சியினர் படையெடுத்துப் போய்த் தாக்கிப் பெருமளவில் சேதம் விளைவித்தது இதுதான் முதல் தடவை.

புதிதாக முளைத்திருக்கும் இந்த வீரன் – வடசுமத்ரா முதலாம் கொரில்லாப் படையின் தலைவன் யார்? பிரிட்டிஷ் இந்திய ராணுவத்திலிருந்து மெர்டேக்கா படைக்கு மாறிய முஸ்லிம் அதிகாரி! மாபார் தோட்டத்தில் கொழுந்துகிள்ளும் அந்தக் கூலித் தமிழனின் மகன்...!

பாண்டியனின் பெயரும் உருவும் கற்பனை வடிவெடுத்தன. ராஜா உத்தாங்–காட்டரசன்! உடலில் உருக்குக் கவசமும் கையில் பட்டாக் கத்தியுமாய் வெள்ளைப் புரவிமீது பறந்து செல்வான். ஜின்களின் அருள் பெற்றவன். குண்டுகள் அவன் உடலை அணுகா. ராஜா உத்தாங் ஹிடுப்!

கங்சார் போருக்குப் பத்துநாள் கழித்து லொம்பொங் விமான நிலையத்தைத் தாக்கி அழித்தது வட சுமத்ரா கொரில்லாப் படை. தரையிலிருந்த மூன்று விமானங்களும் சுக்கு நூறாகிவிட்டன. எண்ணெய்த் தொட்டிகள் எரிந்து போயின.

இந்த அடி டச்சு ராணுவத் தலைவர்களை மேலும் குழப்பியது. லொமபொங் வட்டகையில் குடியரசு ஆதரவாளர்கள் கிடையாதே. ராஜா உத்தாங்கின் படை மெடான்–கங்சார் பகுதியில் இருப்பதாகவல்லவா கணிப்பு! விலங்குகளும் ஊடாடாத கன்னிக் காட்டில் 30 மைல் ஊடுருவி வந்து தாக்கி இருக்க முடியுமா? ஒருவேளை இரண்டு ‘ராஜா உத்தங்’குகள் தலைமையில் ஒரே மாதிரியான இரண்டு படைகள் இருக்கின்றனவா...

லொதம்பொங் பாய்ச்சலைத் தொடர்ந்து சுங்கை லிம்பியான் சண்டை. டச்சு மோட்டார் படை பிளக்காங் மத்தி முகாமுக்குச் செல்வதாக மெடானிலிருந்து தகவல் கிடைத்தது. பாண்டியனின் கொரில்லாக்கள் இடைமறிக்கச் சென்று காத்திருந்தனர்.

டச்சுப் படை தித்தி கிச்சியைத் தாண்டிச் சென்றுகொண்டிருந்தது. இருபுறமும் ஆள் அண்ட முடியாத காடு. இடையிடையே பாழடைந்த சிசால் தோட்டங்கள். சுங்கை லிம்பியான் நெருங்குகிறது –

வண்டிகள் கிரீச்சிட்டு ஒன்றோடொன்று உரசி உரசி மோதி நின்றன –

எதிரே சாலையை மறித்து மரக்கிளைகள் விழுகின்றன.

குண்டுகள் வெடித்தன. டயர்கள் தெறித்தன. சுதாரிப்பதற்குள் படுசேதம் ஏற்பட்டுவிட்டது. மோட்டார் அணி நகர முடியாமல் இருபுறமும் மரங்களில் மறைந்திருந்து சுட்டவர்களின் கண்ணுக்குத் தெரிய நின்று துடித்தது. காவல் விமானம் சுற்றிச் சுற்றிப் பறந்து, குருட்டாட்டமாய்க் காட்டுக்குள் குண்டு வீசத் தொடங்கியது. அதற்குள், கொரில்லாப்படை இடம் பெயர்ந்து வெகுதொலை போய்விட்டது.

வட சுமத்ரா கொரில்லாப் படையின் பாய்ச்சல்கள் பரந்து பெருகின. விமானத் தளங்கள் நொறுங்கின; பாலங்கள் இடிந்தன; தண்டவாளங்கள் பெயர்ந்தன; கிடங்குகள் எரிந்து சாம்பலாயின.

38. காடும் நாடும்

ஜாத்தி மரத்தடி நாற்காலியில் உட்கார்ந்திருந்தான். வானில் பூத்திருந்த வெள்ளி மலர்கள் நகைத்தன. வளர்நிலாத் திங்கள் ஒளியாடியது. இலைத் திரை தங்கப் பச்சையாய் மின்னிற்று. மென் காற்றில் முல்லை மணம் மிதந்து வந்தது. இனிய மணம் இனிய காற்று இனிய நிலவு...

திடுமென ஊர் நினைவு பாய்ந்து வந்து சிந்தையை அமுத்தியது. ஊர் ஊர் ஊர். சின்னமங்கலம். மதுரை... சின்னமங்கலம், மதுரை... ஊருக்குப் போக வேண்டும். சண்டை வேண்டாம், துப்பாக்கி வேண்டாம்... காடு வேண்டாம்... பதுக்கம் வேண்டாம்... காட்டு வாழ்க்கை விலங்குகளுக்கும் காட்டுமிராண்டிகளுக்குமே. எனக்கு என்னொத்த நண்பர்கள் வேண்டும். பெண்கள் வேண்டும். புத்தகங்கள் வேண்டும். தெருக்காட்சிகள் வேண்டும்.

சுற்றடைத்தழுத்திய மரக்கடலின் குரல் காற்றிசையாய், கிண்ணோசையாய்க் கிளம்பி ஒலித்தது... எனக்குக் காட்டுமிராண்டி வாழ்க்கை ஒத்துவராது. நான் ஊர்ப்பிராணி. பிரிந்து பிணங்கி வாழ்வது பிழை. இணைந்து இசைய வாழ்வதே முறை.

எழுந்தான். இரு கைகளும் தலைமுடியைக் கோதின. வன வாசம்–பரதேசி வாழ்க்கை போதும். சுணங்காமல் தாயகம் திரும்ப வேண்டும். இந்தச் சிறுவயது காலத்துக்குள் மிதமிஞ் சிய போகத்தையும் பரபரப்பையும் நுகர்ந்துவிட்டேன். தீய பழக்கங்களினால் உடல் தூய்மையை இழந்தேன். ஆனால், என் சிந்தை மாசடையவில்லை. அழுக்ககன்ற என் மனம், இழந்த உடல் தூய்மையை மீட்டுத்தரும். உடம்பே மனிதனின் நல்வாழ்வுக்கு அடிப்படை. உடம்புகெடின் மனம் கெடும். இனிமேல் அமைதி வாழ்க்கை; ஒழுக்க வாழ்க்கையே தேவை. ஒழுக்கம் இன்றேல் விழுப்பம் இல்லை. ஒழுக்கம் விழுப்பம் தரலான் ஒழுக்கம் உயிரினும் ஓம்பப்படும்...

39. பதக்கம்

மாலைப்பொழுது. பொன் வெயிலோடு மழை தூறிக்கொண்டிருந்தது.

காலடி ஓசை கேட்டுத் திரும்பினான். மூன்று பேர்–வட சுமத்ரா மெர்டேக்கா படைகளின் தலைவர் காசிம், குடியரசு சர்க்கார் இணைப்பு அதிகாரி கர்னல் லூபிஸ், அவருடைய உதவியாளர் சிம்பொலான்–உள்ளே நுழைந்தனர்.

வந்தனை–வரவேற்பு முடிந்ததும் மேசையைச் சுற்றி அமர்ந்தார்கள். பணிச்சிப்பாய் தேநீர் கொண்டுவந்து வைத்தான். கர்னல் லூபிஸ், சராய் வைக்குள் கையைவிட்டு 'அப்துல்லா' டப்பியை எடுத்து நீட்டினார்.

"ராஜா உத்தாங்குக்கு என்னுடைய அன்பளிப்பு. போன வாரம் டச்சு மேஜர் ஒருவனிடமிருந்து கைப்பற்றப்பட்டது."

"திரிமாகசி, துவான் கர்னல்."

டப்பியை வாங்கி, மூடியைத் திருகித் திறந்து சிகரெட்களை எடுத்துப் பரிமாறினான்.

லூபிஸ், வாயில் புகைந்த சிகரெட்டை எடுத்து வலக்கையில் பிடித்துக்கொண்டு, இடக்கையால் சட்டையை இழுத்தொதுக்கிச் சரிசெய்து கொண்டார்

"மேஜர்! உங்களின் வேண்டுகோளைக் குடியரசு சேனைத் தலைமையகம் கவனமாக ஆராய்ந்தது." சிகரெட்டை வாயில் கவ்விக்கொண்டு இரு கைகளாலும் சட்டையைச் சரி செய்யலானார். "நெடுங்காலம் காட்டிலேயே அடைந்து கிடப்பது கடினமான பாடுதான். ஒரு மாத விடுமுறையில் சிபோல்கா, அல்லது லிம்பூனில் இளைப்பாறும் யோசனை தங்களுக்குப் பிடிக்குமா?"

"நான் கட்டாயம் ஊருக்குப் போக வேண்டியிருக்கிறது."

"முடிவை மாற்றக் கொஞ்சமும் இடமில்லையா?"

"வருந்துகிறேன்."

சில விநாடிகள் அமைதி நிலவியது.

காப்டன் சிம்பொலான் தேநீர்க் கூஜாவைத் தூக்கிக் கோப்பைகளில் ஊற்றினார். எடுத்துப் பருகினார்கள்.

"அப்படியானால் சரி." லூபிஸ் கோப்பையை மேசையில் வைத்தார். "தங்களின் ஒப்பற்ற சேவையை இந்தொனேசியக் குடியரசு சர்க்காரும், மக்களும் நன்கு உணர்ந்திருக்கிறார்கள். குடியரசின் அதி உன்னத வீரப் பதக்கத்தைத் தலைவர் சேனாதிபதி சார்பில் தங்களுக்கு வழங்கிச் சிறப்பிக்கவே நான் வந்திருக்கிறேன்."

"திரிமாகசி, துவான் கர்னல்."

அறையில் மீண்டும் அமைதி சூழ்ந்தது. மவுனமாய் சிகரெட் புகைத்தனர். ஜன்னலுக்கு வெளியே வெயில் மங்கிக் கொண்டிருந்தது.

"மேஜர், டச்சுக் கடற்படையின் முற்றுகை தங்களுக்குத் தெரிந்ததே. மலேயாவுக்கு–மலேயா வழியாகத்தான் உங்கள் நாட்டுக்குப் போக வேண்டும், இல்லையா–மலேயாவுக்கு எவ்வாறு போய்ச் சேருவதாக எண்ணம்?"

"ஏதாவது ஒரு படகில்..."

"கடல் தாண்டுவது கடினமாக இருக்கும். டச்சுக்காரர்கள் இதற்குள் தங்களைப் பற்றித் தெரிந்து கொண்டிருப்பார்கள்."

"மெடான் நண்பர்களைக் கலந்துகொண்டு தக்க ஏற்பாடு செய்ய முடியுமென்று நம்புகிறேன்."

"தாங்கள் விரும்பினால் ஜாவா வழியாகப் பிலிப்பைன் பாதையில் செல்ல ஏற்பாடு செய்கிறேன். ஆனால், அதற்குக் காலம் பிடிக்கும். உடனடியாக ஒன்றும் செய்ய முடியாது."

"இங்கிருந்தே கடல் தாண்ட முடியுமென்று நம்புகிறேன்."

"தங்கள் விருப்பப்படியே ஆகட்டும். இன்னொரு விஷயம்! மலேயாவில் தங்களுக்குப் பல நண்பர்கள் இருக்கலாம்... இங்கிருந்து வெளிநாடுகளுக்கு டச்சு முற்றுகையை மீறிச் சரக்கனுப்ப ஏற்பாடு செய்ய முடியுமா?"

"அங்கு போய்த்தான் விசாரிக்க வேண்டும்."

"பினாங்கில் குடியரசு சர்க்கார் பிரதிநிதி இஞ்சே அக்மட் பின் ரக்மான், இதுபற்றிப் பேசி முடிவுசெய்ய அவருக்கு அதிகாரம் உண்டு. அவருக்கும் தகவல் அனுப்புகிறேன்."

"மலேயாவில் எங்கு இறங்கினாலும் பினாங்குக்குப் போவேன். நிச்சயம் அவரைச் சந்திக்கிறேன்."

கர்னல் லூபிஸ் எழுந்தார். மற்றவர்களும் எழுந்தனர்.

மறுநாள் காலையில் வடக்குச் சுமத்ரா முதலாவது கொரில்லாப் படையின் விழா அணிவகுப்பு நடந்தது. இந்தொனேசியக் குடி அரசின் அதி உன்னத வீரப் பதக்கத்தை மேஜர் பாண்டியனின் சட்டையில் அணிவித்து, கர்னல் லூபிஸ் போற்றுரை வழங்கினார்.

கம்பொங் டாரா முத்து என்ற மொக்தாருக்குப் பாண்டியன் தகவல் அனுப்பினான்.

பதில் வந்தது "இயலாது."

கம்பொங் டாராவுக்கு மீண்டும் செய்தி போனது. "இயன்ற வழியில் எப்படியாவது உடனே வகை செய்ய வேண்டும். பணத்துக்கு ஜாலன்கூடா ஹாஜி ருஸ்லான் அலியைச் சந்திக்கவும்."

மொக்தாரின் பதில் வந்தது: "திங்கட்கிழமைக்குமேல் புதன் கிழமைக்குள் கம்பொங் டாரா மேலக் கோடியில் இருக்கும் அலமேலு வீட்டில் போயிருந்து கொண்டு அவள் மாறலில் செய்தி அனுப்பவும். மெடானுக்குள் இரவில் நுழைய வேண்டாம். கடுமையான ஊரடங்குச் சட்டம். பகலிலும் வேண்டாம். கூட்டம் இராது. மாலை 5-7 மணி சரியான நேரம். அலமேலு சொல்கிறபடி நடந்து கொள்ளவும். 'குருவிச்சவாரி'க்கு ஏற்பாடு செய்வதாக மார்கெட் ஸ்ட்ராட் மோப்பிங் தவ்க்கே ஒப்புக் கொண்டிருக்கிறார்."

40. கெர்க் ஸ்ட்ராட்

ஹூக்கா ஸ்ட்ராட்டில் ஹாஸ் விளக்குகளின் மஞ்சள் வெளிச்சம் பகட்டியது. இரு திசைகளிலும் வண்டிகளின் ஓட்டம். பாண்டியன் இடது விளிம்பில் மேற்குமுகமாய்ச் சென்றுகொண்டிருந்தான். ஊதா ட்வில் சட்டையை உள்ளடக்கிய பச்சைக் கொட்டடிப் பழுப்பு நிறக் கைலி. காக்கி கோர்டுரோய் கோட். காலில் செருகு சப்பாத்து. பின்னால், இப்புறமும் அப்புறமும் ஒதுங்கி, மலாய் உடையில் ஜுமாடியும், இஸ்காந்தரும் சென்றனர். அவர்களுக்குப்பின்னே அதே முறையில் ரஷீத்தும், கர்த்தாவிரோவும் நடந்தார்கள்.

ரொக்ஸி பயாஸ்கோப் அருகே, ஜீப் வண்டியை ஒட்டி நின்ற டச்சு லெப்டினன்ட் முறைத்துப் பார்த்தான். பாண்டியன், தோட்டக் காட்டுத் தமிழனின் தெம்மாடித் தோற்றத்துடன் வாயிதழ்களை விரித்துக் கண்களை இடுக்கியவாறு ஒரே சீராய் நடந்தான். இடக்கை பிடரியை மாறி மாறிச் சொறிந்தது.

தண்டவாளப் பாதையைக் கடந்தான். கெர்க் ஸ்ட்ராட். டெர்மூலன் ரெஸ்டாரன்ட். ராணுவத்தினர் மொய்ப்பு. வண்டி வரிசை. இடப்புற மாதா கோயிலை ஒட்டி நடந்தான். கார்கள் விரைந்தன. மானிடர் ஊர்ந்தனர். இடையிடயே ஆயுதம் தரித்த சிப்பாய்கள். மரக்கிளைகள் சரசரத்தன. டாவ்ரோாஸ் உச்சி மாடியில் கண்ணைப் பறிக்கும் வெளிச்சம்.

“பிரெந்தி !”

நடைபாதையோரம் மோட்டார்–பைக்கை நிறுத்திவிட்டு வந்த டச்சு கார்ப்பொரல் உறுமினான். வலக்கையில் பிஸ்டல். மறுகை இடைவாரைப் பற்றி இருந்தது.

பாண்டியன் நின்றான். எதிரே நான்கு அம்போன் சிப்பாய்கள் உரக்கப் பேசிச் சிரித்து வருகின்றனர்... நிறுத்தியவனின் கண்களைப் பார்த்தான். ஐயம் விழிக்கிறது.

“நெய்க் தாஙான்.”

பாண்டியன் கைகளை உயர்த்தினான். சிரித்துப்பேசி வந்த சிப்பாய்கள் தம்பாட்டில் கடந்து சென்றனர். மிரட்சிப் பார்வையாய் கார்ப்பொரலின் கண்களை நோக்கினான்.

இன்னான் என்று கருதுகிறானா... வெறும் ஐயமா... பேசி ஏமாற்றிச் சமாளிக்க வேண்டும்...

"துவான்! சாயா கிலிங், துவான்... துவான்! சாயா தீடாமிலாயு, துவான்,"

அப்பாவிக்குரல் கலங்கி முறையிட்டது – மலாய்க்காரன் அல்ல, தமிழன் என்று. இடுங்கிய கண்கள் டச்சுக்கரனின் முகத்தைக் கூர்ந்து கணித்துக் கொண்டிருந்தன.

வழிப்போக்கர்கள் நடை வேகத்தைக் குறைத்துத் திரும்பியும், கொஞ்சம் தள்ளிப்போய் நின்றும், வேடிக்கை பார்த்தனர்.

"டாத்தங் சம சாயா."

கார்ப்பொரல் உறுமினான். தன்னுடன் வரும்படி.

"துவான்! சாயா கிலிங், துவான்... துவான்! சாயா தீடாமிலாயு துவான்."

தலைக்குமேல் செங்குத்தாய் வானை நோக்கிநின்ற கைகளை சைகைக் குறியாய் நடுங்கி அசைந்தன. டும். பின்னே தோட்டா வெடிக்கும் ஓசை. டச்சுக்காரனின் கண்கள் இமைத்தன. உயர்த்திய கைகளோடு நின்றவன் மின்னல் வேகத்தில் குந்திப் பக்கவாட்டில் தாவினான். இடக்கையை உரசிக்கொண்டு தோட்டா பறந்தது. பிஸ்டல்கள் முழங்கின. டும் டும் டும்...

கையில் பிஸ்டலுடன் தாவித்தாவிக் குதித்துக் குறுக்கு நெடுக்குமாய் மாறி மாறி ஓடினான். தோட்டாக்கள் பறந்தன. உடல்கள் விழுந்தன. அங்கங்கு இருந்தும் ஓடித் தொடர்ந்தும் சிப்பாய்கள் சுட்டனர்.

"ஷியூட் ஹெம்! ஷியூட் ஹெம்!"

டச்சுக்குரல்கள் அலறின.

துணைக்கு வந்தோர் நால்வரும் பிரிந்தோடி நின்று, தாவி விழுந்து புரண்டெழுந்து சுட்டார்கள்.

வழிப்போக்கர்கள் சிதறியோடினர். தரையில் நெடுங்கிடையாய் விழுந்து காதைப் பொத்திக்கொண்டார்கள்.

ராணுவ எச்சரிக்கைச் சங்கு ஓவென்று ஓலமிடத் தொடங்கியது.

பின்தொடர்ந்து சுட்டு வந்தவனைப் பக்கவாட்டில் தாவித் திரும்பிச் சுட்ட பாண்டியன் குனிந்தும் நிமிர்ந்தும் கோணல் மாணலாய் ஓடினான். டாவ்ரோஸ் தாழ்வாரத்துக்குப் போய்விட்டால் தோதாயிருக்கும். பெரும் பெரும் தூண்கள். சுடவும் மறையவும் வசதி...

கெசாவனில் வந்த ஜீப் நின்றது. குதித்திறங்கியவன் தோளில் தொங்கிய டாமி துப்பாக்கியை இடுப்பு மட்டத்தில் பிடித்து விசையை அழுத்தினான். டட்டட் டர்ர்ர்...

நாற்சந்தியில் சுருண்டு விழுந்தான். தடதடதட.... புயல் வெள்ளம் பூகம்பம் இருளிருளிருள் ஊற்றுயீரவெள்ளம் கைகால் இடுப்ப நெஞ்சு தடதடதட தடதடதட...

இடக்கையில் டாமி துப்பாக்கியுடன் ஓடி வந்த டில்டன் குனிந்து பார்த்தான்.

"ஹோட்! பாண்டையான்... ராஜா உத்தாங்..."

ஓடிவந்து சுற்றிநின்ற சிப்பாய்கள் வியப்புடன் உற்றுப் பார்த்தனர். வாய்கள் அரற்றின:

"ராஜா உத்தாங்... ராஜா உத்தாங்... ராஜா உத்தாங்..."

டில்டன் நிமிர்ந்து கட்டளைகளைப் பொழிந்தான்.

"சீபர்லிங்! சாலையை அடை.... பால்ஸ்ட்ரா! டெர்மூலன் கூட்டத்தை விரட்டு... படுக்கை போடச் சொல்... நீல்சன்! அம்புலன்ஸ்..."

குனிந்து, தரையில் கிடந்தவனின் சட்டைப் பொத்தான்களைப் பிரித்துவிட்டான். ரத்தம் ரத்தம் ரத்தம். உடல் உடை தரையெல்லாம் ரத்தம்.

முதுகுக்குக் கீழே கைகளைக் கோத்துத் தூக்கிச் சென்றனர்.

மேசைகளைச் சேர்த்துப்போட்டு, விரிப்புகளை மெத்தையாய்ப் பரப்பிய படுக்கைமீது கிடத்தி முதலுதவி வைத்தியம் செய்தார்கள்.

"பான்டையான்...! பான்டையான்!"

மேசைப் படுக்கையில் கிடந்தவனின் முகத்தை நோக்கியபடி டில்டன் நின்றான்.

உடல் அசைந்தது. கெர்க் ஸ்ட்ராட். மாதா கோயில். கார்ப்பொரல். வெடியோசை. பேச்சுக்குரல். டில்டன் குரல்...

"பான்டையான்! பான்டையான்!"

கண்கள் விழித்துக் கூசிப் படபடவென்று இமைத்தன. பாதாளக் குரல் கிளம்பியது.

"*ஹூடன் அவொண்ட், மயோர்."

"ஹூடன் அவொண்ட், ராஜா உத்தாங்."

---

* (டச்சு) குட் ஈவினிங் மேஜர்.

எட்டிச் சுவரோர மேசைமீதிருந்த தம்ளரை எடுத்து நீட்டினான்.

"இதைக் குடியுங்கள். இனிமேல் ஆபத்தில்லை. டாக்டர்வந்து கொண்டிருக்கிறார் – டாக்டர் ஹியூபர்."

திண்டுக்குக் கீழே கையைக் கொடுத்துத் தலையைத் தூக்கித் தம்ளரை வாயருகே பிடித்தான்.

நெருப்பு நீர் தொண்டையிலிறங்கி உடலில் தீ மூட்டித் தெம்பு பாய்ச்சியது.

"என் ஆட்கள்?"

"தெரியவில்லை, மொத்தம் ஆறு."

"எனக்கு இன்னும் கொஞ்ச நேரம்."

"நேன் நேன், இனிமேல் ஆபத்தில்லை. வலிய உடல். திடமான நெஞ்சு. திறமையான டாக்டர் வருகிறார். புதிய விந்தை மருந்துகள். சில தையல்கள். சில நாள் படுக்கையில். மீண்டும் பழைய பாண்டையான்!"

"ஓஹோ"

"ஓஹோ ஒன்றுமில்லை. உண்மை... என்ன விபரீதமான சந்திப்பு."

"எப்படியோ... சந்தித்தோம்."

"சந்திப்பதும், பிரிவதும் மனிதனின் தலைவிதி."

"சந்திப்பின் விளைவே பிரிவு... கண் கூசுகிறது... இது என்ன கட்டிடம்?"

"டெர்மூலன்."

எட்டிப்போய் எதிர்விளக்கை அணைத்துவிட்டு வந்தான்.

"அதற்குப் பின் எவ்வளவு நேரமாகிறது?"

"சுமார் 20 நிமிஷம்."

"அவனுக்கு எப்படித் தெரியும்?"

"புகைப்படத்தைச் சிலரிடம் காட்டி வைத்தேன்."

"எந்தப் படம்?"

"சிங்கப்பூரில் பின்லிங் ஸ்டுடியோ."

"ஆ, மூன்று பேர் படம்!"

"கைது செய்து, இந்தியாவுக்குக் கப்பலேற்றி அனுப்புவது எங்கள் திட்டம்... துப்பாக்கிச் சூடு... விரும்பத்தகாத... பக்க விளைவு."

“ஓ!”

“பிரிட்டிஷ் கான்சல், என் தந்தையின் நண்பர். உதவி செய்வதாய் வாக்களித்திருந்தார்.”

“பழைய மாலிசன்?”

“யா... பிரிட்டிஷ் பிரஜைகளின் நலனைப் பேணுவதில் பிடிவாதமானவர்.”

“யா... தெரியும்.”

“கொஞ்சம் ஓய்வு. அதற்குள் டாக்டர் வந்துவிடுவார். மீண்டும் டெலிபோன் செய்துவிட்டு வருகிறேன்.”

அடுத்த அறையை நோக்கி விரைந்தான்.

மூச்சுத் திணறியது. நெஞ்சுத் தொண்டை உருண்டுருண்டு பாதாள வெற்றுவெளி பாழ்வெளி காயம் குருதிவெளி பாழ்வெளி பினாங் ராஜுலா நாகப்பட்டினம் மதுரை சின்னமங்கலம் சந்தை வேப்பெண்ணெய் மருக்கொழுந்து கடகடவண்டி ஆளுயரப் பொரி உருண்டைக் கூடை புழுதி வட்டக் குடுமி பழுக்காக் கம்பி வேட்டி சாக்கு புகையிலை ‘ஓடியா ராசா ஓடியா போனா வராது பொழுது விழுந்தாச் சிக்காது’ அம்மன்கோயில் பொட்டல் பால்நிலவு சடுகுடு,‘நான்டா நொப்பன்டா நல்ல தம்பி பேரண்டா வெள்ளிப் பிரம்பெடுத்து விளையாட வாரண்டா,’ மதுரை இம்பீரியல் சினிமா தெற்கு வெளிவீதி வியாபாரி வீடு மஞ்சனக்காரத் தெரு குயவர் பாளையம் ஒண்ணாம் நம்பர் சந்து ‘ஞே இவட நோக்கே’ மெடான் மொஸ்கிஸ்ட்ராட் பிலிதோன் ஸ்ட்ராட் அயிஷா தங்கத் தந்தப் பளிங்குப் பட்டுடல் ‘சாயா பூஞா சிந்தா சாயா பூஞா ராஜா’ யுத்தம் கொள்ளை ஐந்து தலைகள் அர்மேனியா ஆறு ரோல்ஸ் ராய்ஸ் லாயர் டில்டன் தொங்கான் புயல் பினாங் மாணிக்கம் நான்யாங் ஹோட்டல் நீசூன் கோத்தா பாலிங் ஜாராங் பலவேசமுத்து ரக்பீர்லால் சிறை கலிக்குஸுமான் விலாசினி யாமசாக்கி நேதாஜி ‘விதித்த கடமையை வழுவின்றி நிறைவேற்றினாய்’ பினாங் நடராஜன் சூலியா தெரு சுந்தரம்‘அண்ணே காப்பாத்துங்கண்ணே’ பேங்காக் ரேசன் தீர்க்கதரிசி மெடான் அயிஷா தங்கையா காடு சண்டை கங்சார் ஊர் ஊர் ஊர் பதக்கம் கெர்க் ஸ்ட்ராட் குண்டு டில்டன் ‘ஆ என்ன விபரீதமான சந்திப்பு’ நெஞ்சு தொண்டை மூச்சு நெஞ்சு தொண்டை மூச்சு நான் நான் நான் புல் மரம் புள் விலங்கு நிலம் நீர் நெருப்பு வளி வான் அண்ட பிண்ட சராசரங்கள் நான் நான் நான் நானேஎஎ...

“பான்டையான்! பான்டையான்!” ஓடி வந்தவன் தொட்டுப் பார்த்தான். உடல் சில்லிட்டு உறைந்திருந்தது. துணியை இழுத்து முகத்தை மூடினான்.

கடகடத்து வந்த ஆம்புலன்ஸ் வண்டி வாசலில் கிரீச்சிட்டு நின்றது.

மேஜர் யொஹான் கைசர் டில்டனின் வாய் முனகலாயிற்று:

“அச்சமற்ற மானிடனே! வீரனே...! உறங்கு... உறங்கு...”

* * *

ப.சிங்காரம் வாழ்க்கைக் குறிப்பு

'புயலிலே ஒரு தோணி,' 'கடலுக்கு அப்பால்' ஆகிய இரு நாவல்கள் மூலம் தமிழ் நாவல் வரலாற்றில் முக்கியமான இடம் பெற்றுள்ள ப.சிங்காரம் அவர்களின் வாழ்க்கை பற்றிய பதிவுகள், அவரது படைப்புகளினூடே பயணம் செய்ய உதவுமென்ற அடிப்படையில் இங்கு தொகுத்துத் தரப்பட்டுள்ளன.

சிவகங்கை மாவட்டம், திருப்பத்தூர் வட்டம், சிங்கம்புணரி கிராமத்தில் நாடார் பேட்டையிலுள்ள 4–2/102 என்று இலக்கமுள்ள வீட்டில் வாழ்ந்துவந்த மூக்க நாடார் என்ற கு.பழநிவேல் நாடார்–உண்ணாமலை அம்மாள் ஆகியோரின் மூன்றாவது மகனாக ப.சிங்காரம் 12–08–1920 அன்று பிறந்தார். அவரது அண்ணன்கள் ப.சுப்பிரமணியம், ப.பாஸ்கரன். அவரது தாத்தா ப.குமாரசாமி நாடார் அவர்களுடன் சேர்ந்து தந்தையார் சிங்கம்புணரியில் ஜவுளி வியாபாரம் செய்துவந்தார்.

சிங்கம்புணரி தொடக்கப்பள்ளியிலும் மதுரை செயின்ட்மேரிஸ் பள்ளியிலும் பயின்றார். பின்னர் 1938ம் ஆண்டு சிங்கம்புணரியைச் சார்ந்த செ.கா.சின்னமுத்துப்பிள்ளை இந்தோனேஷியாவில் மைடான் என்ற இடத்தில் வைத்திருந்த வட்டிக் கடையில் வேலை செய்வதற்காகக் கப்பலேறினார். 1940ல் இந்தியா வந்து மீண்டும் இந்தோனேஷியா சென்று அங்கு மராமத்துத் துறை அலுவலகத்தில் பணியாற்றினார். வாலிப வயதில் ப.சிங்காரம் வெளிநாட்டுத் துணியிலான ஆடைகள் அணிந்து நறுமணம் கமழ மிடுக்குடன் காட்சியளிப்பாராம். இந்தோனேஷியாவில் வசிக்கும்போது திருமணம் செய்து கொண்டார். அங்கு தலைப்பிரசவத்தில் அவரது மனைவியும் பிறந்த ஆண் குழந்தையும் இறந்துவிட்டனர். அவரது மனைவியின் பெயர், ஊர் போன்ற தகவல்களை அறிய இயலவில்லை.

1946–ல் இந்தியாவிற்குத் திரும்பியவர், மதுரையிலே தங்கிவிட்டார். 1947–ல் 'தினத்தந்தி' நாளிதழில் செய்திப் பிரிவில் பணிக்குச் சேர்ந்தார். சொந்த ஊரான சிங்கம்புணரிக்கு மிக அபூர்வமாகவே சென்றுவருவார். நெருங்கிய உறவினர்கள் வீட்டுக்குச் செல்வதையும் விசேஷ நிகழ்ச்சிகளில் கலந்துகொள்வதையும் கடைசிவரை தவிர்த்து வந்துள்ளார்.

மதுரை YMCA தங்குமில்லத்தில் ஐம்பது ஆண்டுகளாகத் தங்கியிருந்தார். உறவினர்களைவிட்டு அவர் ஒதுங்கி வாழ்ந்தமைக்குத் தனிப்பட்ட காரணமோ, முரண்பாடோ எதுவுமில்லை; அவராக ஒதுங்கி வாழ்ந்தார் என உறவினர்கள் கருதுகின்றனர். அவரது 25–வது வயதில் இளம் மனைவியும் குழந்தையும் இறந்தது. வாழ்க்கைபற்றிய அவநம்பிக்கையையும் இறுக்கத்தையும் தோற்றுவித்திருக்க வாய்ப்புண்டு.

1950–ல் 'கடலுக்கு அப்பால்' நாவலை எழுதினார். 'கலைமகள்' நாவல் போட்டியில் முதல் பரிசு அந்நாவலுக்குக் கிடைத்தது. 1959–ல் 'கடலுக்கு அப்பால்' நாவல் வெளியானது. 'புயலிலே ஒரு தோணி' நாவல் 1962ல் எழுதினார். அது 1972ல் கலைஞன் பதிப்பகத்தால் வெளியிடப்பட்டது.

அவரது நூல்களை வெளியிடுவதில் பெற்ற கசப்பான அனுபவங்கள் காரணமாகத் தொடர்ந்து எழுதவில்லை என நண்பர்களிடம் கூறியுள்ளார்.

1987ம் ஆண்டு தினத்தந்தி பணியிலிருந்து தானாக விரும்பி ஓய்வு பெற்றார். 1997ம் ஆண்டு YMCA நிர்வாகம் அவரை நிர்பந்தப்படுத்தி வெளியேற்றியது. மதுரை, விளக்குத்தூண் அருகிலுள்ள நாடார் மேன்சன் தங்குமில்லத்தில் அறை எண் 12ல் குடியேறினார்.

அவர் தனது வாழ்நாளில் ஈட்டிய சேமிப்பான ரூபாய் ஏழு லட்சத்தை சமுதாயத்திற்குப் பயன்படும்வகையில் செலவழிக்கத் திட்டமிட்டு இராமகிருஷ்ணா அமைப்பு நடத்தும் சேவை மையங்கள், அனாதை இல்லங்கள் பற்றி விசாரித்தார். அவற்றுக்கு உதவுவதுபற்றி யோசிக்கும்வேளையில் நண்பர் ஒருவரின் ஆலோசனையின்பேரில் மதுரை நாடார் மகாஜன சங்கம் ஆண்டுதோறும் ஏழை மாணவர்களுக்கு வழங்கும் 'உதவித்தொகை' பற்றிக் கேள்விப்பட்டு, அதுகுறித்து அவரே நேரில் சென்று விசாரித்து தனது சேமிப்புத் தொகையை அந்நிறுவனத்திற்கு வழங்கினார். அவரது பெயரில் அறக்கட்டளை, அவரது புகைப்படம் திறப்பு போன்றன கூடாது என கண்டிப்புடன் கூறியுள்ளார்.

நாடார் மேன்சனில் வாழ்ந்த மூன்று மாதங்களில் எல்லாருடனும் சுமூகமாகப் பழகியதுடன் யாருக்கும் தொல்லை தரக்கூடாது என வாழ்ந்தார் என்று மேன்சன் பணியாளர்கள் தெரிவித்தனர். அவரது சொந்த வாழ்க்கை பற்றியோ அந்தரங்க விஷயங்களையோ யாரிடமும் கூறவில்லை.

அவர் ஏற்கனவே இதயம் தொடர்பான நோய்க்குச் சிகிச்சை பெற்று வந்தார். இந்நிலையில், டிசம்பர் மாத இறுதியில் ஏற்பட்ட விடாத வயிற்றுப் போக்கு உடல்நிலையைப் பாதித்தது. கென்னட் மருத்துவமனையில் அனுமதிக்கப்பட்டார். ஸ்கேன் எடுப்பதற்காக வெளியே கொண்டு செல்லும் வழியில் ஆம்புலன்சில் இறந்தார். இறந்த நாள் 30-12-1997. அவரது சடலம் தத்தநேரி சுடுகாட்டில் அடக்கம் செய்யப்பட்டது. அவர் தனது இறப்புச் செய்தியை யாருக்கும் தெரிவிக்க வேண்டியதில்லை என்று கூறியிருந்தாராம்.

- ந.முருகேசபாண்டியன்

இரண்டாம் பதிப்பின் முன்னுரை

'**பு**யலிலே ஒரு தோணி' புத்தகத்தின் இரண்டாம் பதிப்பு இது.

இந்தக் கதை 2ம் உலகப் போரையொட்டி மலேசியா – இந்தொனேசியா பிரதேசத்தில் நிகழ்வதாக உள்ள கற்பனைப் படைப்பு. கதையில் வரும் வரலாற்று நிகழ்ச்சிகள், ஆட்களைத் தவிர, சம்பவங்களும் மாந்தரும் எதையும் யாரையும் குறிக்கவில்லை.

இப்போது கதை சம்பந்தமான சில விளக்கங்கள்:

முன்னர் 'டச்சு கிழக்கிந்தியத் தீவுகள்' என்று அறியப்பட்ட இந்தொனேசியா, பல தீவுகள், இனங்கள், மொழிகளைக் கொண்ட நாடு. அதன் ஓர் அங்கமான சுமத்ரா தீவு, இலங்கையைப் போல் ஏழு மடங்கு பெரியது. சுமத்ராவின் வடகிழக்குக் கரையையொட்டி மைடான் என்ற மெடான் நகரும், அதன் அருகே பிலவான் துறைமுகமும் இருக்கின்றன. அந்தப் பகுதியில் பேசப்படும் பாஷை மலாய். டச்சு ஆட்சியின்போது புழங்கிய நாணயம் கில்டர். அதன் அப்போதைய மதிப்பு ஏறத்தாழ ரூ.1.50. கில்டரைத் தமிழர்கள் ரூபாய் என்றும், இந்தொனேசியர் ருப்பியா என்றும் கூறுவர்.

(அன்னெமர்– மராமத்து காண்ட்ராக்டர்; உப்பாஸ். காவலாள்; கம்பொங்–கிராமம்; கந்தோர்–அலுவலகம், கித்தா–ரப்பர்; லிங்–தமிழன்; கிராணி–குமாஸ்தா; சாடோ–குதிரை வண்டி; சாக்கே–ஜப்பானிய மது, ஷம்சு–சாராயம்; தவ்க்கே–முதலாளி; துவான்–ஐயா; மாட்ஸ்கப்பை–கம்பெனி; மெர்டேக்கா–விடுதலை; பெந்தெங்–கோட்டை.)

மலேசியா என்று பெயர் மாறியிருக்கும் மலேயாவின் மேற்குக் கரையையொட்டி உள்ள பினாங் தீவில் பினாங் நகரம் இருக்கிறது. மலேயா டாலரின் அப்போதைய மதிப்பு சுமார் ரூ.1.50. அதைத் தமிழர்கள் வெள்ளி என்பர்.

அக்கரைச் சீமை லேவாதேவித் தொழிலில் ஈடுபட்டவர்களில் செட்டியார்களைத்தவிர, மற்றவர்களை 'பிள்ளை'களாக மாற்றி விடுவது அன்றைய வழக்கம். இன்னொன்று; வட்டித் தொழிலில் சம்பந்தப்பட்ட தமிழர்கள் அனைவரும் 'செட்டி'கள் என்பது

மலாயர், சீனர்களின் நம்பிக்கை. 'செட்டி வீட்டு ஆள்' என்பது (அக்கரை நாடுகளில்) தொழிலையே குறிக்கும்; ஜாதியை அல்ல. வட்டிக் கடைகள் (பெட்டி'யடிகள்) உள்ள கட்டிடம் 'கிட்டங்கி', வட்டிக்கடை ஊழியர்கள்: மேலாள் (ஏசண்டு). அடுத்தாள், பெட்டியடிப் பையன், சமையலாள், அயலூர் நாட்டுக்கோட்டைச் செட்டியார்கள் தங்குவதற்கான கட்டிடம் 'நகர விடுதி'.

(உலாந்தா வங்கி – – நெதர்லாண்ட்ஸ் உறண்டல் மாட்ஸ்கப்பை; உங்கஞ் சங்காய் வங்கி – ஹாங்காங் அண்ட் ஷங்காய் பேங்க்; வராகன் – ரூ.3.50 (கும்பினியான் காலத்துப் 'பகோடா' நாணயம் இதுவே); வத்தாவியாபட்டேவியா (இப்போதைய பெயர் ஜாகர்த்தா); ஒரு கணக்கு – ஒருவர் கொண்டுவிற்கும் காலம்; கோரங்கிக்காரி–ஆந்திரதேசப் பெண், வெண்ணிலைக் கடன்–ஈடு காட்டப்படாத கடன்).

கதை நாயகன் பாண்டியன் தமிழ்நாட்டில் கண்டிருந்த 'கார் ஸ்டாண்டு' காட்சிகளை இப்போது காண்பதற்கில்லை. ஒரு கையில் பீடிக்கட்டு தீப்பெட்டியும், மறு கையில் ட்ரிப் ஷீட் நாடக நோட்டீசும், காதில் பென்சிலும், வாயில் அகடவிகட அடாவடிப் பேச்சுமாய் நடமாடும் 'கார் ஏசண்டு'கள் காலம் மறைந்துவிட்டது. பஸ்கள் 'கார்' என்றும் கார்கள் 'பிளஷர்' என்றும், 1 டன் பஸ்களே மிகப் பெரியவையாகவும் அறியப்பட்ட காலம் அது.

மதுரை 1ஆம் நம்பர் சந்து, பள்ளத் தெரு வர்ணனைகள் அன்றைய நிலவரத்தைக் குறிப்பவை. இப்போது அவை குடியிருப்புப் பகுதிகளாக மாறிவிட்டன.

(விம்லட்டு (லெமனேட்) சீசாவில் அடைத்த 'கலர்' பானங்களுக்கு வழங்கிய பெயர்.)

மேஜர் ஜெனரல் ஒருவர் தலைமையில் இயங்குவது ஒரு ராணுவ டிவிஷன். பல டிவிஷன்களைக் கொண்டது–ஒரு சேனை (ஆர்மி). பல சேனைகளைக் கொண்டது–ஒரு சேனைத் தொகுதி (ஆர்மி குரூப்). சேனைகளின் ஆள்–ஆயுதத் தளவாட பலம் தேசத்திற்குத் தேசமும் தேவைக்கு ஏற்பவும் மாறுபடும். (உதாரணம்): மலேயாவை வென்ற ஜப்பானிய 25வது சேனை–60 ஆயிரம் ஆட்கள்; ஸ்டாலின்கிராடில் ஜெர்மன் 6வது சேனை 350 ஆயிரம் ஆட்கள்).

(வெர்மாக்ட்–ஜெர்மன் ராணுவம்; பான்சர்–டாங்கிகள், கவச வண்டிகள், மோட்டார்–துருப்புகள் அடங்கிய ஜெர்மன் 'மின்னல் படை; டாஸ்க் அணி–விமானந்தாங்கிக் கப்பல்களைப் பிரதான பலமாகக்கொண்ட கடற்படை அணி; B24 – பறக்கும் கோட்டை

என்று அறியப்பட்ட அமெரிக்கக் குண்டு வீச்சு விமானம்; கெம்பித்தாய்–ஜப்பானிய செக்யூரிட்டி செர்வீஸ்.)

கதைக் காலத்தில் ரூபாய்க்கு 5–6 படி அரிசி என்பதையும் இப்போது ரூ.2000 ஊதியம் உள்ள பதவிகளுக்கு அப்போது மொத்தச் சம்பளம் ரூ.40–50தான் என்பதையும் வாசகர்கள் நினைவில் வைத்துக்கொள்ள வேண்டும். அன்றைய ரூ.1000 இன்றைய மதிப்புப்படி குறைந்தது ரூ.50,000 ஆகும்.

(முக்கால் துட்டு (காலணா)–சுமார் 1 1/2 காசு. இந்தக் காலணாவுக்கு 3 சல்லிக் காசுகள் உண்டு. ஒரு சல்லிக் காசுக்கு வாங்கக் கூடிய பொருள்களும் இருந்தன.)

ப.சிங்காரம்

ஆகஸ்ட், 1985

டிஸ்கவரி பப்ளிகேஷன்ஸ்
வெளியீட்டில்
ப.சிங்காரம் எழுதிய முதல் நாவல்.

கடலுக்கு அப்பால் – விலை ரூ.180
('கலைமகள்' நாவல் போட்டியில் முதல் பரிசு பெற்றது)